போக்குவரத்து உருவாக்கமும் ஜாதிகளின் உருமாற்றமும்

போக்குவரத்து உருவாக்கமும் ஜாதிகளின் உருமாற்றமும்

கோ. ரகுபதி (பி. 1975)

கோ. ரகுபதி, தூத்துக்குடி மாவட்டம் சாத்தான்குளம் வட்டம், பிடாநேரி கிராமம், டிகேசி நகரைச் சேர்ந்தவர். தென்னிந்தியத் திருச்சபையின் T.D.T.A. நடுநிலைப் பள்ளியில் தொடக்கக் கல்வியையும் நாசரேத் மர்காஷியஸ் மேல்நிலைப் பள்ளியில் மேல்நிலைக் கல்வியையும் பயின்றார். நாசரேத் மர்காஷியஸ் கல்லூரியில் இளங்கலைப் பட்டத்தையும் திருநெல்வேலி மனோன்மணியம் சுந்தரனார் பல்கலைக்கழகத்தில் முதுகலை, முனைவர் பட்டங்களையும் பெற்றார். தமிழ்த் தினசரி ஒன்றில் மதுரையிலும் சேலத்திலும் 1999–2000ஆம் ஆண்டில் நிருபராகவும் மேற்குறிப்பிட்ட பல்கலைக் கழகத்தில் 2008–2011ஆம் ஆண்டுகளில் சமூக விலக்கல் & உட்கொணர்வு கொள்கை ஆய்வு மையத்தில் இணை ஆராய்ச்சியாளராகவும் பணியாற்றினார். தமிழ்நாடு அரசுக் கல்லூரிப் பணிக்கு 2011ஆம் ஆண்டு தேர்வாகி சேலம் மாவட்டம் ஆத்தூர் வடசென்னிமலை அறிஞர் அண்ணா அரசு கல்லூரியிலும், திண்டிவனம் திரு. ஆ. கோவிந்தசாமி அரசினர் கலைக் கல்லூரியிலும், சென்னை மாநிலக் கல்லூரியிலும் வரலாற்றுத் துறையில் உதவிப் பேராசிரியராகப் பணியாற்றித் தற்போது மாற்றுப் பணியில் தமிழ்நாடு ஆதிதிராவிடர் மற்றும் பழங்குடியினர் மாநில ஆணையத்தில் உறுப்பினராகப் பணியாற்றுகிறார். ஹிந்து ஜாதியக் கட்டமைப்பின் பரிணாமத்தையும் பரிமாணத்தையும் ஆய்வுசெய்கிறார்.

மின்னஞ்சல்: ko.ragupathi@gmail.com

கோ. ரகுபதி

போக்குவரத்து உருவாக்கமும் ஜாதிகளின் உருமாற்றமும்

காலச்சுவடு பதிப்பகம்

● அன்பார்ந்த வாசகருக்கு,

வணக்கம்.

காலச்சுவடு நூலை வாங்கியமைக்கு நன்றி.

நூலின் உள்ளடக்கம், உருவாக்கம், அட்டைப்படம் இன்ன பிற அம்சங்கள் பற்றிய உங்கள் கருத்துகளையும் ஆலோசனைகளையும் காலச்சுவடு வரவேற்கிறது. தகவல், எழுத்து, வாக்கியப் பிழைகள் தென்பட்டால் கட்டாயம் தெரிவித்து உதவுங்கள். நூல் தயாரிப்பில் கடும் குறைபாடு இருப்பின் மாற்றுப் பிரதி உங்களுக்குக் கிடைக்கக் காலச்சுவடு ஏற்பாடு செய்யும்.

மின்னஞ்சல்: **publisher@kalachuvadu.com**

காலச்சுவடு நாகர்கோவில் தலைமையகத்துக்கும் கடிதம் அனுப்பலாம்.

தங்கள்
எஸ்.ஆர். சுந்தரம் (கண்ணன்)
பதிப்பாளர் — நிர்வாக இயக்குநர்

போக்குவரத்து உருவாக்கமும் ஜாதிகளின் உருமாற்றமும் ◆ கட்டுரைகள் ◆ கோ. ரகுபதி ◆ © கோ. ரகுபதி ◆ முதல் பதிப்பு: டிசம்பர் 2022 ◆ வெளியீடு: காலச்சுவடு பப்ளிகேஷன்ஸ் (பி) லிட்., 669, கே.பி. சாலை, நாகர்கோவில் 629001

காலச்சுவடு பதிப்பக வெளியீடு: 1172

pookkuvarattu uruvaakkamum jaatikaLin urumaaRRamum◆ Essays ◆ K. Ragupathi◆ © K. Ragupathi ◆ Language: Tamil ◆ First Edition: December 2022 ◆ Size: Demy 1x 8 ◆ Paper: 18.6 kg maplitho ◆ Pages: 280

Published by Kalachuvadu Publications Pvt. Ltd.,669 K.P. Road, Nagercoil 629001, India ◆ Phone: 91-4652-278525 ◆ e-mail: publications@kalachuvadu.com ◆ Printed at Mani Offset, Chennai 600077

ISBN: 978-81-960589-7-5

12/2022/S.No.1172, kcp 4244, 18.6 (1) 9ss

நவீன போக்குவரத்துச் சாதனங்களைக் கண்டுபிடித்த
ஐரோப்பியருக்கும்...

இவை ஓடுவதற்கான அடித்தளத்தைக் கட்டமைத்த
பண்ணையாட்களுக்கும்...

நன்றி

இந்நூலுக்கான தரவுகளைச் சேகரிக்கத் துணைபுரிந்த தமிழ்நாடு ஆவணக் காப்பக நூலகர் திரு. உ. ஜெகன் பார்த்திபன், இந்நூலின் சில பகுதிகளைக் கட்டுரைகளாக வெளியிட்ட *காலச்சுவடு*, *போதி*, *மானுடம்* ஆகிய இதழ்களுக்கும் இவற்றின் ஆசிரியர்கள் கண்ணன், முனைவர் து. ரவிக்குமார், தங்க. செங்கதிர் ஆகியோருக்கும் நூலை வடிவமைத்த மஞ்சுவுக்கும் நெஞ்சார்ந்த நன்றி.

பொருளடக்கம்

நூல் உருவான பின்னணி

முனைவர் பட்ட ஆய்வுக்கான ஆவணங்களைத் தேடியபோது பேருந்துகளில் ஆதிதிராவிடர்கள் பயணிக்க அனுமதி மறுக்கப்பட்டதைக் குறித்து சென்னை மாகாணப் பேரவையில் ஆதிதிராவிட நியமன உறுப்பினர்கள் எழுப்பிய கேள்விகளை வாசித்தேன். தென்னாப்பிரிக்காவில் காந்தி அனுபவித்த நிறப்பாகுபாடு பேசப்பட்டதுபோல் இரயில், பேருந்துப் பயணங்களில் ஆதிதிராவிடர்கள் அனுபவித்த தீண்டாமை பேசப்படாததை உணர்ந்தேன். இது தொடர்பான ஆவணங்களை திருநெல்வேலி மாவட்ட ஆட்சியர் வளாக ஆவணக் காப்பகத்திலும் வாய்மொழித் தரவுகளை அம்மாவட்டத்தில் ஒருசில முதியவர்களிடத்திலும் சேகரித்தேன். இவற்றின் அடிப்படையில் ‘காந்தியின் தென்னாப்பிரிக்கப் பயணமும் தலித்துகளின் உள்ளூர்ப் பயணமும்’ என்ற தலைப்பில்[1] கட்டுரை வெளியிட்டேன். உதவிப் பேராசிரியர் பணிக்கான நேர்காணலில், இந்திய சுதந்திரப் போராட்ட வரலாற்றில் இரயில் பயணத்தில் காந்தி அனுபவித்த நிறப்பாகுபாடு பேசப்பட்டிருக்கிறது; இரயில் பேருந்துப் பயணங்களில் தீண்டாமையால் ஆதிதிராவிடர்களுக்குப் பயணிக்க அனுமதி மறுக்கப்பட்டது அப்பாடத்தில் இல்லை எனப் பேசினேன். இதன் பின்னர், தமிழ்நாடு அரசு ஆவணக் காப்பகத்தில் மேலும் கூடுதலான ஆவணங்களைச் சேகரித்து ஏற்கனவே வெளியிட்ட கட்டுரையை மேலும் செம்மையாக்கி ‘பயணங்களில் அசமத்துவமும்

1. ‘உரை மொழிவு’, தொகுப்பு: 1, எண். 2, நவம்பா்: 2003, பக். 15–16.

சமத்துவத்திற்கான பயணமும்' எனத் தலைப்பிட்டு *புதுவிசை*[2] இதழில் கட்டுரை வெளியிட்டேன். நான் எழுதிய கட்டுரைகளைத் தொகுத்து வெளியிட்ட 'தலித் பொதுவுரிமை போராட்டம்' நூலிலும் இக்கட்டுரையைச் சேர்த்தேன். பயணத்தில் தீண்டாமை தொடர்பாக முதலில் கட்டுரை வெளியிட்டபோது அதை நூலாக எழுதத் திட்டமிட்டேன், அது நிறைவேறவில்லை. மாரிசெல்வராஜ் இயக்கத்தில் வெளியான கர்ணன் திரைப்படம் வன்முறையைப் பேசுவதாகக் குற்றம் சுமத்தியபோது, "அத்திரைப்படம் சமூக யதார்த்தத்தை, வரலாற்றை, உண்மையைப் பேசுகிறது" என வாதித்ததால் தமிழ்நாடு முற்போக்கு எழுத்தாளர் கலைஞர்கள் சங்கத்தின் விழுப்புரம் கிளையின் சார்பில் மதுசூதனன் இணையவழிக் கூட்டத்துக்கு ஏற்பாடுசெய்தார். இதற்குப் பின் மண்டேலா திரைப்படம் வெளியானது. இவ்விரு திரைப்படங்களும் சமூக முன்னேற்றத்துக்குப் பேருந்து வசதியின் அவசியத்தைப் பேசுகின்றன. கர்ணன், மண்டேலா ஆகிய இரு திரைப்படங்களையும் ஒப்பிட்டு *காலச்சுவடு* இதழில் கட்டுரை எழுதினேன். அப்போது நவீனப் போக்குவரத்து உருவாக்கமும் விளைவுகளும் குறித்து நூல் எழுதத் தீர்மானித்தேன். மீண்டும் ஆவணங்களைச் சேகரித்தேன். இரயிலும் பேருந்தும் அறிமுகமானபோது ஏற்பட்ட விவாதம், போக்குவரத்துக்கான கட்டமைப்பு வசதி உருவாக்கம், போக்குவரத்து ஏற்படுத்திய மாற்றங்கள் என இந்நூல் இரயிலைப் போல் நீண்டுகொண்டே சென்றது. எழுதப்பட்ட இயல்களிலிருந்து சில பகுதிகளைக் கட்டுரைகளாக *மானுடம், தலித், நீலம்* ஆகிய இதழ்களில் வெளியிட்டேன். இவை அனைத்தும் நூலாக மாறின.

இலக்கியப் படைப்புகள்

நவீனப் போக்குவரத்துச் சாதனங்கள் அறிமுகமான காலங்களில் அவை குறித்த கலையிலக்கியப் படைப்புகள், நூல்கள் வெளியாயின. இரயில் இயக்கப்பட்டபோது அதைப் பற்றிச் சிந்துகள் வெளியாயின. 'ரயில் ஸ்நேகம்', 'ரயிலுக்கு நேரமாச்சு', 'கிழக்கே போகும் இரயில்', 'பகவதிபுரம் ரயில்வே கேட்', 'இரயில் சிநேகம்' என இரயில் பெயரிலும் 'தொடரி' என்றும் திரைப்படங்கள் வெளியாயின. 'ரயிலுக்கு நேரமாச்சு' – 'கிழக்கே போகும் இரயில்' – ஆகிய படங்களின் தொடக்கமும் முடிவும் ஒன்றுதான். அது, இரயில் காதலர்களைக் காப்பாற்றும் என்பதாகும். 'பகவதிபுரம் ரயில்வே கேட்' படத்தில் இரயில் செல்வதற்காக கேட் மூடப்படும் நேரம் நிறுத்தும் பேருந்துகளில் விற்பனை செய்வதில் படம் தொடங்கும். பேருந்து வந்து செல்வதும்

2. புதுவிசை, ஜூன் 2011

காதலும் இப்படத்தின் கதை. ‘இரயில் சிநேகம்’ இரயிலைக் குறித்து எதுவும் பேசவில்லை, ஒருசில காட்சிகளில் இரயில் வருகிறது. ஒன்றிரண்டு காட்சிகளும் இரயிலில் நிகழ்கின்றன.

சென்னை மாகாணத்தில் இரயிலும் பேருந்தும் அறிமுகம் செய்யப்பட்டது குறித்த ஆய்வுகள் ஒருசில இருக்கின்றன. சென்னை மாகாணம் முழுமைக்கும் நவீனப் போக்குவரத்து உருவாக்கம், அதற்கான நிதி ஆதாரம், தொழிலாளர் பங்கேற்பு, போக்குவரத்து ஏற்படுத்திய சாதக, பாதக விளைவுகள், போக்குவரத்தில் கட்டமைக்கப்பட்ட நிறப்பாகுபாடு, தீண்டாமை, இவற்றுக்கு எதிரான போராட்டங்கள், அவற்றின் விளைவுகள் போன்றவை குறித்து விரிவாகத் தமிழில் எழுதிய கட்டுரைகள், நூற்கள் குறிப்பிட்டுக் கூறும்படியாக இல்லை. நவீனப் போக்குவரத்துச் சாதனங்கள் உருவாக்கம், அவை ஏற்படுத்திய சாதக, பாதக விளைவுகளை இந்நூல் விவாதிக்கிறது.

சென்னை **கோ. ரகுபதி**

10.09.2022

நுழைவாயில்

கர்ணனும் மண்டேலாவும் பொதுவுரிமையின் கலகக் குரல்கள்

சமீபத்தில் வெளியான கர்ணன், மண்டேலா திரைப்படங்கள் ஆதரவையும் எதிர்ப்பையும் எதிர்கொள்கின்றன. 'கர்ணன்' ஜாதிப்படம், வன்முறையைத் தூண்டுகிறது என எதிர்க்கப் படுகிறது; சமூக விடுதலையைப் பேசுவது என ஆதரிக்கப்படுகிறது. ஜாதிப் படம் என்ற குற்றச்சாட்டால் 'மண்டேலா'வுக்குத் திரை யரங்கு மறுக்கப்பட்டதால் இணையத்தில் வெளி யிடப்பட்டதாம். தேவர், கவுண்டர்களைப் 'போற்றி'த் திரைப்படங்கள் வெளியானபோது கள்ள மவுனம் காத்த 'ஜாதி'ப்புத்தி, சனநாயக நாட்டின் அரசியல் சாசனம் தருகின்ற 'சமத்துவ'த்தை உரையாடும் திரைப்படங்களை 'ஜாதி'ப் படம் என முத்திரை குத்துகிறது. கர்ணன், மண்டேலா திரைப்படங்களின் கதைக்கருக்கள் ஒரே புள்ளியில் இணைகின்றன. அது ஸநாதந ஜாதியக் கட்டமைப்பில் மேல், கீழ், இடைநிலைகளைக் கடந்து சனநாயக நாட்டில் குடிமகனுக்கான பொதுவுரிமைகளைப் பயன்படுத்துதல் ஆகும். கர்ணன், 'பேருந்து' என்ற ஒற்றைப் பொருளையும் மண்டேலா பொதுக் கழிப்பறை, பள்ளிக்கூடம், பேருந்து, அரசியலதிகாரம் எனப் பன்மைப் பொருட்களையும் மையப்படுத்திப் பொதுவுரிமைச் சிக்கல்களைப் பேசுவதால் 'குடிமக்களின் பொதுவுரிமை'யை முதலாவது விளங்கிக்கொள்வோம்.

பிறப்பு அடிப்படையிலான ஸநாதந ஜாதியக் கட்டமைப்பில் விவசாய உற்பத்தியில் வயலில் நேரடியாகத் தொழில் செய்யும் ‘உழுகுடி’கள் வயல்வெளிக்கு மிக அருகிலும், விவசாயத்துக்கான துணைக் கருவிகளையும் மக்களின் பிற பயன்பாட்டுப் பொருட்களையும் பட்டறையில் உற்பத்தி செய்தோர் தங்கள் ஊரிலும் வசித்தனர். உடலுழைப்பாளர் உட்பட விவசாயத்துக்கான உற்பத்திக் கருவிகள், நிலவுடைமையாளரின் கட்டளையால் அவருடைய ஏவலாளி, கங்காணிவழி வயலுக்குச் சென்றன. விவசாய உற்பத்தியில் உடலுழைப்பில் ஈடுபடாத நிலவுடைமையாளர்கள் நெல்வயலின் வாசனையைக்கூட நுகர இயலாத தூரத்தில் வசித்தனர். ஒவ்வொரு ஜாதியினரும் பெருத்த புவிப்பரப்பு இடைவெளியில் வெவ்வேறு இடத்தில் – சேரி, ஊர், அக்ரஹாரம் – எனத் தனித்தனித் தீவுபோல் வசித்துவந்தனர்; இவ்விடைவெளி தோராயமாக ஐந்நூறு மீட்டர்முதல் ஐந்து கிலோமீட்டர் வரை இருக்கும். வெவ்வேறு ஜாதியினரும் ஒரு பொதுவான இடத்தில் புழங்கிப் பழகுவதைத் தவிர்க்கத் ‘தனிவெளி’யைத் திட்டமிட்டுக் கட்டமைத்ததால் ‘பொதுவெளி’யோ ‘பொதுக்களம்’மோ ஸநாதந ஜாதியக் கட்டமைப்பில் இல்லை; இந்நிலை இன்றும் நீடிக்கிறது. தனிவெளிக் கட்டமைப்புக்குக் ‘காணாமை’, ‘தீண்டாமை’ ஆகிய ஸநாதநக் கோட்பாடுகளால் நியாயம் கற்பிக்கப்பட்டது.

பேரரசுகளைக் கைப்பற்றும் பேராசையால் தமிழ் நிலத்தில் பிற்காலச் சோழ, பாண்டிய, தெலுங்கு விஜயநகர மாமன்னர்கள் நிகழ்த்திய எண்ணற்ற போர்கள் கணக்கற்றோரைக் கொன்று குவித்தபோதும் ஸநாதந ஜாதியக் கட்டமைப்பின் அடித்தளத்தைக் கடுகளவும் அசைக்கவில்லை; மாறாக இக் கட்டமைப்பு பாறைபோல் இன்னும் இறுக்கமாக மாறியது. ஐரோப்பிய ஏகாதிபத்தியம் நிறுவப்பட்ட போக்கில் நவீன உற்பத்தி, அதிகாரத்தோடு பின்னிப் பிணைந்த ‘பொதுவெளி’, ‘பொதுக்களம்’ ஜாதியக் கட்டமைப்பின் இறுக்கமான தனிவெளியை அசைத்தது. கடின உழைப்போடு தீண்டாமை, சமூகப் பண்பாட்டு ஒடுக்குமுறை, அரசியல் பொருளாதாரச் சுரண்டலை அனுபவிக்கின்ற சமூகத்தினர் சமூகச் சுதந்திரத்தை விரும்பியதால் உழைப்பில் ஈடுபடாமல் பிறர் உழைப்பில் உண்டு கொழுத்து வாழ்ந்தனுபவிக்கும் ஜாதியினர் சமூக அரசியல் அதிகாரத்தை ஆக்கிரமிக்க எவ்வளவு யத்தனித்தாலும் பொதுவெளியில் புழங்குவதும், பொதுக்களத்தில் பழகுவதும் தவிர்க்க இயலாததாக உருவெடுத்தது.

பரந்து விரிந்த புவிப்பரப்பு இடைவெளியில் ஒரு ஜாதியினர் மற்றொரு ஜாதியினரைக் காணாமலும் தீண்டாமலும் வாழ்ந்தோர் குறுகியப் பொதுவெளியில் கண்டு, உரசும் புதிய சூழல் உருவானது. ஜாதியக் கட்டமைப்பில் தங்களின் மேல்நிலை ஆதிக்கத்தைத் தொடர்ந்து தக்கவைத்துக்கொள்ள யத்தனிக்கும் ஜாதி இந்துக்கள் கீழ்நிலையில் உள்ளோர் மேலெழுவதைத் தடுக்கத் திட்டமிட்டனர். இவர்களின் ஒரு கண் முன்னோக்கியும் மற்றொரு கண்ணின் ஓரப்பார்வை தங்களுக்குக் கீழ்நிலையில் உள்ளோரை மிதித்துத் தள்ளவும் விழித்தே இருக்கின்றன. பிரித்தானிய ஏகாதிபத்தியத்தோடு ஜாதி இந்துக்களுக்கு இருந்த 'நட்புறவு' வழி பொதுவெளி, பொதுக்களங்களைத் தங்களின் 'தனிவெளி'க்குள் கட்டமைத்தனர். பள்ளிக்கூடம், நீதிமன்றம், அஞ்சலகம் போன்ற பொது வெளியும் பொதுக்களங்களும் அக்ரஹாரத்திலும் ஊரிலும் அமைக்கப்பட்டன. இவற்றைப் பயன்படுத்துவதற்கான 'புழங்குரிமை' சேரிக்கு மறுக்கப்பட்டதால் தங்களின் சமூக விடுதலை முடக்கப்படுவதை உணர்ந்த அவர்கள் பொது வுரிமைக்காகப் போராடத் தொடங்கினர்.

மாண்டேகு–செம்ஸ்போர்டு சீர்திருத்தத்தால் அரசியல் பொதுக்களமான சென்னை மாகாணப் பேரவைக்குள் 1919ஆம் ஆண்டு ஆதிதிராவிடரின் நியமனப் பிரதிநிதியாகக் காலடி எடுத்துவைத்த எம்.சி. ராஜா, “ஜனநாயக நாட்டில் வரிசெலுத்தும் குடிமக்களுக்குப் பொதுக்களத்திலும் பொதுவெளியிலும் பொதுவுரிமை வேண்டுமென்ற” தீர்மானத்தை முன்மொழிந்தார்; இதை ஜாதியவாதிகள் தோற்கடித்தனர். இவருக்குப் பின் பீத்தாபுரம் ராஜா, சௌந்திர பாண்டியன் நாடார் ஆகியோரும் குரல் கொடுத்தனர். சென்னை மாகாணப் பேரவையில் 1924 ஆகஸ்ட் 22 அன்று இரட்டைமலை சீனிவாசன் முன்மொழிந்த 'குடிமக்களின் பொதுவுரிமைத் தீர்மானம்' வெற்றிபெற்றதால் 'தனிவெளி'யான அக்ரஹாரத்திலும் ஊரிலும் அமைக்கப்பட்ட மக்களின் புழங்கிடங்கள் பொதுவெளியிலும் பொதுக்களத்திலும் ஜாதி, மதப் பேதமின்றிப் பொதுவுரிமைக்கானது எனச் சட்டரீதியாக அனுமதிக்கப்பட்டு அரசாணையாக அறிவிக்கப்பட்டது. இதைச் செயல்படுத்த ஆதிதிராவிட நியமனப் பிரதிநிதியான ஆர். வீரையன் சென்னை மாகாணப் பேரவையில் தொடர்ந்து போராடினார். பிறப்பால் பறையர்களான எம்.சி. ராஜா, இரட்டைமலை சீனிவாசன், ஆர். வீரையன் ஆகியோரின் 'குடிமக்களின் பொது வுரிமைக்கான போராட்டம்' பிராமணரல்லாத அனைவரின் சமூக விடுதலைக்கும் வித்திட்டது. 1919ஆம் ஆண்டு தொடங்கிய இப்போராட்டம் நூறு ஆண்டுகளைக் கடந்து இன்றும் தொடர்

கிறது. இது குறித்த கட்டுரை, நூல், கலையிலக்கியப் படைப்பு ஆகியன அச்சு வடிவத்தில் ஏற்கெனவே வெளியாகியுள்ளன.

தற்போது மாரிசெல்வராஜும் (கர்ணன்), அஸ்வினும் (மண்டேலா) சமகாலத்திலும் தொடர்கின்ற பொதுவுரிமைச் சிக்கலை நன்குணர்ந்து விரிவாகவும் ஆழமாகவும் முதல்முறையாகத் திரைப்படமாக்கியுள்ளனர். இவ்விரு படங்களிலும் மண்டேலாவைவிட கர்ணனைப் பற்றிய விமர்சனங்கள் அதிகம் உள்ளன. சில விமர்சனங்கள் இப்படங்கள் பேசுகின்ற பொது வெளிச் சிக்கலைக் கணக்கில் கொண்டுள்ளன. பொடியன்குளம் என ஊர்ப் பெயரையும் ஆண்டையும் குறிப்பிட்டதால் இது தி.மு.க.வுக்கு எதிரான படம் எனக் கூறப்பட்டது. ஆண்டு, கட்சி எனும் சிக்கலை முன்னிலைப்படுத்திய இவ்விமர்சனங்கள் ஜாதியக் கட்டமைப்பையும் பொதுவுரிமைப் போராட்டத்தையும் அறியாததன் வெளிப்பாடு. ஆண்டுகளும் ஆளும் அரசும் மாறினாலும் ஸநாதநப் படிநிலை ஜாதியக் கட்டமைப்பும் அதிகார மையமும் ஆதிக்கமும் மாற்றமற்றுத் தேக்கநிலையிலே இன்றும் நீடித்திருக்கின்றன. பொதுவுரிமைச் சிக்கல், நிகழ்ந்து முடிந்த கடந்தகால வரலாறு அல்ல; அது தொடர்ந்து நிகழும் சிக்கலுமாகும். கடந்தகால நிகழ்வுகளைத் தொட்டுக் காட்டுவதனூடாக நிகழ்காலத்தைப் பேசுகின்ற இத்திரைப்படங்களைக் காண்போம்.

‘கோழிக் குஞ்சைத் தூக்கிய கழுகைப் பிடிக்க ஒருவன் வருவான்’ என ஆதங்கத்தில் கிழவி ஒருவர் கூறுகிறபோது விடலைப் பருவ வீரனாகக் கர்ணன் தோன்றி மீனைப் பலியிட்டுப் பொதுவுரிமைப் போராட்டம் தொடங்குவதை கர்ணன் திரைப்படம் சித்திரிக்கிறது. பொதுக் கழிப்பிடத்தை முதலில் பயன்படுத்துவது எந்த ஜாதியினர் என்ற சிக்கலால் நிகழும் மோதல் மண்டேலாவின் தொடக்கப் புள்ளி. பொதுவுரிமையை அடைவதில் ஏற்றத் தாழ்வான இரு ஜாதிகள், அரசு, பொதுவுரிமை ஆகியன கர்ணனிலும், சமமான இரு இடைநிலை ஜாதிகள், அரசாங்கம், பொதுவுரிமை ஆகியன மண்டேலாவிலும் பின்னப்பட்டு ஒரே நேர்க்கோட்டில் பயணிக்கின்றன; சில வேறுபாடுகளும் உண்டு. ஜாதியச் சிக்கல்களைக் கர்ணன் குறியீடுகளாகவும், மண்டேலா சொற்களாகவும் பேசுகின்றன. பொதுவுரிமைப் போராட்டம் கர்ணனில் இறுக்கமாகத் துடிதுடிப்புடனும், மண்டேலாவில் நகைச்சுவையாகவும் போராட்டக் கூர்மையை மழுங்கடிக்காமல் முன்னேறிச் செல்கின்றன.

இந்திய சனநாயக நாட்டின் அரசியல் சாசனம் குடிமக்களின் உரிமைகளைப் பொதுவாகவும் சமத்துவமாகவும்

உத்தரவாதம் செய்தபோதிலும் ஆளும் அரசு, ஆதிக்க ஜாதியின் கூட்டணி அவ்வுரிமைகளை அனுபவிக்க இடையூறாக இருக்கின்றன. குடிமக்களின் சகல இயக்கங்களும் அரசென்ற மையப் புள்ளியில் கட்டப்பட்டதாலும் வாழ்வாதாரத்திற் காகத் தங்களின் வசிப்பிடத்துக்கு அப்பால் நடந்து சென்று திரும்பிவர இயலாத பகுதிகளைச் சார்ந்து இருப்பதாலும் அவர்கள் தனியார் அல்லது அரசு பொதுப் போக்குவரத்தைச் சார்ந்து இருக்கின்றனர். பிற கிராமத்தினரைப் போல் கர்ணனின் பொடியன்குளத்தினரும் இப்பிரச்சினையை அனுபவிக்கின்றனர். ஒடுக்கப்பட்ட சமூகத்தினர் பிற ஜாதியினரைச் சார்ந் திருக்கும் நிலைமை பொடியன்குளத்தில் பேருந்து நிலையத் திலும் பொருளாதாரத்திலும் இருக்கின்றன. இக்கிராமத்தினரின் பேருந்துத் 'தேவை'யை அரசு நிறைவேற்றவில்லை. மண்டேலா வின் 'சூரங்குடி'க்குள் அரசாங்கம் சாலை அமைக்காததால் பேருந்து வருவதில்லை. கர்ணனில் முக்கியச் சாலையில் இயக்கப் படும் பொதுப்பேருந்தில் ஏறுவதற்குப் பொடியன்குளத்தி லிருந்து சற்று தூரம் நடந்து ஆதிக்கச் சாதியினரின் வசிப்பிடத் தில் அமைக்கப்பட்ட பேருந்து நிறுத்தத்திற்கு வரவேண்டிய கட்டாயம் இருப்பதுபோல், மண்டேலாவிலும் சூரங்குடிக் கிராமத்தினர் பேருந்தில் பயணிக்க சற்றுதூரம் நடந்து முக்கியச் சாலைக்கு வரவேண்டும். பொதுப் போக்குவரத்தானது தனியார் நிர்வாகத்தால் கர்ணனில் பேருந்தாகவும் மண்டேலாவில் சிற்றுந்தாகவும் இயக்கப்படுகின்றன. பொடியன்குளத்தில் பேருந்தை நிறுத்த வேண்டும் என்றும் சூரங்குடிக்குள் சிற்றுந்து வரவேண்டும் என்றும் அக்கிராம மக்கள் 'கோருகிற'போது கர்ணனில் பேருந்து நடத்துநர் "பொடியன்குளமா!" என்று நக்கலாக வினவுவதில் ஜாதிய ஆதிக்கப் புத்தியும், மண்டேலாவில் சிற்றுந்து நடத்துநர் "அங்கு வந்தால் சிற்றுந்தின் அச்சில் நொறுங்கிவிடும்" எனக் கூறுவதிலும் அந்தக் கிராமத்தை இழிவுபடுத்தும் அதிகாரமும் வெளிப்படும். இது அதிகாரம் ஏவுகின்ற வன்முறை; அப்போது அம்மக்கள் அச்சத்தையும் படபடப்பையும் அனுபவிப்பர்.

மக்களின் வாழ்வாதாரத்துக்கு மிகவும் அத்தியாவசியத் 'தேவை'யான பேருந்தை எளிதாகப் பெறுவதைத் தடுப்பதி லும் தாமதிப்பதிலும் ஆளும் அரசு, ஜாதிக் கூட்டணி இவற்றின் மெத்தனப்போக்கை இவ்விரு திரைப்படங்களும் அம்பலப்படுத்துகின்றன. இச்சிக்கல் போக்குவரத்துச் சாதனங்களான இரயில், பேருந்து அறிமுகமான பிரித்தானிய ஏகாதிபத்தியக் காலத்திலேயே தொடங்கியது; 1920களில் பயணச்சீட்டில் "பெருவியாதியஸ்தரும் தீண்டத்தகாதோரும் பேருந்தில் பயணிக்க அனுமதியில்லை" என அச்சடித்துப் பொதுவுரிமையைப் பகிரங்கமாக மறுத்தனர். இச்செயலுக்கும்,

1947ஆம் ஆண்டுக்குப் பிந்தைய சுதந்திர இந்திய சனநாயக நாட்டில் பேருந்து நிறுத்த வசதிகளை ஏற்படுத்த மறுப்பதற்கும் இடையில் வேற்றுமை ஏதேனும் காணமுடிகிறதா? போக்குவரத்துப் பிரச்சினையில் 1920களுக்கும் கர்ணனின் பொடியன்குளத்தின் 1995ஆம் ஆண்டுச் சிக்கலுக்கும் ஏதாவது வேறுபாடு இருக்கிறதா? போக்குவரத்துப் பொதுவுரிமை மறுப்பை பிரித்தானிய ஏகாதிபத்திய காலத்தில் பயணச் சீட்டில் பகிரங்கமாக அச்சடித்ததற்கும் சுதந்திர இந்தியாவில் பேருந்து வசதியையும் நிறுத்தத்தையும் செய்து தராததற்கும் இடையில் வடிவ மாற்றம்தான் நிகழ்ந்திருக்கிறது.

மண்டேலாவின் சூரங்குடியில் புதிதாகத் திறக்கப்பட்ட பொதுக் கழிப்பிடத்தை முதலில் பயன்படுத்துவது எந்த ஜாதியினர் என்ற சிக்கலால் ஏற்படும் மோதலில் அவர்கள் பொதுக் கழிப்பிடத்தை இடித்துவிடுவர். இதுபோன்ற சிக்கலில் பொதுப் பள்ளிக்கூடமும் மூடப்பட்டிருக்கும். பேருந்தும் அந்தக் கிராமத்திற்குள் வராது. தான் அல்லாத மற்றவர் பொதுநிறுவனங்களைப் பயன்படுத்துவதைத் தடுக்க அவற்றைப் பாழாக்கும் ஜாதி மனநிலையை மண்டேலா காட்சிப்படுத்துகிறது. இச்சிக்கலும் கழிப்பிடம் அறிமுகமான பிரித்தானிய ஏகாதிபத்தியக் காலத்தில் தொடங்கியது. திருச்சிராப்பள்ளி ஸ்ரீரங்கம் நகராட்சியின் 1934 ஜூன் 26 அன்றைய கூட்டத்தில் கொண்டயம்பேட்டை ஆதிதிராவிடச் சேரிக்குக் கக்கூஸ் கட்டுவது விவாதிக்கப்பட்டது. இதை லெக்ஷுமண ராஜா, பெரியய்யா மூப்பனார் ஆகியோர் ஆதரித்தனர்; கஸ்தூரி அய்யங்கார் எதிர்த்தார். இதுதொடர்பாகக் கருத்து கூறுவதற்கு எ. மாணிக்கம் பிள்ளை, சின்னசாமி உடையார், நரசிம்மய்யங்கார் ஆகியோர் அடங்கிய குழு அமைக்கப்பட்டது.[1] சுதந்திர இந்தியாவிலும் 'பொதுக் கழிப்பறை'யை ஆதிக்க ஜாதியினரின் வசிப்பிடத்தில் அரசு அமைப்பதால் இதைப் பயன்படுத்தும் பொதுவுரிமை ஒடுக்கப்பட்ட மக்களுக்கு மறுக்கப்படுகிறது. மண்டேலா பேசுகின்ற பொதுப்பள்ளிக்கூடச் சிக்கலும் பிரித்தானிய ஏகாதிபத்தியக் காலத்திலேயே தொடங்கியதுதான். பொதுப்பள்ளி, கல்லூரிகளை ஜாதி இந்துக்கள் தங்களின் கட்டுக்குள் வைத்தனர்; ஒடுக்கப்பட்ட சமூக மாணவர்களுக்குச் சேர்க்கை அனுமதியை மறுத்தனர். இது குறித்து எழுதினால் கணக்கற்ற பக்கங்கள் தேவைப்படும். இச்சிக்கல் இக்காலத்தில் வேறுவித வடிவங்களில் நீடிக்கிறது. எனவே பிரித்தானியக் காலத்தில் தொடங்கிய பொதுவுரிமைச் சிக்கல் கர்ணனைப் போல் மண்டேலாவிலும் பேசப்பட்டுள்ளது.

---

1. *நகர தூதன்*, 01 ஜூலை 1934

மண்டேலாவின் சூரங்குடியில் கழிப்பறை, பேருந்து, பள்ளிக்கூடம் ஆகியவற்றில் பொதுவுரிமை மறுப்புச் சிக்கல் ஏற்கெனவே இருக்கிறபோது மற்றுமொரு பொதுக்களமான பஞ்சாயத்துத் தேர்தல் மேலும் அச்சிக்கலைக் கூர்மையாக்கு கிறது. பஞ்சாயத்துத் தேர்தல் அமலுக்கு வந்த காலம்தொட்டு ஒடுக்கப்பட்ட சமூகத்தினர் அதில் பங்கேற்க அனுமதி மறுக்கப் படுவதும், இருவேறு இடைநிலை ஜாதிகளுக்கு இடையே யான மோதலும் நிகழ்கின்றன. பஞ்சாயத்துச் சட்டம் வரையறுத்துள்ள பணிகளைப் புறந்தள்ளிவிட்டு ஜாதி அதிகாரப் போட்டியாகப் பஞ்சாயத்து அதிகாரம் மாறியிருப்பதை மண்டேலா கவனப்படுத்தியுள்ளது. மக்களின் தேவைகளை நிறைவேற்றும் தேர்தல் அறிக்கைகளைத் தருவதற்குப் பதிலாக வாக்குகளைத் திரட்ட ஜாதி முன்னிறுத்தப்படுகிறது. பஞ்சாயத்துத் தேர்தலில் வெற்றி – தோல்வியை ஒன்றிரண்டு வாக்குகள் தீர்மானிக்கின்றன. இவ்விரு ஜாதியினருக்கும் சவரத் தொழில் செய்யும் ‘பொது’வான நபரான ஆதிமருத்துவர் சமூகத்தைச் சேர்ந்த மண்டேலாவுக்கு வாக்குரிமை கிடைக்கிறது. இந்த ஒத்தவாக்கால் அவர் கதாநாயகன் ஆகிறார். உடற்தோற்றத்தின் அடிப்படையில் ‘இளிச்சவாயன்’, ‘சுருட்டைத் தலையன்’, ‘அரிசிவண்டி’, ‘ஸ்மைல்’ எனக் கேலி, கிண்டலான ‘சொற்களால்’ அவரை இழிவாகக் கூப்பிடுவர். தம் வருவாயைச் சேமிக்கக் கணக்குத் தொடங்குவார் நாயகன். தபால் அலுவலர் தேன்மொழி மேற்குறிப்பிட்ட இழிசொற்களைப் புறக்கணித்து அவருக்குச் சூட்டிய ‘நெல்சன் மண்டேலா’ என்ற பெயரால் அழைக்க வேண்டும் எனக் கூறியபோதிலும் ஆதிக்க ஜாதியினர் அதைப் புறக்கணித்து வழக்கம்போல் இழிவாகக் கூப்பிடுவர்.

கர்ணனின் பொடியன்குளம் மக்களில் சிலருக்கு, கதா நாயகனான மாடசாமியின் மகனுக்குக் கர்ணன் என்றும் மஹாபாரதக் கதைப் பாத்திரங்களின் பெயர்கள் சூட்டப் பட்டிருக்கும். இதைக் காவல்துறை அதிகாரி நக்கலடிப்பார். பெயர்களில் அப்படி என்னதான் இருக்கிறது? ஒடுக்கப்பட்ட உழைக்கும் மக்களைக் குப்பன், சுப்பன், கருப்பன் என்றும் உழைக்காத ஜாதி இந்துக்களை ஷர்மா, வர்மா, ஷெட்டி என்றும் அழைக்கப்பட ஸநாதந ஜாதியம் வலியுறுத்தியதன் தொடர்ச்சி தான் இப்பெயர்ச் சிக்கல். பொதுவெளி, பொதுக்களங்களில் பொதுவுரிமையைத் தீர்மானிப்பதில் பெயர் அடையாளமும் முக்கியப் பங்காற்றுவதால் ஜாதிக்கு ஏற்றாற்போல் பெயர் தீர்மானிக்கப்படுகிறது. பொது நிறுவனங்களில் குப்பனுக்கும் ஷர்மாவுக்கும் ஜாதிக்கு ஏற்ற உரிமைகள் தரப்படும் அல்லது மறுக்கப்படும். பெயர் என்பது பொதுவுரிமைக்கான நுழைவுச் சீட்டும்கூட.

ஜாதி இந்துக்கள் சூட்டுகின்ற பெயர்களை ஒடுக்கப்பட்ட மக்கள் சூட்டக் கூடாது என்ற ஜாதி அரசியல் பிரித்தானிய ஏகாதிபத்தியக் காலத்தில் தொடங்கியது. 'பிள்ளை' பட்டத்தைத் தங்கள் பெயரின் பின்னொட்டாகச் சேர்த்ததால் பறையர்கள் ஆதிக்க ஜாதியினரின் வன்முறைக்கு உள்ளாயினர். அக்காலத்தில் நிகழ்ந்த விஸ்வபிராமணர், பிராமணர், ஆசாரி, ஆச்சாரி சிக்கல் களோடு தற்காலத்தில் தங்களைத் 'தேவேந்திரகுல வேளாளர்' என அழைக்க வேண்டுமென்ற அம்மக்களின் நீண்டகால கோரிக்கையை அரசு ஏற்றதால் அப்பெயரை அவர்களுக்குத் தரக் கூடாது என ஆதிக்க ஜாதித் தமிழர்கள் ஒன்றிணைந்து எதிர்ப் போராட்டம் நடத்துவதையும் இணைத்தால் பெயரில் இருக்கின்ற ஜாதி அரசியல் விளங்கும். பெயர் உட்பட தீண்டாமை ஒழிக்கப்படுவதில் வாக்கு அதிகாரம் முக்கியப் பங்காற்றுகிறது. மண்டேலாவின் ஒத்தவாக்கைப் பெற இதுநாள்வரை சவரம் செய்யவரும் ஆதிமருத்துவரை 'பொறவாசல்' வழியாக அனுமதித்ததை விட்டொழிக்கும் ஆதிக்க ஜாதியினர் இப்போது முன்வாசலைத் திறப்பர். இழிசொற்களை விட்டொழித்து 'மண்டேலா' எனும் அவரது பெயரால் மரியாதையாக அழைப்பர். அவருடைய உழைப்பைச் சுரண்டுவதை விட்டொழித்துக் கூடுதல் கூலியைத் தருவர். தேர்தல் விதிமுறைகளை மீறிச் சட்டங்கெட்ட முறையில் ஏராளமான பரிசுப் பொருட்களை அள்ளியள்ளிக் கொடுப்பர். இதுநாள் வரையிலும் உழைப்பு சுரண்டப்பட்ட மண்டேலா இரு ஜாதித் தலைவர்களிடமும் பணத்தையும் பொருளையும் பெற்றுக்கொள்வார். ஒரு கட்டத்தில் அவருடைய ஒத்தவாக்கு ஏலத்தில் ஒரு கோடி விலையைப் பெறும். இவ்வாக்கு எவருக்குக் கிடைத்தாலும் மற்றொருவர் தோல்வி யடைவதால் வாக்களிப்பதைத் தடுக்க அவரது கையை வெட்ட இரு ஜாதியினரும் தயாராவர்.

தங்களுக்குக் கிடைக்காதது பிறருக்கும் கிடைக்கக் கூடாது எனப் பொதுவெளியைப் பாழாக்கும் ஜாதிய மனம், அந்தக் கிராம ஜாதியினருக்குச் சவரம் செய்யும் ஆதிமருத்துவரின் வாக்கை எவருக்கும் கிடைக்கவிடாமல் செய்யத் தூண்டுகிறது. இதிலிருந்து தந்திரமாகத் தப்பிப்பதால் ஏலத்தில் அவருடைய வாக்கை விலைக்கு வாங்க இயலாத விரக்தியில் அவ்விரு ஜாதியினரும் மண்டேலாவைத் தாக்குவர். வாக்கு என்பது தன் அரசியல் உரிமை என்ற விழிப்புணர்வு இல்லாமை, வாக்கைப் பெறுவதற்கு ஆதிக்க ஜாதித் தலைவர்களின் சட்டங்கெட்ட செயல்களுக்கு உடன்பட்டது; இதனால் விளைந்த தீமைகளை உணர்ந்து வாக்குச் சீட்டை வீசியெறிகிறார் மண்டேலா. அப்போது இருட்டில் 'வெளிக்கு' வந்த பெண்களில் ஒருவர் சூரங்குடியில்

பொதுக் கழிப்பிடம் கட்ட ஏற்பாடு செய்யுமாறு வேண்டுகிறார். வீடுகளிலும் பொதுவிலும் கழிப்பிடம் இல்லாமல் காட்டுக்குச் செல்வதால் பாலியல் சீண்டல் முதல் வன்புணர்ச்சி உட்பட பல சிக்கல்களைப் பெண்கள் எதிர்கொள்கின்றனர். மனித உடல் இயக்கத்தில் தேவைப்படும் நேர இடைவெளியில் வெளியேறும் கழிவுகளை இயல்புக்கு மாறாக ஒரு குறிப்பிட்ட நேரத்துக்குள் வெளியேற்ற வேண்டிய நிர்ப்பந்தத்தை ஜாதி, வர்க்கக் கட்டமைப்பு பழக்கியுள்ளது.

கிராமப்புறப் பெண்களின் விடுதலைக்கும் பாதுகாப்புக்கும் அடிப்படைத் தேவையான பொதுக் கழிப்பிடத்தைக் கட்ட ஏற்பாடு செய்ய வேண்டுமெனப் பெண்கள் கூறும்போதுதான் தான் வீசியெறிந்த வாக்கின் வலிமையை மண்டேலா உணர்கிறார்; வாக்கு ஆயுதமாக மாறுகிறது. இதன் வலிமையால் பொதுக் கழிப்பிடம் கட்டுவதில் தொடங்கிக் குடிநீர், பள்ளிக்கூடம், சாலை, மின்விளக்கு என ஏற்கெனவே நிறுவப்பட்டுப் பாழாக்கப்பட்டவை புனரமைக்கப்படுகின்றன. இவற்றைப் பஞ்சாயத்துத் தேர்தலில் போட்டியிடும் அவ்விரு ஜாதித் தலைவர்களையும் செய்ய நிர்ப்பந்திக்கிறார் மண்டேலா; அந்தக் கிராம மக்களிடம் மதுபானம், குடிநீர் விற்பனையால் இவ்விருவரும் வருவாயைப் பெருக்கியதால் அதைத் திருப்பிச் செலுத்தும் நிலையை உருவாக்குகிறார் மண்டேலா. இதனால் பொதுக்கழிப்பிடம், பள்ளிக்கூடம் போன்றவை ஜாதி வேறுபாடின்றி அனைவருக்கும் பொதுவுரிமையாக மாறுகிறது. சமூகத்தில் நிகழும் இம்மாற்றம் அரசியலில் பிரதிபலிக்கிறது. பஞ்சாயத்துத் தேர்தலில் வாக்களித்த பின் வாக்குக்குத் தரப்பட்ட 'விலை'யை வாக்காளர்கள் அவரவர் ஜாதித் தலைவரிடம் திருப்பிக் கொடுக்கின்றனர். பிரித்தானிய ஏகாதிபத்தியக் காலத்தில் 'முதலில் நிகழ வேண்டியது சமூகச் சீர்திருத்தமா அல்லது அரசியல் விடுதலையா' என நடைபெற்ற விவாதத்தை இது நினைவூட்டுகிறது.

பொதுவுரிமைப் போராட்டத்தை வாக்கு வழியில் மண்டேலா நிகழ்த்தியதென்றால், கர்ணன் வாள் வழியில் நடத்துகிறது. பொது வுரிமைக்கும் தன்மானத்துக்கும் பொடியன்குளத்தில் தன்னந் தனியாகக் கர்ணன் போராடும் சூழலில் அந்தக் கிராமத்தைச் சேர்ந்த கர்ப்பிணியின் பிரசவ வலி பிறருக்கும் சுரணையைக் கொடுக்கிறது. மருத்துவமனைக்குச் செல்லப் பேருந்துக்காகக் காத்திருக்கிறபோது பேருந்தை நிறுத்தாததால் அந்தக் கர்ப்பிணியின் மகன் அப்பேருந்தின்மீது கல்லெறிகிறான். பின்னர் மற்ற இளைஞர்கள் அப்பேருந்தை அடித்து நொறுக்குகின்றனர். தமிழ்த் திரைப்படங்களில் கதாநாயகிகளைக் 'காதலி' களாக மட்டுமே முன்னிறுத்தும் பொதுப்புத்திக்கு முற்றிலும்

முரணாகப் பெண்களைப் பொதுவுரிமைப் போராட்டங்களை முன்னெடுக்கும் போராளிகளாகச் சித்திரித்தது இவ்விரு படங்களின் தனிச்சிறப்பு. கர்ணன் வாளெடுப்பதில் அவனுடைய அக்கா, தாய், காதலி எனப் பெண்களும், மண்டேலா வாக்கை ஆயுதமாகக் கைக்கொள்வதில் தபால் அலுவலர் தேன்மொழி யும் பிற பெண்களும் முக்கியப் பங்காற்றுவர். மண்டேலா எனப் பெயர் சூட்டியதோடு வாக்காளர் அடையாளச் சீட்டை யும் பெற்றுத் தருகின்ற தேன்மொழி, மண்டேலாவை அடிமை வேலைகளை விட்டொழித்துச் சுயமரியாதையாய் வாழக் கற்றுக் கொடுப்பார். இத்திரைப்படங்களின் மற்றொரு தனிச்சிறப் பானது, பொதுவுரிமையை உருவாக்குவதில் முன்னணிப் பாத்திரம் வகிப்பது ஒடுக்கப்பட்ட மக்கள். கர்ணனின் எண்ணிக்கையில் பெரும்பான்மையாக இருக்கும் ஒடுக்கப்பட்ட உழுகுடியும், மண்டேலாவில் "ஊர்க் குடிமகன், சேவை ஜாதி, நாவிதர், அம்பட்டர்" என அழைக்கப்படும் ஆதிமருத்துவரும் பொதுவுரிமைப் போராளிகள். சட்டமன்ற, நாடாளுமன்ற அரசியல் தொகுதிகளில் வலுவாக இல்லாமல் ஆங்காங்கே சிதறி 'குறைந்த எண்ணிக்கை'யில் இருப்பதால் ஆதிமருத்துவச் சமூகத்தினர் புறக்கணிப்புக்கு ஆளாகின்றனர். இக்குறைந்த எண்ணிக்கை, அதுவும் ஒத்தவாக்கு, உள்ளாட்சித் தேர்தலில் அதிகாரத்தைத் தீர்மானிக்கும் சக்தியாக இருப்பதை மண்டேலா கற்பிக்கிறது. இப்போராளிகளைப் பொதுவுரிமைப் போராளிகளான எம்.சி. ராஜா, இரட்டைமலை சீனிவாசன், ஆர். வீரையனின் தொடர்ச்சி எனலாம்.

"ஜாதியக் கட்டமைப்பு, 'பொது' என்ற சிந்தனையை அழித்தொழித்தது" என அம்பேத்கர் கூறுவார். ஜாதி, தனி என்ற சிந்தனையால் அரசால் நிறுவப்படும் பொதுவெளியும் பொதுக்களமும் ஊரிலும் அக்ரஹாரத்திலும் இரண்டிரண் டாகச் சுதந்திர இந்திய நாடு முழுக்க இருக்கின்றன. பள்ளிக்கூடம், பேருந்து நிலையம், நிறுத்தம், பொதுக் கழிப்பிடம், தபால் அலுவலகம், குடிமைப் பொருள் வழங்கல் கடை, நூலகம், வாக்குச் சாவடி, கழிப்பிடம், குடிநீர், மேல்நிலை நீர்தேக்கத் தொட்டி என அரசின் பொது நிறுவனங்கள் கிராமங்களில் ஒடுக்கப்பட்ட மக்களின் வசிப்பிடத்தில் கட்டப்படுவதில்லை. இவை ஆதிக்க ஜாதியினர் வசிப்பிடங்களில் அமைப்பது ஏன்? ஒரு மாற்றத்துக்காகவாவது பொது நிறுவனங்களில் சிலவற்றை ஒடுக்கப்பட்ட மக்களின் வசிப்பிடத்தில் அமைத்து அங்குச் சென்று ஆதிக்க ஜாதியினர் தங்களுக்குத் தேவையானவற்றை வாங்கச் செய்தால்தான் என்ன? அரசு இதைச் செய்யாமல் இருப்பது ஏன்? இதற்கான விடைகளைத் தேடினால் அரசு ஜாதியப்

படிநிலையைப் பிரதிபலிப்பதைக் காண முடியும்! காலமும் அரசும் மாறினாலும் இந்நிலை நீடிப்பதால் கடந்த ஒரு நூற்றாண்டுக்கும் மேலாகப் பொதுவுரிமைக்காக ஒடுக்கப் பட்ட மக்கள் தொடர்ந்து போராடுகின்றனர். சனநாயக நாட்டின் குடிமக்கள் மனிதர்களாகச் சுயமரியாதையோடு வாழத் தேவையான மிக அடிப்படையான எளிய பொது வுரிமைகளைப் பெறுவதற்காகக்கூடப் பெரும் போராட்டம் நடத்த வேண்டிய சூழல் இருப்பதையே கர்ணனும் மண்டேலாவும் சித்திரிக்கின்றன. இவை பொதுவுரிமைச் சிக்கலின் சிறு முடிச்சுகள்தான்! முடிச்சுகள் நெகிழ இவைபோன்ற திரைப்படங்கள் ஏராளம் வர வேண்டும்!

காலச்சுவடு, ஜூன் 2021

1

நீராவியால் இணைந்த உலகு

இயற்கையின் உயிரினங்களில் ஒன்றாய், முற்றிலும் இயற்கையைச் சார்ந்து வாழ்ந்த மனிதன் அந்நிலையைக் கடந்து தன்னையும் பிற விலங்குகளையும் கருவிகளாக்கி நிமிர்ந்து நகர்ந்த போக்கில் பொருட்களின் இயங்கியலையும் தொழில் நுட்பத்தையும் கண்டுபிடித்ததானது பெருத்த மாற்றத்தை விளைவித்தது. வெப்பத்துக்கும் வெளிச்சத்துக்கும் இயற்கையான சூரியனை யும் சந்திரனையும் சார்ந்திருந்த நிலையிலிருந்து நெருப்பைக் கண்டுபிடித்து இதை உருவாக்க மரக்கட்டை, வைக்கோல் போன்ற எரிபொருட் களைப் பயன்படுத்திய போக்கில் இவற்றுக்கு மாற்றாக பதினாறாம் நூற்றாண்டில் கண்டுபிடிக்கப் பட்ட நிலக்கரி பிற எரி பொருட்களைக் காட்டிலும் கூடுதலான சக்தியைக் கொடுத்ததால் ஹோலந்து, இங்கிலாந்து போன்ற ஐரோப்பிய நாடுகளில் நிலக்கரிச் சுரங்கத் தொழில் தோன்றியது. மர விறகின் விலை உயர்வு நிலக்கரியைப் பயன் படுத்தத் தூண்டியதால் அதை வெட்டியள்ளுவது அதிகரித்தது. நிலக்கரி ஏற்றுமதியானது 1564ஆம் ஆண்டு முதல் 1634ஆம் ஆண்டுக்கு இடையில் பதினான்கு மடங்கு அதிகரித்தது. சுரங்கங்களில் நிலக்கரியை வெட்டியள்ளியபோது இடையூறாய் ஊற்றெடுத்துத் தேங்கிய தண்ணீரை வெளியேற்ற வும் தோண்டியெடுத்த நிலக்கரியை ஓரிடத்தில் குவிக்கவும் நான்கு சக்கர குதிரை வண்டியைப் பயன்படுத்தினர். நிலக்கரியின் தேவையும்

சுரங்கத்தின் வேலைப் பளுவும் குதிரைக்குப் பதிலாக எளிதாகவும் வேகமாகவும் செயல்படும் தொழில்நுட்பக் கருவிகளைக் கண்டுபிடிக்கத் தூண்டியது.[1] குதிரையில்லா வண்டியை முதன் முதலில் ஒயில்ட்கூஸ் என்பவர் 1519ஆம் ஆண்டில் உருவாக்கினார்.[2] இது பயன்பாட்டுக்கு வந்ததை அறிய இயலவில்லை. குதிரைக்குப் பதிலாக நீராவி எஞ்சினைப் பதினேழாம் நூற்றாண்டின் கடைசியில் இங்கிலாந்தில் ஸாவெரி உருவாக்கினார். இதைப் பயன்படுத்தியபோது குறைகள் சில இருந்தன. ஸாவெரியின் நீராவி எஞ்சினைப் போன்ற ஒரு எந்திரத்தை வடிவமைத்து தன் தோட்டத்தில் பயன்படுத்திய நியூகமென்[3] அதில் குறைகளைக் கண்டார். ஸாவெரி, பாப்பின் ஆகியோர் உருவாக்கிய எந்திர வடிவங்களை ஒருங்கிணைத்து தன்னுடைய சுயஅறிவினால் புதிய எந்திரத்தை உருவாக்கி அதற்கு 1705ஆம் ஆண்டு காப்புரிமை பெற்றார் நியூகமென். இவ்வகை எந்திரங்கள் 1711ஆம் ஆண்டுமுதல் நிலக்கரி சுரங்கங்களில் நீர் இறைக்கப் பயன்பட்டன.[4]

இவ்வெந்திரத்தில் குறைகள் இருந்தபோதிலும் சுமார் எழுபது ஆண்டுகள் பயன்பாட்டில் இருந்தது. இதுவரை இருந்த குறைகளையெல்லாம் நீக்கி புதியவகை எஞ்சினை உருவாக்க முயற்சித்தார் ஜேம்ஸ்வாட். ஸாவெரி உருவாக்கிய எஞ்சினின் குறைகளை நியூகமென் களைந்ததுபோல், ஜேம்ஸ்வாட் நியூகமெனின் எந்திரத்தில் சில மாற்றங்களைச் செய்தார். இது ஏற்கனவே இருந்த குறைகளைப் போக்கியது. ஜேம்ஸ் வாட், போல்ட்டன் என்னும் அறிவியலறிஞரோடு இணைந்து எஞ்சின்களை உருவாக்கினார். இவர்களின் தொழிற்சாலையில் வில்லியம் மர்டாக் பணிக்குச் சேர்ந்தார். ஜேம்ஸ் வாட்டும், போல்ட்டனும் நிலக்கரி சுரங்கங்களில் நீரை வெளியேற்ற தாங்கள் உருவாக்கிய எந்திரங்களைப் பொருத்தவும் பழுதுபார்க்கவும் வில்லியம் மர்டாக்கை அனுப்பினர். இப்பணிகளைச் செய்த இவருக்கு வேறொரு சிந்தனை உதித்தது; அது, ஓரிடத்தில் நின்று இயங்கும் நீராவி எஞ்சினை நகர்ந்து இயங்கச் செய்தலாகும். இதைக் கண்டுபிடித்த வில்லியம் மர்டாக் 1784ஆம் ஆண்டு வெள்ளோட்டம் பார்த்தார். இவருக்கு முன் 1769ஆம் ஆண்டு பிரான்சு நாட்டைச் சேர்ந்த நிக்கலஸ் யோசப்பு கூன்யோ, தான் உருவாக்கிய நகரும் மூன்றுசக்கர எஞ்சின் வண்டியை பாரிஸ் நகரில் நால்வரை ஏற்றிக்கொண்டு மணிக்கு மூன்று மைல்

1. J.D. Bernal, 'Science in History', Vol. II, Bhopal: Eklavya, 1969, p. 413.
2. *சமரசம்*, ஏப்ரல் 1937.
3. நியூகமென் இங்கிலாந்தின் டென்வைஷர் மாகாணத்தில் டார்ட்மத் என்னும் கிராமத்தில் கொல்லரின் மகனாக 1663ஆம் ஆண்டு பிறந்தார்.
4. பெ.நா. அப்புஸ்வாமி, 'ரயிலின் கதை', மதராஸ்: மாக்மில்லன், 1962, ப. 25.

வேகத்தில் வெள்ளோட்டம் பார்த்தபோது கேலி, கிண்டலுக்கு ஆளானதால் தன் முயற்சியைக் கைவிட்டார்.

நகரும் எந்திர உருவாக்கத்தில் நிக்கலஸ் யோசப்பு கூன்யோ, நியூகமென் ஆகியோருக்குப் பின் 1771 ஏப்ரல் 13 அன்று பிறந்த ரிச்சர்ட் டிரெவிதிக் 1800ஆம் ஆண்டு நீராவி வண்டியை உருவாக்கினார். இவ்வண்டியை 1801 டிசம்பர் 24 அன்று இயக்கி னார்; இதில் சிலர் பயணித்தனர்.[5] இந்த எஞ்சின் தோல்வியைச் சந்தித்ததால் அவர் வேல்ஸ் நாட்டில் ஒரு இரும்புத் தொழிற் சாலையில் பொறியாளராகப் பணியாற்றினார். அத்தொழிற் சாலைக்குத் தேவையான தாதுப்பொருட்கள் சுமார் ஒன்பது மைல் தொலைவிலிருந்து தண்டவாளம் வழி குதிரை வண்டி யால் இழுத்துவரப்பட்டன. குதிரைக்குப் பதில் நீராவியால் நகரும் எஞ்சினை உருவாக்கி 1804 பிப்ரவரி 22 அன்று பத்து டன் எடை இரும்பையும் இருபது ஆட்களையும் ஏற்றிக்கொண்டு மணிக்கு ஐந்து மைல் வேகத்தில் சென்றார். தொழில்நுட்பக் கோளாறால் இது தோல்வி அடைந்தது. இருப்பினும், வழு வழுப்பான தண்டவாளங்களின் மீது வழுவழுப்பான சக்கரங் களாலான நீராவி எந்திரத்தை முதன் முதலில் இயக்கியவர் ரிச்சர்ட் டிரெவிதிக் ஆவார். இவர் வாழ்ந்த காலத்தில் அமெரிக்காவில் ஆலிவர் இவான்ஸ் நீராவியால் இயங்கும் எந்திரத்தைத் தெருவில் இயக்க முயற்சித்தார். டிரெவிதிக் உருவாக்கிய எந்திரம் ஒரு நிலக்கரி சுரங்கத்தில் பயன்படுத்தப் பட்டது. இச்சுரங்கத்தில் சுமார் மூன்று மைலுக்கு அப்பால் நிலக்கரியைக் கொண்டுசேர்க்கும் பணியில் இருந்தவர் ஜான் பிளங்கின்ஸாப் ஆவார். டிரெவிதிக் எஞ்சின் அடிக்கடி தடம் புரண்டதால் இக்குறையைப் போக்க பிளங்கின்ஸாப் எடுத்த முயற்சியில் 1812ஆம் ஆண்டு வெற்றிகண்டார். இவருக்குப் பின் ஹெட்லி, ஹார்வொர்த் ஆகியோரும் நகரும் எந்திரத்தை முன்னேற்றும் ஆராய்ச்சியில் ஈடுபட்டனர்.

இங்கிலாந்தில் நிலக்கரிச் சுரங்கத் தொழிலாளரின் மகனாக 1781 ஜூன் 09 அன்று பிறந்த ஜார்ஜ் ஸ்டீபன்ஸன் குழந்தைப் பருவத்திலேயே தந்தை பணியாற்றிய சுரங்கத்தில் தந்தையைப்போலவே எஞ்சினுக்குக் கரியூட்டும் வேலையைச் செய்தார். அங்குப் பயன்பாட்டிலிருந்த எஞ்சினைப் பிரித்து மீண்டும் சேர்த்து அதைப் பற்றி அறிந்தார். பின் கில்லிங்வொர்த் என்னும் நகரின் சுரங்கத்தில் தேங்கிய தண்ணீரை இறைக்கும் எஞ்சினின் பழுதை நீக்கியதால் வெளியுலகில் அறியப்பட்டார். இப்போக்கில் சுரங்கத்தில் நிலக்கரியை வண்டிகளில் இழுத்துச் செல்லும் குதிரைகளுக்குப் பதில் நகரும் எஞ்சினைப் பயன்

5. பெ.நா. அப்புஸ்வாமி, 'ரயிலின் கதை', ப. 38.

படுத்தும் ஆராய்ச்சியில் ஸ்டீபன்ஸன் ஈடுபட்டு 1814ஆம் ஆண்டு அதைக் கண்டுபிடித்தார். "புளூக்கர்" எனப் பெயரிட்டு அதை நிலக்கரி சுரங்கத்தின் தண்டவாளத்தில் ஓட்டினார். இங்கிலாந்தின் வடக்குப் பகுதிகளில் சுரங்கங்களில் தோண்டியெடுத்த நிலக்கரியை ஆற்றின் வழியாகத் துறைமுகப் பட்டினத்துக்குக் கொண்டு சென்றபோது படகுகள் அடிக்கடி தடைபட்டன. நிலக்கரியை விரைவாகக் கொண்டுசெல்ல டார்லிங்டன் நகரத்துக்கும் ஸ்டாக்டன் பட்டினத்துக்கும் இடையே கால்வாய் வெட்டுவதா? இரயில் பாதை அமைப்பதா? என விவாதிக்கப்பட்டு இறுதியில் இரயில் பாதை அமைக்க முடிவெடுக்கப்பட்டது. இதில் தொடர் வண்டியை இழுக்க சில பகுதிகளில் எஞ்சினையும் சில பகுதிகளில் குதிரையையும் பயன்படுத்தத் திட்டமிட்டனர். முழுவதும் எஞ்சினைப் பயன்படுத்தலாமென வலியுறுத்திய ஸ்டீபன்ஸன் தான் உருவாக்கிய "புளூக்கர்" எஞ்சினைக் கூறியபோதிலும் அது ஏற்கப்படவில்லை. இரயில் பாதை அமைக்கப் பாராளுமன்றத்தில் ஒப்புதல் அவசியம் என்பதால் அது குறித்து விவாதித்தபோது ஸ்டீபன்ஸன் இரயில் எஞ்சின் குறித்துத் தொடர்ந்து பேசியதால் "தேவையானால் இரயில் எஞ்சினை அந்தப் பாதையில் பயன்படுத்தலாம்" என இரயில் பாதைக்கான சட்டத்தில் கூறப்பட்டது. முதன் முதலாக அமைக்கப்பட்ட இந்த இரயில் பாதையில் நிர்வாகப் பொறியாளராக ஸ்டீபன்ஸன் நியமிக்கப்பட்டார். டார்லிங்டன்னுக்கும் ஸ்டாக்டன்னுக்கும் இடையேயும் இணைப்புப் பகுதிகளையும் சேர்த்து சுமார் 36 மைல் தொலைவில் இருப்புப் பாதை அமைத்தனர். இதில் ஓடுவதற்காக மூன்று எஞ்சின்களை ஸ்டீபன்ஸன் உருவாக்கினார். இரயில்பாதை நிர்வாகிகள் அப்பாதை முழுவதும் இரயில் எஞ்சினை இயக்க அனுமதிக்கவில்லை; சில பகுதியில் எஞ்சினும் சில பகுதியில் குதிரையும் இயக்கத் திட்டமிட்டனர். ஆனால் ஸ்டீபன்ஸன் "லோகோமோஷன்" எனப் பெயரிட்ட எஞ்சினையும் இதற்குப் பின் இணைக்க பயணிகள் பெட்டியையும் இரகசியமாகத் தயாரித்தார். டார்லிங்கடனில் அமைக்கப்பட்ட இரயில் நிலையத்தில் 1825 செப்டம்பர் 27 அன்று தான் அமைத்த "லோகோமோஷன்" எஞ்சினில் ஏறி அதை இயக்கத் தயாராக நின்றார். இதற்குப் பின் நிலக்கரியையும் பிற பொருட்களையும் சுமக்கும் வண்டியையும் கம்பெனி அதிகாரிகள், நிர்வாகிகள், நண்பர்கள் பயணிக்க "எக்ஸ்பெரிமெண்ட்" வண்டியையும் பயணிகள் வண்டி உட்பட மொத்தம் நாற்பது வண்டிகளை இணைத்தார். இவற்றின் மொத்த எடை 90 டன். அங்குக் கூடியிருந்தோர் அவநம்பிக்கையிலும், அச்சத்திலும் நிற்க ஜார்ஜ் ஸ்டீபன்ஸன் லோகோமோஷனை இயக்கினார். அது

தொடக்கத்தில் மணிக்குப் பத்து மைல் வேகத்திலும் சில இடங்களில் பதினைந்து மைல் வேகத்திலும் ஓடியது. ஸ்டாக்டன் நகரில் ஏராளமானோர் ஜார்ஜ் ஸ்டீபன்ஸனின் லோகோமோஷனின் வருகைக்காகக் காத்திருந்தனர். அது அங்குச் சென்றதும் மக்கள் ஆரவாரத்தோடு வரவேற்றனர்.[6]

சுரங்கத் தொழிலாளர்களாகவும் அத்தொழிலோடு நெருங்கிய தொடர்பு கொண்டிருந்தோரும் நின்று இயங்கும், இயங்கி நகரும் நீராவி எஞ்சின்களைக் கண்டுபிடித்தனர். லோகோமோஷனைக் கண்டுபிடித்த ஜார்ஜ் ஸ்டீபன்ஸன் பள்ளியில்கூட சேரவில்லை. ஐரோப்பிய நாடுகளில் நிலக்கரியின் கூடுதலான பயன்பாட்டை சுரங்கத்தின் குறைந்த நிலக்கரி உற்பத்தியால் ஈடுகட்ட இயலாத நிலையும் சுரங்கத்தில் குளம்போல் தேங்கிய நீரை வெளியேற்றவும் நிலக்கரியைச் சுமக்கவும் குதிரைக்குப் பதிலாக மாற்றுத் தொழில்நுட்பத்தைக் கண்டுபிடிக்கும் சூழலை உருவாக்கியதால் மேற்குறிப்பிட்ட தொழிலாளர்கள் அறிவியலறிஞர்களாக உருவெடுத்தனர். குதிரைக்குப் பதிலாக எஞ்சினைக் கண்டுபிடிக்க முற்பட்ட ஜார்ஜ் ஸ்டீபன்ஸனுக்கு அங்குப் பணியாற்றிய கொல்லர் ஒருவர் தேவையான இரும்புகளை வடிவமைத்துக் கொடுத்தார். ஆகவே, நகரும் நீராவி இரயில் ஜார்ஜ் ஸ்டீபன்ஸன், பெயர் அறியப்படாத கொல்லர் எனத் 'தொழிலாளர்'களால் உருவாக்கப்பட்டது தெளிவு. தொழிலாளர்களால் கண்டுபிடிக்கப்பட்ட இரயில்தான் முதலாளித்துவ வளர்ச்சிக்குப் பாதை அமைத்தது. தொடக்கக் காலங்களில், இங்கிலாந்தில் லிவர்பூல், மான்செஸ்ட்டர் ஆகிய நகரங்களுக்கு இடையே சரக்குகளை விரைவாக எடுத்துச் செல்ல இரயில் இயக்கப்பட்டது.[7] பின், பயணிகளுக்கான இரயிலாகவும் உருவானது. இங்கிலாந்தில் 1825ஆம் ஆண்டு அறிமுகமான இரயில் பிரான்சில் 1829ஆம் ஆண்டும் அமெரிக்காவில் 1830ஆம் ஆண்டும் ஜெர்மனியில் 1835ஆம் ஆண்டும் ரஷ்யாவில் 1835ஆம் ஆண்டும் இத்தாலியில் 1839ஆம் ஆண்டும் ஸ்பெயின் 1848ஆம் இந்தியாவில் 1843ஆம் ஆண்டும் இயக்கப்பட்டது. ஐரோப்பியப் பயணிகள் ஏற்கனவே நீர், நிலம் வழிகளில் பிற நாடுகளைக் 'கண்டுபிடித்து' வியாபாரம் செய்ததானது கடலில் விரைவுப் போக்குவரத்துக்கான கண்டுபிடிப்பைத் தூண்டியது. நீராவி இரயிலைக் கண்டுபிடித்த அதே காலத்தில்தான் நீராவிக் கப்பலும் அறிமுகமானது. வில்லியம் ஸிமிங்டன் 1802ஆம் ஆண்டு நீராவிப் படகைக் கட்டமைத்தார். இதை ராபர்ட் புல்டன் என்னும் ஒரு அமெரிக்கர் 1807ஆம் ஆண்டு

---

6. பெ.நா. அப்புஸ்வாமி, *ரயிலின் கதை*, பக். 49–50.

7. H.R. Jarrett, 'A Geography of Manufacturing', London: Macdonald, 1969, p. 6.

அடுத்த நிலைக்கு நகர்த்தினார். இவற்றின் பலனாகச் சுமார் 1810களில் நீராவிக் கப்பல் இயக்கப்பட்டது. நீராவி எஞ்சினின் கண்டுபிடிப்பானது நீராவி இரயிலையும் நீராவிக் கப்பலையும் உருவாக்கியதால் இப்போக்குவரத்துக்கான அடித்தளத்தைக் கட்டமைக்கும் பணியைப் பிரித்தானிய ஏகாதிபத்தியம் தொடங்கியது.

"வெள்ளையர் போக முடியாததும் வெள்ளையர் சென்று ஏதும் தொழில் செய்தும் பிழைக்க முடியாததுமான இடங்களில் போய்ப் புகுந்து வியாபாரம் நடத்தியவரும், மற்றெல்லாரிலும் விசேடமாக வியாபாரத்துக்கு அடிகோலியவரும், முதன் முதலாக போக்கு வரவு மார்க்கங்கள் ஏற்படுத்தியவரும், இந்திய வணிக மக்கள்தான்" என்றபோதிலும். வேகமாய்ச் செல்லும் எஞ்சின் களை இந்தியர்கள் கண்டுபிடிக்கவில்லை. ஐரோப்பியத் தனி நபர்கள் கடல்வழி பயணத்தால் பெயர் சூட்டப்படாத புவிப்பரப்பில் வசித்த மனிதர்களைக் கண்டனர். இங்கிலாந்தி லிருந்து இந்தியாவிற்கு 1579ஆம் ஆண்டு வந்த ஸ்டீபன் இந்தியா வின் பொருளாதாரத்தையும் வளங்களையும் இங்கிலாந்துக்கு வியந்து எழுதியதால் பிரித்தானியர் இந்தியாவுடன் வர்த்தகம் செய்ய ஆரம்பித்து 1612ஆம் வருடத்தில் வலுவான இடத்தைப் பிடித்தனர்.[8] பிரித்தானியர்கள் இங்கு வந்த சமயத்தில் சாலைகள் இல்லாததால் குதிரையிலும் பல்லக்கிலும் பயணித்தனர். சாலையில்லா நிலையால் வருடத்தில் சில மாதங்கள் பயணங்கள் இடைநிறுத்தப்பட்டன.[9] போக்குவரத்து வசதியற்ற நிலையால் பிற நாடுகளைவிடவும் இந்தியாவில் உற்பத்திப் பொருட்கள் தேங்கி மக்களிடம் வறுமை மலிந்திருப்பதை அறிந்த காரல்மார்க்ஸும் ஏங்கெல்ஸும் போக்குவரத்தின் அவசியத்தை உணர்த்தினர்.[10]

ஐரோப்பிய வணிகர்கள் தங்களின் பொருளாதாரச் செயல்பாட்டின் ஒரு கட்டத்தில் மன்னர்களோடு பழகியும் போரிட்டும் அரசியலதிகாரத்தைக் கைப்பற்ற எத்தனித்தபோது, போக்குவரத்து வசதி இல்லாததால் இராணுவம் அன்றாடம் சுமார் பத்து அல்லது பதினைந்து மைல் தூரம் நடந்தே சென்றன. அப்போது இங்கிருந்த "களிமண் பாதை"யும் காளை, குதிரை வண்டிப் பயணங்களும் அவர்களுடைய இலக்கை அடைய உகந்ததாக இல்லை. இச்சூழ்நிலையில் இங்கிலாந்தில் நீராவியில் நகரும் இரயில், கப்பல் பின்னர் பெட்ரோலில் இயங்கும்

8. *கதாரத்னாகாரம்*, நவம்பர், 1915. பக். 1–2.

9. George Chesney, 'Indian Polity: A view of the system of administration in India', London: Longmans, Green & Co, 1894, p 274.

10. மார்க்ஸ், ஏங்கல்ஸ், 'இந்தியாவைப் பற்றி', ப. 102.

மோட்டார் போன்ற போக்குவரத்துச் சாதனங்கள் கண்டுபிடிப்பும் அறிமுகமும் பிரித்தானியரின் அரசியல் பொருளாதார இலக்கைப் பூர்த்தி செய்யத் துணைபுரிந்தது. பிரித்தானியக் கம்பெனி இராணுவத்துக்கு எதிரான உள்ளூர் மன்னர்களின் கிளர்ச்சிகளை ஒடுக்கத் தேவைப்படும் கூடுதலான நேரத்தைக் குறைத்தல், தொலைவிலுள்ள இரகசியச் செய்திகளைப் பெற பல நாட்கள், வாரங்கள் ஆனதைக் குறைத்து சில மணி நேரங்களில் பெறுதல், படைகளை விரைந்து அனுப்புதல், தொலைதூரத்தில் படைகளை நிறுத்துதல், பொருட்களைப் பாதுகாத்தல், மருந்துகளை வேகமாய்க் கொண்டு செல்லுதல் என அரசியல் பொருளாதாரத் தேவைகளுக்காக இந்தியாவில் போக்குவரத்தைக் கட்டமைக்க பிரித்தானிய மக்கள் சபையில் 1841–42 ஆண்டுகளிலும் பின் 1844ஆம் ஆண்டிலும் விவாதிக்கப்பட்டது.[11] "இந்தியாவை யாண்ட பிரிட்டிஷ் கம்பெனி அரசாங்கத்தார் முதன் முதல் தங்கள் வியாபாரத்திற்காகவும், இராணுவ நடமாட்டங்களுக்காகவும் இருப்புப் பாதையை இந்தியாவில் ஸ்தாபிக்க எண்ணினார்கள்" எனப் போக்குவரத்து அமைத்த காரணத்தைக் கிருஷ்ணஸ்வாமி சர்மா குறிப்பிடுகிறார்.[12] இறுதியில் பிரித்தானியர்கள், 1843ஆம் ஆண்டு இந்தியாவில் இரயில் போக்குவரத்தைக் கட்டமைக்கும் பணியைத் தொடங்கினர்.

பம்பாயில் 1843ஆம் ஆண்டு தலைமைப் பொறியாளராகப் பணியாற்றிய கிளார்க் இரயில்வே அமைக்க வித்திட்டார். இந்தியாவில் இரயில் அமைக்க இங்கிலாந்தில் விவாதித்து சிம்ஸ் என்ற பொறியாளரைத் தேர்ந்தெடுத்து 1845ஆம் ஆண்டு இந்தியாவுக்கு அனுப்பினர். இந்தியாவில் இரயில் போக்குவரத்தை உருவாக்க அமைக்கப்பட்ட கம்பெனி இயக்குநர் குழுவில் இரயிலின் தந்தை ஜார்ஜ் ஸ்டீபன்ஸன், இவருடைய மகன் ராபர்ட் ஸ்டீபன்ஸன், இந்தியாவைச் சேர்ந்த ஜாம்ஷெட்ஜீ ஜீஜீபாய் ஆகியோர் நியமிக்கப்பட்டனர்.[13] "பிரிட்டிஷ் வியாபாரிகளின் தூண்டுதலால், இந்தியாவில் இருப்புப்பாதை யேற்படுத்த இங்கிலாந்து பார்லிமெண்ட் சபை, கம்பெனி அரசாங்கத்தையும் இங்கிலாந்து அரசாங்கத்தையும் வற்புறுத்தி வந்தது. அது காரணமாக 1845ஆம் வருடத்தில் இரண்டு கம்பெனிகள் ஸ்தாபிக்கப்பட்டன. ஒன்று கிழக்கு இந்திய ரெயில்வே கம்பெனி என்றும், மற்றொன்று பெரிய தீபகற்ப ரெயில்வே கம்பெனி என்றும் இரு கம்பெனி சங்கங்கள் ஏற்பட்டன."[14]

---

11. Edward Davidson, 'Railways of India', 1868, p 36.
12. கிருஷ்ணஸ்வாமி சர்மா, 'இந்தியா இழந்த தனம்', முதற் பாகம் ப. 165.
13. பெ.நா. அப்புஸ்வாமி, 'ரயிலின் கதை', ப. 171.
14. கிருஷ்ணஸ்வாமி சர்மா, 'இந்தியா இழந்த தனம்', முதற் பாகம் ப. 165.

பிரித்தானிய ஏகாதிபத்தியத்தைக் கட்டமைக்க நிலத்திலும் நீரிலும் பயணிப்பது அவசியம் என்பதால் உற்பத்தியும், விற்பனையும் நிகழ்ந்த பொருளாதாரப் புள்ளிகளையும் அதிகார மையங்களாகக் கட்டமைக்கப்பட்ட துறைமுகங்களையும் இணைக்கத் திட்டமிட்டனர். நிலத்தில் நீராவி இரயில் வழி பயணித்து நீரில் நீராவிக் கப்பலை அடைந்து அதன் வழி இங்கிலாந்துக்குச் செல்லும் பாதையை அமைத்தனர். இதற்கு முன்னதாக, நிலத்தில் காளை, குதிரை வண்டிகளில் துறைமுகங்களுக்குச் சென்று பின் அங்கிருந்து கப்பலில் பயணித்தனர். திருநெல்வேலி பகுதியில் கிறிஸ்துவ மிஷனரியில் பணியாற்றிய பாதிரியார் ஒருவர் “தூத்துக்குடியிலிருந்து பம்பாய்க்கும் இங்கிருந்து ஐரோப்பாவுக்கும் கப்பல் வழி”யாகச் சென்றார்.[15] “பாளையங்கோட்டை சேகரத்தையும் கல்விச்சாலை முதலானதையும் நெடுநாள் கவனித்த எட்வர்ட் சுகவீனத்தால் இங்கிலாந்து சென்று சிகிச்சை எடுக்க, “பாளையங்கோட்டையை விட்டு தூத்துக்குடிக்குப்போய் கப்பலேறி பம்பாயிற் சேர்ந்து அங்கிருந்து புகைக் கப்பல் வழியாய் ஐரோப்பாவுக்குப் போயிருக்கிறார்கள்”[16] என்ற பத்திரிகைப் பதிவுகள் அப்போதிருந்த போக்குவரத்தை நிலையைக் காட்டுகின்றன. தூத்துக்குடி துறைமுகத்திலிருந்து கடல் வழியாய்ப் பயணித்து பம்பாய்க்கும் இங்கிருந்து இங்கிலாந்துக்கும் சென்றுவந்த நிலையை மாற்றி நிலவழியில் நேரடியாய் துறைமுகங்களுக்குச் செல்லுமாறு போக்குவரத்தைக் கட்டமைக்க முடிவுசெய்தனர். ஆகவே, 1. லாகூர் – கல்கத்தா; 2. டெல்ஹி – கல்கத்தா – பம்பாய்; 3. மெட்ராஸ் – பம்பாய் என நிலத்துக்கும் நீருக்கும் இடையே நேரடிப் போக்குவரத்தை உருவாக்கத் திட்டமிட்டது புலப்படும். சென்னையைக் கல்கத்தாவோடு நேரடியாக இணைக்க விவாதித்த போதிலும் இதை அப்போதைய இந்தியக் கவர்னர் ஜெனரல் டல்ஹவுசி பரிந்துரைக்கவில்லை. இவர் பர்மாவை இந்தியாவோடு இணைத்த பின் தூத்துக்குடி, இராமேசுவரம் வழியாக இலங்கை எனத் தெற்காசியாவை இரும்புத் தண்டவாளத்தால் இணைக்கத் திட்டமிட்டனர்.

துறைமுகம் – துறைமுகம், 1850–1900

இந்தியாவில் இரயில் பாதைக்கான வழித்தடம் குறித்த விவாதமும் பிற பணிகளும் 1850ஆம் ஆண்டு முழுவதும் நடைபெற்றது; 1851ஆம் ஆண்டு தண்டவாளம் அமைக்கும் பணி தொடங்கியது; இங்கிலாந்திலிருந்து இரயில் எஞ்சின், வண்டி, தண்டவாளம் முதலியன 1852 பிப்ரவரி 15 அன்று இங்கு

15. *நற்போதகம்*, ஏப்ரல், 1868, ப. 79.
16. *நற்போதகம்*, ஏப்ரல், 1872, ப. 79.

வந்தன. பம்பாய்க்கும் தானாவுக்கும் இடையில் அமைக்கப்பட்ட தண்டவாளத்தில் 1852 நவம்பர் 18 அன்று கம்பெனியின் இயக்குநர் குழுவும் அவர்களின் நண்பர்களும் பம்பாயிலிருந்து இரயிலில் புறப்பட்டு 21 மைல் தொலைவிலுள்ள தானேவை 45 நிமிடங்களில் அடைந்தனர். இப்பாதையில் அதிகாரப்பூர்வ வெள்ளோட்ட விழாவை 1853 ஏப்ரல் 16 அன்று கொண்டாடினர்; அன்று மாலை மூன்றரை மணிக்கு 400 விருந்தினர்களை ஏற்றிக்கொண்டு 14 இரயில் வண்டிகள் போர்பந்தரிலிருந்து புறப்பட்டது. பெருந்திரளாகக் கூடிய மக்கள் ஆரவாரம் செய்ய, பேரரசர்க்குப் போல் 21 பீரங்கிக் குண்டுகள் அந்த இரயிலுக்கு மரியாதை செலுத்தின. நாலே முக்கால் மணிக்கு அந்த இரயில் தானாவை அடைந்தது; அங்கு வாழ்த்தும் விருந்தும் நடைபெற்றது. மறுநாள் விருந்தினர் அனைவரையும் ஏற்றிக்கொண்டு பம்பாய்க்குச் சென்றது. பின், வங்காளத்தில் ஹௌவுரா முதல் ஹூக்ளி வரை அமைக்கப்பட்ட 24 மைல் தூரமுள்ள இரயில் பாதையில் ஆட்களை ஏற்றிய வண்டித் தொடர் 1854 ஆகஸ்ட் 15 அன்று ஓடியது. சில நூறு பேர் ஏறக்கூடிய அந்த வண்டியில் மூவாயிரம் பேர் பயணிக்க விரும்பினர். ஏறியவர்களைத் தவிர பிறர் அந்த இரயிலை வாழ்த்தி அனுப்பினர். இருபத்து நான்கு மைல் தொலைவைக் கடக்க அந்த இரயிலுக்கு ஒன்றரை மணி நேரம் ஆனது. அந்த இரயில் தொடரில் மூன்று முதல் வகுப்பு வண்டிகளும் இரண்டாம் வகுப்பு வண்டிகள் இரண்டும், மூன்று மூன்றாம் வகுப்பு டிரக்குகளும் கார்டு வண்டியும் இணைக்கப்பட்டன. இந்த இரயில் பாதை 1855 பிப்ரவரி 03 அன்று அதிகாரப்பூர்வமாகத் திறக்கப்பட்டது. தென்னகத்தில் முதன்முதலாக 1856 ஜூலை 01 அன்று வியாசர்பாடிக்கும் வாலாஜா பாதைக்கும் இடையே 63 மைல்தூரம் இரயில் ஓடியது. 1860களின் பிற்பகுதியில், வடமேற்கு இந்தியாவில் உள்ள ஜீலம் என்கிற ஊரிலிருந்து ஆங்கிலோ இந்திய துரைத்தனத்தாருடைய வடமேற்கு எல்லையில் உள்ள இராயல்பிண்டி வரை பாதை வேலை தொடங்கியது.[17] இதன் பின் ஆங்காங்கே தண்டவாளம் அமைக்கப்பட்டது. மலை, பள்ளத்தாக்கு, சமவெளி, காடு, பாலைவனம், ஆறு குறுக்கும் நெடுக்குமாகத் தண்டவாளங்கள் அமைக்கப்பட்டன.[18]

இந்தியாவில் இரயிலை இயக்க இங்கிலாந்தில் முடிவுசெய்யப்பட்ட அதே காலங்களில் லண்டனில் மெட்ராஸ் இரயில்வே கம்பெனி 1845 ஜூலை மாதம் நிறுவப்பட்டு அதன் பங்குதாரர்களின் முதல் கூட்டம் 1846 பிப்ரவரி மாதம் நடந்தது. தென்னிந்தியாவில் பிரித்தானியரின் முக்கியத் துறைமுகமும்

---

17. *நற்போதகம்*, நவம்பர் 1868, ப. 219.
18. பெ.நா. அப்புஸ்வாமி, 'ரயிலின் கதை', ப. 171.

அரசியல் அதிகார மையமுமான மதராஸுக்கும் வணிக, இராணுவப் புள்ளியாக இருந்த வாலாஜாவுக்கும் இடையில் தண்டவாளம் அமைப்பது குறித்த திட்டம் பிரித்தானிய – இந்திய அரசாங்க இரயில்வே துறையின் முதல் இயக்குநர் சிம்ஸ் என்பவருக்கு அனுப்பப்பட்டது. வாலாஜா, மேற்கத்திய மாகாணங்களுக்கும் மதராஸுக்கும் வர்த்தக மையப் புள்ளியாகவும் இருந்ததால் இவ்விரு மையங்களுக்கும் இடையே இரயில் போக்குவரத்து அமைக்கத் தீர்மானித்தனர். பல கட்ட விவாதங்களுக்கும் கட்டமைப்புக்கும் பின், வியாசர்பாடிக்கும் வாலாஜாபாதைக்கும் இடையே 63 மைல் தூரத்தில் 1856 ஜூலை 01 அன்று தென்னிந்தியாவில் முதன்முதலாக இரயில் ஓடியது.

சென்னைப்பட்டின வீதிகளில் போக்குவரத்துக்காக இருப்புப் பாதைகளை அமைக்க 1850களின் பிற்பகுதியில் இங்கிலாந்திலிருந்து உத்தரவிட்டதை சென்னை அரசாங்கமும் நகர சபையும் மறுத்தன. சுமார் பத்து வருடங்களில் ஐரோப்பா, அமெரிக்க வீதிகளில் இரயில் அதிகமாய் ஓடின. இதன்பின், இலண்டனிலிருந்த வர்த்தகச் சபையினர் சென்னை நகர சபைக்கு எழுதிய கடிதத்தில், சென்னையில் மூன்று வீதிகளில் இருப்புப் பாதைகளை அமைக்கக் கூறினர். நகரத்துக்குள் இருப்புப் பாதை அமைப்பது நகரவாசிகளுக்கும் பயனாக இருக்குமெனக் கருதப்பட்டது. ஒருசில பத்தாண்டுகளுக்குப் பின், 1890களின் தொடக்கத்தில் சென்னையில் டிராம்வே என்னும் வீதிச் சிற்றிருப்பப் பாதை அமைத்து அவ்வண்டியை அறிமுகம் செய்ய இருப்பதாக அக்கம்பெனியின் சேர்மன் வில்லியம் டிக்பி அறிவித்தார்.[19] சென்னை நகரத்துக்குள் இருப்புப் பாதை அமைக்கும் முன், சென்னையைப் பிற பகுதிகளோடு இருப்புப் பாதையால் இணைக்கும் திட்டம் தொடங்கியது. சென்னை மாகாணத்தின் வடபகுதியில் சென்னை துறைமுகத்தில் தொடங்கி தென்பகுதியில் தூத்துக்குடி துறைமுகத்தை இணைக்கத் திட்டமிட்டனர். “இருப்புப் பாதையானது அவ்வவ்விடங் களை இணைத்துச் செல்லும்படி” அமைக்க வேண்டுமென 1860களில் பிரித்தானிய மஹா ராணியின் ஆணைக்கிணங்க[20] ·சென்னை மாகாணத்தின் பகுதிகளை இணைத்தனர்.

முதலில், சென்னையிலிருந்து திருச்சிராப்பள்ளி வரையும் இங்கிருந்து தூத்துக்குடி வரையும் தண்டவாளம் அமைக்க உத்தேசித்த வேலை 1860களில் தொடங்கியது.[21] “திருச்சிராப்பள்ளிக்கும் திருமங்கலத்திற்கும் ஊடே

19 *விவேக சிந்தாமணி*, 1892 டிசம்பர், ப. 256 & 1893 ஜனவரி, ப. 288.

20. *நற்போதகம்*, நவம்பர் 1868, ப. 219.

21. *நற்போதகம்*, 1868, ஆகஸ்ட், ப. 159.

உண்டாக்கப்படுகிற இருப்புப்பாதையின் வேலை திருப்திகரமாக நடக்கிறது. திருச்சிராப்பள்ளியிலிருந்து முப்பத்தொன்பது மைல் தூரம் மின் கம்பி வைத்திருக்கின்றது." எனக் குறிப்பிட்ட நற்போதகம்[22] "கொஞ்சகாலத்துக்குள் தூத்துக்குடியினின்று இருப்புப் பாதைவழியாய் பயணக்காரர் வடக்கேசென்று சென்னை, பம்பாய், கல்கத்தா, வடமேற்கு இந்தியாவிலுள்ள பிரதான பட்டணம் எவற்றுக்கும் போக்குவரவுபண்ணுவது எளிதாகும்" எனக் கணித்தது.[23] திருச்சிராப்பள்ளியிலிருந்து திண்டுக்கல் வரையிலான பாதையில் 1875 பிப்ரவரி மாதக் கடைசியிலிருந்து இரயில் ஓடியது. திண்டுக்கல்லிலிருந்து மதுரைக்கும் இங்கிருந்து தூத்துக்குடிக்கும் போகும் பாதை சில மாதங்களில் முடிவுபெறும் நிலையை அடைந்தது.[24] தென்னிந்திய இருப்புப் பாதைச் சங்கத்தாரால் திருச்சிராப்பள்ளியிலிருந்து திருநெல்வேலி, தூத்துக்குடி வரை அமைக்கும் பாதை 1870களின் நடுப்பகுதியிலும்கூட பூரணமாய் முடியவில்லை என்றாலும் போக்குவரத்துக்குத் தயாராகும் நிலை உருவானது. இந்தப் புதுப்பாதை சென்னையிலிருந்து தென்மேற்காய்ச் சென்ற பாதையைப் போல் ஐந்தடி ஆறங்குல அகலமுள்ளதல்ல. மூன்றடி ஆறேமுக்கால் அங்குல அகலமிருந்தது. இப்பாதையின் அகலமும் தென்மேற்கு வடமேற்கு இருப்புப் பாதைகளின் அகலமும் வெவ்வேறாயிருந்ததால் திருச்சிராப்பள்ளியிலாவது அல்லது ஈரோட்டிலாவது அவைகளைப்பிரிக்கவேண்டிய நிலை ஏற்பட்டது. ஈரோட்டைச் சிலரும் திருச்சிராப்பள்ளியை வேறுசிலரும் பரிந்துரைத்ததால் அது பற்றிய முடிவு எடுக்கும் பொறுப்பு பிரித்தானிய–இந்திய அரசாங்கத்திடம் ஒப்படைக்கப்பட்டது.[25]

தென்னிந்திய இருப்புப் பாதை திருச்சிராப்பள்ளியிலிருந்து மதுரை வரைக்குமான பாதை 1875 ஆகஸ்ட் 01 அன்று போக்குவரத்துக்குத்திறக்கப்பட்டது.[26] மதுரையிலிருந்துதூத்துக்குடி, திருநெல்வேலி வரையும் அமைக்கப்பட்ட இருப்புப்பாதை 1875 டிசம்பர் மாதம் திறக்கப்படும் நிலையை அடைந்தது.[27] சென்னை முதல் தூத்துக்குடி வரையிலான துறைமுகங்களை இணைக்கும் இருப்புப் பாதை 1870களின் பிற்பகுதியில் முடிவடைந்தது. தென்னிந்திய இருப்புப் பாதைக் கம்பெனி 1900ஆம் ஆண்டு வாக்கில் சென்னையிலிருந்து திருச்சிராப்பள்ளி, திண்டுக்கல்,

---

22. *நற்போதகம்*, ஜனவரி 1873, ப. 19.
23 மேலது.
24. *நற்போதகம்*, ஏப்ரல் 1875, ப. 79.
25. *நற்போதகம்*, ஜூலை 1875, ப. 139.
26. *நற்போதகம்*, ஆகஸ்ட் 1875, ப. 159.
27. *நற்போதகம்*, நவம்பர் 1875, ப. 219.

மதுரை, விருதுநகர், சாத்தூர், கோவில்பட்டி, மணியாச்சி வழியாகத் தூத்துக்குடிக்கு அன்றாடம் காலையில் ஒன்றும் மாலையில் மற்றொன்று என இரண்டு மெயில்வண்டிகளை இயக்கியது.[28] சென்னை முதல் திருச்சிராப்பள்ளி வரையில் பயணிகள் கூட்டம் அதிகமாக இருந்ததால் இவ்வழித்தடத்தில் கூடுதலான இரயிலை இயக்க சம்பந்தப்பட்ட கம்பெனி இயக்கத் தீர்மானித்தது.[29] இவ்வாறாகச் சென்னை துறைமுகத்தைத் தூக்குக்குடி துறைமுகத்தோடு இருப்புப் பாதையால் இணைத்த போக்கில் பிற பகுதிகளையும் இணைக்கும் பணியும் நடந்தது.

கோயம்புத்தூரில் இருப்புப் பாதைக்குரிய ஆலோசனைகள் முடிந்து 1880களின் வேலை தொடங்கப்பட்டது.[30] போத்தனூர் சந்திப்பிலிருந்து கோயம்புத்தூர், துடியலூர், பெரியநாயக்கன் பாளையம், காரமடை, மேட்டுப்பாளையம் வழியில் 1890களில் இரயில் ஓடியது.[31] திண்டுக்கல்லிலிருந்து கோயம்புத்தூருக்கு, திருச்சிராப்பள்ளி ஈரோடு வழியாகச் சென்றுவந்தனர். இது மிகவும் சுற்றுவழி. பிரித்தானிய – இந்திய அரசாங்கம் தென்னிந்திய இருப்புப் பாதை அதிகாரிகளுக்குத் திண்டுக்கல்லிலிருந்து பழனி, திருப்பூர், சத்தியமங்கலம், மேட்டுப்பாளையம், முதலிய ஊர்களின் வழியாய் இருப்புப் பாதை ஏற்படுத்த இயலுமா எனப் பார்க்க 1900களில் கட்டளையிட்டனர்.[32] 1907ஆம் ஆண்டு நீடித்த பருவமழை காரணமாக குன்னூர் முதல் உதகைமண்டலம் வரையிலான நீலகிரி இரயில் போக்குவரத்துப் பணிகள் தாமதித்தது; இவ்வாண்டு செப்டம்பர் இறுதியில் போக்குவரத்துக்குத் திறக்கப்படும் நிலையை அடைந்தது.[33] போத்தனூர் – பொள்ளாச்சி இருப்புப் பாதை ஏறக்குறைய 26 மைல் தொலைவில் அமைக்க இரயில்வே வாரியம் உத்தரவிட்டதால் 1910களில் அதற்கான பணிகள் தொடங்கியது.[34] போத்தனூர் – பொள்ளாச்சி இரயில் 1915ஆம் ஆண்டு அமைக்கப்பட்டது பின் பொள்ளாச்சியிலிருந்து திண்டுக்கல் வரை இணைக்கப்பட்டது.[35] பொள்ளாச்சி – வண்ணான்துறை, கோபிசெட்டிபாளையம் – பழநி, சத்தியமங்கலம் – மேட்டுப்பாளையம் இருப்புப் பாதை அமைக்கப்பட்டது.[36]

28. *கிராம உத்தியோகஸ்தர் கெஜட்டு*, 15 செப்டம்பர் 1903, ப. 30.

29. மேலது.

30. *நற்போதகம்*, மார்ச் 1881, ப. 63.

31. Madras District Gazetteers: Madras: The Superintendent, Government Press, 1933, p. 139.

32. *ஞானபோதினி*, டிசம்பர் 1902, ப. 200.

33. *Proceedings of the Council of the Governor*, 09 April 1907, p. 68

34. *நல்ல ஆயன்*, பிப்ரவரி 1913, ப. 47.

35. Madras District Gazetteers: Coimbatore District, ப. 140.

36. மேலது, Pp. 141 - 142.

சேலம் மாவட்டத்தில் தர்மபுரி – ஓஸூர் ரயில்வே 2 அடி 6 அங்குலம் அகல, 55 மைல் நீளத்தில் இருப்புப் பாதை 1913ஆம் ஆண்டு மே மாதத்தில் அமைத்து முடிக்கப்பட்டது. (இந்துதேசத்திய இருப்புப் பாதைகள், ஜனாபிமானி, நவம்பர் 1914, பக். 138.) 1910களின் தொடக்கத்தில் சேலம் சூரமங்கலத்திலிருந்து சேலம் நகரத்துக்கும் இங்கிருந்து 36.60மைல் தூரமுள்ள ஆத்தூருக்கும் இருப்புப் பாதை அமைக்க சென்னை அரசின் பரிந்துரையை சேலம் மாவட்ட வாரியம் ஒப்புக்கொண்டது.[37] சேலம் சந்திப்பிலிருந்து விருத்தாச்சலம் வரை 1920களில் பாதை அமைக்கப்பட்டு சேலம் கிழக்கு, மாசிநாயக்கன்பட்டி, மின்னாம்பள்ளி, ஷேசன்சா – வடி, வாழப்பாடி, ஏத்தாப்பூர் சாலை, பெத்தநாயக்கன்பாளையம், ஆத்தூர், காட்டுக்கோட்டை ஆகிய நிலையங்கள் ஏற்படுத்தப்பட்டன.[38] சேலம் மாவட்டத்தில் சேலம் – மேட்டூர், மேச்சேரி – மேட்டூர், தர்மபுரி – சேலம் – நாமக்கல் – அரியலூர், தர்மபுரி – ஹோசூர் – பெங்களூர், சேலம் – ஆத்தூர் – விருத்தாச்சலம் – விழுப்புரம் – திருச்சிராப்பள்ளி பாதைகளில் இரயில் போக்குவரத்து செயல்பட்டது.[39] தென்னாற்காடு மாவட்டத்தில் கடலூர் – விருத்தாச்சலம் பாதை அமைத்து சேலம் மாவட்ட இணைப்புக்கான திட்டம் உருவாக்கப்பட்டது. இறக்குமதி ஏற்றுமதி வர்த்தகத்தில் பெரிய அளவில் ஈடுபட்ட பர்ரி அண்ட் கோ நிறுவனம் கடலூர் விருத்துச்சலம் இடையே சுமார் 11.55 லட்சம் ருபாயில் இரயில் போக்குவரத்து அமைக்க மாவட்ட வாரியத்திடம் அனுமதி கோரியது; அம்மாவட்ட வாரியம் மறுத்தது.

தென்னிந்திய இரயில்வே நிர்வாகம் சுமார் 17. 32 லட்சம் மதிப்பீட்டில் அப்பாதையை அமைக்கும் முயற்சியை 1905ஆம் ஆண்டு முன்னெடுத்தது. உளூந்தூர்பேட்டை, சின்னசேலம், கள்ளக்குறிச்சி வழியாகச் சேலம் மாவட்டத்தை இணைக்கத் திட்டமிட்டது. பண்ருட்டி முதல் உளூந்தூர்பேட்டை வரையும் பாதை அமைக்க முடிவு செய்தது. புதியதாக இரயில் போக்குவரத்து வழித்தடம் அமைப்பதை முதலாம் உலகப்போர்ச் சூழல் தடுத்தது.[40] உலகப்போருக்குப் பிந்தைய காலத்தில் “இரயில் பாதை அமைக்கும்போது ஏற்படும் இழப்புகளை ஈடுகட்ட மாவட்ட நிர்வாகம் ஒத்துழைக்கும்” என்ற அரசாங்கத்தின்

---

37. *விஸ்வகர்மன்*, டிசம்பர் 1914, ப. 66.

36. Madras District Gazetteers: Salem District Volume II, Madras: The Superintendent, Government Press 1932. p. xxiv.

37. மேலது, Pp. xxiv - xxv.

40. Madras District Gazetteers: South Arcot District Volume II, Madras: The Superintendent, Government Press, 1932. p. xxxiv.

புதிய கொள்கையின் அடிப்படையில் தென்னிந்திய இரயில்வே சுமார் 35.59 மைல் தொலைவில் கடலூர் விருத்தாச்சலம் இருப்புப் பாதையை அமைத்து அன்னவள்ளி, கள்ளன்சாவடி, குறிஞ்சிப்பாடி, வடலூர் உத்தங்கல்மங்களம், விருத்தாச்சலம் ஆகிய நிலையங்களைக் கொண்ட போக்குவரத்து ஜூன் 1928ஆம் திறக்கப்பட்டது.[41] இப்பாதை 1931ஆம் ஆண்டு சேலத்தோடு இணைக்கப்பட்டது. விருத்தாச்சலம் முதல் சேலம் வரையிலான போக்குவரத்து இரண்டு நிலைகளாகத் திறக்கப்பட்டன. சேலம் நகரம் முதல் கள்ளக்குறிச்சி வட்டாட்சியில் சின்னசேலம் வரை 1931 பிப்ரவரியிலும் பின் விருத்தாச்சலம் வரை ஆகஸ்ட் மாதத்திலும் திறக்கப்பட்டது. இதனால் சேலம், கோயம்புத்தூர் வழியாகக் கேரளமும் இணைக்கப்பட்டது.[42]

திருச்சிராப்பள்ளியை மையமாகக் கொண்டு பிற மாவட்டங்களை இணைக்கும் பாதைகள் அமைக்கப்பட்டன. திருச்சிராப்பள்ளி முதல் பண்ருட்டி வரை பாதை அமைக்க 1907ஆம் ஆண்டு அளவு எடுக்கப்பட்டது.[43] திருச்சிராப்பள்ளியிலிருந்து புதுக்கோட்டைக்கு 32 மைல் தூரமும்[44] அறந்தாங்கியிலிருந்து புதுக்கோட்டை காரைக்குடி வழியாக ராமநாதபுரத்துக்கு 195 மைல் தூரமும்[45] இருப்புப் பாதை அமைக்கும் வேலைகள் 1910களின் பிற்பகுதியில் தொடங்கின. திருச்சிராப்பள்ளிக்கு வைஸ்ராய் 1913ஆம் ஆண்டு சென்றபோது அங்குள்ள மக்கள் சில கோரிக்கைகளை முன்வைத்தனர். அதற்குப் பதிலளித்த வைஸ்ராய், பண்ருட்டி, இராமநாதபுரம் இருப்புப் பாதை விஷயத்தை கவர்மென்ட் ஆலோசிப்பதாகக் கூறினார்.[46] பண்ருட்டியிலிருந்து திருச்சிராப்பள்ளிக்கு இருப்புப் பாதை அமைக்கத் திட்டமிடப்பட்டது. இது திருச்சிராப்பள்ளிக்கு வருமிடத்தில் சந்திக்கும்படியாக திருச்சிராப்பள்ளிக்குப் பக்கத்தில் கொள்ளிட ஆற்றின் வடகரையில் ஓரிடத்திலிருந்து உடையார்பாளையத்திலுள்ள ஜெயங்கொண்ட சோழபுரத்துக்கு இருப்புப் பாதை அமைக்க நில அளவை எடுக்க இரயில்வே வாரியம் ஒப்புதல் அளித்தது. இந்த இரயில்வேயின் நீளம் 50 மைலாகும்.[47] தஞ்சாவூர் மாவட்டத்தில் திருத்துறைப்பூண்டி முதல்

41. Madras District Gazetteers: South Arcot District Volume II, Madras: The Superintendent, Government Press, 1932. p. xxxiv.

42. மேலது

43. Proceedings of the Council of the Governor, 09 April 1907, p. 68.

44. *ஜனாபிமானி*, ஏப்ரல் 1915, ப. 435.

45. *விவேகபோதினி*, அக்டோபர் நவம்பர் 1916, பக். 191.

46. *பிழைக்கும் வழி*, நவம்பர், 1913, பக். 613.

47. *ஜனாபிமானி*, ஜன – பிப்., 1916, ப.52.

வேதாரண்யம் வரை, கும்பகோணம் முதல் மன்னார்குடி வரை இருப்புப் பாதை அமைப்பது தொடர்பான விவாதம் தஞ்சாவூர் மாவட்ட வாரியத்தில் நடைபெற்றது.[48] இம்மாவட்டத்தில், மாயவரம் – அறந்தாங்கி, திருத்துறைப்பூண்டி – அகஸ்தியம்பள்ளி – நீடாமங்கலம் – மன்னார்குடி இருப்புப் பாதையை இந்திய அரசு தஞ்சாவூர் மாவட்ட வாரியத்திடமிருந்து 1929 ஏப்ரல் 1 அன்று எடுத்துக் கொண்டது.[49]

மதுரை மாவட்டத்தில் மாவட்ட வாரியம் சார்பில் அம்மநாயக்கனூர் முதல் உத்தம பாளையம் வரை 61.46 மைல் தொலைவு இருப்புப் பாதை அமைக்க 1907ஆம் ஆண்டு கணக்கெடுக்கப்பட்டது.[50] இராமநாதபுரத்திலிருந்து சிவகங்கைக்கு 1910களில் ரயில் போக்குவரத்தை அமைக்க மாவட்ட வாரியத்தின் தீர்மானத்தை அரசாங்கம் ஏற்றதால் அதற்கான வேலை 1910களின் தொடக்கத்திலும்[51] இம்மாவட்டத்தில் பாம்பன், தனுஷ்கோடி வழியாக இலங்கையை இணைப்பது பிற்பகுதியில் காணலாம். மணியாச்சியிலிருந்து திருநெல்வேலி தாமிரபரணி ஆற்றுப் பாலம் வரையிலான இரயில் போக்குவரத்து 1876 ஜனவரி 01 அன்று திறக்கப்பட்டது. இங்கிருந்து கல்லிடைக்குறிச்சிக்கு 1902ஆம் ஆண்டு இருப்புப் பாதை அமைக்கப்பட்டது.[52] திருநெல்வேலி பாலம் நிலையத்திலிருந்து திருச்செந்தூர் வரைக்கும் பாதை அமைக்கத் திட்டமிட்டு அது தொடர்பாக அரசுக்கும் தென்னிந்திய இரயில்வே கம்பெனிக்கும் விவாதம் நடந்தது.[53] இதற்காக 1903 ஜூலை 1 அன்று முதல் மாவட்ட வாரியத்தால் விதிக்கப்பட்ட வரி 1915 மார்ச் மாதம் எட்டரை லட்சம் ரூபாயாகத் திரண்டது.[54] திருநெல்வேலி – திருச்செந்தூர் இருப்புப் பாதைக்கான வேலை 1914ஆம் ஆண்டு தொடங்கியது. இப்பாதையில் "பாளையங்கோட்டை, செய்துங்கநல்லூர், புதுக்குடி, ஆள்வார்திருநகரி, நாஜரேத்து, குரும்பூர், காயல்பட்டினம், திருச்செந்தூர்" ஆகியன இரயில் நிலையங்களாக உத்தேசிக்கப்பட்டன.[55] திருநெல்வேலி – திருச்செந்தூர் இருப்புப் பாதை அமைக்கும் வேலையை 1915 அக்டோபர் 23 அன்று மாவட்ட வருவாய் உறுப்பினர் எல்.இ.

---

48. Proceedings of the Council of the Governor, 09 April 1907, p. 68.
49. Madras District Gazetteers: TanjoreDistrict Volume II, Madras: The Superintendent, Government Press, 1933, p. 185.
50. Proceedings of the Council of the Governor, 09 April 1907, p. 68.
51. *நல்ல ஆயன்*, 1913 மே, ப. 119.
52. H.R. Pate, 'Tinnevelly District Gazetteer', Tirunelveli: M.S. University, 1993, first published in 1917, Pp. 245 - 246.
53. மேலது.
54. மேலது.
55. *விஸ்வகர்மன்*, ஜூன் 1915, பக். 187–188; *கானவித்யாப்ரகாஷினி*, ஜூலை 1915, ப. 7.

பக்லி தொடங்கினார்.[56] சென்னை மாகாணத்தில் செங்கற்பட்டு, வட ஆற்காடு, தென் ஆற்காடு, திருச்சிராப்பள்ளி, சேலம், கோயம்புத்தூர், இராமநாதபுரம், மதுரை, திருநெல்வேலி மாவட்டங்களில் 1850களில் தொடங்கி 1910களின் இறுதியில், சுமார் அரை நூற்றாண்டுகளில், இருப்புப் பாதை பரவலாக அமைக்கப்பட்டு இரயில் இயக்கப்பட்டது.

சில இருப்புப் பாதைத் திட்டங்களைச் செயல்படுத்தவில்லை. சென்னை ஸகண்ட் லயன் பீச் என்னும் ரஸ்தாவில் 2/12 நம்பருள்ள கட்டடத்திலிருந்த 'ஹோல்ஸ்ட் அண்டு நாதன்' என்ற கம்பெனி, சென்னை நகருக்கும் செங்கல்பட்டுக்கும் நடுவிலுள்ள வண்டலூருக்கும் திருப்போரூருக்கும் இடையில் புதிதாய் இரயில்பாதை அமைக்க உத்தேசித்தது. கோவளம் என்ற ஊருக்கு 13 மைல் தென்மேற்கில் வண்டலூர் இருக்கிறதென்றும் இவ்வூருக்கும் திருப்போரூருக்கும் அமைக்கப்பட இருக்கும் இருப்புப் பாதையின் தூரம் சுமார் 20 மைல் என அளக்கப்பட்டது.[57] ஆனால் இத்திட்டத்தைச் செயல்படுத்தவில்லை. இருப்புப் பாதையை அமைத்ததால் மேற்குறிப்பிட்ட வழித்தடங்களில் மட்டுமன்றி திண்டிவனத்துக்கும் திருச்சிராப்பள்ளி சந்திப்புக்கும் பாசஞ்சர் ரெயில் சென்று வந்தது.[58] தஞ்சாவூர் – திருச்சிராப்பள்ளி, திண்டுக்கல் – திருச்சிராப்பள்ளி,[59] செங்கோட்டை திருச்சிராப்பள்ளி பாசெஞ்சர், மதுரை – மானாமதுரை, திருவனந்தபுரம் ஃபாஸ்ட் பாசஞ்சர் (திருச்சிராப்பள்ளி வழி), திருவனந்தபுரம் எக்ஸ்பிரஸ் (திருச்சிராப்பள்ளி வழி), போத்தனூர்–திண்டுக்கல் இரயில், மாயவரம்–அறந்தாங்கி ரயில், மாயவரம்–திருத்துறைப்பூண்டி, திருத்துறைப்பூண்டி–அறந்தாங்கி இரயில் போக்குவரத்து இருந்தது. [60]தமிழகத்தில் இருப்புப் பாதை அமைத்த போக்கில் இரட்டைப் பாதைகளுக்கான பணிகளும் தொடங்கப்பட்டன. சென்னை கடற்கரை முதல் பல்லாவரம் வரை சுமார் 14.78 மைல் இரட்டைப் பாதைக்கான கணக்கெடுப்பு 1907ஆம் ஆண்டு நடந்தது.[61] இரயில் போக்குவரத்தை மின்மயமாக்கவும் யோசித்தனர். தென்னிந்திய இரயில்வேயின் ஆலோசனைக் கூட்டம் உதகைமண்டலத்தில் 1935ஆம் ஆண்டு மே மாதம் நடைபெற்றது. அக்கூட்டத்தில் போத்தனூர் சந்திப்பு முதல் காஞ்சிபுரம் வரை மின்சாரமயமாக்க

---

56. *ஜனாபிமானி*, அக்டோபர் 1915, ப. 771.
57. *விஸ்வகர்மன்*, செப்டம்பர், 1915, பக். 227 – 228.
58. *வர்த்தக ஊழியன்*, செப்டம்பர் 1934, ப. 82.
59. *வர்த்தக ஊழியன்*, ஜனவரி 1935, ப. 193.
60. *வர்த்தக ஊழியன்*, ஜனவரி 1936, ப. 140.
61. Proceedings of the Council of the Governor, 09 April 1907, p. 68.

முடிவு செய்யப்பட்டது.[62]

மலையாளத்து இரயில்வே

சென்னை மாகாணத்தில் இணைக்கப்பட்ட மலையாளம், தெலுங்கு, கன்னடம் எனத் திராவிட மொழிகள் பேசுகின்ற மக்கள் வசிக்கின்ற நிலப்பரப்பில் இருப்புப் பாதை அமைக்கும் பணி நடைபெற்றது; இவற்றில் சில சென்னை மாகாணத்திலும் தனிச் சமஸ்தானங்களிலும் இருந்தன. சென்னை மாகாணத்தைப் கேரளாவோடு இருப்புப் பாதை வழியில் இணைக்கும் புள்ளிகளாக திருநெல்வேலி, செங்கோட்டை, கோயம்புத்தூர் போன்றவை இருக்கின்றன. திருநெல்வேலிக்கும் கேரளாவுக்கும் ஆரியங்காவு மலை வழியாய் இருப்புப் பாதை அமைக்கும் முயற்சி 1880களில் தொடங்கியது.[63] செங்கோட்டை வழியாகத் திருவிதாங்கோட்டு இருப்புப் பாதை அமைக்க 1880களில் தீர்மானிக்கப்பட்டது.[64] திருவாங்கூர் மன்னராட்சிக்கு உட்பட்டிருந்த கன்னியாகுமரிக்கு பாளையங்கோட்டையிலிருந்து இருப்புப் பாதை அமைக்க வேண்டுமென 1880களின் இறுதியில் கோரிக்கை எழுந்தது.[65] பொள்ளாச்சி முதல் பாலக்காடு வரை கொல்லெங்கோடு வழியாக 37.68 மைல் தொலைவு 1907ஆம் ஆண்டில் கணக்கெடுக்கப்பட்டது. சென்னை மாகாண ஆளுநர் அவையில் 1907–1908ஆம் ஆண்டு நிதி அறிக்கையில் பேசிய கொல்லங்கோடு ராஜா “திண்டுக்கல்–பழநி–பாலக்காடு இரயில்வே திட்டம் முன்னுரிமை பெற்று இருந்தது ஆனால் அது செயல்படுத்தவில்லை” எனக் கூறியதிலிருந்து தமிழகத்தைக் கேரளாவோடு இணைக்கத் திட்டமிட்டதை அறியலாம்.[66] திருநெல்வேலியிலிருந்து அப்போதைய திருவாங்கூரில் இணைக்கப்பட்ட திருநெல்வேலிக்கு மேற்கே இருக்கும் செங்கோட்டைக்கு 1903ஆம் ஆண்டும் கொல்லத்துக்கு 1904ஆம் ஆண்டு இருப்புப் பாதை அமைக்கப்பட்டது.[67] திருநெல்வேலித் மாவட்ட வாரியம் 1903ஆம் ஆண்டு தன் சொந்த செலவில் சேரன்மாதேவியிலிருந்து நான்குநேரி வட்டாட்சிக்கும் திருவாங்கூர் சமாஸ்தானத்துக்கும் எல்லையான திருநெல்வேலிக்கு தெற்கே இருக்கும் பனகுடி வரைக்கும் இருப்புப் பாதை அமைக்கும் திட்டத்தைத் தயாரித்தது. திருவாங்கூர் தர்பாரின் எதிர்ப்பு

62. *வர்த்தக ஊழியன்*, ஜூன் 1935, ப. 321.

63. *நற்போதகம்*, ஜனவரி 1882, ப. 19.

64. *நற்போதகம்*, நவம்பர் 1883, ப. 223.

65. *நற்போதகம்*, ஜூலை 1888, ப. 139.

66. புனித ஜார்ஜ் கோட்டையின் கவர்னர் ஜெனரல் கவுன்சில் 1907 ஏப்ரல் 09 அன்று ப. 83.

67. H.R. Pate, ‘Tinnevelly District Gazetteer’, Pp. 245 – 246.

காரணமாக அது கைவிடப்பட்டது.[68] கேரளாவில் தலைச்சேரிக்கும் கண்ணனூருக்கும் தண்டவாளம் அமைக்கும் வேலை முடிந்து போக்குவரத்து தொடங்கியது; 1903 மே 20 அன்று முதல் இரயில் விடப்பட்டது.[69] மேற்கு கடற்கரை வழித்தடத்தில் அளிக்கல் முதல் கும்பலா வரையில் 36.5. மைல் 1907ஆம் ஆண்டு திறக்கப்பட்டது. இங்கிருந்து மங்களூர் வரையில் 21 மைல் தொலைவு வேலை பொறியியல் காரணங்களால் தாமதம் ஆனது. இது 1907 ஜூன் மாதம் திறக்கப்படும் என எதிர்பார்க்கப்பட்டது.[70] திருவாங்கூர் அரசுக்காகத் தென்னிந்தியா இரயில்வே கம்பெனியார் கொல்லத்துக்கும் திருவனந்தபுரத்துக்கும் இருப்புப் பாதை அமைக்க பிரித்தானிய–இந்திய அரசின் செயலாளர் அனுமதியளித்தார்.[71] கடலூர் – விருத்தாச்சலம் – சேலம் – கோயம்புத்தூர் வழி கேரளா இணைக்கப்பட்டது.[72]

சென்னைக்கு வடமேற்காக கமல்பூர், ஏர்ரகுண்டலா பகுதிகளுக்கு 1870களிலும்[73] விசாகப்பட்டனம் ரெய்ப்பூர் இருப்புப்பாதை 1880களிலும்[74] அமைக்கப்பட்டன. பம்பாயிலிருந்து கல்கத்தாகவுக்கும், சென்னைக்கும் நேராக இரயில் வண்டிகள் 1871–ஆம் ஆண்டு முதல் ஓடின.[75] விஜயநகரம் முதல் ரெய்ப்பூர் வரை 310.62 மைல் தூரம் இருப்புப் பாதை அமைக்கும் பணியை பெங்கால்–நாக்பூர் இரயில்வே கம்பெனி 1907ஆம் ஆண்டு தொடங்கியது. இதில் 133 மைல் சென்னை மாகாணத்தில் இருந்தது.[76] கர்னூல் முதல் தோன் வரை 32 மைல் இருப்புப் பாதை அமைக்கும் பணியைத் தென் மராத்தா இரயில்வே கம்பெனி 1907ஆம் ஆண்டு தொடங்கியது[77]. இக்கம்பெனி கிருஷ்ட்னா மாவட்ட வாரியத்தின் சார்பில் பெஷவாடா முதல் மசூலிப்பட்டனம் வரை 49.50 மைல் இருப்புப் பாதை அமைக்கும் பணியைத் தொடங்கியது.[78] கோலாருக்கும் பெல்லாரிக்கும் புதிய ரெயில்பாதை 1913 டிசம்பர்

68. H.R. Pate, 'Tinnevelly District Gazetteer', Pp. 245 – 246.
69. *இகபரசுகசாதனி*, மே 1903, ப. 15.
70. Proceedings of the Council of the Governor, 09 April 1907, p. 68.
71. *பிழைக்கும் வழி*, நவம்பர் 1913, பக். 610.
72. Madras District Gazetteers, South Arcot District, Volume II (Madras: The Superintendent, Government Press, 1932.
73. *நற்போதகம்*, ஜூலை 1874, ப. 139.
74. *நற்போதகம்*, ஜனவரி 1882, ப. 19.
75. இந்தியாவிலுள்ள ரெயில்வேக்களைப் பற்றி சில விஷயங்கள், *ஜனாபிமானி*, மார்ச்–ஏப்ரல் 1917, பக். 99 – 101.
76. Proceedings of the Council of the Governor, 09 April 1907, p. 68.
77. மேலது.
78. மேலது.

மாதம் 15ஆம்தேதி மைசூர் யுவராஜாவால் திறக்கப்பட்டது.[79] மைஸூர் ராஜ்யத்தில் 170 மைல் நீளப் பாதையும் திருவாங்கூரில் கொல்லம் ஸ்டேஷனிலிருந்து திருவனந்தபுரத்துக்கு ஏறக்குறைய 40 மைல் நீளப் பாதையும் 1914ஆம் ஆண்டில் அமைக்கப்பட்டது.[80]இவ்வாறாகச் சென்னை மாகாணம் முழுவதும் பிரித்தானிய – இந்தியாவின் பிற பகுதிகளோடும் இருப்புப் பாதையால் இணைக்கப்பட்டது. இதனால் இருப்புப் பாதையின் பரவல் அதிகரித்தது. 1900–ஆம் ஆண்டு வாக்கில் 25930 மைல் இருந்த இந்திய இருப்புப் பாதையின் நீளம் 1912ஆம் ஆண்டு 33484 மைலாக அதிகரித்தது. அதாவது வருஷம் ஒன்றுக்கு இருப்புப் பாதை 775 மைல் வீதம் அதிகரித்தது.[81] இருப்புப் பாதையின் பரவலாக்கம் 1904 – 1910ஆம் ஆண்டுகளுக்கு இடைப்பட்ட காலத்தில் சுமார் 7,091 மைல் தொலைவு அதிகரித்ததை அட்டவணை – 1 இல் காணலாம். இக்காலத்துக்குப் பின்னரும் தேவைக்கு ஏற்ப இருப்புப் பாதை அமைக்கும் பணி தொடர்ந்தது; அது இக்காலத்திலும் தொடர்ந்து நடைபெறுகிறது.

அட்டவணை: 1

இரயிலின் வகை	**1904 மைலில்**	**1914 மைலில்**
5 அடி 6 அங்குலப் பாதை	14,713	17,641
3 அடி 3 9/8 அங்குலப் பாதை	11,562	14,389
2 அடி 6 அங்குலப் பாதை	942	2,174
2 அடி 0அங்குலப் பாதை	328	452
	27,565	34,656

ஆதாரம்: ஜனாபிமானி, நவம்பர் 1914, பக். 137 – 139.

இந்தியா – இலண்டன் இரயில்

உலகத்தில் நிலமும் நீரும் அடுத்தடுத்து தீவுகளாகவும் தீவகற்பமகாவும் இருப்பதால் அவற்றை இருப்புப் பாதையால் பிணைக்கப் பிரித்தானியர் முயற்சித்தனர். பிரித்தானிய – இந்தியாவின் இலங்கை, பர்மா பகுதிகளை இருப்புப் பாதையால் இணைக்கும் திட்டம் உருவாக்கப்பட்டது. அப்போதைய

79. *நல்ல ஆயன்*, ஜனவரி 1914, ப. 18.
80. இந்துதேசத்திய இருப்புப் பாதைகள், *ஜனாபிமானி*, நவம்பர் 1914, பக். 138.
81. *விவேகபோதினி*, செப்டம்பர் 1913, ப. 124.

இந்தியக் கவர்னர் ஜெனரல் டல்ஹவுசி பர்மாவை இந்தியாவோடு இணைத்தார்; அங்கும் இரும்புத் தண்டவாளம் அமைக்கத் திட்டமிட்டார். பர்மாவிலிருந்து நேரடியாகச் சீனாவுக்கு இரயில்பாதை அமைக்கத் திட்டமிடப்பட்டது. இது தொடர்பாக லிவர்பூல் மான்செஸ்டரிலுள்ள வர்த்தகச் சங்கத்தார் முயற்சித்தனர். பர்மா வர்த்தக சங்கமும் இதற்கு ஆதரவு தெரிவித்தது.[82] இலங்கையை இணைக்க இராமேசுவரம், தூத்துக்குடி வழியாக இரும்புத் தண்டவாளம் அமைக்கப்பட்டது. சென்னை மாகாணத்தை இலங்கைத் தீவுடன் இணைக்க எந்தத் துறைமுகத்தைத் தேர்ந்தெடுப்பது என்ற சிக்கல் தோன்றியது. பாம்பன்–மன்னார் வழிக்குப் பதிலாகக் கோடியக்கரை – ஜாப்னா வழியில் இணைக்க தஞ்சாவூர் மாவட்டம் கோடியக்கரை, வேதாரண்யம், தோப்புத்துறை பகுதிகளைச் சேர்ந்த தோணி உரிமையாளர்கள் கோரினர். தூத்துக்குடி பகுதிகளைச் சேர்ந்த தோணி உரிமையாளர்கள் தூத்துக்குடியைப் பரிந்துரைத்தனர்.[83] பாம்பன் முதல் இராமேசுவரம் வரை 7 மைல் தொலைவு இரயில் போக்குவரத்துக்கு திறக்கப்பட்டு இதை முக்கியப் பாதையோடு இணைக்க இந்திய அரசின் அனுமதி கோரப்பட்டது. இராமேசுவரம் முதல் தனுஷ்கோடி வரை 13 மைல் தூரம் கணக்கெடுக்க இரயில் வாரியம் 1907ஆம் ஆண்டு அனுமதித்தது.[84] இலங்கைத் தீவுக்கான இருப்புப் பாதையமைக்கும் பணிகள் 1910களில் ஏறக்குறைய எல்லாம் முடிந்தது. ஒரேயொரு பாலம் அமைக்கும் பணி மாத்திரம் பாக்கியிருந்தது. இதுவும் வெகு விரைவாய் முடியும் நிலையில் இருந்தது. “தென்னிந்தியா கம்பெனியின் ஏஜென்டாகிய மிஸ்டர் மூர்ஹெட் இந்தியா ஸிலோன் இருப்புப் பாதை வியாபாரப் போக்குவரத்துத் தொடர்பாக ஸிலோன் கவர்னரோடு ஆலோசனை செய்துவிட்டு அங்கிருந்து திரும்பினார். பத்திரிகையாளர் ஒருவர் அவரைக் கண்டு பேசியதில், இந்தியா ஸிலோன் இருப்புப் பாதையில், இந்தியாவின் பாகம் அடுத்த ஜூலை மாதத்திற்குள் முடிந்து விடுமென்றும், ஸிலோன் பாகமும் கூடிய சீக்கிரத்தில் முடிவுபெறுமென்று 1913 ஏப்ரல் மாதம் கூறப்பட்டது.[85]

பாம்பன் இரயில்வே, தென்னிந்திய இரயில்வேயைப்போல் 3–அடி 3⅜ அங்குல அகலமுள்ளது. இந்தியாவையும் இராமேசுவரம் சேர்க்கும் பொருட்டு 1914ஆம் ஆண்டு பிப்ரவரி மாதம் கட்டிமுடிந்தது. இதில் 40அடி நீளமுள்ள 145 கண்வாய்களும்

---

82. *நல்ல ஆயன்*, மே 1913, ப. 120.
83. Proceedings of the Council of the Governor, 22 January 1907, Pp. 10 – 11.
84. Proceedings of the Council of the Governor, 09 April 1907, p. 68.
85. *பிழைக்கும் வழி*, ஏப்ரல் 1913, ப. 222.

இவைகளின் மத்தியில் 225 அடி நீளமுள்ளதும் கடலில் கப்பல்கள் ஓடுவதற்காக ஒரு நூதன எந்திரத்தின் சக்தியால் செங்குத்தாய்த் தூக்கி நிறுத்தவும் மறுபடியும் இரயில் வண்டிகள் போவதற்காகக் கீழேபடுக்கவைக்கவும் கூடியதுமான ஒரு கண்வாயும் சேர்த்து அமைக்கப்பெற்றது. இப்பாதையால் மண்டபம் நிலையத்தில் இறங்காமல் நேராக இராமேசுவரம் போகும் நிலை ஏற்பட்டது.[86] இப்புது இரயில்வேயை மாட்சிமை தாங்கிய இராஜப் பிரதிநிதியவர்கள் 1914 ஜனவரி மாதம் திறப்பதாக 1913 செப்டம்பர் மாதம் அறிவிக்கப்பட்டது.[87] "இந்திய ஸிலோன் இருப்புப் பாதை திறக்கும் வைபவம் முன் அறிவித்தபடி 1914–ஆம் ஆண்டு ஜனவரி மாதத்தில் நடைபெறாதெனவும் இன்னும் பாதைவேலை முடிவு பெறவில்லை" என்றும் ஸிலோன் பத்திரிகை தெரிவித்தது. மேலும் இப்பாதை எப்போது திறக்கப்படு மென்ற நிச்சயமற்ற நிலை உருவானது.[88] இறுதியில், இந்திய இலங்கை இருப்புப் பாதை 1914 பிப்ரவரி 24 அன்று திறக்கப்பட்டதாகத் தெரிகிறது; "தலைமன்னார் வரையில் சிலோன் வண்டித்தொடர் செல்லுமென்றும் அறிவிக்கப்படுகிறது. அங்கிருந்து பிரயாணிகள், ஸ்டீமரில் ஏற்றப்பட்டு தனுஷ்கோடிக்குக் கொண்டு வரப்படுவார்கள். இதற்கு ஒரு மணிநேரஞ் செலவாகும்" எனக் கூறப்பட்டது.[89] இலண்டனிலிருந்து இந்தியாவுக்கு இருப்புப்பாதை அமைக்க உத்தேசிக்கப்பட்டது. "இது காஸ்பியன் கடற்கரையிலுள்ள பேக்கலிலிருந்து ஆரம்பித்து பலூசிஸ்தானத்திலுள்ள துஸ்கிப் பட்டணத்தில் வந்து முடிவுபெறுமாம்; அங்கிருந்து இந்திய இருப்புப் பாதை இணைக்கப்படுமாம். இவ்விருப்புப் பாதையில் ஏறிவருபவர் 8.5 நாட்களில் லண்டனிலிருந்து இந்தியாவிற்கு வரலாமாம். மொத்தத்தில் பிரதி மனிதருக்கு பிராயணச் செலவு 40 பவுனாகும்" எனக் கணிக்கப்பட்டது.[90]

"இந்தியாவை யாண்ட பிரிட்டிஷ் கம்பெனி அரசாங்கத்தார் முதன் முதல் தங்கள் வியாபாரத்திற்காகவும், இராணுவ நடமாட்டங்களுக்காகவும் இருப்புப் பாதையை இந்தியாவில் ஸ்தாபிக்க எண்ணினார்கள்."[91] பின்னர், வழித்தடங்களைத் தேர்வு செய்ததில் பொருளாதார லாப நட்டமே கணக்கில் கொள்ளப்பட்டன. திருநெல்வேலி – திருச்செந்தூர் இருப்புப் பாதை அமைத்தபோது, அது நெற்களஞ்சியம், பனைவெல்லம்,

86. இந்துதேசத்திய இருப்புப் பாதைகள், *ஜனாபிமானி*, நவம்பர் 1914, பக். 138.
87. *நல்ல ஆயன்*, செப்டம்பர் 1913, ப. 222.
88. *நல்ல ஆயன்*, டிசம்பர் 1913, ப. 304.
89. *நல்ல ஆயன்*, பிப்ரவரி 1914, ப. 47.
90. *பிழைக்கும் வழி*, ஜூன் 1911, ப. 333.
91. கிருஷ்ணஸ்வாமி சர்மா, 'இந்தியா இழந்த தனம்', முதற் பாகம், ப. 165.

உப்புவயல் வழியாகப் பயணிப்பதோடு ஸ்ரீவைகுண்டம், ஆழ்வார்திருநகரி, திருச்செந்தூர் ஆகிய சைவ, வைணவ யாத்திரை இடங்களாகவும் இருப்பதால் அப்போக்குவரத்துப் பாதையின் வருவாய் தனித்துவமானதாகக் கருதப்பட்டது.[92] திருநெல்வேலி மாவட்டத்தின் கிழக்குப் பகுதியில் தேரி கிராமங்களில் பதநீரிலிருந்து பனைவெல்லம் தயாரிக்க குலசேகரப்பட்டினத்துச் சுத்திகரிப்பு நிலையத்துக்குக் கொண்டுசெல்ல இலகு வகை இரயில் பாதை அமைக்கும் திட்டத்தைக் கிழக்கிந்திய டிஸ்ட்டில்லெரி கம்பெனி வடிவமைத்தது. இத்திட்டத்தைச் செயல்படுத்த இக்கம்பெனி ஏற்கனவே நான்குநேரி வட்டாட்சி திசையன்விளை முதல் குலசேகரப்பட்டினம் வரை அனுமதி பெற்றது.[93] இதைப்போல், சென்னையோடு இணைக்க வேண்டிய நகரத்துக்கும் குறிப்பாகச் சென்னை – பெல்லாரி, சென்னை – கடப்பா இணைப்பால் கிடைக்கும் வருவாய் கணக்கிடப்பட்டது. வண்டலூருக்கும் திருப்போரூருக்கும் இடையே அமைக்கத் திட்டமிட்ட இரயில் போக்குவரத்து லாபத்தைத் தரும் எனச் சென்னை ஸகண்ட் லயன் பீச் என்னும் ரஸ்தாவில் எண். 2/12, கட்டடத்திலிருந்து செயல்பட்ட "ஹோல்ஸ்ட் அண்டு நாதன்" என்ற நிறுவனம் கணக்கிட்டது. வண்டலூரானது கோவளம் என்ற ஊருக்கு 13–மைல் தென்மேற்கில் இருக்கிறதென்றும் அங்கு அரசாங்க உப்பளம் செயல்படுகிறது. கோவளம் முகமதியர்களுக்கும் ரோமன் கத்தோலிக் கிறிஸ்துவர்களுக்கும் யாத்திரை தலமாகவும் உள்ளது. திருப்போரூரில் முருகக் கடவுளின் கோயில் இருப்பதால் ஹிந்துக்களின் புண்ணியத் தலமாக இருப்பதையும் அந்நிறுவனம் கணக்கில் கொண்டது. எனவே, வண்டலூருக்கும் திருப்போரூருக்கும் இருப்புப் பாதை அமைத்தால் பக்தர்களுக்கும் பொது மக்களுக்கும் சௌகரியமாக இருப்பதுடன் கம்பெனிக்கும் லாபத்தைக் கொடுக்கும். பெரிய இருப்புப் பாதைகளுக்கு உபயோகமாகும்படி அமைக்கப்படும் கிளைப்பாதைகளில் கிடைக்கக்கூடிய வருமானமானது அப்பாதையை நடத்தும் செலவுக்கும் போட்டுள்ள முதலுக்கு 100–க்கு 3 வீதம் லாபத்துக்குத் தாங்கள் உத்தரவாதமென்று பிரித்தானிய இந்திய அரசாங்கம் கூறியதையும் இருப்புப் பாதை அமைக்கத் தேவையான நிலத்தையும் செலவில்லாமல் அரசாங்கம் கொடுப்பதையும் கணக்கில் கொண்டு வண்டலூர் திருப்போரூர் திட்டத்தை முன்னெடுத்தனர்.[94] ஆனால் அத்திட்டம் இன்றுவரை செயல்படுத்தவில்லை. எனவே, இரயில் போக்குவரத்து உருவாக்கம் பிரித்தானிய ஏகாதிபத்தியத்துக்கும் தனியார் நிறுவனங்களின்

---

92. H.R. Pate, 'Tinnevelly District Gazetteer', Pp. 245 – 246.

93. மேலது.

94. *விஸ்வகர்மன்*, செப்டம்பர், 1915, பக். 227 – 228.

லாப நோக்கிலும் அமைக்கப்பட்டது தெளிவு.

சில இடங்களில் மக்களின் வறுமையைப் போக்கவும் பஞ்ச நிவாரணத்தின் பொருட்டு இருப்புப் பாதை அமைக்கப்பட்டது. உதாரணமாக, சேலம் மாவட்டத்தில் வடமேற்குப் பகுதி வறட்சியானது என்பதால் பஞ்ச நிவாரணத்தின் பொருட்டு தர்மபுரி – ஓஸூர் இரயில்வே 2 அடி 6 அங்குலம் அகலமுள்ள 55 மைல் நீளத்தில் 1913ஆம் ஆண்டு மே மாதத்தில் அமைக்கப்பட்டதைக் கூறலாம்.[95] வருவாயைக் கணக்கிட்டு இரயில் நிலையங்களும் அமைக்கப்பட்டன. தென்னாற்காடு மாவட்டம் அரகண்டநல்லூர், நிலக்கடை வணிகத்துக்கு முக்கிய மையமாக இருந்ததால் அங்கு இரயில் நிலையம் அமைக்கப்பட்டது.[96]

இரயில் போக்குவரத்து 'வளர்ச்சிக்காக' இருப்புப் பாதையை அமைத்தபோது மரங்களும் வயல்வெளிகளும் ஏராளமாக அழிக்கப்பட்டன. சென்னையில் இரயில் நிலையம் அமைக்க மக்கஸ்கன் தெரு, அப்பையா முத்து தெரு, செம்படபிள்ளையார் தெரு, மெமொரியல் ஹால் நுழைவு வாயிலிலிருந்து மின்ட் தெரு, ஜான் பிரைராஸ் சாலை, வால்டக்ஸ் சாலை முதல், சுமார் 200 வீடுகளில் வசித்த மூவாயிரம் பேரை வெளியேற்ற அரசாங்கம் திட்டமிட்டது. இதைக் கைவிடக்கோரி சம்பந்தப்பட்ட மக்கள் அரசை வேண்டினர். இது தொடர்பாக கிருஷ்ணன் நாயர், நரசிம்ஹேஸ்வரா ஷர்மா ஆகியோர் புனித ஜார்ஜ் கோட்டையின் கவர்னர் ஜெனரல் கவுன்சில் 1907 ஜனவரி 22 அன்று நடைபெற்ற கூட்டத்தில் கேள்வி எழுப்பினர். இது தொடர்பாகக் கோரிக்கை மனு அரசாங்கத்துக்கு வந்தது என்றும் ஆனால் அக்கோரிக்கையைச் செயல்படுத்த இயலாது என்றும் கூறியது. இறுதியில், அம்மக்கள் வெளியேற்றப்பட்டனர்.[97]

பிரித்தானிய ஏகாதிபத்திய நலனுக்காகத் தொடங்கப்பட்ட இரயில்களுக்கு நேரம் ஒதுக்கப்பட்டு இயக்கப்பட்டன. சென்னையிலிருந்து ப்ரயாணி வண்டி காலை. 11–35 மணிக்கும் நெ.1. போர்ட்மெயில் இரவு 7.15 மணிக்கும் நெ.5 மதுரை எக்ஸ்பிரஸ் இரவு 8.15 மணிக்கும் நெ.3. ராமேசுவரம் எக்ஸ்பிரஸ் இரவு 11.30 மணிக்கும் புறப்பட்டன. நெ.2 போர்ட்மெயில் காலை 7.40 மணிக்கும் நெ.6 எக்ஸ்பிரஸ் காலை 10.50 மணிக்கும் நெ.4 ராமேசுவரம் இரவு. 11.15 மணிக்கும் சென்னைக்கு வந்தன. சென்னையிலிருந்து கல்கத்தா மெயில் மாலை 5 மணிக்கும் பம்பாய் மெயில்.

---

95. இந்துதேசத்திய இருப்புப் பாதைகள், *ஜனாபிமானி,* நவம்பர், 1914, ப. 138.
94. Madras District Gazetteers, South Arcot District, Volume II, Madras: The Superintendent, Government Press, 1932, P. xxxii.
97. Proceedings of the Council of the Governor, 22 January 1907, Pp. 9 – 10 & 12.

6.15மணிக்கும் பெங்களூர் மெயில் 6.30 மணிக்கும் புறப்பட்டன.[98] இந்தியாவில் ப்ராட்கேஜ் பாதைகளில் த்ரூ வண்டிகள் அதாவது நடுவில் மாறாமல் தூரமான இடங்களுக்கு அக்காலத்தில் அதிவேகமாய்ச் சென்ற வண்டிகளின் விபரம் அட்டவணை: 2 இல் தரப்பட்டுள்ளது. சென்னை சென்ட்ரல், எழும்பூர் ஆகிய இரயில் நிலையங்களிலிருந்து சென்றுவந்த இரயில்களும் நேரமும் அட்டவணைகள் 3, 4 ஆகியவற்றில் தரப்பட்டுள்ளன.

அட்டவணை: 2

இன்னவிடத்திலிருந்து இன்னவிடத்துக் கென்பது	மைல்கள்	பிரயாணத்துக்கு ஆகும் மொத்த நேரம்	ஒரு மணிக்கு வேகம்
		மணி	மைல்
கல்கத்தாவிலிருந்து பிஷாவாருக்கு	1,491	47.00	31.72
கல்கத்தா—பம்பாய்	1,349	35.25	38.27
கல்கத்தா—மதராஸ்	1,083	34.50	30.00
கல்கத்தா— . . . (பெயர் தெளிவற்று இருக்கிறது)	1,065	31.66	33.64
	894	28.00	28.71

ஆதாரம்: இந்தியாவிலுள்ள ரெயில்வேக்களைப் பற்றி சில விஷயங்கள், *ஜனாபிமானி*, மார்ச்–ஏப்ரல் 1917, பக். 99 – 101.

அட்டவணை: 3

வ.எண்.	இரயிலின் பெயர்	புறப்பட்ட நேரம் மாலை	வந்த நேரம் காலை
1	கல்கத்தா மெயில்	7.30	8.50
2	பம்பாய் மெயில்	8.40	5.55
3	பங்களூர் மெயில்	9.30	6.20
4	மங்களூர் மெயில்	7.45	7.15
5	ரேணிகுண்டா பாசஞ்சர்	6.30	12.00
6	பங்களூர் எக்ஸ்பிரஸ்	1.00	2.25 (மாலை)

98. *ஜனாபிமானி*, பிப்ரவரி – மார்ச், 1917, ப. 78.

7	வால்டேர் பாசஞ்சர்	7.30	6.00 (மாலை)
8	பங்களூர் பாசஞ்சர்	9.40	8.00 (காலை)
9	ப்ளூ மவுண்டன் எக்ஸ்பிரஸ்	9.15	6.35 (காலை)
10	அரக்கோணம் பாசஞ்சர்	5.45	9.45 (காலை)
11	வால்டேர் பாசஞ்சர்	9.00 (காலை)	10.50 (காலை)
12	பம்பாய் எக்ஸ்பிரஸ்	8.00	8.35 (மாலை)
13	ரெய்ச்சூர் பாசஞ்சர்	9.20	4.25 (மாலை)
14	பங்களூர் பாசஞ்சர்	6.45	8.40 (மாலை)
15	பெஜவாடா, நாகபுரி, டெல்லி, பெஷாவர் எக்ஸ்பிரஸ்	7.50	7.50 மாலை
16	ஜோலார்பேட்டை பாசஞ்சர்	12.45	

ஆதாரம்: *திராவிடன்*, 1 டிசம்பர் 1932.

அட்டவணை: 4

வ.எண்.	வண்டியின் பெயர்	புறப்பட்ட நேரம் காலை	வந்த நேரம் மாலை
1	மணியாச்சி செங்கோட்டை பாஸஞ்சர் (மெயின் லைன்)	6.10	7.43
2	ராமேஸ்வரம் எக்ஸ்பிரஸ் (விழுப்புரம் திருச்சி புதுக்கோட்டை கார்டு லயன் வழியாக)	11.30	2.20
3	திருவனந்தபுரம் பாசஞ்சர் (மெயின் லயன்)	9.30 (மாலை)	6.50 (காலை)

4	திருவனந்தபுரம் எக்ஸ்பிரஸ் (விழுப்புரம், திருச்சி கார்டு லயன், மதுரை, விருதுநகர், தென்காசி கார்டு லயன் வழியாக)	6.45 (மாலை)	7.35 (காலை)
5	திருச்சி பாஸ்டு பாசஞ்சர் (மெயின் லயன்)	5.00 (மாலை)	12.50 (காலை)
6	இண்டோ ஸிலோன் போட் மெயில் (திருச்சி வரை நேர்ப்பாதை பிறகு புதுக்கோட்டை கார்டு லயன் வழியாக தனுஷ்கோடிக்கு)	9.00 (மாலை)	6.40 (காலை)
7	பார்சல் பாசஞ்சர் (நேர்ப்பாதை)	10.40 (மாலை)	(5.30 காலை)

ஆதாரம்: *திராவிடன், 1 டிசம்பர் 1932.*

"ஒரு வண்டிக்கும் மற்றொரு வண்டிக்கும் இணைப்பு ஏற்படுத்தப்பட்டது. 1933 ஏப்ரல் 01 முதல் 39–நெ. வண்டித் தொடர்களிலும் அவற்றில் சம்பந்தமுண்டாக்கும் வண்டித் தொடர்களிலும் சென்னை எழும்பூரிலிருந்து தனுஷ்கோடிக்கு நேராகப்போகும் ஒரு உயர் வகுப்பு வண்டியும் ஒரு 3– வது வகுப்பு வண்டியும் கோர்க்கப்படுகின்றன" என்று 1933 மே 13 அன்று உதகமண்டலத்தில் தென்னிந்திய ரெயில்வேயின் ஆலோசனைக் கமிட்டிக் கூட்டத்தில் அறிவிக்கப்பட்டது.[99]

"கக்கூஸூ இல்லாத வண்டிகள் சொற்ப தூரமுள்ள விடங்களுக்குப் போகும் வண்டித் தொடர்களுக்கும் மெதுவாகப் போகும் வண்டித்தொடர்களுக்குமே உபயோகிக்க வேண்டுமென்று உத்தரவாகியது."[100]

நீர், நில இணைப்பு

இரயில்களின் நேரத்தைப் போல் கப்பல் சென்றுவரும் நாடுகளும் நேரங்களும் நாட்களும் நிர்ணயம் செய்யப்பட்டு "கப்பல் செய்திகள்" எனத் தலைப்பிட்டு சென்னை, நாகப்பட்டினம், தூத்துக்குடி

99. *வர்த்தக ஊழியன்*, ஜூலை 1933, பக். 10 – 11.
100. மேலது.

துறைமுகங்களுக்குச் சென்றுவந்த கப்பல்களின் நாள், நேரம் குறித்த செய்திகளும் ஒரு நாட்டிலிருந்து மற்றொரு நாட்டுக்குச் செல்லும் கப்பல்கள் குறித்த விவரங்களும் நாகப்பட்டினம் முதல் பினாங்கு, நாகப்பட்டினம் – மலாய், கொழும்பு முதல் பினாங்கு, பாம்பே – ஜப்பான் வழி (ஜப்பான் மெயில்), ஐரோப்பா – ஜப்பான் வழி (இங்கிலீஷ் மெயில்) எனக் கப்பல் போக்குவரத்தின் வழித்தடங்களும் தெரிவிக்கப்பட்டன.[101] எஸ்.எஸ்.ரோனா, எஸ்.எஸ்.ரஜுலா, அமெரிக்க மெயில் போக், அடம்ஸ், ஜப்பான் மெயில் டோங்கோமாரு, ஜின்யோமாரு, ஹாகோணிமாரு, எஸுகுணிமாரு, ராவல்பிண்டி, கெய்யரி ஹிந்த், அன்யோமாரு, கிளான் மக்கன்சி, டுமானா, ஸ்டிரீட்பிர்க், ஜப்பான், ஆஸ்திரிலேயா, ரிண்டா, நூர்ஜகான், ஈவாடி சன்மாரு, ரஜூலா, மசிரா, பிரயான் பெல்சு, அட்லாண்டிக்மாரு மகானாடரா, மகசீர், இன்கோமடி, சிட்டி ஆப் ராய்வில்லி, லாகூர், வாசட் பெல்சு, எம்.வி. குஜராத், மங்களூர், சிட்டி ஆப் ஜோனஸ் பார்க், அம்போயிசு, எம்.வி. தாலட்டா, கிளான் மக்னெயிர், சிட்டி ஆப் ஈவன்சுவில்லி போன்ற பெயர்களில் கப்பல்கள் இயங்கின.[102] சென்னை துறைமுகத்தில் பிப்ரவரி மாதத்தில், "இதியோபியா, லிகோண்டி டிலிஸ்லி, ஸ்பிரிங்கு பாங்கு கார்முலா, பிப். 2 – டோமலா, பிப். 3 – குஜரத், பிப்.4 – எலிபெண்டா, ஆப்பூனா பிப். 5, – கிளான் மாரீசன், சிட்டி ஆப் ஜோன்ஸ் ஸ்பர்க் பிப். 6 – ஸ்டீரிப் கிர்க் பிப். 8 – கிளான்மன்ரோ பிப். 9 – சுமட்ரா, மன்னார், பார்பரிகோ, ரோஹனா பிப். 10 – சிட்டி ஆப் எல்வூட், ஆஸ்திரேலியா பிப். 12 – சில்வல்பெல்லி, கிளாம் மால்கோம் பிப். 15 – ஜீயர் பெல்சு, சிட்டி ஆப்டன் கிர்க் பிப். 16 – வால்பி பிப் 18 – சிட்டி ஆப்பர்மிங்ஹாம் 20 – அஜேலிலிடீயு 21 – சில்வாபாலம் பிப். 22 – சாஜஹான், கிளான் மர்ரே பிப். 23 – மஹசீர், ரஜூலா பிப். 24 – டோமலா பிப். 27 – சாண்டில்லி, ரிண்டா, சிட்டி ஆப் பிட்ஸ்பர்க் பிப். 28[103], தூத்துக்குடி துறைமுகத்தில் 1934 நவம்பர் மாதத்தில், "மகாநாடா, நவ.12 – ஜலவி ஜயா 20 – வில்டன்பெல்சு 24 – மாசீர் 26 – மெக்கீவர் நவ. 28 – மெக்கீவரில்" போன்ற கப்பல்கள் எதிர்பார்க்கப்படுகின்றன என்ற செய்திகள் மாதந்தோறும் வெளியாயின.[104] கொழும்பிலிருந்து மலாய் நாட்டுக்குக் கப்பல் புறப்படும் நேரமும் எழுதப்பட்டது.[105]

---

101. *வர்த்தக ஊழியன்*, ஜூலை 1935, ப. 11
102. *வர்த்தக ஊழியன்*, ஏப்ரல் 1935, ப. 266. & மே 1935, ப. 286 & ஆகஸ்ட் 1935, ப. 24.
103. *வர்த்தக ஊழியன்*, பிப்ரவரி 1934: ப. 201.
104. வர்த்தக ஊழியன், நவம்பர் 1934.
105. *வர்த்தக ஊழியன்*, ஆகஸ்ட் 1934, ப. 46.

கப்பல்கள் அன்றாடம் வரவில்லை. சில நாட்கள் ஒன்றுக்கும் மேற்பட்ட கப்பல்கள் வந்தன. கப்பல் போக்குவரத்து உலகளாவிலான இணைப்பை ஏற்படுத்தின. இரயிலில் நிலவழிப் போக்குவரத்தை நீர்வழியுடன் ஒருங்கிணைத்து உலகம் முழுவதும் சென்றுவரும் கட்டமைப்பு உருவானது. "தூத்துக்குடி மார்க்கம் கொழும்புக்குப் போக சனிக்கிழமை தோறும் புகைக் கப்பலிலேறத் தவறும் பிரயாணிகள், ஞாயிற்றுக்கிழமை சாயந்திரம் பாம்பன் கால்வாய் வழியாய்க் கொழும்புக்குப் போகும்படி, பி.ஐ. எஸ். என்ற கம்பெனியார் தென்னிந்தியா ரெயில்வே கம்பெனியாரோடு ஏற்பாடு செய்திருக்கிறார்கள்" என ஒரு பத்திரிகையில் வெளியான செய்திக் குறிப்பானது,[106] போக்குவரத்தில் இரயில், கப்பல் நிறுவனங்கள் தங்களுக்குள் ஒப்பந்தத்தைச் செய்து நில, நீர் வழிப் பயணத்தால் விரைவாக உலகையே வலம்வர வித்திட்டது தெளிவு. பிற நாடுகளிலிருந்து சென்னை துறைமுகத்துக்கு வருகின்ற பயணிகளுக்காகப் பயணச்சீட்டு நிலையம் கடற்கரை நிலையத்தில் அமைக்கப்பட்டது. இங்கிருந்து தென்னிந்திய இரயிலின் எந்த நிலையத்துக்கும் பயணச்சீட்டு எடுக்கும் வசதி ஏற்படுத்தப்பட்டது.[107] கப்பலுக்கும் இரயிலுக்குமான இணைப்பைப் பயணிகள் அறிய கால அட்டவணை நூற்களும் வெளியிடப்பட்டன. "1–3–33 முதல் கப்பலில் கால அட்டவணைப் புத்தகங்களையும் முக்கியமான விடங்களைப்பற்றி வருணிக்கும் புத்தகங்களையும் தனுஷ்கோடிக்கும் தலைமன்னாருக்குமிடையில் போகும் கப்பலில் விற்க ஏற்பாடு செய்யப்பட்டிருப்பதாகவும் கப்பலில் 3–வகுப்புப் பிரயாணிகளும் மேல்வகுப்புப் பிரயாணிகளும் பார்ப்பதற்காக வைக்கும்படி ரெயில்வேயின் 2 பெரிய படங்கள் தயாரிக்கப்படுவதாக" 1933 மே 13 அன்று உதகமண்டலத்தில் தென்னிந்திய ரெயில்வேயின் ஆலோசனைக் கமிட்டிக் கூட்டம் செயல்முகவர் மூர்ஹெட் தலைமையில் நடைபெற்ற போது சேர்மன் தெரிவித்ததானது இரயில், கப்பல் போக்குவரத்துக்கு இடையில் திட்டமிட்ட பயண இணைப்பு ஏற்படுத்தப்பட்டது தெளிவாகிறது[108].

இந்த ஏற்பாட்டுமுறையானது பயண நேரத்தைக் குறைத்தது. "முற்காலத்து பாய் மரக் கப்பலில் ஒருவன் ஏறி இங்கிலாந்திலிருந்து இந்தியாவுக்கு யாத்திரை பண்ணவேண்டுமானால் இரண்டு அல்லது நாலு மாதம் பிடிக்கும். ஆனால் தற்காலத்தில் ஒரு வேகமான நீராவிக் கப்பல் வழியாய் ஏறக்குறைய இருபது நாட்களுக்குள் வந்துவிடலாம். இப்பொழுது ஆயிரக்கணக்கான

---

106. *இகபரசுகசாதனி*, ஆகஸ்ட் 1903, ப. 64.

107. *வர்த்தக ஊழியன்*, ஜூலை 1938, ப. 8.

108. *வர்த்தக ஊழியன்*, ஜூலை 1933, பக். 10 – 11.

பலத்த நீராவிக் கப்பல்கள் ஒவ்வொரு சமூத்திரங்களிலும் நீந்திச் செல்கின்றன. பற்பல கண்டங்களிலும் தேசங்களிலுமுள்ள ஆறுகளிலும் குடாக்களிலும் ஆயிரம் பதினாயிரமான சிறு நீராவிக் கப்பல்கள் ஜனங்களையும் ஜாமான்களையும் ஏற்றிக்கொண்டு போகின்றன" எனப் பயண நாட்களை நீராவிக் கப்பல் குறைத்ததை நிகழ்கால சத்தியம் மாத இதழ் குறிப்பிட்டது.[109] இந்தியாவில் போக்குவரத்து பின்தங்கிய நிலையில் இருப்பதை உணர்ந்த காரல் மார்க்ஸ் இது மாற்றியமைக்கபட வேண்டுமெனக் கூறினார். "இருப்புப் பாதைகளும், நீராவிக் கப்பல்களும் ஒன்று சேர்ந்து, இங்கிலாந்துக்கும் இந்தியாவுக்கும் இடையேயுள்ள தூரத்தைக் காலத்தால் அளந்தால் எட்டு நாட்களாகக் குறைக்கப்படும் நாள் வெகு தொலைவில் இல்லை" எனக் காரல் மார்க்ஸ் கணித்தது செயலுக்கு வந்தது.[110]

---

109. 'பிரயாணமும் போக்கு வரவும்', *நிகழ்கால சத்தியம்*, அக்டோபர் 1919, பக். 74 – 77.

110. காரல் மார்க்ஸ், ஏங்கல்ஸ், 'இந்தியாவைப் பற்றி', ப. 101.

2

சாலைப் போக்குவரத்து உருவாக்கம்

போக்குவரத்தில் இரயிலுக்கும் கப்பலுக்கும் இணைப்பு ஏற்படுத்தி உலக நாடுகளை இணைத்தது போல் இரயில், பேருந்துப் போக்குவரத்துகளை இணைத்து கிராமப் புறங்களையும் நகரங்களையும் இணைக்கும் போக்கு நடைபெற்றது. இதற்கு, மோட்டார்ப் பேருந்து கண்டுபிடிப்பு துணை புரிந்தது. நீராவியால் இயங்கிய கப்பல், இரயில் ஆகியவற்றைப் போல் மோட்டார் வண்டியையும் ஐரோப்பியரும் அமெரிக்கரும் கண்டுபிடித்தனர். பெட்ரோலால் மோட்டார் வண்டி இயங்கும் தொழில்நுட்பத்தை ஜெர்மானிய அறிவியலறிஞர் ஆட்டோ எழுதிய கட்டுரையைப் பின்பற்றி அமெரிக்காவில் ஹென்றிபோர்டு மோட்டார் வண்டியைக் கண்டுபிடித்து அதைத் தயாரிப்பதில் முக்கிய இடத்தைப் பிடித்தார். இக்கண்டுபிடிப்பால் ஐரோப்பிய, அமெரிக்க நாடுகளில் மட்டுமன்றி உலகளவில் நீராவிக் கப்பலும் இரயிலும் ஓடிய அதே காலங்களில் மோட்டார் வண்டிகளும் ஓடின. இவற்றின் வேகமும் தோற்றமும் அதிகார வர்க்கத்தையும் உழைக்கும் மக்களையும் கவர்ந்திழுத்ததால் பயணிகளும் மோட்டார் வண்டிகளும் பல்கிப் பெருகின. வண்டிகள் ஓடுவதைத் தீர்மானிப்பதில் சாலை முக்கியப் பங்காற்றுவதால் அதை அமைக்க வேண்டிய கட்டாயம் ஏற்பட்டது. உலகளவில் நிகழ்ந்த இப்போக்கு மோட்டார் உற்பத்தியையும் விற்பனையையும் ஒரு தொழிலாக

உருவாக்கியது. மோட்டார் வியாபாரத்தைப் பெருக்க சாலை அமைக்க வேண்டுமென மோட்டார் வண்டி வியாபாரிகள் அரசை வலியுறுத்தினர்.[1] பிரித்தானியக் கிழக்கிந்தியக் கம்பெனியின் ஏகாதிபத்திய நலனுக்காக இரும்புத் தண்டவாளம் அமைத்ததைப் போல், சாலை அமைக்கவும் தீர்மானிக்கப்பட்டது.

தென்னக நெடுஞ்சாலை

தமிழ், தெலுங்கு, கன்னடம், மலையாளம், ஒரிய மொழிகள் பேசும் மக்கள் வசித்த பகுதிகள், இலட்சத்தீவு, இலங்கையின் வடபாகங்களும், கடற்கரைப் பகுதிகளும் பிரித்தானியரின் சென்னை மாகாண ஆட்சியின் கீழ் இருந்ததால் இப்பகுதிகளைத் தலைநகரான சென்னையோடு இணைக்க ஜிஎஸ்டி ரோடு *(Great Southern Trunk Road)* என அழைக்கப்படும் தென்னக நெடுஞ்சாலை அமைக்கத்திட்டமிடப்பட்டது.இப்பணி ஒரே நேரத்தில் முழுவீச்சில் அல்லாமல்; பகுதி பகுதியாக நடைபெற்றது. தொடக்கத்தில், தமிழகத்தில் மேற்கிலிருந்து கிழக்காகப் பாய்கின்ற ஆறுகளுக்கு வட, தென் திசைகளில் மாவட்டத் தலைநகரங்களிலிருந்து வட்டாட்சித் தலை நகரங்களுக்கும் பொருளாதார முக்கியத்துவம் வாய்ந்த நகரங்களுக்கும் கிராமங்களுக்கும் இடையே சாலை அமைக்கப்பட்டது. சாலை அந்தந்த மாவட்ட எல்லையில் முற்றுபெறும் வகையில் அமைத்தாலும் ஒவ்வொரு மாவட்ட எல்லைகளும் அதையடுத்த மாவட்டத்தின் தொடக்கப்புள்ளிகளாக இருந்ததால் மாவட்டங்கள் சாலையால் இணைக்கப்பட்டன. இதன் அடுத்த கட்டத்தில் ஆறுகளுக்குக் குறுக்காகப் பாலங்கள் கட்டமைத்து சென்னை மாகாணம் முழுமைக்கும் போக்குவரத்து உருவாக்கப்பட்டது. இது பாரம்பரியச் சாலையை அடியொற்றியும் தேவைக்கு ஏற்ப புதிய வழித் தடங்களை உருவாக்கியும் முக்கிய, கிளைச் சாலைகள் அமைக்கப்பட்டன.

திருநெல்வேலி மாவட்டத்தில் சாலை அமைக்கும் பணிகள் 1820களில் தொடங்கியது. பிரித்தானிய ஏகாதிபத்தியத்துக்குப் பெருத்தப் பொருளாதாரத்தைக் கொடுத்த பருத்தியும் உப்பும் மிகுதியாகக் கிடைத்ததும் இவற்றைக் கடல்வழியாக ஏற்றுமதி இறக்குமதி செய்யும் தூத்துக்குடி துறைமுகமும் இம்மாவட்டத்தில் இருந்தது. தூத்துக்குடியோடு பருத்தி விளையும் புவிப்பரப்பை இணைக்க திருநெல்வேலி மாவட்டத்தில் வசூலித்த உள்ளூர் நிதியால் சாலை அமைக்க 1846ஆம் ஆண்டு தீர்மானிக்கப்பட்டது. ஸ்ரீவில்லிபுத்தூர் முதல் சாத்தூர் வழியாகக் கோவில்பட்டியிலிருந்து தூத்துக்குடி வரை சாலை அமைக்க ஒரு லட்சம் ரூபாய் 1850ஆம் ஆண்டு அனுமதிக்கப்பட்டது. பாளையங்கோட்டையிலிருந்து

---

1. மோட்டாரும் பணப் பஞ்சமும் கட்டுரையில், *லட்சுமி*, பிப்ரவரி 1927.

தூத்துக்குடிக்கு 1856ஆம் ஆண்டு ரூ. 67,000 செலவில் புதிய சாலை அமைத்தனர். புதிய சாலைகள் அமைக்க ஆறு அல்லது எட்டு வருடங்கள் ஆனது; 1854 – 1864ஆம் ஆண்டுகளுக்கு இடைப்பட்ட காலத்தில் சாலை அமைக்க ஆண்டுதோறும் நாற்பது ஆயிரம் ரூபாய் செலவு ஆனது. சாலை அமைக்க நியாயமான வாய்ப்பு இன்னும் வழங்கவேண்டும்என மாவட்ட ஆட்சியர் 1865ஆம் ஆண்டு கூறினார். ஏனென்றால், சாலை இல்லாததால் பிற மாவட்டங்களைவிட திருநெல்வேலி மாவட்டத்தில் கூடுதலாக இருபத்தைந்து சதவீதம் பணத்தை வாடகை வண்டிக்குக் கொடுத்தனர்.[2] திருநெல்வேலி மாவட்டத்துக்குள் ஒரு பகுதியைப் பிற பகுதியோடு இணைக்க, தாமிரபரணி ஆற்றில் அம்பாசமுத்திரத்தில் ஒரு பாலம் 1841ஆம் ஆண்டும் திருநெல்வேலியையும் பாளையங்கோட்டையையும் இணைக்கும் சுலோச்சன முதலியார் பாலம் 1843ஆம் ஆண்டும் திருநெல்வேலியைச் சங்கரநயினார்கோயிலோடு இணைக்கும் பாலம் 1852ஆம் ஆண்டும் திருநெல்வேலியைக் கோவில்பட்டியோடு இணைக்க சிற்றாற்றில் கங்கைகொண்டான் பாலம் 1844ஆம் ஆண்டும் அம்பாசமுத்திரம் வட்டாட்சியில் விக்கிரமசிங்கபுரம் பாலம் 1891ஆம் ஆண்டும் கட்டப்பட்டன. சுலோச்சன முதலியார் பாலத்தைச் சுலோச்சன முதலியாரும் கங்கைகொண்டான் பாலத்தை எட்டையாபுரத்து ஜமீனும் தங்கள் சொந்த செலவில் கட்டமைத்தனர்.[3] அம்பாசமுத்திரம் வட்டாட்சி பாபநாசத்தில் நூற்பாலையை நிறுவிய நிறுவனம் தன் தொழிலுக்கான போக்குவரத்தின் தேவையைக் கருதி விக்கிரமசிங்கபுரம் பாலத்தைக் கட்டமைத்தது.

திருநெல்வேலி, அம்பாசமுத்திரப் பாலங்களை 1869ஆம் ஆண்டு வெள்ளம் அழித்ததால் அவற்றை 1873ஆம் ஆண்டுதான் மறுகட்டமைப்பு செய்ய முடிந்தது. திருநெல்வேலி மாவட்டப் பொறியாளர் கேப்டன் ஹார்ஸ்லி, ஐந்து முக்கியப் பாலங்களைக் கட்டமைத்து சுமார் பதினைந்து ஆண்டுகளில் (1841 ஆம் ஆண்டு முதல் 1855 ஆம் ஆண்டு வரை) இம்மாவட்டத்தை சாலைகளாலும் பாலங்களாலும் இணைத்தார். சாத்தூரின் வைப்பார் பாலத்தையும் நம்பியாற்றுப் பாலத்தையும் தூத்துக்குடியைப் பருத்தி விளையும் புவிப்பரப்போடு இணைக்கும் சாலைகளையும் இவர் கட்டமைத்தார். மேலும், கேப்டன் ஹார்ஸ்லி கன்னடியன், ஸ்ரீவைகுண்டம் அணைக்கட்டுக்கான முந்தைய முன்மொழிவையும் உருவாக்கினார்.[4] இதனால் இம்மாவட்டத்தின் மையப் புள்ளிகளான திருநெல்வேலி, பாளையங்கோட்டை ஆகிய இரு

---

2. H.R. Pate, 'Tinnevelly District Gazetteer', P. 243.
3. மேலது.
4. மேலது.

இடங்களிலிருந்தும் அம்பாசமுத்திரத்துக்கும் தென்காசிக்கும் இங்கிருந்து பாபநாசம்; இரமணசமுத்திரம்; ஆலங்குளம் வழியாகத் தென்காசி, தென்காசி முதல் சிவகிரி, தென்காசி – கொல்லம், சங்கரநயினார் கோயில் – ஸ்ரீவில்லிப்புத்தூர் – மதுரை; கோவில்பட்டி, சீவலப்பேரி, ஓட்டப்பிடாரம், விளாத்திக்குளம்; தூத்துக்குடி; திருச்செந்தூர்; நாங்குநேரி, பனகுடிக்கு சாலை அமைக்கப்பட்டது. இம்மாவட்டத்தில், திருச்செந்தூர் – குலசேகரப்பட்டினம் – திசையன்விளை சாலைப் போக்குவரத்து அமைக்க பனை வெல்லப் பொருளாதாரம் அடிப்படைக் காரணமாக இருந்தது. பாளையங்கோட்டை, திருநெல்வேலியில், சங்கரன்கோயில், ராஜபாளையம் வழியாகவும், தென்காசியிலிருந்து வாசுதேவநல்லூர், சிவகிரி வழியாகவும் மதுரை எல்லைவரை சாலை அமைக்கப்பட்டு திருநெல்வேலி, மதுரை மாவட்டங்கள் இணைக்கப்பட்டன.[5]

மதுரை மாவட்டத்தில் அப்போது அமைக்கப்பட்ட இருபத்து நான்கு நெடுஞ்சாலைகளில் தரமாகப் பாதுகாக்கப்பட்ட அறுபத்து நான்கு மைல் தொலைவிலான நான்காவது சாலை திருச்சிராப்பள்ளி மாவட்டத்தில் புழுதிபட்டியில் தொடங்கி கொட்டாம்பட்டி, மதுரை வழியாக நல்லமன்நாயக்கன்பட்டி எல்லை வரை விரிந்தது. மதுரை வழியாகத் திண்டுக்கல் முதல் பாம்பன் வரை சுமார் 130 மைல் தொலைவிலான சாலையும் பெரியகுளம் முதல் மதுரை வரைக்கும் தரமான சாலையும் அமைக்கப்பட்டது. நிதிப் பற்றாக்குறையால் பிற சாலைகள் தரமாக இல்லை.[6] திருச்சிராப்பள்ளியிலிருந்து திண்டுக்கல், மதுரை, திருமங்கலம் வழியாகத் திருநெல்வேலிக்கு அமைக்கப்பட்ட சாலையால் திருச்சிராப்பள்ளி முதல் திருநெல்வேலி வரை சாலையால் இணைக்கப்பட்டது.

திருச்சிராப்பள்ளியிலிருந்து பெரம்பலூர் வழியாகச் சென்னைக்குச் சாலை அமைக்கப்பட்டது. திருச்சிராப்பள்ளியில் காவேரி ஆற்றுப் பாலம் 1849ஆம் ஆண்டும் கொள்ளிட ஆறு 1852ஆம் ஆண்டும் கட்டப்பட்டதால் கொள்ளிடப் பாலத்திலிருந்து சற்றுத் தொலைவில் வடகிழக்குத் திசையில் லால்குடி, புல்லாம்பாடி வழியாக இச்சாலை சென்றது.[7] திருச்சிராப்பள்ளியிலிருந்து திண்டுக்கல், முசிறி, நாமக்கல் வழியாகச் சேலம், துறையூர் வழியாக ஆத்தூர், உடையார்பாளையம் வழியாகச் சிதம்பரம், கருர் வழியாகக் கோயம்புத்தூர், மண்ணச்சநல்லூர் வழியாகச் சேலம் மாவட்ட ஆத்தூருக்கும், திருச்சிராப்பள்ளியிலிருந்து

---

5. A.J. Stuart, 'Manual of the Tinnevelly District', p. 97.
6. J.H. Nelson, 'The Madura Country: A Manual', p. 58.
7. Lewis Moore, 'A Manual of the Trichinopoly District', p. 6.

தஞ்சாவூருக்கும் சாலை அமைக்கப்பட்டது.[8] திருச்சிராப்பள்ளி – சென்னை சாலை தென்னாற்காடு மாவட்டம் வழியாக அமைக்கப்பட்டது. இச்சாலையில் சில பகுதிகளில் 1920களில் தார் அமைக்கவில்லை.[9] தென்னக நெடுஞ்சாலை, மெட்ராஸ் – கன்னியாகுமரி சாலை, மெட்ராஸ் – திருச்சிராப்பள்ளிக்கு தார்ச் சாலை அமைத்ததால் அது எல்லாப் பருவகாலத்திலும் உபயோகிக்க ஏற்றதாக இருந்தது. விழுப்புரத்துக்கும் தொழுதூருக்கும் இடையில் மட்டும் ஜல்லி போடப்பட்டது. பின் கன்னியாகுமரி வரை தார்ச் சாலையாக இருந்தது.[10] தென்னக நெடுஞ்சாலை திருச்சிராப்பள்ளி – கோயம்புத்தூர், மெட்ராஸ் – கோயம்புத்தூர் – கள்ளிக்கோட்டை, கோயம்புத்தூர் – உதகைமண்டலம் – மைசூர் சாலை கோயம்புத்தூர், சேலம் மாவட்டங்களிலும் அமைக்கப்பட்டன. இச்சாலையின் சில பகுதிகள் வனத் துறையாலும் பொதுப் பணித்துறையாலும் பராமரிக்கப்பட்டது.[11]

திருநெல்வேலி – திருச்சிராப்பள்ளியை இணைத்த புளுதிபட்டி – நல்லமன்நாயக்கன்பட்டி சாலை மதுரை நகருக்கு வடக்கே வைகை ஆற்றுப் படுகைக்குக் குறுக்காகச் சென்றது. இச்சாலையில் மழைக்காலத்தில் செல்வது ஆபத்தானதாகவும் கடக்க இயலாததாகவும் இருந்த சிக்கலைத் தீர்க்கப் பாலம் கட்ட முடிவு செய்யப்பட்டது. கேப்டன் ஹார்ஸ்லி, 1855ஆம் ஆண்டு, இருபத்தைந்து வளைவுகளைக் கொண்ட பாலம் அமைக்க ரூ. 45, 000 ஆகும் எனக் கணக்கிட்டார்.[12] திண்டுக்கல்லுக்கும் பாலக்காடுக்கும் இடையேயான சாலைக்காக அமராவதி ஆற்றுக்குக் குறுக்கே நாற்பது அடி உயரத்தில் பதினொரு வளைவுகளைக் கொண்ட பாலமும், இதே சாலையில் பழநி அருகே நாற்பது அடி உயரத்தில் ஆறு வளைவுகளைக் கொண்ட பாலமும் கட்டப்பட்டன. பிற பாலங்கள் சிறியதாகவும் முக்கியத்துவம் இல்லாதவையாகவும் இருந்தன.[13] பழநி மலையில் அமைக்கப்பட்ட பாதை முழுமையாக அமைக்காமல் விடப்பட்டதால் அதை மீண்டும் அமைப்பது குறித்தும் இதற்கான நிதி தொடர்பாகவும் 1893–1894, 1894–1895 நிதி அறிக்கையில் விவாதிக்கப்பட்டது. இக்காலத்தில் பெரியார் அணையின் அருகாமை வழியே மதுரை முதல் திருவாங்கூர்

---

8. Madras District Gazetteers: Trichinopoly District, Volume II, Madras: The Superintendent, 1931, Pp 91 – 92.
9. Madras District Gazetteers: South Arcot District Volume II.
10. Madras District Gazetteers: North Arcot District, Madras: The Superintendent, Government Press, 1933.
11. Madras District Gazetteers: Salem District Volume II, Madras: The Superintendent, Government Press, 1932, Pp. 143 – 147.
12. J.H. Nelson, 'The Madura Country: A Manual', p. 59.
13. மேலது.

வரையும், கோட்டயம் முதல் திருவனந்தபுரம் வரையிலும் சாலை அமைக்கவும் இப்பாதைகளில் சில ஆறுகள் குறுக்காக ஓடுவதால் பாலம் கட்டவும் திட்டமிடப்பட்டது. ஏற்கனவே இரு பாலங்கள் மெட்ராஸ் அரசாங்கத்தால் கட்டப்பட்டன. மேலும் மூன்று பாலங்கள் கட்டத் தீர்மானிக்கப்பட்டன. இவற்றைக் கட்டவில்லை என்றால் போக்குவரத்துக்கு இடையூறாக இருக்கும் என கவர்னர் ஜெனரல் சபையில் நிதி அறிக்கையில் விவாதிக்கப்பட்டது.[14]

தென் ஆற்காடு மாவட்டத்தில் சிதம்பரம் – மன்னார்குடி சாலையில் கோமராட்சிக்கு அருகில் கான்சாஹிப் கால்வாயில் பாலம் கட்டப்பட்டது. இது 1923ஆம் ஆண்டு வெள்ளத்தில் அடித்துச் செல்லப்பட்ட பின் 1930களிலும்கூட மறுகட்டமைப்பு செய்யவில்லை. பண்ருட்டிக்கும் திருக்கோவிலுருக்கும் இடையே மலட்டாற்றில் 1884ஆம் ஆண்டு பாலம் கட்டப்பட்டது. இது வெள்ளத்தில் அடித்துச் செல்லப்பட்ட பின் 1910 – 11 ஆம் ஆண்டில் கட்டப்பட்டது.[15] பொன்னையாற்றைக் கடக்க கடிலம் ஆற்றுப் பாலம் கட்டப்பட்டது. தொழுதூர், சின்னாறு, உப்பாறு, கொள்ளிடம், காவேரி, மலட்டாறு, மணிமுக்தாண்டி, வெள்ளார் ஆற்றுப் பாலங்கள் கட்டப்பட்டன.[16] கோயம்புத்தூர் மாவட்டத்தில் சென்னை – கள்ளிக்கோட்டை சாலையில் காவேரி ஆற்றைக் கடக்க பவானியில் பாலம் கட்டப்பட்டது. அமராவதி ஆற்றுக்குக் குறுக்கே மடத்துக்குளம், தாராபுரம் பவானி ஆற்றில் மேட்டுப்பாளையும், சத்தியமங்கலம், பவானி, நஞ்சைப் புளியப்பட்டி, சவன்துபூர், நொய்யல் ஆற்றின் குறுக்கே கோயம்புத்தூர், திருப்பூர், ஒண்டிப்புத்தூர், பழையகோட்டை போன்ற இடங்களில் பாலம் கட்டப்பட்டன.[17] சென்னைக்குத் தெற்கு, மேற்குத் திசைகளில் அமைக்கப்பட்ட தென்னக நெடுஞ்சாலையை இணைக்க சென்னை முதல் கன்னியாகுமரி வரை ஆற்றுப்பாலங்கள் அமைக்கப்பட்டன். இடையில் வைகை ஆற்றைத் தவிர – ஓங்கூர் முதல் விழுப்புரம், வேப்பூர் முதல் தொழுதூர், அம்மாப்பேட்டை முதல் மணப்பாறை, திண்டுக்கல் முதல் மதுரை, மதுரை முதல் திருநெல்வேலி பொன்னாக்குடி வரை வாகனங்கள் செல்வதற்கு ஏற்ற சாலையாக இருந்தது.[18] இறுதியில், சென்னை – திருநெல்வேலி சாலை உருவானது. இவ்விரண்டு பகுதிகளுக்கும் இடையே அக்காலத்தில் நேரடியான பேருந்து போக்குவரத்து இல்லை. திருநெல்வேலி மாவட்டத்தில்

---

14. Proceedings of the Council of the Governor, 09 April 1894.
15. Madras District Gazetteers: South Arcot District Volume II, p. xxxii.
16. மேலது.
17. Madras District Gazetteers: Coimbatore District, Pp. 143 - 147.
18. Madras District Gazetteers: North Arcot District..

1910களில் பாளையங்கோட்டையிலிருந்து திருவாங்கூர் சமஸ்தானம் நாகர்கோயிலுக்கும், திருச்செந்தூருக்கும், சங்கரநயினார் கோயிலிலிருந்து எட்டயபுரத்துக்கும் தனியார் மோட்டார் பேருந்துகள் இயக்கப்பட்டன.[19] திருநெல்வேலி, மதுரை, திருச்சிராப்பள்ளி, தஞ்சாவூர், கோயம்புத்தூர், சேலம், தென் ஆற்காடு, வட ஆற்காடு, செங்கற்பட்டு மாவட்டங்களில் அமைக்கப்பட்ட சாலைகள் அட்டவணைகளில் எடுத்துக் காட்டப்பட்டுள்ளன.

திருநெல்வேலி மாவட்டச் சாலை

வ. எண்.	புறப்பட்ட இடம்	வழி	சேர்ந்த இடம்
1	பாளையங்கோட்டை	சாத்தூர்	மெட்ராஸ்
2	பாளையங்கோட்டை		திருவாங்கூர்
3	பாளையங்கோட்டை		தூத்துக்குடி
4	பாளையங்கோட்டை		கோவில்பட்டி
5	பாளையங்கோட்டை		வைப்பார்
6	பாளையங்கோட்டை	நான்குநேரி	திருக்குறங்குடி
7	பாளையங்கோட்டை	ஆலங்குளம்	தென்காசி
8	பாளையங்கோட்டை		காயல்பட்டனம்
9	திருநெல்வேலி		மதுரை
10	திருநெல்வேலி		ஸ்ரீவைகுண்டம்
11	திருநெல்வேலி		பொட்டல்புதூர்
12	திருநெல்வேலி		ஸ்ரீவைகுண்டம்
13	திருநெல்வேலி	சங்கரநயினார் கோயில்	ராஜபாளையம்
14	நான்குநேரி		ஸ்ரீவைகுண்டம்
15	நான்குநேரி	தகவல் இல்லை	களக்காடு
16	நான்குநேரி	தகவல் இல்லை	இடையன்குடி
17	நான்குநேரி	தகவல் இல்லை	வள்ளியூர்
18	நான்குநேரி	தகவல் இல்லை	மூலைக்கரைப்பட்டி
19	நான்குநேரி	தகவல் இல்லை	விஜய்யநகரம்
20	நான்குநேரி		
		திசையன்விளை	
21	பனகுடி		நான்குநேரி

19. H.R. Pate, 'Tinnevelly District Gazetteer', p. 246.

22	பனகுடி	களக்காடு	சேரன்மகாதேவி
23	பனகுடி		திருக்குறங்குடி
24	தென்காசி		வீரகேரளம்புதூர்
25	தென்காசி		குற்றாலம்
26	தென்காசி		பன்பொலி, செங்கோட்டை
27	தென்காசி	வாசுதேவநல்லூர் & சிவகிரி	மதுரைஎல்லை
28	அம்பாசமுத்திரம்	தவகல் இல்லை	தென்காசி
29	அம்பாசமுத்திரம்	தகவல் இல்லை	பத்மாநேரி
30	சேரன்மாதேவி	களக்காடு & பணகுடி	திருவாங்கூர் எல்லை
31	பாவூர்		சுரண்டை
32	ஸ்ரீவைகுண்டம்		ஆறுமுகமங்கலம்
33	கழுகுமலை	தகவல் இல்லை	கோவில்பட்டி
34	தூத்துக்குடி	தகவல் இல்லை	வேம்பார்
35	கோவில்பட்டி	தகவல் இல்லை	தூத்துக்குடி
36	விளாத்திக்குளம்	தகவல் இல்லை	குளத்தூர்
37	சாத்தூர்		ஸ்ரீவில்லிபுத்தூர்
38	சாத்தூர்		சங்கரநயினார் கோயில்
39	சாத்தூர்		விருதுபட்டி & மதுரை
40	சாத்தூர்		கோவில்பட்டி & திருநெல்வேலி
41	வத்திராயிருப்பு		மதுரை உயர்சாலை
42	ஸ்ரீவில்லிபுத்தூர்		மதுரைஎல்லை
43	ஸ்ரீவில்லிபுத்தூர்		தென்காசி
44	ராஜபாளையம்		திருநெல்வேலி
45	தூத்துக்குடி		எட்டையாபுரம்
46	கோவில்பட்டி		விளாத்திக்குளம்
47	புளியங்குடி	சங்கரநயினார் கோயில்	
	கோவில்பட்டி,		
48	ஆழ்வார்திருநகரி	நாசரேத்	சாத்தான்குளம்
49	தூத்துக்குடி	வாகைக்குளம்	ஸ்ரீவைகுண்டம்

50	திருச்செந்தூர்	குலசேகரப் பட்டனம்	திசையன்விளை
51	குலசேகரபட்டனம் மத்திய நிலையம்		உடன்குடி

A.J. Stuart, Manual of the Tinnevelly District (Madras: Government Press, 1879), p. 90 - 97

மதுரை மாவட்டச் சாலை

வ. எண்.	புறப்பட்ட இடம்	வழி	சேர்ந்த இடம்
	திண்டுக்கல்	வடமதுரை	எல்லை (எந்த எல்லை என்பது தெளிவற்று இருக்கிறது)
1	திண்டுக்கல்	பழநி	அமராவதி ஆறு
2	மதுரை	நத்தம்	சுவர்வசேகுறிச்சி
3	கொட்டாம் பட்டிக்கு வடக்கே புளுதிபட்டி	மதுரை	நல்லமன் நாயக்கன் பட்டி
4	மேலூர்	திருப்பத்தூர்	எல்லை
5	திருப்பத்தூர்	குன்னக்குடி	இராமநாதபுரம்
6	இராமநாதபுரம்	இராசிங்கமங்களம், குன்னக்குடி	எல்லை
7	செவல்பட்டி	இராமநாதபுரம்	உட்டனம்
8	பார்ப்பான்குளம்	முதுகுளத்தூர்	தெரகொசமங்கே
9	மண்டலமங்கம்	எரும்பட்டி	எட்டுவயல்
10	சிவகங்கை	ஏகன்சுவடி	இராமநாதபுரம்
11	குன்னக்குடி	காளையார் கோவில், மங்களம்	சிவகங்கை
12	கரூர் அருகே எல்லை	திண்டுக்கல், கொட்டாம்பட்டி, திருப்பத்தூர்	உட்டனம்

13	மதுரை	சிவகங்கை	தொண்டி
14	திண்டுக்கல்	மதுரை, மானாமதுரை, இராமநாதபுரம்	பாம்பன்
15	மல்லபோட்டி (தெளிவற்றபெயர்)		திண்டுக்கல்
16	------ (தெளிவற்றபெயர்)	பெரியகுளம், சின்னமனூர்	கூடலூர்
17	வத்தலகுண்டு		திண்டுக்கல்
18	ஆண்டிபட்டி		பெரியகுளம்
19	மதுரை	கருமாத்தூர், ஆண்டிபட்டி	சின்னமனூர்
20	பெரியகுளம்	பூம்பாறை, பழநி	தாராபுரம்
21	செம்பகனூர்	வில்பட்டி	பாலசமுத்திரம்
22	வில்பட்டி	பாலமடை	பெரியகுளம்
23	பாலமடை		தேவதானம்பட்டி
24	மேலூர்	திருப்புவனம்	திருச்சிராப்பள்ளி
25	அவரதர்மம்	உசிலம்பட்டி	ஊர்ப் பெயர் தெளிவற்று இருக்கிறது
26	மேலூர்	சிவகங்கை, மானாமதுரை, முதுகளத்தூர்	கடகுசந்தை
27	திருமங்கலம்	சுர்டுபட்டி	உசிலம்பட்டி
28	திருமங்கலம்	அம்மயநாயக்கனூர்	கோயம்புத்தூர் எல்லை
29	பந்தல்குடி	அருப்புக்கோட்டை	மதுரை

J.H. Nelson, 'The Madura Country: A Manual', New Delhi: Asian Educational Service, 1989, first published 1868.

திருச்சிராப்பள்ளி மாவட்டச் சாலை

வ. எண்.	புறப்பட்ட இடம்	வழி	சேர்ந்த இடம்
1	திருச்சிராப்பள்ளி	லால்குடி, புல்லாம்பாடி, பெரம்பலூர், வாலிகண்டபுரம்	மெட்ராஸ்
2	திருச்சிராப்பள்ளி		மதுரை
3	திருச்சிராப்பள்ளி		திண்டுக்கல்
4	திருச்சிராப்பள்ளி	கல்லணை, சர்க்கரைப் பாளையம்	கும்பகோணம்
5	திருச்சிராப்பள்ளி	திருவெறும்பூர்	தஞ்சாவூர்
6	திருச்சிராப்பள்ளி		திண்டுக்கல்
7	திருச்சிராப்பள்ளி		கரூர் (கோயம்புத்தூர் மாவட்டம்)
8	திருச்சிராப்பள்ளி காவேரியின் தெற்குக்கரை		குளித்தலை வட்டாட்சி எல்லை (கரூர்ரோடு)
9	திருச்சிராப்பள்ளி		புதுக்கோட்டை
10	திருச்சிராப்பள்ளி	கிழபழுவூர், உடையார் பாளையம், ஜெயங்கொண்ட சோழபுரம், கங்கை கொண்டபுரம்	மன்னார்குடி (தென்னாற்காடு மாவட்டம்)
11	திருச்சிராப்பள்ளி	முசிறி	சேலம்
12	திருச்சிராப்பள்ளி	துறையூர்	ஆத்தூர்
13	திருவெறும்பூர் நிலையம்	லால்குடி	இடையாத்து மங்கலம்

14	திருச்சிராப்பள்ளி		அள்ளிதுரை
15	திருச்சிராப்பள்ளி	சர்க்கர பாளையம்	கோவளகுடி
16	கும்பகோணம்		மெட்ராஸ்
17	மதுரை		மருங்காபுரி
18	குளித்தலை		மனப்பாறை
19	சிப்பிலாபுத்தூர்	காட்டுப்புத்தூர்	வளையாபட்டி
20	சீருடயூர்	செங்கரியூர்	கீழ்அணை
21	புல்லாம்பாடி		அரமணைக் குறிச்சி
22	கீழ்அணை		வெள்ளார் அணை
23	திருமானூர்	அரியலூர், பெரம்பலூர்	ஆத்தூர்
24	மதனக்குறிச்சி	ஜெயங்கொண்ட சோழபுரம்	ராஜெந்திர பட்டினம்
25	திருமானூர்		கிருஷ்ணாபுரம்
26	காட்டுப்புத்தூர்		வளையப்பட்டி
27	மணப்பாறை	புத்தாநத்தம்	துவரங்குறிச்சி
28	அரியலூர்		பெரம்பலூர்
29	குளித்தலை	மணப்பாறை	கோவில்பட்டி
30	மண்ணச்சநல்லூர்		ஆத்தூர்
31	முசிறி		துறையூர்
32	துறையூர்		பெரம்பலூர்
33	தொட்டியம்		நாமக்கல் வட்டாட்சி

Lewis Moore, 'A Manual of the Trichinopoly District in the Presidency of Madras', Chennai: Tamilnadu Archieves, 1988 first published 1878, Pp. 6 - 28 & Pp. 270 - 271.

தென்னாற்காடு மாவட்டச் சாலை

வ. எண்.	புறப்பட்ட இடம்	வழி	சேர்ந்த இடம்
1	மெட்ராஸ்	தென்னாற்காடு மாவட்டம்	திருச்சிராப்பள்ளி
2	கடலூர்	தென்னாற்காடு மாவட்டம்	சித்தூர்
3	சிதம்பரம்	விருத்தாச்சலம்	
4	திருக்கோவிலூர்	விழுப்புரம்	
5	பண்ருட்டி	திருக்கோவிலூர்	
6	அம்மாபேட்டை	திண்டிவனம்	
7	சிதம்பரம்	சேத்தியாத்தோப்பு	
8	சிதம்பரம்	லால்பேட்டை	
9	ஆசனூர்	எலவனசூர்	
10	செண்டூர்	மைலம்	
11	கடலூர்	கிளாக்குப்பம்	
12	கோவிந்தராஜ்	பேட்டை விக்கிரவாண்டி	
13	கள்ளக்குறிச்சி	கச்சிராப்பாளையம்	
14	மங்களம்	எலவனசூர்	
15	மரக்காணம்	செஞ்சி	
16	நெல்லிக்குப்பம்	வளத்தி	
17	பென்னாத்தூர்	அவலூர்பேட்டை	
18	பாண்டிச்சேரி	அரியலூர்	
19	விழுப்புரம்	செஞ்சி	சேத்துப்பட்டு
20	பாண்டிச்சேரி	பாபனபேட்டை	
21	பாண்டிச்சேரி	வெள்ளிமேடு	
22	புதுச்சத்திரம்	போர்ட்நோவா	
23	ஜோனகன் சத்திரம் குள்ளஞ்சாவடி		
24	திண்டிவனம்	வெள்ளிமேடு	
25	தொழுதூர்	கொறையூர்	விருத்தாச்சலம்

26	தியாகதுருகம்	திருவண்ணாமலை	
27	விழுப்புரம்	மாம்பழப்பட்டு	
28	விருத்தாச்சலம்	திருக்கோயிலூர்	

Madras District Gazetteers, South Arcot District, Volume II, Madras: The Superintendent, Government Press, 1932, Pp. xxxviii - xxxviii.

சேலம் மாவட்டச் சாலை

வ. எண்.	**புறப்பட்ட இடம்**	**வழி**	**சேர்ந்த இடம்**
1	ஆனந்தபுரம்		வளையப்பட்டி
2	பாகளூர்		பேரிகை
3	சோழப்பாடி பாகளூர்		
4	பெரும்பாளை		பென்னாகரம்
5	பென்னாகரம்		குண்டுகோட்டா
6	குண்டுகோட்டா		தேன்கனிகோட்டா
7	தென்கனிகோட்டு		பாகளூர்
8	ஓசூர்		தேன்கனிகோட்டா
9	தேன்கனிகோட்டா		கிருஷ்ணகிரி
10	தர்மபுரி		வட ஆற்காடு மாவட்ட திருப்பத்தூர்
11	தண்டுகாரனஹள்ளி		காக்கன்கரை
12	எடப்பாடி		தொப்பூர்
13	ஏத்தாப்பூர்		பேளூர்
14	எருமைப்பட்டி		நயினாமாலை
15	கெங்கவள்ளி		மஞ்சினி
16	ஹரூர்		முக்கனூர்
17	ஹரூர்		தீர்த்தமலை
18	ஹோசூர்		அந்தமான்கோட்டை
19	இருமத்தூர்		ஜெண்டமேடு
20	தர்மபுரி		திருப்பத்தூர்
21	இருட்டகோட்டா		தளி
22	ஜெடார்பாளையம்		திருச்செங்கோடு
23	காடத்தூர்		புட்டிரெட்டிபட்டி

24	கம்பைநல்லூர்		ஆனந்தூர்
25	கம்பைநல்லூர் இருமாத்தூர்		
26	கோட்டபட்டி		ஹனுமாதீர்த்தம்
27	கிருஷ்ணகிரி		மகராஜாகடை
28	குண்டரபள்ளி		வேப்பனபள்ளி
29	மக்டோனால்டு சத்ரம்		ஜெலகண்டபுரம்
30	மாசக்காளிபட்டி		எடப்பாடி
31	மோகனூர்		திருச்செங்கோடு
32	மோகனூர்		வலயாபட்டி
33	மோகனூர்		ஊமையனூர்
34	நடுவலூர்		ஆத்தூர்
35	நாமக்கல்		கோனேரிபட்டி
36	ஓமலூர்		சோழப்பட்டி
37	பள்ளிபாளையம்		சங்கரிட்ரக்
38	பள்ளிபாளையம்		கரிமங்கலம்
39	பள்ளிபட்டி		மல்லப்புரம்
40	பாப்பிரெட்டிப்பட்டி		முக்கனூர்
41	பென்னாகரம்		கரிமங்கலம்
42	புத்தூர்		மின்னாம்பள்ளி
43	சேலம்		நங்கவள்ளி
44	ஓமலூர்		சங்கரிட்ரக்
45	சேந்தமங்கலம்		கொல்லிமலை
46	சிங்காரப்பேட்டை		நாட்டரம்பள்ளி
47	சோகத்தூர்		பாப்பாரபட்டி
48	தலைவாசல்		பள்ளிபாளையம்
49	தலைவசால்		சேலம்
50	தம்மம்பட்டி		தேடாவூர்
51	தம்மம்பட்டி		வாழப்பாடி
52	தட்டியங்காரபேட்டை		நாமக்கல்
53	திருச்செங்கோடு		பெரியூர்
54	திருப்பத்தூர்		பர்கூர்
55	வளையம்பட்டி		புல்லாம்பட்டி
56	வாழப்பாடி		தும்பல்

57	வீரகனூர்		தலைவாசல்
58	வைகுண்டம்		காளிப்பட்டி

Madras District Gazetteer: Salem District Volume II, Madras: The Superintendent, 1932, Pp. xxvi - xxxi.

கோயம்புத்தூர் மாவட்டச் சாலை

வ. எண்.	புறப்பட்ட இடம்	வழி	சேர்ந்த இடம்
1	கோயம்புத்தூர்	திருச்சிராப்பள்ளி	
2	கோயம்புத்தூர்	போளுவம்பட்டி	
3	கோயம்புத்தூர்	புளியம்பட்டி	
4	கோயம்புத்தூர்	சுண்டம்பட்டி	
5	மெட்ராஸ்	கோயம்புத்தூர்	கள்ளிக் கோட்டை
6	கோயம்புத்தூர்	உதகைமண்டலம்	மைசூர்
7	ஆனைமலை	பொள்ளாச்சி	
8	பவானி	சாம்பள்ளி	
9	பவானி	சத்தியமங்கலம்	
10	பலியூர்	அஜ்ஜிபுரம்	
11	செய்யூர்	கோபிசெட்டி பாளையம்	
12	தனாயக்கன் கோட்டை	பென்னாரி சத்ரம்	
13	தனநாயக்கன் கோட்டை	சத்தியமங்கலம்	
14	தளி	பல்லடம்	
15	தாராபுரம் பல்லடம்		
16	தாராபுரம் பெருந்துறை		
17	தாராபுரம்	சத்தியமங்கலம்	
18	ஈரோடு	பவானி	
19	காங்கேயம்	கொடுமுடி	
20	காங்கேயம்	மேட்டுப்பாளையம்	
21	கவுண்டன்பட்டி	பவானி	
22	காவேரிபுரம்	கொள்ளேகால்	

23	மடத்துக்குளம்	பொள்ளாச்சி	
24	மலையம்பாளையம்	சத்தியமங்கலம்	
25	மேட்டுப்பாளையம்	சத்தியமங்கலம்	
26	மூலனூர்	வெள்ளக்கோயில்	
27	பாடியூர்	குன்னத்தூர்	
28	பெருந்துறை	ஈரோடு	
29	பெருந்துறை	சத்தியமங்கலம்	
30	போத்தனூர்	கோயம்புத்தூர்	
31	பொள்ளாச்சி	சிக்கா கசேனூர்	
32	பொள்ளாச்சி	மிங்காரா	
33	பொள்ளாச்சி	பெருந்துறை	
34	போனாச்சி	பொள்ளாச்சி	
35	புளியம்பட்டி	நம்பியூர்	
36	காவேரிபுரம்	சாம்பள்ளி	
37	உடுமலைப்பேட்டை	சின்னதாராபுரம்	
38	வெள்ளக்கோயில்	ஈரோடு	

Madras District Gazetteers: Coimbatore District, Madras: The Superintendent, 1933, Pp.143 - 147.

தஞ்சாவூர் மாவட்டச் சாலை

வ. எண்.	புறப்பட்ட இடம்	வழி	சேர்ந்த இடம்
1	அதிராம்பட்டினம்		செங்கிப்பட்டி
2	ஆலியூர்		நாகவூர்
3	அறந்தாங்கி		நாகப்பட்டினம்
4	அறந்தாங்கி		பட்டுக்கோட்டை
5	அறந்தாங்கி		சேதுபவா சத்திரம்
6	கந்தர்வகோட்டை		சீர்காழி
7	காரைக்கால்		திருப்பனந்தால்
8	காரைக்கால்		திருச்சிராப்பள்ளி
9	கோரடாசேர்ட்		கும்பகோணம்
10	கும்பகோணம்		தரங்கம்பாடி
11	கும்பகோணம்		திருமுலவாசல்
12	குற்றாலம்		பந்தலூர்

13	மன்னார்குடி		மதனகுறிச்சி
14	மாயவரம்		காவேரிபட்டினம்
15	மீமிசல்		அனைக்கரசத்திரம்
16	முத்துப்பேட்டை		மன்னார்குடி
17	நாகூர்		கும்பகோணம்
18	பட்டுக்கோட்டை		மன்னார்குடி
19	பட்டுக்கோட்டை		ராஜாமடம்
20	கோடியக்கரை		திருவாடி
21	புத்தூர்		புதுப்பட்டனம்
22	சாலியமங்கலம்		பாபநாசம்
23	செங்கிப்பட்டி		புதுச்சத்திரம்
24	சுந்தரபாண்டியபட்டினம் (இராம்நாட் மாவட்டம்)		அறந்தாங்கி
25	திருவாரூர்		செங்கிப்பட்டி
26	தோகதூர்		மாயவரம்
27	திருப்பனந்தால்		கங்கைகொண்ட சோழபுரம்
28	திருவாரூர்		பாபநாசம்
29	வேதாரண்யம்		நாகப்பட்டினம்
30	வேதாரண்யம்		தஞ்சாவூர்
31	வேதாரண்யம்		அனைக்கரை சத்திரம்

Madras District Gazetteer: Tanjore District Volume II, Madras: The Superintendent, 1933.

சாலையின் பன்மைத் தன்மை

பிரித்தானியரின் வருகைக்கு முன், மன்னரும் ஆளும் வர்க்கத்தினரும் பயன்படுத்திய காளைகளும் குதிரைகளும் இழுத்த பாரம்பரிய வண்டிகளின் சக்கரத்தைச் சுற்றி இரும்பு பொருத்தப்பட்டதால் அவை மண்தரையில் ஓடின. நவீன மோட்டார் வண்டிகளின் கட்டமைப்பும் ரப்பர் டயரும் புதையும் தன்மைகொண்ட களிமண் சாலையில் இயங்க இயலாது. இதற்குத் திடப்பொருட்களால் இறுக்கமாக அமைக்கப்பட்ட சாலை தேவை. இது அமைக்கத் தேவையான திடப்பொருட்கள் அருகில் உள்ள பகுதிகளிலேயே பெறப்பட்டன. இப்பொருட்கள் அக்காலத்தில் விற்பனைச் சரக்காகவும் இல்லை ஆகவே அவை விலைக்கு வாங்கப்பட்டது எனக் கூற இயலாது. "ஒரு பிராமணரும்

அவரது கிராமத்தில் வாழ்ந்த மற்றவர்களும் அண்டை அயல் கிராமங்களில் வசிக்கும் மக்களும் கொள்ளிடம், காவேரிக்குப் பாலம் கட்டுவதற்காக மரப்பலகைகள், மரக்கரி, விறகு போன்ற பொருள்களை இனாமாகக் கொடுக்க வேண்டும் என்று தாசில்தார்கள் நிர்ப்பந்தித்தார்கள்; அவர்கள் மறுக்கவும், அந்தப் பிராமணரைப் பன்னிரெண்டு ஆட்கள் பல்வேறு முறையில் அடித்துத் துன்புறுத்தினார்கள்"[20] என்ற காரல் மார்க்ஸின் குறிப்பிலிருந்து சாலை அமைக்கத் தேவையான திடப்பொருட்கள் 'இனாமாக' அபகரிக்கப்பட்டதை அறியமுடிகிறது. புவிப்பரப்பில் இயற்கையாய் இருக்கின்ற பல வகையான திடப் பொருட்களால் சாலைகள் அமைக்கப்பட்டதால் அவை வண்ண வண்ணமாகக் காட்சியளித்தன. இவற்றைத் தார்ச் சாலை *(Mettalled)* தாரில்லாச் சாலை *(Unmettalled)* என இரண்டாக வகைப்படுத்தினர். முன்னது கல், ஜல்லி, சரளை, தார் போன்ற திடப் பொருட்களால் இறுக்கமாகவும் தாரில்லாச் சாலை களிமண்ணாலும் அமைக்கப்பட்டது. மழைக் காலத்தில் களிமண் சாலையைப் பயன்படுத்த இயலாது; இதைப் பராமரிப்பதும் கடினமாக இருந்தது. அந்தந்த மாவட்டங்களில் கிடைத்த பொருட்களால் சாலை அமைத்ததாலும் பொருட்களை இறக்குமதி செய்யத் தடை இருந்ததும் இந்நிலைக்குக் காரணம்.

ஒவ்வொரு மாவட்டத்திலும் மொத்தச் சாலையின் தொலைவைக் கணக்கிட்டு அவற்றில் தார், தாரில்லாச் சாலையின் தொலைவும் கணக்கிடப்பட்டது. திருநெல்வேலி மாவட்டத்தில் 1911 – 12 ஆம் ஆண்டில் மொத்தம் 801 மைல் தொலைவிலான சாலையில் 790 மைல், 1916 – 17ஆம் ஆண்டு 990 மைல், 1932ஆம் ஆண்டு 1,094 மைல் என அதிகரித்தது.[21]இம்மாவட்டத்தின் மேற்குப் பகுதியில் கிரானைட்டும் கரிசல் பூமியில் சுண்ணாம்புக் கற்களும் கிடைத்ததால் அவற்றால் சாலை அமைக்கப்பட்டன. [22]தஞ்சாவூர் மாவட்டத்தில் 1871ஆம் ஆண்டு முதல் 1911 – 12ஆம் ஆண்டு வரை சாலை அமைப்பு அதிகரித்ததை அட்டவணை: 1 காட்டுகிறது. 1931ஆம் ஆண்டு 2,378 மைல் தூரம் சாலை இருந்தது. இம்மாவட்டத்தில் வல்லத்தில் மட்டும் தரமான செந்திற சரளைக் கற்கள் கிடைத்ததால் அம்மாவட்டத்தில் 517 மைல் தூரம்தான் தரமான சாலை அமைக்கப்பட்டது;[23] மற்றவை மண் சாலைகளாக இருந்தன. சரளை, ஜல்லி அம்மாவட்டத்தில் இல்லாததும் பிற மாவட்டங்களிலிருந்து அவற்றை இறக்குமதி

20. காரல் மார்க்ஸ், ஏங்கெல்ஸ், *இந்தியாவைப் பற்றி*, ப. 149.
21. H.R. Pate, 'Tinnevelly District Gazetteer', p. 205 – 206.
22. மேலது.
23. Madras District Gazetteers: Tanjore District Volume II, Pp. 3 & 182 - 183.

செய்யவும் தடை இருந்ததாலும் தரமான சாலை அமைக்க இயலவில்லை. பின்னர் இலங்கை ஜாப்னாவிலிருந்து ஜல்லி, திருச்சிராப்பள்ளியிலிருந்து கிராணைட் தென் ஆற்காடு மாவட்டத்திலிருந்தும் அறந்தாங்கியிலிருந்தும் செந்நிற சரளைக் கற்கள் இறக்குமதி செய்யப்பட்டு தார்ச் சாலை அமைக்கப்பட்டது.[24]

கோயம்புத்தூர் மாவட்டத்தில் 1911 – 12ஆம் ஆண்டு மொத்தம் 1532 மைல் தொலைவும் 1931 மார்ச் 31 அன்றுவரை மொத்தம் 2,678 மைல் தொலைவும் சாலை இருந்தது. இது 1894 மார்ச் 31 அன்று இருந்ததைவிட 672 மைல் கூடுதலாகும்.[25] இதில் 1,779 மைல் தூரம் ஜல்லி, சரளையால் அல்லது தார்ச் சாலை அமைக்கப்பட்டது. இம்மாவட்டத்தில் கிரானைட், வங்கக்கல், கருங்கல், படிகக்கல் போன்ற பொருட்கள் கிடைத்ததால் அங்குத் தரமான சாலை அமைக்கப்பட்டன.[26] தென்னாற்காடு மாவட்டத்தில் 1911 – 12ஆம் ஆண்டு மொத்தம் இருந்த 1,089 மைல் தொலைவில் 931 மைல் தார்ச் சாலையும் 158 மைல் தாரில்லாச் சாலையும் அமைக்கப்பட்டன.[27] தென்னாற்காடு மாவட்டத்தில் 1929ஆம் ஆண்டு 1,250 மைல் தொலைவுக்குச் சாலை இருந்தது. (pp. xxxi). சென்னை – திருச்சிராப்பள்ளி, கடலூர்– சித்தூர் சாலையும் இம்மாவட்டத்தில் வழி சென்றது. சிதம்பரம் – விருத்தாச்சலம், திருக்கோவிலூர் – விழுப்புரம் சாலை மிகவும் பழுதடைந்த நிலையில் இருந்தது. மெட்ராஸ் – திருச்சிராப்பள்ளி சாலையில் சில பகுதி தார் அமைக்காத நிலையில்தான் இருந்தது. கள்ளக்குறிசிச்சி வட்டாட்சியில் பண்ருட்டி – திருக்கோவிலூர் சாலையில் திருக்கோவிலூர் பொன்னையாற்றின் குறுக்காக அமைக்கப்பட்ட சாலை 1921ஆம் ஆண்டு திறக்கப்பட்டது. (xxxii). செங்கல்பட்டு மாவட்டத்தில் சரளையாலும் செந்நிறக் களிமண்ணாலும் சாலை அமைக்கப்பட்டன.[28] 1911 – 12 –ஆம் ஆண்டு மொத்தமிருந்த 1,188 மைல் சாலையில் 945 மைல் தார்ச் சாலையும் 243 மைல் தாரில்லாச் சாலையும் 1925 – 26 ஆம் ஆண்டு மொத்தமிருந்த 1,583 மைல் சாலையில் 1,234 மைல் தார்ச் சாலையும் 348 மைல் தாரில்லாச் சாலையும் இருந்தன. குடியாத்தம், திருப்பத்தூர், திருவண்ணாமலை, வாணியம்பாடி, வேலூர், வாலாஜாபேட்டை நகராட்சிகள் கிளைச் சாலைகளைப்

---

24. Madras District Gazetteers: Tanjore District Volume II, Pp. 3 & 182 – 183.
25. Madras District Gazetteers: Coimbatore District, Pp. 137.
26. மேலது.
27. Madras District Gazetteers: South Arcot District Volume II.
28. Madras District Gazetteers: Chengleput District, Madras: The Superintendent, Government Press, 1933.

பராமரித்தன.[29] ஒவ்வொரு மாவட்டங்களிலும் அமைக்கப்பட்ட சாலைகளின் தன்மைகளும் தொலைவும் அட்டவணைகளில் தரப்பட்டுள்ளன. 1891 – 92 ஆண்டுக்கு முந்தைய காலங்களில் சாலைகளை வகைப்படுத்தவில்லை.

அட்டவணை : 1

ஆண்டு	மொத்த சாலை (மைலில்)	தார் சாலை (மைலில்)	தாரில்லா சாலை (மைலில்)
1871 – 72	1, 109	–	–
1876 – 77	1,172	–	–
1881 – 82	1,157	–	–
1886 – 87	1,472	–	–
1891 – 92	1,673	163	1,510
1896 – 97	1,659	179	1,480
1901 – 02	1,732	200	1,532
1906 – 07	1,720	284	1,436
1911 – 12	1,755	359	1,396

Madras District Gazetteers: Tanjore District Volume II.

அட்டவணை : 2

ஆண்டு	மொத்த சாலை (மைலில்)	தார் சாலை (மைலில்)	தாரில்லா சாலை (மைலில்)
1871 – 72	300	–	–
1876 – 77	598	–	–
1881 – 82	629	–	–
1886 – 87	683	–	–
1891 – 92	682	607	75
1896 – 97	707	628	79
1901 – 02	701	644	57
1906 – 07	973	666	307
1911 – 12	1007	701	306

Madras District Gazetteers: Chengleput District.

29. Madras District Gazetteers: North Arcot District, p. 3.

அட்டவணை : 3

ஆண்டு	மொத்த சாலை (மைலில்)	தார் சாலை (மைலில்)	தாரில்லா சாலை (மைலில்)
1871 – 72	202	–	–
1876 – 77	287	–	–
1881 – 82	310	–	–
1886 – 87	365	–	–
1891 – 92	586	98	498
1896 – 97	598	117	481
1901 – 02	622	155	467
1906 – 07	787	381	406
1911 – 12	801	387	414

Madras District Gazetteers: The Nilgris District Volume II, Madras: The Superintendent, Government Press, 1915, p.2.

நிதி ஆதாரம்

சாலை அமைக்கத் தேவையான நிதி சம்பந்தப்பட்ட உள்ளாட்சி நிர்வாகம் சுங்கவரி, நிலவரி போன்ற வழிகளில் திரட்டியது. சுங்கவரி, நில செஸ் வரி, நிகர வருமானம் ஆகியவற்றில் மூன்றில் இரண்டு பாகம் சாலை தொடர்பான பயன்பாட்டுக்குக் கண்டிப்பாகச் செலவிடும் முறை ஏற்படுத்தப்பட்டது.[30] சென்னை மாகாணத்தில் 1850களில் சாலை வரி வசூலிக்கப்பட்டது. சாலையில் சுங்கச் சாவடிகளும் அமைக்கப்பட்டன. கள்ளிக்கோட்டை தாலுகாவில் கள்ளிக்கோட்டை நகரிலிருந்து கொண்டோட்டி என்னும் இடத்திற்கும் இடையில் பதினெட்டு மைல் தொலைவில் மூன்று சுங்கச் சவாடிகள் அமைக்கப் பட்டன.[31] சாலைகள் உள்ளாட்சி வாரியங்களால் பராமரிக்கப் பட்டது. அரிதாக சில பகுதிகளில் மாகாண அரசு சாலையைப் பராமரித்தது.[32] சாலையைப் பராமரிக்க இரண்டு வகை நிர்வாக முறைகள் உருவாக்கப்பட்டன. தென்னக நெடுஞ்சாலை ஒன்றுக்கும் மேற்பட்ட மாவட்டங்களைக் கடந்து சென்றதால் 1920ஆம் ஆண்டு முதல் மாகாண அரசாங்கத்தால்

30. Lewis Moore, 'A Manual of Trichinopoly District', p. 6.
31. Proceedings of the Council of the Governor, 20 November 1903, Pp. 103 - 103.
32. மேலது, 09 ஏப்ரல் 1894, ப. 93.

மாவட்ட, வட்டாட்சி வாரியங்கள் வழி பராமரிக்கப் பட்டது.[33]

சாலை அமைத்த போக்கில் மோட்டார் வண்டிகளின் இயக்கத்தை முறைப்படுத்த 1906ஆம் ஆண்டு மெட்ராஸ் மோட்டார் வாகன மசோதா நிறைவேற்றப்பட்டது. மோட்டார் களைப் பதிவு செய்தல், மோட்டாரை ஓட்டுபவர் அதை ஒரு தொழிலாகக் கொண்டிருத்தல், அதற்கு ஓட்டுநர் உரிமம் பெறுதல், மோட்டார் ஓட்டுநரின் கட்டுப்பாட்டில் இருத்தல், பொதுமக்களின் பாதுகாப்புக்குப் பங்கம் விளைவிக்காதிருத்தல், பொறுப்பற்ற முறையில் வண்டியை ஓட்டுவதாகக் கண்டறியப்படும் ஓட்டுநர்கள் மாஜிஸ்ட்ரேட் முன் நிறுத்தப்பட்டு உரிமம் இரத்து செய்தல், வேகமாய், பொறுப்பற்ற முறையில் வாகனத்தை ஓட்டி மனித உயிர்களுக்கு ஆபத்தை விளைவிக்கும் ஓட்டுநர்களுக்குத் தண்டத் தொகையும் சிறைத் தண்டனையும் வழங்குதல், வாகனப் பதிவு, ஓட்டுநர் உரிமம் ஆகியவற்றை உரிய அலுவலர்களிடம் பெறுதல், மைசூர், பெங்களூர், வங்காளம், புதுக்கோட்டை போன்ற சென்னை மாகாணத்துக்கு உட்படாத பகுதிகளிலிருந்து மோட்டார்களில் வரும் நபர்களை மைசூரிலிருந்து வரும் வாகனங்களுக்கு ஓசூர் அல்லது சேலத்திலும் புதுக்கோட்டையிலிருந்து வரும் வாகனத்தை திருச்சிராப்பள்ளியிலும் அவற்றின் பதிவு, உரிமம் ஆகியவற்றைப் பரிசோதிக்க இச்சட்டம் வழிவகுத்தது. அதேசமயம் அவை சம்பந்தப்பட்ட மாகாணங்களில் பதிவு செய்யவில்லை என்பதற்காகத் தண்டனை தரக்கூடாது என வலியுறுத்தப்பட்டது.[34] சென்னை மாகாணத்தைப் போல் பிற மாகாணங்களிலும் சாலை அமைக்கப்பட்டுப் போக்குவரத்துத் தொடங்கியதால் பம்பாய், கல்கத்தா போன்ற பகுதிகளிலிருந்து சென்னை மாகாணத்துக்கு அரசியல் பொருளாதாரத்துக்கு மட்டுமன்றி சுற்றுலாவுக்கு வருவதும் தோன்றியது.

---

33. G.O. No. 347, L, 9 April 1920.

34. The Madras Motor Vehicles Bill, 1906, Proceedings of the Council of the Governor, 1907, Vol. XXXV, Pp. 13–25.

3

மூன்றாம் வகுப்பாரால் முகிழ்த்த முதலாளியம்

உழைப்பாளர் உருவாக்கிய அடித்தளம்

ஏகாதிபத்திய உருவாக்கத்துக்காகப் புவிப்பரப்பு முழுமையும் இரயில் போக்குவரத்தைக் கட்டமைக்கும் பணியில் பிரித்தானிய அரசும் இது அங்கீகரித்த கம்பெனிகளும் ஈடுபட்டன.[1] இரயில் போக்குவரத்துத் தொழில் நட்டத்தை விளைவிக்குமெனக் கணித்து இத்தொழிலைச் செய்ய இக்கம்பெனிகள் தொடக்க காலங்களில் அஞ்சின. கம்பெனிகள் செலவிடும் நிதிக்கு "நூற்றுக்கு ஐந்து சதவீதம் வட்டி, இருப்புப் பாதையும் இரயில் நிலையமும் அமைக்கத் தேவையான நிலம்" உட்பட தேவையானவற்றை 'இனாமாய்க்' கொடுப்பதாக அரசாங்கம் உறுதியளித்து மதராஸ் இரயில்வே, ஜி.ஐ.பி. இரயில்வே கம்பெனிகளை இரயில் போக்குவரத்தைக் கட்டமைக்க டல்ஹவுஸி பிரபு ஏற்பாடு செய்தார். இரயில் போக்குவரத்தை முதல் 50 வருடங்கள் இக்கம்பெனிகள் பராமரிக்கும் பின் அரசாங்கம் கையகப்படுத்தும் என ஒப்பந்தமும் செய்யப்பட்டது.[2] இருப்புப் பாதை அமைக்கத் தேவையானவற்றை, ஏற்கனவே உறுதி அளித்ததுபோல், பிரித்தானிய – இந்திய அரசு தனியார் கம்பெனிகளுக்கு 'இனாமாக'க் கொடுத்தது. நவீனப் போக்குவரத்து இயங்கத்

1. *நற்போதகம்*, நவம்பர் 1868, 219.
2. வி. ஸ்ரீநிவாஷ் ஆச்சாரியர், 'இந்திய ரயில்வே பரிபாலனம்', *பிழைக்கும் வழி*, அக்டோபர் 1909, பக். 365 – 367, இவர் ஓமலூர் இரயில்வேயில் பணியாற்றினார்.

தேவையான இருப்புப் பாதை, பாலம், சாலை, இரயில் நிலையம், இன்னபிற அடித்தளத்தைக் கட்டமைக்க உடலுழைப்பு அவசியம். இப்பணியில் ஈடுபட்ட தொழிலாளர்கள் யார்? என்ற கேள்வி இங்குத் தவிர்க்க இயலாது. துணை ஆட்சியரிடம் வட்டாட்சியர் மீது பிராமணர் ஒருவர் கொடுத்த புகாரில் "ஏழைகளைத் துன்புறுத்தி, அவர்கள் குறைந்த செலவில் கொள்ளிடம் பாலத்தைக் கட்ட விரும்புகிறார்" என்ற மார்க்ஸ் ஏங்கெல்ஸ் குறிப்பு[3] அந்த 'ஏழைகள்' படிநிலை ஜாதியக் கட்டமைப்பின் உடலுழைப்பாளர்கள் என்பதைக் காட்டுகிறது. உழைப்பைத் 'தீட்டு' எனக் கூறி அதை மறுத்த ஹிந்து ஆதிக்க ஜாதியினர் சரளை, ஜல்லி எனக் கற்களாலும் மண்ணாலும் மண்ணில் இருப்புப் பாதையையும் சாலையையும் அமைக்கும் பணியைச் செய்திருக்கும் வாய்ப்பு முற்றிலும் இல்லை. சேற்றிலும் சகதியிலும் தொழிற்படுகின்ற விவசாய உழுகுடிகளும் உடலுழைப்புத் தொழிலிலும் ஈடுபட்ட சமூகத்தினரே இரும்பு, சாலை அமைக்கும் பணியில் ஈட்பட்டனர். பிரித்தானியர் உருவாக்கிய நவீன ஆலைகளிலும் பொதுப்பணித் துறையின் பிற வேலைகளிலும் சாலை, இருப்புப் பாதை அமைப்பதிலும் விவசாயத்தில் பண்ணையாட்களாகப் பிணைக்கப்படாதோர், பண்ணையிலிருந்து வெளியேறியோர் 'கூலி உழைப்பாளராகி' மேற்குறிப்பிட்ட வேலைகளில் ஈடுபட்டனர்.[4] விவசாய உற்பத்தியின் பண்ணையாட்களான பறையர் போன்ற சமூகத்தினரில் தினக் கூலிகளாக இருந்தோருக்கு ஆண்டு முழுவதும் விவசாய வேலை கிடைக்காததால் பொதுப் பணித்துறையின் சாலை அமைக்கும் பணிகளில் அவர்கள் ஈடுபட்டனர் எனத் தஞ்சாவூர் மாவட்டத்தில் பண்ணையாட்களின் நிலையை ஆராய்ந்து அறிக்கை சமர்ப்பித்த அம்மாவட்டத்தின் சிறப்புத்துணை ஆட்சியர் கே. எஸ். ஸ்ரீநிவாச ஆச்சாரியார் கூறுகிறார்.[5] ஆகவே, நவீனப் போக்குவரத்தின் அடிக்கட்டுமானப் பணிகளைச் செய்தோர் உடலுழைப்பாளர்கள் என்பது தெளிவு. இவர்கள் இக்காலத்தில் அட்டவணை, பிற்படுத்தப்பட்ட, மிகவும் பிற்படுத்தப்பட்ட அரசாங்க வகைமைகளில் இடம்பெற்றுள்ளனர். இவர்களுக்குக் கொடுக்கப்பட்ட கூலி உட்பட இரயில்வே அமைக்கத் தேவையான நிதி மூலதனம் எவ்வாறு திரட்டப்பட்டது என்பதைக் காணலாம்.

தஞ்சாவூர் நிதி மாதிரி

இரயில் பாதை அமைக்க ஒரு மைல் தூரத்துக்குச் சகல உபகரணங்கள் உட்பட மொத்தம், அகலப் பாதைக்கு 1,86,000 ரூபாயும், மீட்டர் கேஜ் பாதைக்கு 90,00 ரூபாயும், 2 1/2 அடி

3. மார்க்ஸ் ஏங்கெல்ஸ், 'இந்தியாவைப் பற்றி', ப. 149.
4. G.O. 3559, Revenue, 10 November 1917.
5. மேலது.

அகலப் பாதைக்கு 56,000 ரூபாயும், 2 அடி பாதைக்கு 37, 000 ரூபாயும்” 1910களில் செலவு ஏற்பட்டது.[6] இந்த நிதி மூலதனம் “பங்கு” முறையில் திரட்டப்பட்டது. இந்தியாவில் 1868 ஜனவரி 01 அன்று இரயில்வேக்குக் கிடைத்த மொத்தம் 49,690 பங்குகளில் 40, 221 பங்குகள் இங்கிலாந்தில் கிடைத்தன.[7] பிரித்தானிய – இந்தியாவின் வருவாய் 1880ஆம் ஆண்டு அதிகரித்ததால் “புது எல்லையின் இரயில்வே செலவையும் தாங்க இயலும்” என அரசு தெரிவித்தது.[8] இவ்வருவாயால் கோயம்புத்தூர் இருப்புப் பாதையைப் பிரித்தானிய – இந்திய அரசாங்கத்தின் ரொக்கத்தால் நடத்தப்படுமென அறிவித்தது.[9] இருப்பினும், கடன் வாங்கும் நிலை ஏற்பட்டது. இந்தியாவில் புதிதாக இரயில் பாதைகள் அமைக்க இங்கிலாந்தில் கோடி பவுன் கடன் வாங்கும்படி இந்திய மந்திரிக்கு காமன்ஸ் சபையார் அதிகாரம் கொடுத்தனர்.[10]

இந்தியா, ஐரோப்பியா நாடுகளில் பொதுமக்கள், அரசு, தனியார் நிறுவனங்கள், செல்வந்தர்கள் ஆகியோரிடம் நிதி மூலதனம் திரட்டப்பட்டதைத் தஞ்சாவூர் மாவட்டத்தில் இருப்புப் பாதை அமைத்த அனுபவம் தெரிவிக்கிறது. இம்மாவட்டத்தில் சாலை வரி முழுமையாக வசூலிக்கவில்லை. எச். எஸ். தாமஸ் 1878–ஆம் ஆண்டு தஞ்சாவூர் மாவட்ட ஆட்சியராகப் பொறுப்பேற்ற பின், அதுவரை வசூலிக்கப்படாத வரியை வசூலித்தார். இத்தொகையால் மாயவரம் முதல் முத்துப்பேட்டை வரை 54 மைல் தொலைவுக்கு இருப்புப் பாதை அமைக்க 1882ஆம் வருடம் ஆட்சியராகப் பெறுப்பேற்ற எச்.இ. ஸ்டோக்ஸ், அரசிடம் அனுமதி பெற்றார். சாலை வரியில் கிடைத்த பதின்மூன்று லட்சம் ரூபாய் இருப்புப் பாதை அமைக்கப் போதுமானதாக இல்லாததால் சென்னை மாகாண அரசு கடனாகக் கொடுத்த பன்னிரண்டு லட்சம் ரூபாயால் அப்பணி முடிக்கப்பட்டது. முத்துப்பேட்டை முதல் அறந்தாங்கி வரை நாற்பத்தொன்பது மைல் நீளமுள்ள இருப்புப் பாதை அமைக்கத் திட்டமிட்டு அரசிடம் இருபது லட்சம் கடன் கேட்டு அதற்கான பத்திரமும் 1901ஆம் ஆண்டு பிரசுரம் ஆனது. ஐரோப்பியர்கள் ஆறு லட்சம் ரூபாய் கடன் கொடுத்தனர். இந்தியர்கள் ஒரு பைசாகூட கொடுக்கவில்லை. பொது மக்களிடமிருந்து இருபது லட்சம் ரூபாயைத் திரட்ட முடியாததால் சென்னை அரசாங்கம் கடன் கொடுத்து இந்த இருப்புப் பாதையை முடித்து வைத்தது. இந்த இரயில்வேயின்

6. ‘இந்தியாவிலுள்ள ரெயில்வேக்களைப் பற்றி சில விஷயங்கள்’, *ஜனாபிமானி*, மார்ச் – ஏப்ரல் 1917, பக். 99 – 101.

7. Edward Davidson, ‘Railways of India’, p. 359.

8. *நற்போதகம்*, பெப்ரவரி 1880, ப. 43.

9. *நற்போதகம்*, மார்ச் 1881, ப. 63.

10. *நற்போதகம்*, ஜூன் 1886, ப. 119.

வருவாய் கொடுத்த பதின்மூன்று லட்சம் ரூபாயை நீடாமங்கலம் முதல் மன்னார்குடி வரையிலும் திருத்துறைப்பூண்டி முதல் வேதாரண்யம் வரையிலும் இருப்புப் பாதை அமைக்கப்பட்டது. தஞ்சாவூர் மாவட்டத்தின் இம்முயற்சி வெற்றிகரமான முன்மாதிரி ஆனது. இவ்வாரியம் பிற மாவட்ட வாரியங்களுக்குக் கடன் கொடுக்கும் நிலைக்கு உயர்ந்தது. தஞ்சாவூர் மாதிரியைப் பின்பற்றி திருநெல்வேலி, மதுரை, சேலம், கோயம்புத்தூர், குண்டூர் மாவட்ட வாரியங்களும் அந்தந்த மாவட்டங்களில் இருப்புப் பாதை அமைத்தன.[11]

இரயில்வே அமைப்பதால் ஏற்படும் பொது நன்மைகளையும் வளர்ச்சியையும் உணர்ந்த சென்னை மாகாண மாவட்ட வாரியங்கள் 1884ஆம் ஆண்டு முதல் நிலவரியில் ரூபாய் ஒன்றுக்கு மூன்று பைசா வீதம் ஸெஸ் வசூலிக்க உத்தரவு பெற்றனர். இருப்புப் பாதையில்லாத மாவட்டங்களில் இருப்புப் பாதை அமைக்க அந்தந்த மாவட்ட மக்களிடம் ரெயில்வே செஸ் Railway Cess என்னும் இருப்புப் பாதை வரி வசூலிக்கப்பட்டது.[12] இதனால் 1914ஆம் ஆண்டு மார்ச் 31 அன்று வரையில் 96, 31, 820 ரூபாய் சேகரித்தனர். 1913 ஜனவரி முதல் 1914 மார்ச் வரை உள்ளாட்சி நிதியிலிருந்து (Local Fund) பின்வரும் இருப்புப் பாதைகள் அமைக்க உத்தரவானது: 1. கோயம்புத்தூர் மாவட்ட வாரியத்தால் பொள்ளாச்சிக்கு 3 அடி 3. 3/8 அங்குல அகலத்தில் 25 மைல் நீளமுள்ள பாதை. இதற்குச் செலவு 11.5 லட்சம் ரூபாயும், 2. குண்டூர் மாவட்ட வாரியத்தால் தென்னாலியிலிருந்த ரேபல்லிக்கு 5 அடி 6 அங்குல அகலத்தில் 23 மைல் நீளமுள்ள பாதைக்கு 14 லடசம் ரூபாயும் செலவு ஆகும் எனக் கணக்கிடப்பட்டது. கோயம்புத்தூர் மாவட்ட வாரியம் சேகரித்த இரயில்வே ஸெஸ் போதாமையால், 5 லட்சம் ரூபாய் கடன் வாங்கிக் கொள்ள அனுமதிக்கப்பட்டது.[13] திருநெல்வேலி மாவட்ட வாரியம் திருநெல்வேலி – திருச்செந்தூர் இருப்புப் பாதையை அமைக்கத் திட்டமிட்டு அதற்கு 16,77,706 ரூபாய் செலவாகுமென மதிப்பிட்டது. இதை அரசாங்கம் ஏற்று இரயில்வே வாரியத்துக்கு அனுப்பியது.[14] தஞ்சாவூர் மாவட்ட வாரியத்தில் கடனாக வாங்கிய ஆறு லட்சம் ரூபாயோடு, சர்க்கார் கிஸ்தியுடன் சேர்த்து ரூபாய்க்கு மூன்று பைசாவீதம் 12 வருடங்களாக வசூலித்த இரயில்வே ஸெஸ் பணத்திலிருந்து மீதி 11 லட்சம் ரூபாய் சேர்த்து பதினேழு லட்சத்தால் அப்பாதையை

11. பிழைக்கும் வழி, பிப்ரவரி, 1909, பக். 44 – 45.
12. *கத்தோலிக் குடும்ப போதினி*, ஜூலை – ஆகஸ்ட் 1916, ப. 2.
13. 'இந்துதேசத்திய இருப்புப் பாதைகள்', *ஜனாபிமானி*, நவம்பர், 1914, பக். 138.
14. *கான வித்யா ப்ரகாஷினி*, 1915 ஜூலை, ப. 7.

அமைக்க முடிவு செய்தது.[15] இப்பணி முடிந்த பின் இப்பாதையை நிர்வகிக்கும் பொறுப்பு தென்னிந்திய ரெயில்வே கம்பெனியிடம் ஒப்படைக்கத் தீர்மானிக்கப்பட்டது.[16] திருச்சிராப்பள்ளியிலிருந்து புதுக்கோட்டைக்கு 32 மைல் தூரத்தில் இருப்புப் பாதை அமைக்கத் தோராயமாக இருபது லட்சம் ரூபாய் ஆகுமெனக் கணிக்கப்பட்டது. இப்பணியைச் செய்யும் அதிகாரம் தென்னிந்திய இரயில்வேயின் முதன்மைப் பொறியாளரிடம் புதுக்கோட்டை தர்பார் கொடுத்தது. ஜனாபிமானி, ஏப்ரல், 1915, ப. 435. அறந்தாங்கியிலிருந்து புதுக்கோட்டை, காரைக்குடி வழியாக இராமநாதரபுரத்துக்கு 195 மைல் தூரம் இருப்புப் பாதை அமைக்க சுமார் 47 லட்சம் ரூபாய் தேவைப்படும் என மதிப்பிடப்பட்டு 50 லட்சம் ரூபாய் சேகரிக்க ஏற்பாடு ஆனது. சுதேஷிய முதலாளிகளான நாட்டுக்கோட்டைச் செட்டியார்கள் சிலர் இத்தொகையில் ஒரு பகுதியைக் கொடுக்க ஒப்புக் கொண்டனர்.[17] சூரமங்கலத்திலிருந்து சேலம் நகரத்துக்கும் ஆத்தூருக்கும் இருப்புப் பாதை அமைக்க சென்னை அரசாங்கம் செய்த சிபாரிசை சேலம் மாவட்ட வாரியம் ஒப்புக்கொண்டது.[18] இவ்வாறு இரயில்வே போக்குவரத்து உருவாக்கத்துக்கான நிதி மூலதனம் மாவட்ட வாரியங்களால் திரட்டப்பட்டதைத் தெளிவாக்குகிறது.

இரயில் கொட்டிய லாபம்

பிரித்தானிய ஏகாதிபத்தியத்தை நிறுவும் நோக்கத்துக்காக உருவாக்கப்பட்ட இரயில் போக்குவரத்தானது ஒரு தனித்த தொழிலாகப் பரிணமித்ததால், இருப்புப் பாதை அமைக்கும் முன் சம்பந்தப்பட்ட வழித் தடத்தில் கிடைக்க இருக்கும் லாப, நட்டத்தைக் கணக்கிட்டனர். இரயில் போக்குவரத்தை நிறுவிய கம்பெனிகள் சரக்குகளையும் பயணிகளையும் ஏற்றிச் செல்வதால் கிடைத்த வருவாயைக் கணக்கில் கொண்டன. பெல்லாரிக்கும், கடப்பாவுக்கும் சென்னைக்கும் இரயில் சென்றுவந்தால் ஆண்டுதோறும் கிடைக்கும் வருவாய்த் தொகையைக் கணக்கிட்டன. சென்னைக்கும் செங்கல்பட்டுக்கும் நடுவிலுள்ள வண்டலூருக்கும் திருப்போரூருக்கும் இடையே இரயில் போக்குவரத்தை உருவாக்கத் திட்டமிட்ட 'ஹோல்ஸ்ட் அண்டு நாதன்' நிறுவனம் அப்போக்குவரத்து லாபம் தரும் எனக் கணித்தது. கோவளத்தில் அரசு உப்பளம் இயங்கியதையும் இசுலாமியருக்கும் ரோமன் கத்தோலிக்கருக்கும் அவ்வூர் யாத்திரைத் தலமாகவும், திருப்போரூர் முருகக் கோயில் ஹிந்துக்களின் புண்ணிய

15. *விஸ்வகர்மன்*, ஜூன் 1915, ப. 187– 188.
16. *ஜனாபிமானி*, அக்டோபர் 1915, ப. 771.
17. *விவேகபோதினி*, அக்டோபர் – நவம்பர் 1916, ப. 191.
18. *விஸ்வகர்மன்*, டிசம்பர் 1914, ப. 66.

தலமாகவும் இருந்ததைக் கணக்கில்கொண்டு வண்டலூருக்கும் திருப்போரூருக்கும் இருப்புப் பாதை அமைத்தால் பக்தர்களுக்கும் பொது மக்களுக்கும் சௌகர்யமாக இருப்பதுடன் கம்பெனிக்கும் லாபத்தைக் கொடுக்கும் எனக் கணக்கிட்டது. பெரிய இருப்புப் பாதைகளுக்கு உபயோகமாகும்படி அமைக்கப்படும் கிளைப் பாதைகளில் கிடைக்கக்கூடிய வருமானமானது அப்பாதையை நடத்தும் செலவுக்கும் போட்டுள்ள முதலுக்கு 100–க்கு 3 வீதம் லாபத்துக்குத் தாங்கள் உத்தரவாதமென்று பிரித்தானிய இந்திய அரசாங்கம் கூறியதையும் இருப்புப் பாதை அமைக்கத் தேவையான நிலத்தையும் செலவில்லாமல் அரசாங்கம் கொடுப்பதையும் கணக்கில் கொண்டு வண்டலூர் திருப்போரூர் திட்டத்தை முன்னெடுத்தனர்.[19] அத்திட்டம் இன்றுவரை செயல்படுத்த வில்லை. இருப்பினும், அரசியல் பொருளாதார நோக்கத்துக்குத் துணைபுரிய உருவாக்கப்பட்ட இரயில் போக்குவரத்து ஒரு கட்டத்தில் தனித்தத் தொழிலாகவும் பரிணமித்ததால் இது பண்பாட்டையும் பொருளீட்டப் பயன்படுத்தியது. இதனால் இப்புதியத் தொழில் பெருத்த லாபத்தைக் கொட்டியது.

மூன்றாம் வகுப்பு வருவாய்

வேலை, வணிகம், அரசியல் இயக்கம், ஆட்சியதிகார அலுவல் இன்னபிற காரணங்களுக்காக, பிரித்தானிய – இந்தியாவுக்குள்ளும் பிற நாடுகளுக்கும் இடம்பெயர்ந்தோர் இரயிலில் பயணித்ததால் பயணிகளின் எண்ணிக்கை பல்கிப் பெருகின. 1900–ஆம் வருடத்தில் மொத்தத்தில் 17,60,00,000 பேர்கள், 1910ஆம் வருடத்தில் 37.1 கோடி பேர்கள், 1913–14ஆம் வருடத்தில் 45.77 கோடி பேர்கள் 1914–15ஆம் வருடத்தில் 45.1 கோடி பேர்கள் பயணித்தனர். 1900ஆம் ஆண்டுமுதல் 1915ஆம் ஆண்டு வரை சுமார் 15 வருடங்களில் ஒவ்வொரு வருடமும் கிட்டத்தட்ட 20 லட்சம் பேர்கள் பயணித்தனர். இவ்விதம் பயணிகளின் தொகை இதேவிகிதப்படி இன்னும் 10 வருடம் அதிகரித்தால் 1925–26ஆம் வருடத்தில் 70 கோடி பயணிகள் இரயில் போக்குவரத்தை உபயோகிப்பர் எனக் கணிக்கப்பட்டது[20]. ஒரேமனிதர் ஒரு வர்ஷத்தில் எத்தனைதடவை பயணம் செய்கிறாரோ, அத்தனை தடவைக்கு அத்தனை பயணிகளென்று கணக்கிடப்பட்டது. மொத்தம் எத்தனை பயணச் சீட்டுகள் டிக்கட்டுகள் விற்கப்பட்டது என்பதைக் கொண்டு பயணிகள் அல்லது பயணங்களின் கணக்கு எடுக்கப்பட்டது.[21] இரயில் பயணிகள் எவ்வகுப்பு பெட்டியில்

---

19. *விஸ்வகர்மன்*, செப்டம்பர் 1915, பக். 227 – 228.
20. 'இந்தியாவிலுள்ள ரெயில்வேக்களைப் பற்றி சில விஷயங்கள்', *ஜனாபிமானி*, மார்ச் – ஏப்ரல் 1917, பக். 99 – 101.
21. மேலது.

அதிக எண்ணிக்கையில் பயணித்தனர் என்ற கேள்வி இங்குத் தவிர்க்க இயலாதது. இந்தியச் சட்டசபையில் இரயில் பயணிகளின் குறைகளை விவாதித்தபோது "முதல் வகுப்பு ஆசனம் வருஷத்தில் 60 நாட்களும், இரண்டாம் வகுப்பு ஆசனம் வருஷத்தில் 180 நாட்களும் உபயோகிக்கப்படுகின்றன" என எம். என். ஜோஷி பதிலளித்ததானது இவ்விரண்டு வகுப்புப் பயணிகளும் வருடம் முழுக்க பயணிக்கவில்லை என்பது தெளிவு. 1913ஆம் ஆண்டு இரயிலில் பயணித்தவர்களின் எண்ணிக்கை 4170 லட்சம்; இது 1911ஆம் வருஷத்தைக் காட்டிலும் 270 லட்சம் பேர் அதிகம். இதில் 3ஆவது வகுப்புப் பயணிகளின் தொகைதான் அதிகம் என *விவேகபோதினி* பத்திரிகையும்[22] 1914–15ஆம் வருடத்தில் மொத்தம் பயணிகளில் 100–க்கு 90பேர் மூன்றாம் வகுப்பில் பயணித்ததாக ஜனாபிமானி பத்திரிகையும் கூறுகின்றன.[23] எனவே 1934 டிசம்பர் முதல் எல்லா இரயில்களிலும் முதல் வகுப்பை ஒழிக்கவும் முடிவு செய்யப்பட்டது.[24] ஆகவே, இரயிலில் மூன்றாம் வகுப்புப் பயணிகள்தான் அதிக எண்ணிக்கையில் பயணித்தது தெளிவு.

இரயில்வேயின் தொடக்க கால வருவாய்ப் புள்ளி விவரங்களைத் திரட்ட இயலவில்லை. 1911 ஆம் ஆண்டைவிட 1913ஆம் ஆண்டு இரயில்வேயின் வருவாய் 336 லட்சத்திலிருந்து 616.5 லட்சமாக அதிகரித்தது.[25] இந்தியாவிலுள்ள எல்லா இரயில்வே கம்பெனிகளின் மொத்த வருவாய் 1913–14ஆம் ஆண்டில் 63,58,56,000 ரூபாய், 1914–15ஆம் வருடத்தில் 60 கோடியே 42 லட்சம் ஆகும். பிந்தைய ஆண்டு வருவாயானது 1900ஆம் ஆண்டு வருவாய்க்கு இரண்டு மடங்காகும்.[26] அரசு, அரசு உதவிபெற்ற இரயில்வேகளில் 1916ஆம் ஆண்டு ஏப்ரல் முதல் ஆகஸ்ட் 26 வரையிலும் 1915ஆம் ஆண்டு இதே காலத்தில் கிடைத்த வருவாயைவிட இரண்டு கோடியே இருபத்தொன்பது லட்சத்து நாலாயிரத்து நூற்றெட்டு ரூபாய் அதிகம் கிடைத்தது.[27] 1925ஆம் ஆண்டு ஏப்ரல் 1ஆம்தேதி முதல் 1926ஆம் ஆண்டு ஜனவரி 23ஆம்தேதி வரை அரசுக்கு அனைத்து இருப்புப் பாதைகளிலும் கிடைத்த மொத்த வருவாய் 78.72 கோடி. இது,

---

22. *விவேகபோதினி*, செப்டம்பர் 1913, ப. 124.
23. 'இந்தியாவிலுள்ள ரெயில்வேக்களைப் பற்றி சில விஷயங்கள்', *ஜனாபிமானி*, மார்ச் – ஏப்ரல் 1917, பக். 99 – 101.
24. *வர்த்தக ஊழியன்*, அக்டோபர் 1934, ப. 103.
25. *விவேகபோதினி*, செப்டம்பர் 1913, ப. 124.
26. 'இந்தியாவிலுள்ள ரெயில்வேக்களைப் பற்றி சில விஷயங்கள்', *ஜனாபிமானி*, மார்ச் – ஏப்ரல் 1917, பக். 99 – 101.
27. *விவேகபோதினி*, ஆகஸ்ட் 1916, ப. 80.

முந்தைய வருடத்தைக் காட்டிலும் 67 லட்சம் ரூபாய் குறைவு.[28] 1934 ஏப்ரல் 17ஆம்தேதி வரை இந்திய இரயில்வேக்களின் வருமானம் 193 லட்சம். இது இதற்கு முந்தைய வாரத்தைவிட இரண்டு லட்சம் அதிகம். சென்ற வருடத்தின் இதே வாரத்தின் வருமானத்தைவிட 16 லட்சம் ரூபாய் அதிகம். 1931 – 32ஆம் வருடத்தில் இதே வாரத்தின் வருமானத்தைவிட நான்கு லட்ச ரூபாய் அதிகம்.[29] மேற்குறிப்பிட்ட புள்ளிவிவரங்களும் 1913–14ஆம் ஆண்டு இருப்புப் பாதை வரவு செலவுக்கான அட்டவணை – 1ம், இரயில் போக்குவரத்துத் தொழில் நட்டத்தைத் தருமென அஞ்சிய தொடக்க கால நிலைக்கு நேர்மாறாக அது பெருத்த லாபத்தைக் கொட்டும் தொழிலாக மாறியதைக் காட்டுகிறது. இரயில்வேக்குக் கிடைத்த வருவாயில் “மூன்றாவது வகுப்புப் பயணிகளின் தொகைதான் அதிகம்”.[30] 1914–15–ஆம் வருடத்தில் மூன்றாவது வகுப்புப் பயணிகளிடமிருந்து கிடைத்த வருவாய் 17.63 கோடி; பிற எல்லா வகுப்புப் பயணிகளிடமிருந்தும் கிடைத்த வருவாய் 20.35 கோடி.[31] 1920ஆம் ஆண்டு முதல் 1923ஆம் ஆண்டு வரை அரசாங்க, அரசாங்க உத்தரவாதம் பெற்ற இரயில் போக்குவரத்தில் பயணிகளின் பயணச் சீட்டில் வகுப்பு வாரியாகக் கிடைத்த வருவாய் அட்டவணை 2இல் தரப்பட்டுள்ளது.[32] இது, மூன்றாம் வகுப்புப் பயணிகளின் வருவாய் அதிகம் என்பதைக் காட்டுகிறது.

அட்டவணை 1

இருப்புப் பாதை அமைத்த செலவு	ரூ. 440,15,43,000
இருப்புப் பாதை (1914ஆம் ஆண்டு மட்டும்)	ரூ. 7,68,53,000
எஞ்சின், வண்டி	ரூ. 7,31,00,000
கட்டடம்	ரூ. 9,29,00,000
மொத்த வருவாய்	ரூ. 63,48,56,000
செலவுபோக மீதம்	ரூ. 30,65,52,000

‘இந்துதேசத்திய இருப்புப் பாதைகள்’, *ஜனாபிமானி*, நவம்பர் 1914, பக். 137.

28. *விவேகபோதினி*, பிப்ரவரி 1926, ப. 80.
29. *வர்த்தக ஊழியன்*, மே 1934, ப. 289.
30. *விவேகபோதினி*, செப்டம்பர் 1913, ப. 124.
31. ‘இந்தியாவிலுள்ள ரெயில்வேக்களைப் பற்றி சில விஷயங்கள்’, *ஜனாபிமானி*, மார்ச் – ஏப்ரல் 1917, பக். 99 – 101.
32. *விவேகபோதினி*, ஜூன் – ஜூலை 1924, ப. 280.

அட்டவணை 2

வகுப்பு	1920 – 21	1921 – 22	1922 – 23	மொத்தம்
முதல்	12709	13497	13632	39,838
இரண்டு	21800	22145	20453	64,398
மூன்று	278154	275790	309240	863184
மொத்தம்	312663	311432	343325	967420

விவேகபோதினி, ஜூன் – ஜூலை 1924, ப. 280.

இரயில் பயணிகளில் 'பிற எல்லா வகுப்பும்' ஐரோப்பியரையும் இவர்களால் உருவான கலப்பு மனிதர்களையும் உள்ளடக்கியது. மூன்றாம் வகுப்புப் பெட்டி இந்தியர்களுக்கு ஒதுக்கப்பட்ட போதிலும் அதில் எந்தெந்தச் சமூகத்தினரும் ஜாதியினரும் மிகுதியாய்ப் பயணித்தனர் என்பது குறித்த புள்ளி விவரங்கள் இல்லாததால் இதைத் தர்க்க ரீதியாகப் புரிந்து கொள்ளலாம். அதிக எண்ணிக்கையில் பயணித்தவர்கள் ஜாதி ஹிந்துக்களாக இருக்க இயலாது. ஏனென்றால், நிலமும் விவசாய உற்பத்தியின் சொத்துக்களும் பிராமணர், பிராமணரல்லாத ஆதிக்க ஜாதியினர் ஆக்கிரமிப்பில் இருந்ததாலும் உற்பத்தியில் நேரடியாகவும் மறைமுகமாகவும் ஈடுபட்ட வினைஞர்கள் மீது நிலவுடைமையாளர்கள் ஆதிக்கம் செய்ததாலும் அவர்கள் இடம்பெயர வேண்டிய சூழலும் தேவையும் உருவாகவில்லை. அதேசமயம், நவீன அதிகாரத்தைக் கைப்பற்ற நவீனக் கல்வியைக் கற்றல் உட்பட பிற தேவைகளுக்காக பிராமணர், பிராமணரல்லாத நிலவுடைமையாளர்கள் இடம்பெயர்ந்தனர்; ஆனால் இந்த எண்ணிக்கை குறைவு. எல்லாவற்றுக்கும் மேலாக, உற்பத்திக்கான வினைஞர்களில் ஈடுபடாத இவர்கள் எண்ணிக்கையில் குறைவானவர்களே.

இந்நிலைக்கு நேர்மாறாக, இவர்களால் காணாதோர், தீண்டத்தகாதோர், அரைத் தீண்டத்தகாதோர் என ஒதுக்கப்பட்டுச் சுரண்டப்பட்ட வினைஞர்கள் கிராமங்களிலிருந்து, பிரித்தானிய ஏகாதிபத்தியத்தின் ஆப்பிரிக்கா, இலங்கை, பர்மா போன்ற நாடுகளுக்கு இரும்புத் தண்டவாளம் அமைத்தல், தேயிலை, காப்பித் தோட்டக் கூலிகள் உட்பட பல வேலைகளைச் செய்ய கொத்து கொத்தாக இரயிலில் பயணித்ததால் இரயில்வேயின் வருமானத்தில் வினைஞர் சமூகங்களின் தொகைதான் அதிகம். தற்கால அரசின் வகைமையில் கூறுவதென்றால் ஆதிதிராவிட சமூகங்களையும் பிற்படுத்தப்பட்ட, மிகவும் பிற்படுத்தப்பட்ட திராவிட ஜாதிகளையும் சேர்ந்தோர் கூடுதல் தொகையையும்,

விவசாய உற்பத்தியில் ஈடுபடாமல் எண்ணிக்கையில் குறைந்த நிலவுடைமை ஜாதிகள் மிகக் குறைவான தொகையையும் பங்களித்தனர் எனலாம். பயணிகளால் வருவாய் கிடைத்ததால் அதைப் பெருக்க இரயில்வே நிர்வாகம் சில முயற்சிகளை முன்னெடுத்தது.

நடைமேடைச் சீட்டு

தென்னிந்திய இரயில்வே தன் வருவாய்ப் பெருக்கத்துக்காகக் கையாண்ட சில உத்திகளில் ஒன்று நடைமேடைச் சீட்டு. இரயில் பயணிகளை அவர்களின் சொந்த பந்தங்களும் நண்பர்களும் வழி அனுப்பவும் அல்லது அழைத்து வரவும் இரயில் நிலையத்துக்குள் சென்று வருவதற்குப் பயணிகள் அல்லாதோர் இக்காலத்தில் நடைமுறையிலுள்ள நடைமேடைச் சீட்டு முதலில் ஐரோப்பிய நாடுகளிலும் பின்னர் இந்தியாவிலும் அறிமுகம் செய்யப்பட்டது. இதைச் "சொந்த பந்தங்களை ரயில் அனுப்ப செல்லும்போது சிறிய ரயில்வே ஸ்டேஷன்களில் பிளாட்பார்ம் டிக்கட் எடுப்பதில்லை. பெரிய ஸ்டேஷன்களில் எடுக்கிறோம். இங்கிலாந்தில் 1913ஆம் ஆண்டு வரையிலும் பிளாட்பாரம் டிக்கட் கிடையாது. இந்த வருஷம்தான் க்ரேட்வெஸ்டர்ன் கம்பெனியார் ஒரு ஸ்டேஷனில் பிளாட்பாரம் டிக்கட் முறையைச் செயல்படுத்திப் பார்த்தனர். வருமானம் கிடைத்ததாம். அதிக கூட்டமும் குறைந்ததாம். ஐரோப்பாவில் ஜெர்மனி, பிரான்சு முதலிய நாடுகளில் இந்த ஏற்பாட்டு முறை ஏற்கனவே இருக்கிறது. ஆனால் இந்த ஏற்பாட்டு முறையால் சொந்தபந்தங்களை வழியனுப்பப் போகிறபோது ஏழைகளுக்குக் கஷ்டம் ஏற்படுகிறது" எனப் பிழைக்கும் வழி பத்திரிகை எழுதியது.[33]

பயண வரி நீக்கம்

பயணிகளுக்குப் பேருந்தில் வரியின்மையும் இரயிலில் வரி வசூலிக்கும் நடைமுறையும் இருந்தது. இரயிலுக்கும் பேருந்துக்கும் போட்டி ஏற்பட்டதால் பயணிகளை இழக்காமல் இருக்க பயண வரியை நீக்க ஆலோசித்தது. 1933 மே 13 அன்று உதகமண்டலத்தில் தென்னிந்திய ரெயில்வேயின் ஆலோசனைக் குழு கூட்டம் செயல்முகவர் மூர்ஹெட் தலைமையில் நடை பெற்ற போது "ரெயில்வே பிரயாணிகளுக்கு மாத்திரம் யாத்ரீகர் வரிவிதித்து மோட்டார் பிரயாணிகளை விட்டுவிடுவது ரெயில்வேக்கு கஷ்டத்தை விளைவிப்பது மாத்திரமல்லாமல் ரெயில்வேப் பிரயாணிகளுக்கும் அநீதமும் கஷ்டமும் விளைவிக் கின்றனவென்றும் 2 விதப் பிரயாணிகளுக்கும் வரியை விதிக்க

33. *பிழைக்கும் வழி*, மார்ச் 1913, ப. 198.

வேண்டுமென்றும் இல்லாவிட்டால் இவ்வரியையே எடுத்துவிட வேண்டுமென்றும் சென்னை, இந்தியா கவர்மெண்டுகளைக் கேட்டுக்கொள்வதாக ஏக மனதுடன் தீர்மானஞ்செய்யப்பட்டது.[34]

மைலேஜ் கூப்பன்

திருமண நாட்களில் பயணிகளுக்குச் சுமார் நான்கு பேர்களுக்குக் குறையாமலும் 25 மைல் தூரம் பயணிப்போருக்கு நான்கில் மூன்றுபாகம் சலுகை விலையில் பயணச்சீட்டு கொடுக்க 1934 ஜனவரி 20 அன்று நடைபெற்ற தென்னிந்திய ரயில்வே ஆலோசனைக் கூட்டத்தில் முன்வைக்கப்பட்ட கருத்து நிராகரிக்கப்பட்டது. நீலகிரிக்குச் சென்று திரும்பி வர சலுகை நாட்கள் 45 நாட்களாக அதிகரிக்கும் ஆலோசனை ஏற்கப்பட்டது.[35] இக்காலத்தில் நடைமுறையிலுள்ள மாதாந்திர சீட்டுகளுக்கு ஒப்பான மைலேஜ் கூப்பன்களைத் தென்னிந்திய இரயில்வே அறிமுகம் செய்தது. 1500 மைல்களுக்கு மூன்று மாதங்களுக்கு ரூ. 115 கட்டணமும் இரண்டாவது வகுப்புக்கு ரூ 58 கட்டணமும் 3000 மைல்களுக்கு ஆறு மாதங்களுக்கு முதல் வகுப்புக்கு ரூ. 230, இரண்டாம் ரூ. வகுப்புக்கு 115 கட்டணம் வசூலிக்கப்பட்டன.[36]

பக்தியின் பணம்

தென்னிந்திய இரயில்வே தன் வருவாயைப் பெருக்க ஆன்மீக வழிபாட்டை ஊக்குவித்தது. 1933 மே 13 அன்று உதகமண்டலத்தில் தென்னிந்திய ரெயில்வேயின் ஆலோசனைக் கமிட்டிக் கூட்டம் செயல்முகவர் மூர்ஹெட் தலைமையில் நடைபெற்ற போது, "ஜூலை மாதம் வரையிலுள்ள உற்சவங்கள் சம்பந்தமாகச் செய்ய வேண்டிய ஏற்பாடுகளைச் செய்துவிட்டு கூட்டம் கலைந்துபோயிற்று".[37] ஆன்மீகத் தலங்களுக்கு இரயில்களில் பயணிக்க பக்தர்களை இழுக்கும்விதமாக இரயில்வே நிர்வாகம் விளம்பரங்களை 1930களில் வெளியிட்டது. இரயில்வேயின் இச்செயல்பாட்டை ஆதரித்த பத்திரிகைகள் செய்திகள் வெளியிட்டன. "மகாமகத்துக்குச் செல்லும் பிரயாணிகளின் சௌகர்யங்களை தென்னிந்தியா ரெயில்வே கம்பெனியாராலும் நன்றாய்க் கவனிக்கப்பட்டு கீழ்க்கண்ட ஏற்பாடுகள் செய்யப்பட்டிருக்கின்றன. கும்பகோணத்திற்கு அனேக ஸ்பெஷல் வண்டிகள் விடப்படும். மாயவரத்திற்கும் தஞ்சாவூருக்கும் மத்தியில் 40–நிமிஷங்களுக்கொருமுறை இரு பக்கங்களிலும் வண்டி ஓடும்.

34. *வர்த்தக ஊழியன்*, ஜூலை 1933, பக். 10 – 11.
35. *வர்த்தக ஊழியன்*, பிப்ரவரி 1934, ப. 210.
36. *வர்த்தக ஊழியன்*, ஆகஸ்ட் 1934, ப. 58.
37. *வர்த்தக ஊழியன்*, ஜூலை 1933, பக். 10 – 11.

மேலும் நெருக்கடியான நேரங்களில் 20 நிமிஷங்களுக்கொருமுறை கும்பகோணத்திற்கு வரவும் அவ்விடத்திலிருந்து போகவும் வண்டிகள் உண்டு. திரும்பு காலையில் பிரயாணிகள் நெருக்கம் அதிகமாயிருக்கும், ஆனாலும் அவர்கள் எவ்வளவு துரிதமாய் வெளிச்செல்ல வேண்டுமோ அவ்வளவு ஏற்பாடுகளும் செய்யப்படும். கும்பகோணத்திற்கு வந்துபோகும் பிரயாணிகளுக்கு தெற்கே தஞ்சாவூர் மார்க்கத்திற்கு நீலவர்ண டிக்கட்டுகளும் வடக்கே சென்னை மார்க்கத்திற்கு சிவப்புவர்ண டிக்கட்டுகளும் கொடுக்கப்படும். மூன்றாம் வகுப்புப் பிரயாணிகள் தங்குவதற்கு 5 பெரிய கொட்டகைகள் கட்டப்பட்டிருக்கின்றன. இந்தக் கொட்டகைகளில் நீலம் அல்லது சிவப்பு அடையாளங்கள் உண்டாகையால் பிரயாணிகள் வண்டியேறுமுன் எந்தக் கொட்டகைக்குள் போகவேண்டுமென்பதை எளிதில் தெரிந்து கொள்ளலாம். இந்தக் கொட்டகைகளுக்கு வெளியே டிக்கட்டுகள் கொடுக்குமிடங்கள் இருக்கின்றன. ஸ்திரீகளுக்கு தனியாக டிக்கட்டு கொடுக்குமிடம் உண்டு. உற்சவ நாட்களில் பிளாட்பார டிக்கட்டுகள் கொடுக்கப்படமாட்டா. 2ஆவது வகுப்புக்கும், 3ஆவது வகுப்புக்கும் தனித்தனி டிக்கட்டு கொடுக்குமிடமும், பிரயாணிகள் தங்கும் அறைகளும் இருக்கின்றன. பிரத்தியேகமான தண்ணீர், சுகாதார, வைத்திய வசதிகளும் ஏற்படுத்தப்பட்டிருக்கின்றன. ஒரு இந்துக்கள் போஜன சாலையும் ஒரு முகமதியர் போஜனசாலையும் பல பழக்கடைகளும் சிற்றுண்டி சாலைகளும் இருக்கின்றன" என வர்த்தக ஊழியன் எழுதியது.[38]

இராமேஸ்வரத்தில் ஆடி திருக்கல்யாணத்தைக் தரிசிக்கவும் *(3–8–34 முதல் 13–8–34 வரையில் ஆடி அமாவாசை வெள்ளி ரதம் 9–8–34, தேர் அமாவாசை வெள்ளி ரதம் 11–8–34, திருக்கல்யாணம், தங்கப்பல்லாக்கு, பூப்பல்லாக்கு 13–8–34).*[39] *"திருச்செந்தூர் ஆவணி திருவிழா 29–08–1934 முதல் 9–9–1934" (விளம்பரம், வர்த்தக ஊழியன், செப்டம்பர் 1934, ப. 166)* "வைகுண்ட ஏகாதசி ஸ்ரீரங்கத்துக்கு விஜயஞ் செய்யுங்கள்" *(05–12–1934 முதல் 26–12–1934)*, "ஆருத்ர தரிசனம் சிதம்பரத்திற்கு விஜயஞ் செய்யுங்கள்" *(3–12–1934 முதல்23–12–1934)*[40] என விளம்பரங்கள் வெளியிட்டனர். "புண்ய ஸ்தலங்களை தரிசிக்க இதுவே நல்லகாலம்" எனக் கூறி, "மார்கழி நீராட்டத்திற்கு ஸ்ரீவில்லிபுத்தூருக்கு விஜயம் செய்யுங்கள் (திருப்பாவை உற்சவம்) *6–1–1935 முதல் 15–1–1935 வரையில்*, திருவிடைமருதூர் புஷ்யம் திருவிழா *12–1–1935 முதல் 22–1–1935*, வடலூர் புஷ்யம் திருவிழா*18–1–1935 முதல் 22–1–1935*, பழனி

38. 'மகாமக உற்சவம்', *வர்த்தக ஊழியன்*, மார்ச் 1933.
39. *வர்த்தக ஊழியன்*, ஜூலை 1934, ப. 28.
40. *வர்த்தக ஊழியன்*, டிசம்பர் 1934, ப. 166.

புஷ்யம் திருவிழா 22–1–1935, வைத்தீஸ்வரன் மாதக்கார்த்திகை 14–1–1935, பிக்ஷாண்டார் கோயில் தெப்பத்திருவிழா 19–1–1935 முதல் 20–1–1935, வேதாரண்யம், ராமேஸ்வரம், தனுஷ்கோடி, மகாபலிபுரம் அர்தோதயமகா, புண்யகாலம் 3–2–1935" ஆகிய நிகழ்வுகளைக் கூறியது.[41] "அர்த்தோதய மஹா புண்ய காலம், 27 வருடங்களுக்குப் பிறகு இப்பொழுது 3–2–1935 காலை 5 மணிக்கு நிகழ்கின்றது. தை அமாவாசை தினம் – கீழ்க் கண்ட இடங்களில் சமுத்திர ஸ்நானம் செய்யுங்கள்" என விளம்பரப்படுத்திய இரயில்வே நிர்வாகம், "வேதாரண்யம் (கோடியக்கரை), தனுஷ்கோடி, மஹாபலிபுரம் (செங்கற்பட்டுக்குச் சமீபம்) வேதாரண்யத்திற்குச் செல்லும் பிரயாணிகளின் சௌகரியத்திற்காக விசேஷ ஏற்பாடுகள் செய்யப்பட்டு வருகின்றன. பிரயாணிகள் தங்கும் ஹால்கள், ஜல சப்ளை, விளக்குவசதி முதலியவற்றிற்கு ஏற்பாடாகி வருகின்றது. பிராமணர்களைக் கொண்டு நடைபெறும் ரயில்வே சிற்றுண்டி சாலை ஒன்றுவைக்க ஏற்பாடாயிருக்கிறது. திருவாரூர் – வேதாரண்யம் பிரிவில் ஸ்பெஷல் வண்டிகள்விட ஏற்பாடுகள் செய்யப்படுகின்றன. ராமேஸ்வரத்திற்கும் தனுஷ்கோடிக்குமிடையே மணிக்கொரு வண்டி விடப்படும். அவசிய மேற்பட்டால் திருச்சினாப்பள்ளி, மதுரை, திருநெல்வேலி இவ்விடங்களிலிருந்து ஸ்பெஷல் வண்டிகள் விடப்படும். பிப்ரவரி 1–ந் தேதியன்றே இவ்விடங்களுக்குப் பிரயாணஞ் செய்து ஜனக் கூட்டத்தைத் தவிர்த்துக் கொள்ளுங்கள். விவரங்களுக்கு ஸ்டேஷன்களிலுள்ள நோட்டீஸ்களைக் காண்க" எனக் கூறி தென்னிந்திய ரயில்வே கம்பெனியின் பயண ஏற்பாடுகளைக் கூறியது.[42] தென்னிந்திய ரெயில்வேயில் பிரயாணம் செய்து புண்ய ஸ்தலங்களை தரிசியுங்கள். அக்னி நக்ஷத்திம் பழனியில் 7–3–35 முதல் 20–5–35வரை, பிரமோற்சவம் நடப்பதாக விளம்பரப்படுத்தியது.[43]

பயணிகளை ஈர்க்கசைவ, வைணவ மதங்களைச் சேர்ந்தோரின் ஆன்மீகத் தலங்களை மட்டுமன்றி கிறிஸ்துவ, இசுலாமிய மதங்களின் முக்கியத் தலங்களின் நிகழ்வுகளையும் விளம்பரப் படுத்தியது. 29–8–1934 முதல் 8–8–1934 வரை நாகப்பட்டினம் இரயில் நிலையத்திலிருந்து ஏழு மைல் தொலைவிலுள்ள வேளாங்கண்ணி[44] நாகூர் கந்தூரி திருவிழா (10.09.1934 முதல் 23–9–1934 வரை) ஆகியன வெளியாயின.[45] கிறிஸ்துவ, இசுலாமிய மதங்களுக்கென உலகளவில் ஜெருசலேம், மெக்கா ஆகிய புண்ணியத் தலங்களைத் தவிர

41. *வர்த்தக ஊழியன்*, ஜனவரி 1935, ப. 200.
42. *வர்த்தக ஊழியன்*, பிப்ரவரி 1935, ப. 224.
43. *வர்த்தக ஊழியன்*, மே 1935, ப. 304.
44. *வர்த்தக ஊழியன்*, டிசம்பர் 1934, ப. 166.
45. மேலது.

உள்ளூரளவில் வேறு புண்ணியத் தலங்கள் இல்லாததால் அவை பற்றிய விளம்பரங்களும் இல்லை. கிறிஸ்துவப் பண்டிகைகளைக் கொண்டாட கிறிஸ்துவர்களை அவரவர் வசிப்பிடங்களுக்குச் செல்லவதை ஊக்குவிக்க தென்னிந்திய இரயில்வே கம்பெனி விளம்பரம் செய்தது. 1933–34ஆம் ஆண்டு "கிறிஸ்துமஸ் புதுவருட விடுமுறை நாட்கள்" சௌகர்யமாகவும் மலிவாகவும் பிரயாணம் செய்யத் தவறாதீர்கள் – கிறிஸ்துமஸ், புதுவருட விடுமுறை நாட்களில் முதல் வகுப்பில் பிரயாணம் செய்யவும். இவ்வருடம் மிகவும் குறைந்த சார்ஜை முதல்வகுப்புக்கு ஏற்படுத்தியிருக்கிறது. 100 மைல்களுக்கு மேற்பட்டு எந்த வண்டியில் பிரயாணம் செய்தாலும் குறைந்த சார்ஜில் 1 1/3 வீதம் ரிட்டர்ன் டிக்கட்டுகள் கிறிஸ்துமசுக்காக விற்கப்படும். இரண்டாம் வகுப்பில் 100 மைல்களுக்கு மேல் எந்த வண்டியிலும் பிரயாணம் செய்ய 1 1/3 வீதம் ரிட்டர்ன் டிக்கட். மூன்றாம் வகுப்பில் 100 மைல்களுக்கு மேல் பிரயாணம் செய்ய சாதாரண சார்ஜில் 1 1/3 வீதம் ரிட்டர்ன் டிக்கட். இந்த டிக்கட் உள்ளவர்கள் இண்டோ சிலோன், தூத்துக்குடி புளூமவுண்டன் எக்ஸ்பிரஸ் நீங்கலாக மற்ற எல்லா வண்டிகளிலும் பிரயாணம் செய்யலாம். இந்த மலிவான டிக்கட்டுகள் 1933ஆம் ஆண்டு டிசம்பர் மாதம் 14ஆம்தேதியிலிருந்து 31ஆம்தேதிவரை அமலில் இருக்கும். 1934ஆம் ஆண்டு ஜனவரி 15ஆம்தேதி நடுராத்திருக்குள் திரும்பிவிட வேண்டும். ஷோரானூர் நிலாம்பூர், நீலம்பூர் ரயில்வேக்களில் மலிவான டிக்கெட்டுகள் செல்லாது. மற்ற விபரங்களுக்கு ஸ்டேஷனில் ஒட்டப்பட்டிருக்கும் விளம்பரங்களைப் பார்க்கவும்' என்றும்,[46] ஈஸ்டர் விடுமுறை 1935 ஏப்ரல் 12ஆம்தேதி முதல் 22ஆம்தேதி வரை – திரும்பி வருவதற்கான பயணச்சீட்டையும் எடுத்தோர் குறிப்பிட்ட தேதியில் வரவேண்டுமென காலக்கெடுவும் நிர்ணயித்தனர்.

மூன்று முதல் பன்னிரெண்டு வயதுக்குட்பட்ட குழந்தைகளுக்குப் பயணத் தொகையில் அரைக் கட்டணம் வசூலிக்கப்பட்டது. திரும்ப வரும் பயணச் சலுகைச் சீட்டுகளுக்குக் கூடுதலான சலுகைகள் எதுவும் வழங்கவில்லை. திரும்பும் பயணச் சீட்டு எடுத்தோர் பயணத்தை இடையில் நிறுத்தி பின் தொடரலாம். அதேசமயம் ஒருமுறை பயணித்த அதே வழியில் மீண்டும் பயணிக்கக் கூடாது. இது குறிப்பிட்ட காலக்கெடுவுக்குள் முடிக்க வேண்டும்" என்றும் விளம்பரங்களை வெளியிட்டது.[47] தென்னிந்திய இரயில்வே கம்பெனி தன் வருவாயைப் பெருக்க சுற்றுலாவை ஊக்குவித்தது. "சிறு உல்லாசப் பிரயாண கோஷ்டிகளுக்கு குறைந்த சார்ஜுகள் பிற வசதிகளையும் செய்து கொடுத்தது.

---

46. *வர்த்தக ஊழியன்*, டிசம்பர் 1933, ப. 166.
47. *வர்த்தக ஊழியன்*, ஏப்ரல் 1935, ப. 278.

"1934ஆம் வருஷம் ஏப்ரல் மாதம் 15ஆம்தேதி முதல், தென்னிந்திய ரெயில்வேயின் லோக்கல் புக்கிங்கில் 3ஆம் வகுப்பில் சாதாரண வண்டிகள் மூலம் 500–மைல்களுக்குக் குறையாத தூரங்களுக்கு நிஜமாகவே காக்ஷிகளைப் பார்ப்பதற்காகவும் உல்லாசமாகக் காலங் கழிக்கவும், யாத்திரைகள் போவதற்குமான சிறு கோஷ்டியினருக்குச் சில ஏற்பாடுகளைச் செய்தது".[48] மூன்றாம் வகுப்பில் பயணிக்கும் சிறு உல்லாசப் பயணம் மேற்கொள்வோர்க்கு அப்பெட்டியில் சில வசதிகள் செய்யப்பட்டன. கல்விச் சுற்றுலா செல்வோர்க்கும் இப்பெட்டி பயனாக இருக்கும் எனக் கூறப்பட்டது. பெரும் உல்லாசப் பயணம், திருமணக் குழுக்கள் பயணத்துக்காகவும் வடிவமைக்கப்பட்டன.[49]

இங்கிலாந்தில் இணைக்கப்பட்ட விதேஷிய நிறுவனமான தென்னிந்திய இரயில்வே கம்பெனி தன் வருவாயைப் பெருக்க சுதேஷிய பத்திரிகைகளில் விளம்பரம் கொடுக்கும் உத்தியைக் கையாண்டது. சுதேஷிய வியாபாரத்தை ஊக்குவிக்க நடத்தப்பட்ட "அகில இந்திய சுதேஷி பொருட்காக்ஷி" விளம்பரத்தையும் விதேஷிய நிறுவனமான தென்னிந்திய இரயில் கம்பெனி லிமிடெட் வெளியிட்டது.[50] வருவாயைப் பெருக்க பண்பாட்டைப் பொருளாக்கிய மேற்குறிப்பிட்ட செயல்களுக்கு எதிரான குரல்களும் எழுந்தன. ஹிந்து பண்பாட்டை ஊக்குவிப்பதன் பொருளாதார அரசியலை உணர்ந்த ஆதிதிராவிடர்கள் 1933 பிப்ரவரி 12 அன்று திருச்சிராப்பள்ளி புத்தூர் வண்ணாரப்பேட்டையில் எஸ். நீலாவதி தலைமையில் கூடியபோது, "சமீபத்தில் கும்பகோணத்தில் நடைபெறவிருக்கும் மகாமகம் இந்து மக்களை ஏமாற்றி பொருள் சம்பாதிப்பதற்காக வைதீகர்களும், ரயில்வேக்காரர்களும் வியாபாரிகளும் ஏராளமான விளம்பரங்களைச் செய்து கொண்டிருக்கிறபடியால் மக்கள் எவரும் ஏமாந்து செல்லாமலிருக்க வேண்டுமென"த் தீர்மானித்தனர்.[51] இரயில்வே கம்பெனிகளுக்குப் பயணிகள் வழி கிடைத்ததுபோல் சரக்குகளை ஏற்றி இறக்குவதன் வழியும் பெருத்தப் பொருளாதாரம் கிடைத்தது. அதேசமயம் இது சுதேஷிய வியாபாரத்தையும் வியாபாரிகளையும் பெருக்கியது.

சுதேஷியரின் விதேஷியம்

இரயில்வேயின் பெரும் வருவாய் சுதேஷியர்களுக்கு விதேஷியத் தொழில் மீது ஆர்வத்தை ஏற்படுத்தியது. இரயில் போக்குவரத்துத்துத் தொழிலுக்கான நிதி மூலதனம் பங்கு முறையில்

---

48. *வர்த்தக ஊழியன்*, மே 1934, ப. 292.
49. *வர்த்தக ஊழியன்*, செப்டம்பர் 1940, ப. 50.
50. *வர்த்தக ஊழியன்*, ஜூலை 1933, பக். 9.
51. *குடி அரசு*, 19 பிப்ரவரி 1933, ப. 17.

திரட்டியபோது கிடைத்த மொத்தம் 49,690 பங்குகளில் 40, 221 பங்குகள் இங்கிலாந்திலும் 819 பங்குகள் இந்தியாவிலும் கொடுக்கப்பட்டதில் வெறும் 397 பங்குகளைச் சுதேஷிகள் கொடுத்ததாக டேவிட்சன் சுட்டுவதானது[52] இரயில் கட்டமைக்கப் பட்ட தொடக்கக் காலங்களில் அத்தொழில் உருவாக்கத்தில் இந்தியர்களின் பங்களிப்பு குறிப்பிடும்படியாக இல்லாததைக் காட்டுகிறது. மேலும், இது அத்தொழிலில் அவர்களுக்கு அக்கறை இல்லாமல் இருந்ததைத் தெளிவாக்குகிறது. சென்னை மாகாணத்தில் மாவட்ட வாரியங்களால் கட்டமைக்கப்பட்ட இரயில் போக்குவரத்தை நிர்வகித்த தென்னிந்திய இரயில்வே கம்பெனிக்கும் மாவட்ட வாரியங்களுக்கும் கிடைத்த லாபத்தைக் கண்டு ஏங்கிய சுதேஷியர்களின் பார்வை –குறிப்பாகப் பிராமணர், பிராமணரல்லாத நிலவுடைமை ஹிந்துக்கள்– விதேஷிய இரயில் போக்குவரத்துத் தொழில் மீது திரும்பியது. ஸி. ராமசாமி ஐயங்கார், தஞ்சாவூர் மாவட்ட வாரியத்தால் அமைக்கப்பட்ட "இரயில்வேயிலிருந்து இதுவரை பதிமூன்று லட்சம் வருமானம் கிடைத்திருக்கிறது" என 1909ஆம் ஆண்டு எழுதியதும்[53] "சென்னை ராஜதானியிலுள்ள ஜில்லா போர்டுகள் சிறிய ரயில் பாதைகளை உண்டாக்கி ஜனங்களுக்கு உதவி புரிகின்றன. இந்த ரெயில்வேக்களால் வரும்படியும் அதிகமெனத் தெரிகிறது" என அலகாபாத்திலிருந்து வெளியான பயோனீர் பத்திரிகை செய்தியைக் குறிப்பிட்டு எழுதிய விவேகபோதினி "ரயில்வேக்களால் லாபமடைந்து வருகிற ஜில்லா போர்டுகள் இந்தியாவிற்குள்ளேயே நமது இராஜதானியில் அதிகமென" அப்பத்திரிகையின் பெருமையும்[54] சுதேஷியர்களின் பார்வை "லாபத்தை" நோக்கியதைக் காட்டுகிறது.

இரயில்வேயின் "லாபம்" ஹிந்துக்களை ஈர்த்ததால் விதேஷியத் தொழிலைக் கைக்கொள்ளும் ஆர்வம் அவர்களுக்கு ஏற்பட்டது. இது தொடர்பான விவாதத்தை முன்னெடுத்தவர்களில் ஒருவரான ஸி. ராமசாமி ஐயங்கார், "இப்போது நம்முடைய தேசத்திலிருக்கும் அநேக இருப்புப் பாதைகள் ஐரோப்பியர்கள் பணம் கொண்டு போடப்பட்டிருக்கின்றன. அதிலிருந்து வரும் லாபமெல்லாம் அவர்களுக்கே போகின்றது" என்று கூறியதோடு "நம்முடைய தேச கனவான்களோ இதன் லாபத்தை அறியாமல், ஒரு பைசாகூட இதற்குக் கொடுக்க முன்வரவில்லை" எனச் சினமடைந்தார்.[55]

---

52. Edward Davidson, 'Railways of India', p. 359.
53. *பிழைக்கும் வழி*, பிப்ரவரி 1909, பக். 44 – 45.
54. *விவேகபோதினி*, மே 1913, ப. 472.
55. சி. ராமசாமி ஐயங்கார், 'ரெயலில் ஆஸ்தியாகப் போடும் பணம்', *பிழைக்கும் வழி*, பிப்ரவரி 1909, பக். 44–45.

“இந்தியாவில், 1853ஆம் வருஷத்தில் இருபது மைல் இருப்புப் பாதைதான் இருந்தது. இப்பொழுது சுமார் முப்பதினாயிரம் மைலுக்குப் போய்விட்டது. இவைகளுக்காகப் பிடித்த செலவு தொகை ஏறக்குறைய நாற்பது கோடி ரூபாய். இந்தத் தொகையில் கொஞ்ச பாகம் கவர்மென்டாராலும், மற்றது, இங்கிலாந்திலிருக்கும் தனவான்களால் ஏற்படுபடுத்தப்பட்டக் கம்பெனிகளாலும், போடப்பட்டிருக்கிறது. இவர்களுக்கு இதிலிருந்து அரை வட்டி தேருகிறது. சென்ற எட்டு வருஷங்களாக, கவர்ன்மெண்டாருக்கு, இருப்புப் பாதைகளிலிருந்து நஷ்டமே கிடையாது. 1907–ம் வருஷத்தில், இவர்களுக்கு 383 லக்ஷம் ரூபாய் லாபம் கிடைத்தது”[56] என “லாபத்தை” எடுத்துரைத்த ராமசாமி ஐயங்கார், “இந்தியத் தேசத்தார்களுடைய பணம் கொஞ்சமேனும், இந்த மார்க்கத்தில் உபயோகப்படவில்லை. சுதேஷிகளில் ஒருவராவது, இதன் மகிமையை ஊன்றி யோசிக்கவில்லை” என வருந்தினார்.[57]

இரயில்வேயின் பங்குகளில் முதலீடு செய்ய வேண்டுமென இரயில்வே தொழிலாளர்களும் ஊக்குவிக்கப்பட்டனர். திருச்சிராப்பள்ளி பொன்மலையில் 1934 மே 01 அன்று நடைபெற்ற உலகத் தொழிலாளர் தினத்தில் கூட்டுறவு சங்கத்தின் முன்னாள் இணைப் பதிவாளர் ஸி.டி. நாயகம், “இப்படிச் சேர்ந்த வரும்படி கணிசமான ஒரு தொகையாகச் சேர்ந்தபின் அதை உங்கள் இருப்புப் பாதைப் பங்கிலாவது அதன் கடனிலாவது போட்டு வைப்பது சிறந்த வழியாகும். உங்கள் இருப்புப் பாதைப் பங்குத் தொகைக்கு 100க்கு 3.5 வட்டி கொடுப்பதாக அரசாட்சியார் பொறுப்பேற்றிருக்கிறார்கள்.” எனப் பேசிய அவர், “இப்படிச் செய்வதால் முதலாளிகள் தொழிலாளிகள் என்ற வேற்றுமை நீங்கி, ஒருவருக்கொருவர் உள்ள ஒற்றுமை உயர இடமாகும். இவ்வேற்பாட்டை இருப்புப் பாதையில் பங்குள்ள முதலாளிமார்களெல்லாம் விருப்பத்துடன் வரவேற்பார்கள்” என வலியுறுத்தினார்.[58] இதைத் தொழிலாளர்கள் ஏற்றுச் செயல்படுத்தினரா என்பதை அறிய இயலவில்லை. விதேஷி தொழிலைச் சுதேஷிகளும் கைக்கொள்ள வேண்டுமென்ற யோசனை தோன்றிய சூழலில், போர்க் காலங்களில் வெளிநாடுகளில் உற்பத்தி தடைபட்டதாலும் கப்பல் போக்குவரத்துக் குறைந்ததாலும் இங்கிலாந்து உட்பட ஐரோப்பிய நாடுகளிலிருந்து இந்தியாவுக்கு இறக்குமதி செய்வதில் ஏற்பட்ட பெருத்த பாதிப்பானது இரயில் போக்குவரத்துக்கான பொருட்களை பிரித்தானிய – இந்தியாவிலேயே உற்பத்தி செய்ய

---

56. சி. ராமசாமி ஐயங்கார், ‘ரெயலில் ஆஸ்தியாகப் போடும் பணம்’, பக். 44–45.

57. மேலது.

58. ‘இரயில்வே தொழிலாளர் கூட்டம்’, *ஐக்கிய அரசு*, மே 1934, ப. 20.

வேண்டிய நிர்ப்பந்தத்தை முதல் உலகப்போர் உருவாக்கியது. "திண்டுக்கல் பாலக்காடு ரெயில்வே போடுவதை பின்னி அண்டு கம்பெனிக்குக் கொடுத்ததால்" நெல்லூரில் 1915 மே 5 அன்று நடைபெற்ற சென்னை மாகாண ராஜீய மாநாட்டில் தங்களின் அதிருப்தியை வெளிப்படுத்தி தீர்மானம் நிறைவேற்றும் அளவுக்கு விதேஷிய தொழில் மீது சுதேஷிகளுக்கு ஈர்ப்பு ஏற்பட்டது.[59] அதேசமயம், "இந்த ஸமயத்தில் இந்திய முதலாளிகள் இந்தத் தொழிலை ஸ்தாபிக்க முன்வராவிட்டால் ஐரோப்பியர்கள் இந்தியாவிலேயே ஸ்தாபித்துவிடக்கூடும். அப்போது அது நமக்குக் கெடுதலாக முடியும். பிற்பாடு கவர்ன்மெண்டில் குறைசொல்லுவதில் பயனில்லை" என ஜனாபிமானி (ஜூன் – ஜூலை 1918) எழுதிய தலையங்கம் சுதேஷிய முதலாளிகளிடம் இரயில் தொழிலில் ஈடுபாடு குறைவாக இருந்ததையும் காட்டுகிறது. இறுதியில், இத்தொழிலும் தொடங்கப்பட்டது. மைசூர் அயர்ன் ஸ்டீல் நிறுவனம் 1940களின் தொடக்கத்தில் இரயில்வேக்கான அச்சு, இடையக இணைப்பு, சக்கரம் போன்ற உதிரி பாகங்களைத் தயாரித்தது.[60]

இரயிலும் வர்த்தகமும்

இந்தியாவின் கைத்தொழில் வளர்ச்சிக்குப் "பொருள்களை ஓரிடத்திலிருந்து இன்னொரு இடத்துக்குக் கொண்டுபோக போக்குவரத்து வசதி அவசியம்" என்ற கருத்து தோன்றியது.[61] "ரெயில்வே உண்டாகியிருப்பதால் கிராம ஜனங்களுக்குத் தங்களுடைய தானியம் முதலியவைகளை வியாபாரம் செய்வதற்கு கிட்டின ஊர்களைக்காட்டிலும் பட்டணங்களின் அதிக ஜனங்களின் வாஸத்தினால் அதிக தன உற்பத்தி ஏற்படா விட்டாலும், அதிக வியாபார முயற்சிகளுக்கு வேண்டிய ஸ்தாபனங்கள் பலவகைகளில் ஏற்பட்டு ஜனங்களுக்கு ஜீவனோபாயங்களைக் கொடுக்கின்றன"[62] என ஒரு பத்திரிகை கூறியதானது இரயில் போக்குவரத்து வியாபாரத்தைப் பெருக்கி வியாபார வர்க்கத்தை உருவாக்கியதை விளங்கிக் கொள்ளலாம். வியாபார வளர்ச்சிக்கு இரயிலின் அவசியத்தை உணர்ந்த கே. ஸ்ரீனிவாசன் பின்வருமாறு கோரினார்: "நமது தேசத்தில் உள் பிரதேசங்களில் ஞானமும் நாகரீகமும் வியாபாரமும் ஓங்குவதற்கு சாலைகளும் இதரப் பிரயாண மார்க்கங்களும்

59. *ஜனாபிமானி*, மே 1915, ப. 463.
60. *வர்த்தக ஊழியன்*, ஏப்ரல் 1940, 179.
61. 'கைத்தொழி லபிவ்ருத்திக்கு அவச்யமாய் வேண்டியவைகள்', *ஜனாபிமானி*, ஜனவரி – பிப்ரவரி 1917, ப. 3.
62. 'பட்டணங்களின் விருத்தியால் உண்டாகும் கெடுதிகள்', *ரூரல் இந்தியா*, ஜூன் 1928, ப. 161.

முக்கியமானவை. பெரிய சாலைகளிருப்பதோடு அவைகளோடு கிராமங்களைத் தொடுகிற ரோட்டுகளும் பாட்டைகளும் நன்றாய் அமையவேண்டும். பிராயண வண்டிகளும் சாமான் வண்டிகளும் கஷ்டமில்லாமல் செல்லவேண்டும். அப்படி அவைகள் அமைந்து பாதுகாக்கப்பட்டாலொழிய கிராமங்களிலிருந்து விளையும் தானியங்கள் வியாபாரத்தின் பொருட்டு அந்நியப் பிரதேசங் களுக்குக் கொண்டுபோகப்படுவது சாத்தியப்படாது. கிராம ஜனங்களும் தங்களுடைய சொந்த கிராமங்களிலிருந்து அந்நிய பிரதேசங்களுக்குச் செல்வதும் கஸ்ட சாத்தியமாவிருக்கும். சாலைகளையும் ரோட்களையும் அமைக்க அரசாங்கம் ரோட்டு கமிட்டியை அமைத்தது. வியாபாரம் எங்கெல்லாம் அதிகரிக்கிறதோ அங்கெல்லாம் ரோடு அமைக்கும் பணிகளைச் செய்யும். ரெயில்வே போர்டு இரயில்வேக்களை அதிகரிக்கும் நோக்கமாய் வேலை செய்தது. ரெயில்வே சார்ஜூ விகிதங்களையும் வியாபாரத்துக்குச் சாதகங்களையும் உண்டாக்குகிறது. தூரமான பிரதேசங்களுக்கு சாமான்களைக் கொண்டுபோக ரயில்வே அவசியம்".[63]

உற்பத்தியையும் வியாபாரத்தையும் பெருக்க, பிரித்தானிய இந்திய அரசாங்கம் இந்திய இரயில்வே வாரியத்தின் துணையுடன் விவசாயம், தொழில், சுகாதாரம், கூட்டுறவு போன்றவற்றைச் செய்முறை வழி கற்பிக்க இரயில் வண்டித் தொடர்களில் தனித்தனியாகக் கண்காட்சிகளை அமைத்து கிராம மக்களுக்குக் கற்பித்தது. விவசாய வண்டியில் பலவித மண், பயிர்கள், கருவிகள், எருக்கள், பயிர் நோய்கள், மாடுகள், பால் உற்பத்தி, பால் பொருட்கள்; சுகாதார வண்டியில் மலேரியா, விஷ ஜூரம், அம்மைநோய், வாந்திபேதி, சிகிச்சை முறை, தொழில் வண்டியில் நெசவு, தோல் தொழில்கள், கூட்டுறவு வண்டியில் கூட்டுறவின் பயன்கள் போன்றவை படங்கள், திரைப்படக் காட்சிகள் வழி விளக்கப்பட்டன. இவ்வண்டி வங்காளத்தில் 1262 மைல்கள் பயணித்தன. இக்காட்சிகளை சுமார் 1,20,000 மக்கள் பார்த்தனர். இது மக்களிடம் சாதகமான தாக்கத்தை ஏற்படுத்தியதால் மாகாண அரசின் நிதியுதவியால் இரயில் வண்டித் தொடரில் மேற்குறிப்பிட்ட காட்சிகளை நடத்துவதைத் தொடர முடிவு செய்யப்பட்டன.[64] இவை ஏற்றுமதி, இறக்குமதியை ஊக்குவித்தன.

பிரித்தானிய – இந்தியாவின் தென்னகப் பகுதிகளிலிருந்து வட பகுதிகளுக்கும் இலங்கை, இங்கிலாந்து உட்பட பிற

63. கே. ஸ்ரீனிவாசன், 'சாலைகள், ரோட்டுகள் இவைகளை விருத்தி செய்யவேண்டிய நிமித்தம் ஏற்பட்டிருக்கிற விசாரணை சபை', *ரூரல் இந்தியா*, பிப்ரவரி 1929, பக். 30 – 31.

64. 'கிராம முன்னேற்ற முறைகளைப் போதிப்பதற்காக ரயில் வண்டித் தொடர்கள்', *ரூரல் இந்தியா*, டிசம்பர் 1928, பக். 97 – 100.

நாடுகளுக்கும் ஓடுகள், செங்கல், நிலக்கரி தூள், கயிறு, ஓலை, விறகு, வைக்கோல், கிரோசின் எண்ணெய், இரும்பு அஸ்பெஸ்டாஸ், தேக்கு, பாலஸ்டு, விறகு, ஜவுளி, சட்டங்கள், சென்னா இலை, உப்பு, சர்க்கரை, வெல்லம், கருவாடு, தானியங்கள், தேங்காய், வாழை, மா போன்ற காய் கனிகளும் ஏற்றமதியும் பிறநாடுகளிலிருந்து வேறுபொருட்கள் இறக்குமதியும் செய்யப்பட்டன. இவை சிறு, குறு விவசாயத்தின் வழி கிடைக்கும் பொருட்கள் என்பதை விளக்கத் தேவையில்லை. பெரிய ஆலைகளில் அல்லாமல் சிறு சூளைகளில் செங்கல் உற்பத்தி செய்யப்பட்டன. உற்பத்தியில் ஈடுபடாத வணிகம் வர்க்கத்திலிருந்து மட்டுமல்லாமல் உற்பத்தியில் ஈடுபட்டவர்களும் புதிய வியாபாரிகளாக உருமாறினர். அதாவது, தனிநபர்களும் ஜாதி, சமூகங்களும் வியாபார வர்க்கமாய் உருவாக இரயில் போக்குவரத்து வித்திட்டது. இது ஏற்றுமதி இறக்குமதியை ஊக்குவித்தது. சென்னை மாகாணத்தில்1934 ஜனவரியில் 1,65,31,184 ரூபாய்க்கும் 1933 ஜனவரியில்1,36,65,999 ரூபாய்க்கும் (இதில் அதிகம் 28,65,185 ரூபாய்) தோல் பதனிடு வதற்கான பொருட்கள் தென் ஆப்பிரிக்காவிலிருந்து 3,84,732 ரூபாய்க்கும், அரிசி சையாமிலிருந்தும் இந்தோ சைனாவிலிருந்தும் 8,33,111 ரூபாய்க்கும், மிஷின்களும் இருப்புப் பொருட்களும் இங்கிலாந்திலிருந்து 7,30,970 ரூபாய்க்கும் மினரல் ஆயில் பர்சியாவிலிருந்து 3,52,194 ரூபாய்க்கும் பருத்தி இகிப்திலிருந்து 2,06,641 ரூபாய்க்கும் பிற பொருட்கள் 17,75,008 ரூபாய்க்கும் இறக்குமதியும் ஜார்ஜியாவிலிருந்து கிரோசின் 1934ஆம் ஆண்டு மார்ச் இறக்குமதி செய்யப்படவில்லை. ஜாவாவிலிருந்து சர்க்கரை இறக்குமதி செய்யப்பட்டன. சென்னை மாகாணத்திலிருந்து 1934ஆம் ஆண்டு ஏற்றுமதி 1,83,54,318 ரூபாய்க்கும் 1933ஆம் ஆண்டு 2,18,35,655 ரூபாய்க்கும் ஏற்றுமதி செய்யப்பட்டது (குறைவு 34,81,337 ரூபாய்). ஆமணக்கு விதை பிரான்சுக்கும் கடலைப் புண்ணாக்கு நெதர்லாந்துக்கும் நிலக்கடலை கரும்பு தேயிலை இங்கிலாந்துக்கும் பிற நாடுகளுக்கும், ஆட்டுத்தோல், மாட்டுத்தோல் ஆகியனவும் ஏற்றுமதியும் செய்யப்பட்டன.[65]

சரக்குகளின் ஏற்றுமதி இறக்குமதிக்காகத் தேவையான வற்றைச் செய்து கொடுக்க விவசாயிகளும் வியாபாரிகளும் கம்பெனியை வேண்டினர். இரயில்வேயின் வருவாயைப் பெருக்கும் பொருட்டு அவர்களுக்குத் தேவையான வசதிகளைச் செய்து கொடுக்க இரயில்வே கம்பெனி முன்வந்தது.[66] ஸ்ரீரங்கத்தில் 1934 மார்ச் மாதம் நடைபெற்ற திருச்சிராப்பள்ளி மாவட்ட விவசாயிகள் சங்கக் கூட்டத்திலும் முசிரி உயர்நிலைப் பள்ளியில் நடைபெற்ற

65. *வர்த்தக ஊழியன்*, மார்ச் 1934, ப. 236.
66. *வர்த்தக ஊழியன்*, மே 1934, ப. 288.

முசிரி விவசாயிகள் கூட்டத்திலும், இம்மாவட்டத்திலிருந்து வட இந்தியாவுக்கு வாழைத்தார் ஏற்றுமதிக்கு உதவுமாறு ராத்ரா என்ற இரயில்வே முகவரை வேண்டினர். வட இந்தியாவில் ஆக்ரா, கான்பூர், டெல்லி போன்ற பகுதிகளுக்குத் தனியாகச் சரக்கு வண்டியிலும், சென்னைக்குப் பயணிகள் வண்டியிலும் ஏற்றிச் செல்வதாக முகவர் கூறினார்.[67] இரயில்வேயின் மைசூர் ஆலோசனைக் குழு கூட்டம் பெங்களூரில் 1934 ஜூன் 2 அன்று நடைபெற்றபோது சென்னையிலிருந்து பம்பாய்க்கும் வட இந்தியாவுக்கும் மாங்கனிகளை அனுப்புவதற்கான ஏற்பாடுகளைச் செய்து கொடுக்க முடிவு செய்யப்பட்டது.[68] இரயில் மூலமாக கொழும்புக்கு அரசி அதிகமாக அனுப்ப ஏற்பாடு செய்தனர். தஞ்சாவூர், தென்னாற்காடு மாவட்டத்தைச் சேர்ந்த அரிசி ஆலை அதிபர்களின் கூட்டம் 1934 ஏப்ரல் 16 அன்று குத்தாலத்தில் பூண்டி சுந்தரம் ஐயர் தலைமையில் நடைபெற்றபோது சங்கத்தின் காரியதரிசி கே. ராமஸ்வாமி ஐயர், தென்னிந்திய இரயில்வே வணிக மேலாளருடன் தஞ்சாவூர் மாவட்டத்திலிருந்து கொழும்புக்கு இரயில் வழியாக அரிசி ஏற்றுமதி செய்வது தொடர்பாகப் பேசினார். இம்மாவட்டத்திலிருந்து கொழும்புக்கு அரிசி ஏற்றுமதி செய்யப்பட்ட அதேசமயம் ரங்கூனிலிருந்து அரிசி இறக்குமதி செய்யப்பட்டது. இது 1932 – 1,86, 980 டன், 1933 – 2, 99, 561 டன், 1934 – 4,05,703 டன், 1935 4, 53, 908 டன் என அதிகரித்தது. சென்னை மாகாணத்தின் தேவையைவிடக் கூடுதலாக ஐந்துமடங்கு இறக்குமதி செய்யப்பட்டதால் உள்ளூரில் உற்பத்தியாகும் அரிசிக்கு விலையில்லா நிலை ஏற்பட்டது. பர்மாவில் அதிக நெல் விளைச்சல், குறைந்த உற்பத்திச் செலவு, குறைந்த நிலத்தீர்வை, ஏற்றுமதிக்கான வசதிகள் போன்ற காரணங்களால் சென்னை மாகாண விவசாயிகள் பர்மா விவசாயிகளோடு போட்டியிட இயலாத நிலைமை இருந்தது.[69] பர்மாவின் நெல் உற்பத்தியில் தென்னிந்தியக் கூலிகளும் பங்கேற்றது குறிப்பிடத்தக்கது.

வியாபாரம் விளம்பரத்தையும் சார்ந்து இருப்பதாலும் விளம்பரம் வருவாயைக் கொடுப்பதாலும் வியாபார விளம்பரங்கள் பத்திரிகைகளில் வெளியாகின்றன. ஆகவே, வருவாய்க்காகப் பத்திரிகைகள் வியாபார விளம்பரங்களையும் செய்திகளையும் வெளியிட்டன. உள்நாட்டு, வெளிநாட்டு ஏற்றுமதி, இறக்குமதியில் ஆர்வம்காட்டிய சுதேஷிய வியாபாரிகளின் நலனுக்காக, எந்தெந்த நிலையங்களிலிருந்து எந்தெந்த நிலையங்களுக்கு என்னென்ன

---

67. *வர்த்தக ஊழியன்*, ஏப்ரல் 1934, ப. 250.

68. *வர்த்தக ஊழியன்*, ஜூலை 1934, ப. 21.

69. *மிராசுதாரர்* பத்திரிகையில் வெளியானதை *வர்த்தக ஊழியன்* பிப்ரவரி 1936இல் ப. 155இல் வெளியிட்டது.

பொருட்களை இரயிலில் அனுப்ப எவ்வளவு கட்டணம் செலுத்த வேண்டுமென்ற சரக்குக் கட்டண விவரங்களின் அட்டவணையை *வர்த்தக ஊழியன்* பத்திரிகை மாதந்தோறும் வெளியிட்டது. உதாரணத்துக்கு, போத்தனூர், பொள்ளாச்சி, கோவில்பாளையம், கிணத்துக்கடவு, செட்டிப்பாளையம் ஸ்டேஷன்களிலிருந்து சென்னை பீச், புதுச்சேரி, கூடலூர் ஜங்சன், நாகப்பட்டனம் ஸ்டேஷன்களுக்கு நிலக்கடலை ஆகஸ்ட் மாதம் முதல் முதல் தேதியிலிருந்து மணங்கு ஒன்றுக்கு *0–11–0* வீதம் திண்டுக்கல் மார்க்கமாக அனுப்பலாம் எனக் கூறியது. இதை விரிவாக அறிய அட்டவணையைப் பார்க்கவும்.[70]

இரயிலில் அனுப்பப்பட்ட சரக்குகள் சேதமடைந்தால் அல்லது தொலைந்தால் அதற்கு இரயில்வே நிர்வாகம் பொறுப்பு ஏற்க வேண்டிய நிலை இருந்தது; இதிலிருந்து விலக்கப்பட்ட நிலையும் இருந்தது. இது தொடர்பாக நீதி மன்றங்களில் தொடுக்கப்பட்ட வழக்குகளில் இரயில்வே கம்பெனிக்கும் வியாபாரிகளுக்கும் சாதகமாகவும் பாதகமாகவும் தீர்ப்புகள் வழங்கப்பட்டன. திருப்பாப்புலியூர் வாழைப் பழக்கடை உரிமையாளர் மனோன்மணி அம்மாள் தனக்கு நட்ட ஈடு கொடுக்க வேண்டுமென்று தென்னிந்தியா இரயில்வே கம்பெனி மீது தொடுத்த வழக்கில் கூடலூர் உதவி ஜில்லா முனிசீப் எம். எஸ். நாராயணசாமி ஐயர் பழக்கடை உரிமையாளருக்குச் சாதகமான தீர்ப்பை வழங்கினார்.[71] கும்பகோணம் இரயில் நிலையத்துக்கு பம்பாயிலிருந்து அனுப்பப்பட்ட நாற்பது பெருங்காயப் பெட்டிகளில் ஒன்று காலியாக இருந்ததால் தனக்கு நட்ட ஈடு தரவேண்டுமென வால்ஜி லட்சுமிதாஸ் கம்பெனி தென்னிந்திய இரயில்வே கம்பெனி மீது தொடுத்த வழக்கை கும்பகோண சப்–ஜட்ஜ் தள்ளுபடி செய்தார்.[72] ஜம்னாதாஸ் என்பவர், டில்லியில் ஓடும் ரயிலில் அனுப்பிய பொருள் சேதமடைந்ததால் வழக்கு தொடுத்து நட்ட ஈடுபெற்றார்.[73] இரயில்வேக்கும் வியாபாரிகளுக்கும் ஏற்படும் தேவையற்ற சிக்கல்களைத் தவிர்க்க சில வசதிகளை இரயில்வே செய்து தர வேண்டுமென வியாபாரிகள் விரும்பினர். தென்னிந்திய பழ வியாபாரிகளுக்கு தென்னிந்திய இரயில்வே பழங்கள் அழுகாமல் இருக்கத் தேவையான வசதிகளைச் செய்து தரவில்லை எனப் புகார் கூறினர். வட மேற்கு இந்தியாவில் இரயில்வே இந்த வசதியைச் செய்து கொடுத்ததால் பழ வியாபாரிகள் பழங்களை

---

70. *வர்த்தக ஊழியன்*, ஆகஸ்ட் 1933, ப. 44.
71 *வர்த்தக ஊழியன்*, மே 1933, ப. 9.
72. *வர்த்தக ஊழியன்*, மே 1934, ப. 284.
73. *வர்த்தக ஊழியன்*, ஜனவரி 1934, ப. 185.

அழுகாமல் அனுப்புகின்றனர். தென்னிந்திய இரயில்வேயும் இதை ஏற்படுத்திக் கொடுக்க வேண்டுமென எதிர்பார்க்கப்பட்டது.[74] கல்கத்தாவில் 1934ஆம் ஆண்டு நடைபெற்ற ஐரோப்பிய வர்த்தகர் மாநாடு ரயில்வே ‘ரிஸ்குநோட்’ சாமான் உத்தரவாத சீட்டுகளில் “ரயில்வே சிப்பந்திகளின் நடத்தைப் பிசகால் சாமான்களுக்குச் சேதமோ நஷ்டமோ ஏற்படவில்லையென்று நிரூபிக்கும் பொறுப்பை ரயில்வே நிர்வாகிகள் ஏற்கவேண்டும். சாமான்களை ஏற்றுவதற்காக ரயில்வேக்களிடம் ஒப்படைத்த சமயத்தில் அவை எந்த நிலைமையில் ஒழுங்காக இருந்தனவோ அதேமாதிரி டெலிவெரி செய்யும்போதும் இருக்கும்படி பார்த்துக்கொள்ளும் பொறுப்பு ரயில்வேக்கு இருக்க வேண்டும்” எனச் சீர்திருத்தும்படி இரயில்வே போர்டுக்குக் கூறவேண்டுமென்று பிரித்தானிய இந்திய அரசாங்கத்தைக் கோரியது.[75] சென்னையில் தென்னிந்திய ரெயில்வே ஆலோசனைக் குழு 1938 ஆகஸ்ட் மாதம் கூடியபோது, வியாபாரிகளுக்கு வரும் சரக்குகளை அவர்களுடைய கிடங்கு களுக்குச் சென்று ஒப்படைப்பது குறித்துப் பேசப்பட்டது. சில இரயில் நிலையங்களில் இந்த ஏற்பாடு இருக்கிறது என்றும் சில இரயில் நிலையப் பகுதிகளில் நம்பிக்கையான ஒப்பந்தக்காரர்கள் கிடைக்கவில்லை என்றும் கூறப்பட்டது. இருப்பினும், இரயில்வே அதிகாரிகள் இது குறித்து கவனம் செலுத்தி தக்க ஒப்பந்ததாரர்களைக் கண்டுபிடிக்க வேண்டும் என வலியுறுத்தப்பட்டது.[76]

விவசாயிகளும் வர்த்தகர்களும் சரக்குகளை இரயிலில் அனுப்ப முக்கியக் காரணம் அதன் குறைந்த கட்டணம் ஆகும். இருப்பினும், இரயில்வே கம்பெனிகள் தங்கள் தொழில் நிமித்தமாக அவ்வப்போது சரக்குக் கட்டணங்களை உயர்த்தியதால் அக்கட்டணத்தைக் குறைக்கக் கோரி தென்னிந்திய இரயில்வே கம்பெனியுடன் வியாபாரிகளும் விவசாயிகளும் உரையாடினர். முதலாம் உலகப் போர் இரயில் போக்குவரத்தில் பாதிப்பை ஏற்படுத்தியதால் உயர்த்தப்பட்ட கட்டணத்தைக் குறைக்கக் கோரினர். “தற்காலம் இந்திய ரயில்வேக்களில் ஸாமான்களுக்கு ஏற்படுத்தியிருக்கும் சார்ஜூகள் ரொம்ப அதிகமாயிருக்கின்றன. அதோடு அந்த சார்ஜூ விகிதங்கள் அன்ய தேசச் சரக்குகளுக்கு ஸாதகமாயும் இந்தியச் சரக்குகளுக்கு பாதகமாயும் இருக்கின்றன. இந்தக் குறைகளை நிவர்த்திசெய்ய பலர் ரெயில்வேக்களின் நிர்வாகத்தை கவர்மெண்டார் ஏற்றுக்கொள்ள வேண்டுமென்று சொல்லுகிறார்கள். இதற்கு இன்னொரு வழி யென்னவென்றால்,

---

74. *வர்த்தக ஊழியன்*, பிப்ரவரி 1933, ப. 6.
75. *வர்த்தக ஊழியன்*, பிப்ரவரி 1934, ப. 205.
76. *வர்த்தக ஊழியன்*, ஆகஸ்ட் 1938, ப. 25.

ரயில்வே கமிஷன் ஒன்று ஸ்திரமாக ஏற்படுத்தி ரெயில்வே சார்ஜூகள் அநீதமாக இருந்தால் அவைகளை மாற்ற அந்தக் கமிஷனுக்கு அதிகாரம் கொடுக்க வேண்டும்" என்ற கோரிக்கை எழுந்தது.[77] பிற நாடுகளில் குறைக்கப்பட்ட கட்டண நிலவரத்தையும் எடுத்துக் கூறினர். ஹங்கேரியில் கைத்தொழில் கம்பெனிகளின் உற்பத்திப் பொருட்களுக்கு ரெயில்வேயில் சார்ஜூகள் குறைக்கப்பட்டிருப்பதையும் எடுத்துக்காட்டினர்.[78]

1930களில் உலகளாவிய பொருளாதார மந்தமும் ஏற்படுத்திய பொருளாதார நெருக்கடியால் சரக்குக் கட்டணச் சலுகையைக் கோரும் நிலையை உருவாக்கியது. தஞ்சாவூர் மாவட்ட இரயில் நிலையங்களிலிருந்து கொழும்புக்கு அரிசி ஏற்றுமதி கட்டணத்தைக் குறைக்க அதிகாரிகள் பேசினர். இலங்கை அரசாங்க இரயில்வே அதிகாரிகள் கட்டணத்தில் நூறுக்கு 16 வீதம் குறைக்கச் சம்மதித்தனர். தஞ்சாவூர், தென்னாற்காடு மாவட்ட விவசாயிகள், அரிசி ஏற்றுமதி செய்ய ஏற்கனவே குறைக்கப்பட்ட 100க்கு 16 சதவீக் கட்டணத்துக்கு நன்றி செலுத்தியதோடு 25 சதவீதம் கட்டணக் குறைப்பு கேட்டனர்.[79] சரக்குகளை அனுப்பக் குறைந்த விகிதங்களை ஏற்படுத்தக் கோரி கிளர்ச்சிகளை வர்த்தகர்கள் நிகழ்த்தினர். அதிக சரக்குகளை அனுப்பினால் கட்டணத்தைக் குறைக்கலாமென்று இரயில்வே நிர்வாகத்தினரும் கட்டணத்தைக் குறைத்தால் அதிக சரக்குகளை அனுப்பலாமென்று வணிகர்களும் கூறினர்.[80] ஆனால், கட்டணக் குறைப்பு நிகழ்ந்ததாகத் தெரியவில்லை. இருப்பினும், இங்கு மிக முக்கியமாகக் கவனிக்கப்பட வேண்டியதானது சுதேஷிய வியாபாரப் பெருக்கத்தில் விதேஷிய இரயிலின் பங்கு ஆகும். "தொன்னைக்கு நெய் ஆதாரம், நெய்க்கு தொன்னை ஆதாரம் என்னும் பழமொழியைப் போல் நகமும் சதையுமாக ரயிலும் வர்த்தகமும் அமைந்திருக்கிறது" என ஒருவர் எழுதியது.[81] சுதேஷிய வியாபாரப் பெருக்கத்தில் விதேஷிய இரயிலின் பெரும்பங்கை உணர்த்துகிறது. சுதேஷிய வியாபாரப் பெருக்கம் விதேஷிய இரயிலையும் பின்னதன் வருவாய் முன்னதன் வியாபாரப் பெருக்கத்தையும் என ஒன்றன் வளர்ச்சி மற்றொன்றைச் சார்ந்திருந்ததை மேலே விவரிக்கப்பட்ட வியாபாரப் போக்குகள் காட்டுகின்றன. "இந்த இருப்புப் பாதைத் தொடர், புறநாட்டவரால், பொருளை வாரிக்கொண்டு போவதற்கு நம்நாட்டில் கொண்டு

---

77. 'கைத்தொழி லபிவ்ருத்திக்கு அவச்யமாய் வேண்டியவைகள்', *ஜனாபிமானி*, பிப்ரவரி – மார்ச் 1917, பக். 44–45.

78. *ஜனாபிமானி*, ஏப்ரல்–மே 1917, ப. 88.

79. *வர்த்தக ஊழியன்*, மே 1933, ப.9.

80. தலையங்கம், 'ரயில்வே ரேட்டுகள்', *வர்த்தக ஊழியன்*, ஆகஸ்ட் 1935, ப. 23.

81. 'வர்த்தகமும் ரயிலும்', *வர்த்தக ஊழியன்*, அக்டோபர் 1935, ப. 71.

வந்து புகுத்தப்பட்டது” எனக் கூறப்பட்ட நிலைக்கு மாறாகச் சுதேஷ வர்த்தகத்தையும் வர்த்தக வர்க்கத்தையும் உருவாக்கியது திண்ணம்.[82]

அரசுடைமை கோரிக்கை

இரயில்வேயை உருவாக்கியதில் மாவட்ட வாரியங்கள் முக்கியப் பங்காற்றியதால் அது அவர்களுக்குச் சொந்தமாகவும் அவர்களின் கட்டுப்பாட்டிலும் இயக்கப்பட்டது. ஆனால் ஒரு கட்டத்தில் அவற்றைப் பிரித்தானிய – இந்திய அரசாங்கம் கையகப்படுத்தியது. 1915ஆம் ஆண்டு அமைக்கப்பட்ட பொள்ளாச்சி – போத்தனூர் இரயில் கோயம்புத்தூர் மாவட்ட வாரியத்துக்குச் சொந்தமானது ஆகும்.[83] சேலம் சூரமங்கலம் சந்திப்பு நிலையத்திலிருந்து சேலம் நகரம் வரைக்குமான இரயில்பாதை சேலம் மாவட்ட வாரியத்தால் அமைக்கப்பட்டதால் அம்மாவட்டத்தின் உரிமையில் இருந்தது. இந்த உரிமை 1928 ஏப்ரல் 1 முதல் இந்திய அரசுக்கு மாற்றப்பட்டது. ஈவுத்தொகைக்காக மாவட்ட வாரியத்தின் மூலதனம் தென்னிந்திய இரயில்வேக்கு இணையாக வைக்கப்பட்டது.[84] தஞ்சாவூர் மாவட்டத்தில், மாயவரம் – அறந்தாங்கி, திருத்திறைப்பூண்டி – அகஸ்தியம்பள்ளி – நீடாமங்கலம் – மன்னார்குடி இருப்புப் பாதையை இந்திய அரசு தஞ்சாவூர் மாவட்ட வாரியத்திடமிருந்து 1929 ஏப்ரல் 1 அன்று எடுத்துக் கொண்டது.[85] “தஞ்சாவூர் ஜில்லா போர்டுக்கு சம்பந்தப்பட்ட ரயில்வே லைனை ரயில்வே போர்டாருக்குக் கொடுத்துவிட சம்மதிப்பதாக இவ்வளவு காலம் பொறுத்தாவது ஒரு தீர்மானம் செய்ய முன்வந்ததைப் பற்றி அதன் தைரியத்தை நாம் பாராட்டுகின்றோம். கொஞ்ச நாட்களுக்கு முன்பாக இந்த விஷயம் தஞ்சை ஜில்லா போர்டின் யோசனைக்கு வந்ததில் ஜில்லா போர்டார் ரயில்வே லைனை ரயில்வே போராடுருக்கு கொடுக்கமுடியாது என்று தீர்மானித்துவிட்டார்கள்.” இதில் பார்ப்பனர் தொடர்பான ஏதோ சிக்கல் இருந்தது. “ரயில்வே போன்ற பெரிய பொறுப்புள்ள காரியங்களை ஜில்லா போர்டாருக்கு முனிசிபாலிட்டி தாலுகா போர்டு போன்ற ஜனப்பிரதிநிதி சபை என்னும் பொறுப்பற்ற ஸ்தாபனங்களின் சுவாதினத்தில்விடுவது என்பது பெரிதும் ஆக்ஷேபிக்கத்தக்கது என்று தைரியமாய்ச் சொல்லுவோம்”[86] என்ற கூற்றான

82. ‘புகைவண்டிப் பொறாமை’, *ஆனந்தபோதினி*, 16 நவம்பர் 1926, பக். 195 – 199.

83. Madras District Gazetteers: Coimbatore District, p. 140.

84. Madras District Gazetteers: Salem District, p. Xxiv.

85. Madras District Gazetteers: Tanjore District Volume II, p. 185.

86. *குடி அரசு*, 18 நவம்பர் 1928.

உள்ளூரளவில் பிராமண, பிராமணரல்லாத நிலவுடைமை ஜாதிகளின் ஆதிக்கத்தை எதிர்த்து கூறப்பட்டது எனலாம். ஜாதிய ஆதிக்கத்திலிருந்து விடுவிக்க இரயில்வேயை அரசுடைமை ஆக்கக் கோரினர் என்று ஊகிக்கலாம். இரயில்வேயை வியாபாரிகளும் பிரித்தானிய – இந்திய அரசாங்கத்தின் கட்டுப்பாட்டில் இயக்க வேண்டுமென்று வியாபாரிகளும் கோரினர். "தற்காலம் இந்திய ரயில்வேக்களில் ஸாமான்களுக்கு ஏற்படுத்தியிருக்கும் சார்ஜுகள் ரொம்ப அதிகமாயிருக்கின்றன. அதோடு அந்த சார்ஜு விகிதங்கள் அன்ய தேசச் சரக்குகளுக்கு ஸாதகமாயும் இந்தியச் சரக்குகளுக்குப் பாதகமாயும் இருக்கின்றன. இந்தக் குறைகளை நிவர்த்திசெய்ய பலர் ரெயில்வேக்களின் நிர்வாகத்தை கவர்மெண்டார் ஏற்றுக்கொள்ள வேண்டுமென்று சொல்லுகிறார்கள். இதற்கு இன்னொரு வழி யென்னவென்றால், ரயில்வே கமிஷன் ஒன்று ஸ்திரமாக ஏற்படுத்தி ரெயில்வே சார்ஜுகள் அநீதமாக இருந்தால் அவைகளை மாற்ற அந்தக் கமிஷனுக்கு அதிகாரம் கொடுக்க வேண்டும்" என்ற கோரிக்கை எழுந்தது. ('கைத்தொழிலபிவ்ருத்திக்கு அவச்யமாய் வேண்டியவைகள், ஜனாபிமானி, பிப். – மார்ச், 1917 பக். 44–45). இந்திய வியாபாரச் சங்கத்தின் சம்மேளனம் 1934 மார்ச் மாதக்கடைசியில் டெல்லியில் நளினரஞ்சன சர்க்கார் தலைமையில் நடைபெற்றபோது, "புதிய அரசியல் அமைப்பதற்குமுன் சட்டபூர்வமாக ஒரு ரயில்வே போர்டையும் அமைத்துவிட வேண்டுமென்று கூறுவதை இச்சபை ஒப்புக்கொள்ளவில்லை. ஒரு சமயம் அப்படிப்பட்ட சபை அவசியமென்று பட்டால்கூட இந்திய ரயில்வேகளை ஒழுங்கானபடி நிர்வகிக்கத் தகுந்ததோர் திட்டம் அமைக்க இந்தியச் சட்ட சபைகளுக்குப் பூரா அதிகாரம் இருக்க வேண்டும். இந்திய ரயில்வேக்களை நிர்வகிக்கவேண்டிய முறை, பண விஷயம் இவை சம்பந்தமாக சட்டசபைகளின் அதிகாரங்களை எவ்விதத்திலும் பறிக்கக்கூடாது" எனத் தீர்மானம் நிறைவேற்றியது.[87]

87. *வர்த்தக ஊழியன்*, மே 1934, ப. 275.

4

மோட்டார்த் தொழிலின் மூலதனம்

திருநெல்வேலி நிதி மாதிரி

இருப்புப் பாதையைப் போல், சாலைப் போக்குவரத்தும் உள்ளாட்சி நிதி மூலதனத்தால் உருவாக்கப்பட்டன. சாலை அமைக்கத் தேவையான மூலப் பொருட்களையும் விலைக்கு வாங்கவில்லை. “ஒரு பிராமணரும் அவரது கிராமத்தில் வாழ்ந்த மற்றவர்களும் அண்டை அயல் கிராமங்களில் வசிக்கும் மக்களும் கொள்ளிடம், காவேரிக்குப் பாலம் கட்டுவதற்காக மரப்பலகைகள், மரக்கரி, விறகு போன்ற பொருட்களை இனாமாகக் கொடுக்க வேண்டும் என்று தாசில்தார்கள் நிர்ப்பந்தித்தார்கள்; அவர்கள் மறுக்கவும், அந்த பிராமணரைப் பன்னிரெண்டு ஆட்கள் பல்வேறு முறையில் அடித்துத் துன்புறுத்தினார்கள்” எனக் காரல் மார்க்ஸ் குறிப்பிடுவதானது[1] அவை அபகரிக்கப்பட்டது திண்ணம். சாலை அமைக்கத் தேவையான நிதி உள்ளூரிலிருந்து நிர்வாகத்தால் திரட்டப்பட்டது. திருநெல்வேலி மாவட்டத்தில் நிதி திரட்ட சுங்கச் சாவடிகளில் வண்டிகளுக்கும் வரி வசூலிக்கும் திட்டம் முன்மொழியப்பட்டது. மாவட்ட வாரியங்களுக்குக் கிடைத்த வருவாயில் மூன்றில் ஒரு பங்கு சுங்கச் சாவடிகளில் மோட்டார்களில்

---

1. காரல் மார்க்ஸ், ஏங்கெல்ஸ், ‘இந்தியாவைப் பற்றி’, ப. 149.

வசூலிக்கப்பட்ட பணம் ஆகும்.[2] குளம், சதுப்பு நிலம் ஆகியவற்றில் நாணல், புற்கள் போன்றவற்றை அறுக்க விடப்படும் ஏலத்தில் கிடைக்கும் நிதியைச் சாலை அமைக்கப் பயன்படுத்த மாவட்ட ஆட்சியருக்கு அரசாங்கம் அங்கீகாரம் வழங்கியது.[3] இத்திட்டம் திருச்சிராப்பள்ளி மாவட்டத்திலும் முன்மொழியப்பட்டதோடு சுங்கவரியிலும் நிலவரியிலும் உள்ளாட்சி நிர்வாகம் திரட்டும் நிதியில் மூன்றில் இரண்டு பாகம் சாலை தொடர்பான பயன்பாட்டுக்குக் கண்டிப்பாகச் செலவிட வேண்டும் என்ற நிலை உருவாகக்கப்பட்டது.[4] நிதி தொடர்பான சிக்கலுக்கு 1871ஆம் ஆண்டு உள்ளூர் நிதிச் சட்டம் ஓரளவு தீர்வைக் கொடுத்தது. இவ்வாறு உள்ளாட்சியால் திரட்டப்பட்ட நிதியில் சென்னை மாகாணம் முழுவதும் சாலைகள் அமைக்கப்பட்டன. சாலைகள் உள்ளாட்சி வாரியங்களால் பராமரிக்கப்பட்டன. இது மாகாண அரசாங்கத்தால் பராமரிக்கப்படவில்லை. அரிதாகச் சில பகுதிகளில் மாகாண அரசு சாலையைப் பராமரித்தது. [5]சாலையைப் பராமரிக்க இரண்டு வகையான நிர்வாக முறைகள் உருவாக்கப்பட்டன. தற்காலத்தில் ஜிஎஸ்டி ரோடு (*Great Southern Trunk Road*) என அழைக்கப்படும் தென்னக நெடுஞ்சாலை சென்னை மாகாணத்திலுள்ள அனைத்து மாவட்டங்களை இணைத்ததால் 1920ஆம் ஆண்டு முதல் மாகாண அரசாங்கத்தால் மாவட்ட, வட்டாட்சி வாரியங்கள் வழி பராமரிக்கப்பட்டது.[6] அந்தந்த மாவட்டத்துக்குள் மட்டும் அமைக்கப்பட்ட கிளைச் சாலைகளை நகராட்சிகள் பராமரித்தன. ஒவ்வொரு மாவட்டத்திலும் உலோக, உலோகமற்ற சாலைகளின் தொலைவு பதிவு செய்யப்பட்டன. சாலைகளைப் பொதுவாக எண். 1, எண். 2 என அடையாளப்படுத்தினர்.

இரயிலுக்கு மாற்று

விதேஷிய இரயிலில் சரக்குக் கட்டண அதிகரிப்பால் இரயிலுக்குப் பதிலாக மாற்றுப் போக்குவரத்து முறையைப் பயன்படுத்த சுதேஷிய வியாபாரிகள் எண்ணினர். “நமது தேசத்தில் சில இடங்களில் ரெயில்வேக்கள் மூலமாக ஸாமான்கள் கொண்டுபோவதைவிட கால்வாய்கள் மூலமாகக் கொண்டு போவது செலவு குறைவாக இருக்கிறது. கவர்ன்மெண்டார் போக்கு

2. என்.ஜீ. ரங்கா, ‘கிராமங்களிற் மோட்டார்வண்டி ஏற்பாட்டால் உண்டாகும் லாப நஷ்டங்கள்’, *ரூரல் இந்தியா*, பக். 25– 30, இவர் சென்னை அரசில் எகனாமிக் ஸர்வே ஸ்பேஷல் ஆபீசராக இருந்தார்.
3. H.R. Pate, ‘Tinnevelly District Gazetteer’, p. 242.
4. Lewis Moore, ‘Manual of Trichinopoly District’, p. 269.
5. Proceedings of the Council of the Governor, 09 April 1894, p. 93.
6. G.O. No. 347, L, 09 April 1920.

வரவுக்கான கால்வாய்களைச் சீர்திருத்தி அவைகளை வெட்டி வைப்பது அவசியமாகும்” என்ற யோசனையை முன்வைத்தனர்.[7] தூத்துக்குடி துறைமுகத்தில் இறக்குமதியான சரக்குகளைக் கொண்டுசெல்ல கோவில்பட்டி, சாத்தூர், சிவகாசி ஆகிய ஊர்களுக்கு இரயில்வே நிர்வாகம் கொடுத்த ‘ரெட்யுஸ்டு ரேட்’ (குறைந்த விலை) விகிதத்தைத் தங்களுக்கும் தரவேண்டுமென விருதுநகர் வியாபாரிகள் கோரினர். தூத்துக்குடியிலிருந்து சாத்தூருக்குக் குறைந்த விலை விகிதப்படி மணங்குக்கு இரண்டு அணா, விருதுநகருக்கு மூன்று அணா ஐந்து தம்பிடி. விருதுநகர் வந்து செங்கோட்டை லயனில் சிவகாசிக்குச் செல்ல மணங்குக்கு இரண்டு அணா விருதுநகருக்கு மூன்று அணா ஐந்து தம்பிடி. இதனால் சாத்தூருக்கு வடக்கே சுமார் 24 கிலோ மீட்டர் தொலைவிலுள்ள விருதுநகரின் விலைவாசிக்குக் குறைவாகவும் விலைகோரும் நிலை உருவானது; இதற்குக் காரணம் குறைந்த விலை விகிதம் ஆகும். விருதுநகர் வியாபாரிகளின் கோரிக்கையை நிறைவேற்றினால் மதுரையில் இறக்குமதி குறையுமெனக் கருதி அதை இரயில்வே நிர்வாகம் மறுத்தது. மேற்படி விகிதம் இல்லாதிருப்பதால் விருதுநகரில் அயலூர் கிராக்கிகள் குறைந்தன. இது விருதுநகர் வியாபாரிகளின் வாழ்க்கையைப் பாதித்ததால் அவர்கள் கும்பல் கும்பலாக மற்ற ஊர்களில் குடியேறினர். குறைந்த விலை விகிதம் தொடர்பாகக் கிளர்ச்சி செய்த வியாபாரிகள் கட்டுக்கோப்பாக விருதுநகரில் இறக்குமதி செய்வதை முற்றிலும் நிறுத்தினர். தூத்துக்குடியிலிருந்து சகல இறக்குமதி சரக்குகளையும் குறைந்த விலை விகிதம் பெற்றுள்ள சாத்தூரில் சரக்குகளை இறக்கி அங்கிருந்து இரட்டை மாட்டு வண்டிகளில் விருதுநகருக்குக் கொண்டு வந்தனர். இதில் அவர்களுக்குப் பலத்த சிரமமும் குறைந்த வருவாயும் கிடைத்தபோதிலும் அவர்கள் இரயில்வேக்கு எதிரான தங்கள் போராட்டத்தைத் தொடர்ந்தனர். இதனால் இரண்டாயிரம் மாட்டுவண்டிகளுக்கு தினந்தோறும் பிழைப்பு ஏற்பட்டன.[8]

இரயில்வே நிர்வாகத்துக்கும் வியாபாரிகளுக்கும் இடையேயான கட்டணச் சிக்கல் வலுப்பெற்றபோது அறிமுகமான மோட்டார் போக்குவரத்தும் அதன் குறைந்த கட்டணமும் இரயிலுக்கு மாற்றாக அமைந்தது. மேட்டுப்பாளையம், சேலம், பெங்களூர் போன்ற நகரங்களிலிருந்து காய் கறி, கிழங்கு, பழங்கள் போன்றவை திருச்சிராப்பள்ளி சந்தைக்கு மோட்டார் பேருந்தில் அனுப்பப்பட்டது.[9]” மோட்டார் பஸ்கள் ஏற்பட்டு பிரயாணிகளை

7. ‘கைத்தொழி லபிவ்ருத்திக்கு அவசியமாய் வேண்டியவைகள்’, *ஜனாபிமானி*, பிப்ரவரி – மார்ச் 1917, பக். 44–45.

8. *வர்த்தக ஊழியன்*, ஜூன் 1935, ப. 311.

9. ‘வர்த்தகமும் ரயிலும்’, *வர்த்தக ஊழியன்*, அக்டோபர் 1935, ப. 71.

வஹித்துக்கொண்டு போகிறபடியால் முன்னே ரெயில்வேயிக்கு வந்த வரும்படி குறைவடைகிறது. இக்குறையைப் போக்க கிராமங்களை இரயில்நிலையங்களோடு இணைக்க முயற்சிக்க வேண்டும்” ஆலோசனையை ஸ்ரீனிவாசன் முன்வைத்தார்.[10] “மோட்டாருடன் ரயிலுக்கு ஏற்பட்ட போட்டியால் குறைந்த கட்டணமுள்ள மோட்டாரில் வணிகர்கள் சரக்குகளை அனுப்புகின்றனர். இது நீடித்தால் ரயிலுக்கும் வர்த்தகத்துக்கும் இடையேயான உறவு அறுந்துபோகும். இந்த நிலையில் வர்த்தகர்களுக்கு ஏற்பட்டுள்ள கஷ்டத்தைப்போக்க பல வழிகளைக் கண்டு அதன் மூலம் ரயிலுக்கும் வர்த்தகத்திற்கும் உள்ள உறவை நீடிக்கச் செய்யலாம்” எனத் தலையங்கம் தீட்டியது.[11] சரக்குகளை மோட்டாரில் அனுப்புவதால், “ரெயில்வே கம்பெனியாருக்கு ஓரளவு வருமானம் குறைவு ஏற்படுமென்பதில் தடையில்லை. அவர்கள் இன்னும் அசிரத்தையோடு இருந்தால் எல்லா சாமான்களும் ரயில் மூலம் போகாமல் பஸ்கள் மூலமாகப் போய்விடுமென்பதை ரயில்வே கம்பெனியாருக்கு ஞாபகமூட்டுகிறோம். இவைகளையெல்லாம் கவனித்து ரயில்வே கம்பெனியார் எல்லா சாமான்களுக்கும் சார்ஜ்களைக் குறைத்து. வர்த்தகர்களுக்கு வேண்டிய அளவு சௌகர்யங்கள் செய்து, அதன் மூலமாக அவர்களுக்கும் ஏராளமான லாபம், சாமான்கள் போக்குவரத்து மூலமாகக் கிடைக்கும்படி செய்து கொள்ளுவார்களென்று நம்புகிறோம்” என வர்த்தக ஊழியன் கூறியது.[12]

தென்னிந்திய ரெயில்வே ஆலோசனைக் குழு 1938 ஆகஸ்ட் மாதம் கூடியபோது, “ரெயில்வேக்கள் உட்கார்ந்தவாக்கில் பணம் சம்பாதிக்கும் காலம் போய்விட்டது. சிற்சில இடங்களைத்தவிர மற்றவைகளில் லாரிகளின் போட்டிகள் இருப்பதால் ரெயில்வே கம்பெனியார் வியாபாரிகளுடைய சௌகரியங்களைக் கவனிப்பதில் அதிகக் கருத்தாயிருத்தல் அவசியம்” என வலியுறுத்தப் பட்டது.[13] இச்சிக்கலைத் தீர்க்க, சிம்லாவில் நடைபெற இருக்கும் கூட்டத்தில் தங்களின் நிலைப்பாட்டையும் எடுத்துரைக்க இந்திய வியாபாரிகளுக்கும் பிரதிநிதித்துவம் அளிக்க வேண்டுமென 1933 ஏப்ரல் 8, 9 ஆகிய தேதிகளில் நடைபெற்ற மகராஷ்ட்டிரா

---

10. கே. ஸ்ரீனிவாசன், ‘சாலைகள், ரோட்டுகள் இவைகளை விருத்தி செய்யவேண்டிய நிமித்தம் ஏற்பட்டிருக்கிற விசாரணை சபை’, *ரூரல் இந்தியா*, பிப்ரவரி, 1929, பக். 30 – 31.
11. ‘வர்த்தகமும் ரயிலும்’, *வர்த்தக ஊழியன்*, அக்டோபர் 1935, ப. 71.).
12. தலையங்கம், ரயில்வே ரேட்டுகள், *வர்த்தக ஊழியன்*, ஆகஸ்ட், 1935, ப. 23.
13. *வர்த்தக ஊழியன்*, ஆகஸ்ட், 1938, ப. 25.

வர்த்தகர் மாநாட்டில் தீர்மானம் நிறைவேற்றினர்.[14] மோட்டார் கம்பெனிகளுடன் போட்டியிட "ரெயில்வே கம்பெனிகாரர்களும் மோட்டார் பஸ்கள் விடலாமென்று சட்டம் இயற்றியதைக் கல்கத்தா இந்தியன் சேம்பர் ஆப் காமர்சு ஆதரித்தது. மேலும் ரெயில்வே கம்பெனியார் போட்டிபோட்டு ரேட்டுகளைக் குறைக்காமல் இருக்க ஒரு கமிட்டி ஏற்படுத்தி ரேட்டுகளை நிர்ணயிக்க சிபாரிசு செய்தது".[15]

கட்டணக் குறைப்பு என்ற தங்களின் பொருளாதாரத் தேவையிலிருந்து சுதேஷிய வியாபாரிகள் விதேஷிய இரயில்வேயின் பொருளாதார லாபத்தைச் சிந்தித்து எழுதியபோதிலும் மோட்டாரின் குறைந்தகட்டணம்,வசதி,சொகுசு முதலியவைகளால் அதைப் பயன்படுத்துவோரின் எண்ணிக்கை நாளுக்கு நாள் அதிகரித்தது. மக்களின் வசிப்பிடத்திலிருந்து சில மைல்கள் தொலைவில் இரயில் நிலையங்கள் அமைந்திருந்ததும் மக்களின் வசிப்பிடம் வரை மோட்டார் பஸ் சென்றதும் இதில் பயணிக்கக் காரணமாக அமைந்தது. அதாவது, மக்களும் சரக்குகளும் இரயில் நிலையத்தை நோக்கி சென்ற நிலையைத் தலைகீழாய் மாற்றி மக்களையும் சரக்குகளையும் தேடி மோட்டார் சென்றதால் மக்களும் சரக்குகளும் அதில் பயணித்தனர். "மோட்டார் வண்டிகளைப் பயன்படுத்துவோர் வரும்படி நிமித்தமாகவோ லாபத்தை உத்தேசித்தோ அவற்றில் பயணிக்கவில்லை. அவர்கள் வினோதத்திற்காகவும்" அவைகளில் பயணித்தனர் என ஒருவர் எழுதியதானது,[16] பொழுதுபோக்குக்காகவும் மோட்டார் போக்குவரத்தை அனுபவிக்கவும் அதில் பயணித்ததைக் காட்டுகிறது. இதனால் கார், இருசக்கர மோட்டார், மிதிவண்டி ஆகியவற்றைப் பயன்படுத்தும் போக்கு அதிகரித்து மோட்டார்களின் எண்ணிக்கை பெருகியது. இப்போக்கு இரயிலுக்கும் மோட்டாருக்கும் போட்டியை ஏற்படுத்தியதோடு மோட்டார்த் தொழில் தனித்தத் தொழிலாகவும் உருவெடுத்தது.

மோட்டார்த் தொழில்

மோட்டார் விற்பனையை அதிகரிப்பதில் பிரித்தானிய – இந்தியா அரசாங்கம் முக்கியப் பங்காற்றியது. அரசு ஊழியர்கள் மோட்டார் சைக்கிள் வாங்குவதற்குக் கடன் கொடுத்து ஊக்குவித்தது. "மாதம் 800 ரூபாய்க்கு அதிகப்படாத சம்பளம் பெறும் கவர்ன்மெண்ட் உத்தியோகஸ்தர்கள் மோட்டார்

14. *வர்த்தக ஊழியன்*, மே 1933, ப. 15.
15. *வர்த்தக ஊழியன்*, மார்ச் 1933, ப. 11.
16. என்.ஜீ. ரங்கா, 'கிராமங்களிற் மோட்டார்வண்டி ஏற்பாட்டால் உண்டாகும் லாப நஷ்டங்கள்', பக். 25 – 30.

சைக்கிள்களை வாங்கப் பிரியபட்டால் அவர்களுக்கு 1000 வரையிலும் முன்பணம் கொடுக்கலாமென்று இந்திய செக்ரட்டரி இந்திய கவர்மெண்ட்டுக்கும் மாகாண கவர்ன்மெண்ட்டுகளுக்கும்" தெரிவித்தார்.[17] மோட்டார் பயன்பாடு அதன் இறக்குமதியை அதிகரித்தன. 1910 – 11ஆம் ஆண்டு 5,19,000 ரூபாய்க்கும் 1911 – 12 ஆம் ஆண்டு 6,57,000 ரூபாய்க்கும் சைக்கிள்களும் 1910 – 11 ஆம் ஆண்டு 6,24,000 ரூபாய்க்கும் 1911 –12இல் 10,46000 ரூபாய்க்கு மோட்டார்களும் அயல்நாடுகளிலிருந்து சென்னை மாகாணத்தில் இறக்குமதி செய்யப்பட்டன.[18] இந்தியாவில் 1915ஆம் ஆண்டு ஏப்ரல் மாதம் முதல் நவம்பர் மாதம் வரையிலும் அமெரிக்க ஐக்கிய மாகாணங்களிலிருந்து 26 லட்சம் ரூபாய் விலையுள்ள 1,117 மோட்டார் வண்டிகளும் இங்கிலாந்திலிருந்து 22 1/3 லக்ஷம் ரூபாய் விலையுள்ள 565 வண்டிகளும் இறக்குமதியாயின. 1914ஆவது ஆண்டில் இதே 8 மாத காலங்களில் 32 1/41 லட்சம் ரூபாய்க்கு இங்கிலாந்திலிருந்து 780 வண்டிகளும் அமெரிக்காவில் ஐக்கிய மாகாணங்களிலிருந்து 7 லட்சம் ரூபாய்க்கு 329 வண்டிகளும் இந்தியாவில் இறக்குமதி செய்யப்பட்டன. 1915ஆவது வருடம் ஜூன் முதல் நவம்பர் வரைக்கும் இங்கிலாந்திலிருந்தும் அமெரிக்க ஐக்கிய மாகாணங்களிலிருந்தும் இந்தியாவுக்கு இறக்குமதியான வண்டிகளின் தொகையும் விலையும் அட்டவணை 1, 2இல் தரப்பட்டுள்ளன.

"உலகத்தில் எல்லா தேசங்களுக்கும் அமெரிக்காவிலிருந்து விஷேசமாய் ஏற்றுமதியாகும் பெரிய பாரா வண்டிகளும், அநேக ஜனங்கள் ஏறிப்போக வாயக்கான வாடகை மோட்டார் வண்டிகளும் இந்தியாவில் தேவையாயிருக்கும் என்று நம்புவதற்கு இடமிருப்பதால் நம்முடைய தேசத்திலுள்ள ராஜதானிகளுக்கும் பெரிய நகரங்களுக்கும் அதிக சம்பளத்தில் 6–பேரை அவ்வண்டிகளை விற்பனை செய்வதற்காக அனுப்பப் போகிறார்களாம்" என *ஜனாபிமானி* கட்டுரை கூறியதானது உலகிலேயே இந்தியா மோட்டார் வாகனங்கள் விற்பனைச் சந்தையாக மாறியது புலப்படுகிறது.[19]இதனால் மோட்டார்களின் எண்ணிக்கை அதிகரித்தது. "1923–24இல் சென்னை மாகாணத்தில் 9000 மோட்டார் வண்டிகள் இருந்தன. இப்போது 24000 வண்டிகள் இருக்கின்றன. 1923–24ஆம் ஆண்டு கோயம்புத்தூரில் 94 வண்டிகள் இருந்தன. இப்போது 276 வண்டிகள் இருக்கின்றன. சராசரியில்

---

17. 'மோட்டார் பைசைக்கிள்களும் கவர்ன்மெண்ட் உத்தியோகஸ்தர்களும்', *கதாரத்னாகாரம்*, செப்டம்பர் 1915, ப. 1.

18. 'சென்னை மாகாணத்தில் இறக்குமதியாகும் சைக்கிளும் மோட்டார் காரும்', *விவேகபோதினி*, ஜூலை 1912, ப. 46.

19. 'இந்தியாவில் மோட்டார் வண்டிகள்', *ஜனாபிமானி*, ஏப்ரல்–மே 1916, ப. 191.

இந்தியச் சனத்தொகையில் நபர் ஒருவருக்கு ஒன்றரை அணா செலவு ஏற்படுகிறது. 1922 – 23ஆம் ஆண்டு இந்தியாவில் மோட்டார் வண்டிகள், அதன் உதிரி பாகங்கள் ஆகியன ஒருகோடியே 38 லட்ச ரூபாய்க்கு இறக்குமதி ஆயின. இதில் சென்னை மாகாணத்தின் பங்கு 48 லட்சம் ரூபாய் ஆகும். இப்போது இந்தியா முழுமைக்கும் சுமார் மூன்று கோடி ரூபாய்க்கு மோட்டார் இறக்குமதி செய்யப்படுகிறது. இதில் சென்னை மாகாணத்தின் தொகை 70 லட்சம் ரூபாய் ஆகும்" என மோட்டார்களின் எண்ணிக்கை பெருகியதை ரங்கா குறிப்பிட்டார்.[20] இந்தியச் சாலைப் போக்குவரத்து வளர்ச்சி சங்கத்துக்கு இந்தியாவில் 1940 ஜனவரி 1 வரை இருந்த மோட்டார்களின் எண்ணிக்கையை மாகாண அரசுகள் கொடுத்தன. அதன்படி, பம்பாய் மாகாணத்தில் 3800, வங்காளத்தில் 2000, பஞ்சாபில் 1000, அஸ்ஸாம் 800 எண்ணிக்கையில் புதிய வாகனங்கள் ஓடின. 1940 ஆம் ஆண்டு கணக்கின்படி இந்தியாவில் மொத்தம் 177,188 வாகனங்கள் ஓடின. இதில் 113, 175 தனியார் வாகனங்கள் ஆகும். அப்போதைய மக்கட் தொகைக் கணக்கின்படி இரண்டாயிரம் பேருக்கு ஒருவரிடம் மோட்டார் வாகனம் இருந்தது. 1940களில் மின்சார மோட்டார்கள் அறிமுகமாயின. உலகப் போருக்காக பெட்ரோல் வழங்கப்பட்டதால் மின்சார கார்கள் மீது மக்களுக்கு ஈர்ப்பு ஏற்பட்டது. பட்டரியில் மின்னேற்றும் செய்வதால் மின்சார கார்கள் இயக்கப்பட்டன.[21]

அட்டவணை 1

மாஸம்	வண்டிகளின் தொகை	விலை ரூபா
ஜூன்	65	287,000
ஜூலை	85	270,000
ஆகஸ்ட்	32	111,000
செப்டம்பர்	29	130,000
அக்டோபர்	63	266,000
நவம்பர்	95	385,000

அட்டவணை 2

ஜூன்	155	324,000
ஜூலை	44	109,000
ஆகஸ்ட்	85	204,000

20. என்.ஜீ. ரங்கா, 'கிராமங்களிற் மோட்டார்வண்டி ஏற்பாட்டால் உண்டாகும் லாப நஷ்டங்கள்', பக். 25– 30.

21. *வர்த்தக ஊழியன்*, ஏப்ரல் 1940, ப. 180.

செப்டம்பர்	157	439,000
அக்டோபர்	267	632,000
நவம்பர்	230	603,000

இந்தியாவில் மோட்டார் வண்டிகள், *ஜனாபிமானி*, ஏப்ரல் – மே 1916, ப. 191.

கொள்ளைபோன செல்வம்

விதேஷிய மோட்டார் இறக்குமதியை 'சுதேஷியரின் செல்வம் விதேஷியரால்' கொள்ளை அடிக்கப்படுவதாகத் தேசியவாதிகள் குற்றம் சாட்டினர். "1912ஆம் வருஷத்தில் பிரிட்டிஷ் மோட்டார் வண்டிகள் வாங்குவதில் மாத்திரம் 25 லட்சம் பவுன் இந்தியாவிலிருந்து போயிருக்கிறதாகக் கணக்கிடப் பட்டிருக்கிறது. இன்னும் ஜவுளி, இரும்பு சாமான், கண்ணாடி சாமான், கெரோசின் என்னும் மண்எண்ணெய் முதலியவை களுக்காக இந்தியாவின் பணம் எத்தனையோ கோடி வெளியே செல்கிறது. இப்படி இந்தியாவின் பணம் பெருந்தொகையாய் வெளியே போகாமற்படி, தேசத்தின் விளைபொருள்களையும் கைத்தொழில்களையும் விருத்தி பண்ணுகிறவரையில் இந்தியாவின் தரித்திரம் நீங்குவதில்லை" என நல்ல ஆயன் எழுதியது.[22] "சென்னையை விட்டுப் பல வழியில் அயல்நாட்டுக்கு நமது செல்வம் செல்வதில் நாம் மோட்டார் வண்டியால் மட்டும், எவ்வளவு செல்கிற தென்பதை ஆராய்வோம். தற்சமயம் பத்தாயிரத்துக்கு மேல் மோட்டார் வண்டிகள் சென்னையில் உண்டு. இவ்வண்டிகளில் ரூபாய் 2500 முதல் 10,000 வரையுள்ள வண்டிகளு முண்டு. நாம் சராசரி ஒரு வண்டிக்கு ரூ. 3000 வைத்துப் பார்ப்போம். 10,000 வண்டிகள். ஒரு வண்டி ரூ. 3000 வீதம் மூன்று கோடிகள். சென்னைவாசிகள், பட்டனத்தார்கள் மட்டும் மூன்றுகோடி ரூபாய் மோட்டாருக்காக அயல்நாட்டிற்கு அனுப்பியிருக்கிறார்கள். 3 கோடி ரூபாய்! கொஞ்சமா? இது ஒரு பெரிய மூலதனமல்லவா? இந்த மூலதனத்தை வைத்து நம் நாட்டில் எவ்வளவு பிரமாண்டமான தொழில் செய்யலாம்? எத்தனை லக்ஷம் தொழிலாளர்களுக்கு வயிறாற உணவளிக்கலாம்" என கே. எஸ். சுந்தரம் எழுதினார். மேலும் அவர், "ஒருவர் கடன் வாங்கியாவது மோட்டார் வாங்கிவிட்டால் சராசரி மாதம் ஒன்றுக்கு ரூ. 200 செலவழிக்க வேண்டியிருக்கிறது. பெட்ரோல் செலவு பெருஞ்செலவு. மோட்டார் வந்த தினமே சனியனும் வந்துவிடுகிறது. ரிப்பேர் இல்லாத நாளில்லை. ஒரு

22. 'இந்தியாவின் பணம் – மோட்டார் வண்டி', *நல்ல ஆயன்*, செப்டம்பர் 1913, பக். 219–220.

ஆணி போய்விட்டால் ரூ. 5 ஒரு ஸ்பிரிங் போய்விட்டால் ரூ. 100 டயர் போய்விட்டால் ரூ. 100 மெஷின் கெட்டுவிட்டால் ரூ. 200 செலவு. சராசரி மாதம் ஒன்றுக்கு ஒரு வண்டிக்கு ரூ. 100 செலவு வைத்துக் கொண்டாலும் மாதம் ஒன்றுக்கு பத்து லக்ஷம் ரூபாய் சென்னையைவிட்டுப் போவதென்றால் இந்தியாவை விட்டு எவ்வளவு போகுமென்று ஊகித்துக் கொள்ளுங்கள்" எனக் கூறினார்.[23] இவ்வாறு செல்வம் கொள்ளை போவதால், "ஹென்றி போர்டு என்ற போர்டு மோட்டார்கார் முதலாளிக்கு இன்னும் ஜாஸ்தி வரும்படி வருகிறதாம்" நம் பாரதநாடு பொருளாதாரத்தில் வீக்கமடைகிறது என ஒருவர் எழுதினார். "ஒரு காலத்தில் மோட்டார் தொத்து வியாதி" பரவுவதற்கு முன் சென்னை நகரம் லக்ஷ்மி பொருந்தியதாக இருந்தது" எனக் கூறிய, சுந்தரம் "குக்கிராமங்களில் விளையும் தானியங்கள் முதலிய பொருட்கள் மோட்டார்களால் குக்கிராமங்களிலிருந்து பெற்று அனுப்புவதால் இந்நாட்டிலுள்ளோர் பஞ்சத்தில் பரிதவிக்கின்றனர்" என்றார்.[24] "சைக்கிள், மோட்டார், இரயில் பிரயாணங்களும்" வறுமைக்குக் காரணமெனக் கூறும் நிலை உருவானது.[25] ஒருபுறம், "சுதேஷிய செல்வம்" கொள்ளைபோனதாகக் கூறப்பட்டாலும் மறுபுறம் அது சுதேஷியரில் புதிய செல்வந்தர்களை உருவாக்கியது.

முதலாளிகள் முகிழ்த்தனர்

விதேஷிய மோட்டார் இறக்குமதியும் போக்குவரத்தும் சுதேஷிய முதலாளிகளை விளைவித்தது. மோட்டார் உரிமை யாளர்கள் உருவானதை, "மோட்டார் தொழிலை உற்சாகமாகக் கைக்கொண்டனர் மக்கள். நடுத்தர ஜனங்கள்தான் மோட்டார் பஸ்களை நடத்துகின்றனர். அவர்கள் 5000 ரூபாய்க்கு மேல் மூலதனம் செய்வதில்லை. மோட்டார் வியாபாரிகள் மாத தவணையில் பஸ்களை விற்பதால் அதை வாங்கி சர்வீஸ் விடுகிறார்கள். மோட்டார் வண்டிகளை வாங்குவதற்கும் அத்தொழிலை நடத்துவதற்கும் மூலதனம் கஷ்டமில்லாமல் கிடைத்தது. 30 வயதுக்கு உட்பட்டோர் மோட்டார் வண்டி தொழிலைப் பின்பற்றுகின்றனர்," என என்.ஜீ. ரங்கா குறிப்பிடு கிறார். இது மோட்டார்த் தொழிலில், நிலவுடைமை, ஜாதி களிலிருந்தும் நிலவுடைமை அல்லாத பிற ஜாதிகளிலிருந்தும் வர்க்க நிலையில் "நடுத்தர ஜனங்கள்" புதிய முதலாளி வர்க்கமாகத் தோன்றினர் என ஊகிக்க இடம் தருகிறது. மேலும், "மோட்டார்

---

23. K.S. சுந்தரம், 'மோட்டாரும் பணப்பஞ்சமும்', *லக்ஷ்மி*, பிப்ரவரி 1927, ப. 349.

24. மேலது.

25. வி. சங்கரய்யர், 'நமது வறுமைக்குப் பரிகாரம்', *ஆனந்தபோதினி*, ஆகஸ்ட் 1934, ப. 108.

தொழிலில் ஆரம்பத்தில் லாபம் கிடைத்தது. பஸ் ஸர்வீஸ் நடத்துபவர் எண்ணிக்கை அதிகரித்ததால் லாபம் குறைய ஆரம்பித்தது. இதனால் சிலர் பஸ் போக்குவரத்துத் தொழிலை நிறுத்தினர். இவர்கள் பஸ் ஓட்டுநர்களாகவும் நடத்துநர்களாகவும் தொழில் செய்தனர். இதில் பணம் சேர்த்து பஸ் வாங்கி தாங்களே சர்வீஸ் நடத்தினர்" என அவர் கூறுவது மோட்டார் தொழிலில் முதலாளிகளின் உருவாக்கத்தை மேலும் அறியத் துணை புரிகிறது.[26]

ஜாதி, வர்க்கத்தில் பெரு நிலஉடைமையாளர் பின்னணியிலிருந்தோர் மோட்டார் தொழிலில் புதிய முதலாளிகளாக உருமாறியோர் அத்தொழிலில் ஏற்பட்ட நட்டத்தால் நடத்துநர், ஓட்டுநர் எனத் தொழிலாளிகளாக உருவாகியிருக்க இயலாது; ஏனென்றால், ஏற்கனவே பொருளாதாரத்திலும் அதிகாரத்திலும் வலுவாக வாழ்ந்தோர் பிறருக்குப் பணியாற்றும் பேருந்து ஓட்டுநர், நடத்துனராகத் தொழிலாளியாய் மாறுவதை 'அவமானமாக் கருதுவர்'. மேலும், தொழிலில் நட்டமேற்பட்டாலும் தங்களைத் தற்காத்துக் கொள்ளும் பொருளாதார நிலை அவர்களிடம் இருந்ததால் தொழிலாளியாக அவர்கள் மாறியிருக்க வாய்ப்பு முற்றிலும் இல்லை. பிறருக்குத் தொழிலாளியாகப் பணியாற்றுவதை மானம், அவமானம் எனக் கருதும் மனநிலை குறு, மானிய நில உடைமையாளரிடமும் நிலமற்றோரிடமும் தோன்ற இயலாது ஏனென்றால், அவர்கள் ஏற்கனவே "அடிமை, குடிமகன், சேவையாள"னாகப் பிறருக்குப் பணியாற்றினர். மேலும், தொழிலில் நட்டம் ஏற்பட்டால் தற்காத்துக்கொள்ளும் நிலை இல்லாததால் தொழிலாளியாக மாறுவதைத் தவிர அவர்களுக்கு வேறு வழி இல்லை. ஆகவே, குறு, மானிய நிலமும் நிலம் மறுக்கப்பட்ட ஜாதி, சமூகங்களைச் சேர்ந்தோர் மோட்டார்த் தொழிலில் ஈடுபட்டு லாப, நட்டங்களை எதிர்கொண்டு முதலாளிகள் தொழிலாளிகளாகவும் தொழிலாளிகள் முதலாளிகளாகவும் தோன்றியது திண்ணம்.[27]

ஆகவே, மோட்டார்த் தொழிலில் புதிய முதலாளிகளாக நிலவுடைமையாளர்கள் மட்டுமல்லாமல் பிற ஜாதி, சமூகங்களிலிருந்தும் முகிழ்த்தது தெளிவு. வடுகப்பட்டி ச.ம. கணபதி நாடாரின் மீனாம்பிகா மோட்டார் சர்வீஸ், கொடைக்கானல் எஸ். ஜீ.ஜெயராஜ் நாடாரின் மோட்டார் சர்வீஸ், கொடைக்கானல்ரோடு சுந்தரம்பிள்ளையின் முருகவிலாஸ் மோட்டார் சர்வீஸ்[28] போன்றோர் பேருந்து போக்குவரத்துத் தொழிலை நடத்தியதானது பிற்படுத்தப்பட்ட சமூகங்களிலிருந்து முதலாளிகளாக உருவான

---

26. என்.ஜீ. ரங்கா, 'கிராமங்களிற் மோட்டார்வண்டி ஏற்பாட்டால் உண்டாகும் லாப நஷ்டங்கள்', பக். 25 – 30.

27. மேலது.

28. *குடி அரசு*, 01 அக்டோபர் 1933, ப. 15.

தற்கான உதாரணங்கள் ஆகும். மோட்டார்த் தொழிலின் வளர்ச்சி பிற தொழிலிலும் வியாபார வர்க்கத்தை விளைவித்தது. "பஸ் போக்குவரத்தால் கிராமங்களில் தறி வேலை செய்தவர்கள் பலவிடங்களுக்குச் சென்று துணி வியாபாரம் செய்தனர். பல இடங்களுக்கும் சென்று தான்ய விலைகளை அறிந்தனர். உற்பத்திப் பொருட்களை பள்ளிக்கூடம், கோர்ட்டு கச்சேரி, சந்தைகளுக்கும் கொண்டு விற்கிறார்கள்" என ரூரல் இந்தியா பத்திரிகை கூறியதானது மோட்டார்த் தொழில் வியாபாரிகளைத் தோற்றுவித்ததைக் காட்டுகிறது.[29] தறி வேலை செய்தவர்கள் "துணி வியாபாரம் செய்தனர்" என்ற குறிப்பு அத்தொழிலில் ஈடுபட்ட கோளியப் பறையர் உட்பட பிற்படுத்தப்பட்ட ஜாதியைச் சேர்ந்த உற்பத்தியாளர்கள் வியாபாரிகளாகப் பரிணமித்தனர் எனக் கருதலாம். அதேசமயம் கோளியப் பறையர்கள் துணி வியாபார முதலாளி வர்க்கமாக உருவாகவில்லை என்பதும் கவனத்திற்குரியது. இதற்கான காரண, காரியங்கள் தனியாக விவாதிக்கப்பட வேண்டும். இத்தகைய கைத்தொழில் வளர்ச்சிக்கு அவசியமான மோட்டார்களை இந்தியாவிலேயே உற்பத்தி செய்ய வேண்டுமெனக் கோரிக்கை எழுந்தது. "இந்தியாவில் மோட்டார் வண்டிகள் குறைவென்றும் அவைகளின் தொகை இன்னும் அதிகமாக இடம் உண்டென்றும் பலர் ஒப்புக்கொள்வார்கள். சில வகை ரகங்கள் மேல் நாடுகளிலிருந்து வந்தாலுங்கூட சராசரியில் வரும்படி குறைவாயுள்ள இந்தியர்களுக்கு உபயோகமாகக் கூடியதான மோட்டார் வண்டிகளை நம் நாட்டில் தயார் செய்வது ஒரு அவசியமான வேலை" என வர்த்தக ஊழியன் தலையங்கம் எழுதியது.[30] இப்போக்கால் ஆட்டோமொபைல் தொழில் வளரத் தொடங்கியது. அப்போதைய காங்கிரசு அரசாங்கம் இதில் ஆர்வம் காட்டின. அப்போதைய தொழிற்துறை அமைச்சர் கிரி இப்போக்கு வெற்றிகரமாக முன்னேறினால் சுமார் ஏழு வருடங்களில் மோட்டார் கார் இந்தியாவில் தயாரிக்க முடியும் என்றார். அக்காலத்தில் இந்தியா வருடம் சுமார் பத்து கோடி ரூபாய்க்கு மோட்டார்களை இறக்குமதி செய்தது.[31]

தொழிலாளர் தோற்றம்

நவீன மோட்டார்களின் பெருக்கமும் இவற்றை இயக்கும் நவீனத் தொழிலாளர்களும் பாரம்பரியப் போக்குவரத்துச் சாதனங்களையும் அவற்றை இயக்கியத் தொழிலாளர்களையும் அப்புறப்படுத்தத் தொடங்கியது. இப்போக்கை, "சைக்கிள்களும்

29. *ரூரல் இந்தியா*, பிப்ரவரி 1929, பக். 25 – 30.

30. 'இந்தியாவில் கைத்தொழில் அபிவிருத்தி', *வர்த்தக ஊழியன்*, ஆகஸ்ட் 1938, ப. 23.

31. *வர்த்தக ஊழியன்*, ஜூலை 1938, ப. 12.

மோட்டார்களும் இப்படி அதிகமாய் இறக்குமதியாக, குதிரைகள் இறக்குமதியாவது குறைந்துவிட்டது. 1910–11இல் 1006 குதிரைகள் வந்து இறங்கி இருக்க, இந்த 1911–12ஆம் வருஷத்தில் 780 குதிரைகளே வந்து இறங்கி இருக்கின்றன"[32] என ஒருவர் எழுதியதானது பாரம்பரியப் போக்குவரத்துச் சாதனங்களின் எண்ணிக்கை குறிப்பிடத்தக்க அளவுக்குக் குறைந்ததைக் காட்டுகிறது. நூற்றுக் கணக்கான கழுதைகள், காளைகள், மலட்டுப் பசுக்கள் போன்ற போக்குவரத்துச் சாதனங்களின் துணையுடன் கடற்கரை நகரங்களிலிருந்தும் கிராமங்களிலிருந்தும் உப்பையும் தானியங்களையும் உட்புறப் பகுதிகளில் கொடுத்தல், காடுகளில் கிடைக்கும் பொருட்களையும் உள்நாட்டு உற்பத்திப் பொருட்களையும் கொண்டு சேர்த்தல் எனச் சமூகம் இயங்குவதற்கு அடிப்படைத் தேவைகளான சரக்குகளை அங்குமிங்குமாக ஏற்றியிறக்கும் தொழிலைச் செய்தவர்களில் முக்கியமானவர் உப்புக் குறவர் ஆவர். படிநிலை ஜாதியக் கட்டமைப்புக்குள் இணைக்கப்படாத இவர்கள் அவற்றைச் சுயமாகவும் சுதந்திரமாகவும் செய்தனர். டெல்டா மாவட்டங்களில் கிடைத்த தானியங்களையும் பிற தேவையான பொருட்களையும் வாங்கி அவற்றைப் பிற பகுதிகளில் விற்பனை செய்ததால் பற்றாக்குறையையும் பஞ்சத்தையும் தடுத்ததில் குறவர்கள் முக்கியப் பங்காற்றினர். இரயிலில் சரக்குகளைக் கொண்டு செல்லும் புதிய போக்கு உருவானதால் அவர்களிடமிருந்த போக்குவரத்துச் சாதனங்களுக்கான தேவை முற்றிலும் குறையத் தொடங்கியது. தேவையற்ற வண்டிகளையும் விலங்குகளையும் பராமரிக்க இயலாத சூழ்நிலை அவற்றை விற்கும் நிலைக்குக் குறவர்கள் தள்ளப்பட்டனர்; அவர்களும் சுய தொழிலை இழந்தனர். அதாவது, நவீனப் போக்குவரத்துச் சாதனங்கள் பாரம்பரியப் போக்குவரத்துச் சாதனங்களையும் அவற்றை இயக்கியோரின் தொழிலையும் ஒழித்தது. இதனால் குறவர் போன்ற சமூகங்கள் வாழ்வாதாரத்துக்கான வருவாயை முற்றிலும் இழந்தன. மிகக் குறுகிய காலத்தில் நிகழ்ந்த மாற்றத்தால் மாற்றுத் தொழிலைக் கைக்கொள்ள இயலாத சூழல் குறவர்களைக் குற்றச் செயல்களைச் செய்யத் தூண்டியது.[33]

மோட்டார்களின் அறிமுகமும் பரவலாக்கமும் பாரம்பரியப் போக்குவரத்துத் தொழிலிருந்து அப்புறப்படுத்தி அவர்களைக் குற்றவாளியாக உருமாற்றியதை விளக்கத் தேவையில்லை. மற்றொரு புறம், நவீனப் போக்குவரத்தானது மோட்டார்களை இயக்கும் புதிய தொழிலாளர் வர்க்கமாக உருவாக்கியது. இந்த நிலையை என்.ஜீ.

---

32. 'சென்னை மாகாணத்தில் இறக்குமதியாகும் சைக்கிளும் மோட்டார் காரும்', *விவேகபோதினி*, ஜூலை 1912, ப. 46.

33. Paupa Rao Naidu, 'Criminal Tribes of India: The History of Koravars, Erukulas or Kaikaries', Madras: Higgimbotham, 1905.

ரங்கா, “சென்னை மாகாணத்தில் கடந்த பத்தாண்டுகளில் 1910கள் முதல் மோட்டார் வண்டிகள் பெருத்துவிட்டது. சாலைகளில் பஸ்கள் ஓடின. இவற்றின் எண்ணிக்கை அதிகரித்தது. மக்கள் இதை மேலும் மேலும் வேண்டினார்கள். மோட்டார் பழுது பார்ப்போர், ஓட்டுநர், நடத்துநர், கிளீனர், பெட்ரோல் விற்பனையாளர்” போன்றோரின் எண்ணிக்கையும் அதிகரித்ததாகக் கூறுகிறார்.[34] மோட்டார்த் தொழிலைக் கற்பிக்கும் பயிற்சி நிறுவனங்களும் தோன்றின. “மோட்டார் ஓட்டவும் ரிப்பேர் செய்யவும் மோட்டார் எலக்டிரிக் வேலைகளும் மூன்று மாதத்தில் கற்றுக் கொடுக்கப்படும். தேர்ச்சியடைந்தவர்கள் கவர்ன்மெண்ட் லைசன்சும் கம்பேனி சர்ட்டிபிகட்டும் கொடுக்கப்படும். வாசிப்பு இல்லாதவர்களும் கற்றுக் கொள்ளலாம். தனலக்ஷிமி மோட்டார் ஓர்க்ஸ், மைலாப்பூர், மதராஸ்”[35] என்பது போன்ற விளம்பரங்கள் தொடர்ந்து வெளியாயின. தனலக்ஷிமி மோட்டார் ஓர்க்ஸ், தென்னிந்திய மோட்டார் இன்ஞினீயரிங் ஓர்க்ஸ் எனத் தனியார் பயிற்சி நிறுவனங்கள் தோன்றின. பின்னது 1916ஆம் ஆண்டு தொடங்கப்பட்டது. மோட்டார்த் தொழிலைப் படித்தறிய “மோட்டார்கார் இயந்திர சாஸ்திரமும் அதன் அனுபோகப் பயிற்சி முறையும்” என நூல்களும் வெளியாயின.[36] குண்டூர் மாவட்டத்தில் ஓட்டுநர் உரிமம் பெற்றோரின் எண்ணிக்கை 1921இல் 97 பேராக இருந்தது 1929ஆம் ஆண்டில் 300 பேராக அதிகரித்ததானது நவீனத் தொழிலாளர் வர்க்கம் வேகமாய் வளர்ந்ததைக் காட்டுகிறது. இந்த எண்ணிக்கை அதிகரித்ததால் சென்னை மாகாணத்தில் மாவட்ட வாரியங்கள் ஓட்டுநர் உரிமத்தில் ஏழு லட்சம் ரூபாய் ஈட்டின.[37]

மோட்டார் கம்பெனி வியாபாரிகளுக்கு ஒவ்வொரு மாவட்டத்திலும் முகவர்கள், உப முகவர்கள் உருவாயினர். இவர்கள் பெட்ரோல் விற்பனை முகவர்களாகவும் இருந்தனர். இவர்களின் வேலையாட்களைக் கொண்டு பேருந்து போக்கு வரத்தை நடத்தினர். மோட்டார் வண்டிகளின் பழுதுகளையும் நீக்கினர். இதனால் முகவர்கள் பெருத்த லாபம் ஈட்டினர். கிராமங்களில் பெட்ரோல் விற்பதிலும் மோட்டார் வேலைகளிலும் பஸ் ஓட்டுவதிலும் மக்களில் சிலர் ஈடுபட்டதால் பிற வேலைகளுக்கு ஆட்கள் கிடைக்காத சூழல் உருவானது.[38] இப்புதிய தொழிலாளர்கள் பிராமணர், பிராமணரல்லாத நிலவுடைமை

---

34. என்.ஜீ. ரங்கா, ‘கிராமங்களிற் மோட்டார்வண்டி ஏற்பாட்டால் உண்டாகும் லாப நஷ்டங்கள்’, பக். 25– 30.

35. *திராவிடன்*, 12 நவம்பர் 1931, ப. 7.

36. *திராவிடன்*, 01 ஜனவரி 1931, ப. 1.

37. என்.ஜீ. ரங்கா, ‘கிராமங்களிற் மோட்டார்வண்டி ஏற்பாட்டால் உண்டாகும் லாப நஷ்டங்கள்’, பக். 25– 30.

38. மேலது.

ஜாதிகளிலிருந்து தோன்றினர் எனக் கூற இயலாது. ஏனென்றால், உடலுழைப்பைத் தீட்டு எனக் கூறி அதை வெறுத்து ஒதுக்கிய அவர்களிடம் பொருளாதார, அதிகார வலிமையும் இருந்ததால் தொழிலாளர்களாக அவர்கள் உருவாகவில்லை. உடலுழைப்பிலும் உற்பத்தியிலும் ஈடுபட்ட சமூகங்களையும் ஜாதிகளையும் சேர்ந்தோர் புதிய தொழிலாளர் வர்க்கமாகத் தோன்றினர் எனக் கூறலாம். ஆனால், மோட்டார்த் தொழிலைக் கற்பித்த நிறுவனத்தில் ஓரிடத்தில் ஒன்றாய் அமர்ந்து கற்க வேண்டிய நிலை இருந்ததால் அதைக் கற்பித்த நிறுவனங்களில் "தீண்டத்தகாதோர்" எனக் கூறி ஒதுக்கப்பட்ட சமூகங்களைச் சேர்ந்தோர் அனுமதிக்கப்பட்டனரா? அவர்கள் மோட்டார்த் தொழிலாளராக உருவாக முடிந்ததா? என்ற கேள்விகள் எழுகின்றன. அங்கொன்றும் இங்கொன்றுமாக இச்சமூகங்களைச் சேர்ந்த சிலர் தொழிலாளர்களாக உருவாகினர் என ஊகிக்கலாம். இப்புதிய தொழிலாளர் வர்க்கம் நிலையான வருவாயைக் கொடுத்ததாகத் தெரியவில்லை.

5

இரயில் என்னும் பிசாசு பிறந்தது

மனிதர்களிடத்தில் ஏற்கனவே பயன்பாட்டில் இருக்கின்ற பொருளுக்குப் பதிலாக வடிவத்திலும் செயலிலும் புதிய பொருட்கள் அறிமுகம் செய்யப்பட்டால் அச்சமும் ஆச்சரியமும் ஏற்படும். நீராவியால் நின்றும், நகர்ந்தும் இயங்கும் எந்திரங்களின் கண்டுபிடிப்பும் பயன்பாடும் குறிப்பாகச் சுரங்கங்களில் வெட்டியெடுக்கப்படும் நிலக்கரியைக் கொண்டு செல்ல குதிரை வண்டிக்குப் பதிலாக அறிமுகப்படுத்தப்பட்ட இரயில் சரக்குகளையும் மக்களையும் ஏற்றிச் சென்றபோது அச்சமும் ஆச்சரியமும் ஏற்பட்டது. நகரும் எஞ்சின் நிலப்பரப்பெங்கும் ஓடியதைக் கண்டு பொது மக்கள் அச்சத்தில் ஓடினர். இது இரயில் எந்திரங்களின் சோதனையின் போதே ஏற்பட்டது. பாரிஸ் நகரில் 1769ஆம் ஆண்டு பிரான்சு நாட்டைச் சேர்ந்த நிக்கலஸ் யோசப்பு கூன்யோ தான் உருவாக்கிய மூன்று சக்கர நகரும் எஞ்சினில் நால்வரை ஏற்றி வெள்ளோட்டம் பார்த்தார். மணிக்கு மூன்று மைல் வேகத்தில் நகர்ந்து கட்டுக்கு அடங்காமல் ஒரு சுவரில் மோதியதால் அது இடிந்து விழுந்தது. இதைக் கண்டோர் நிக்கலஸைப் பாராட்டவில்லை; மாறாக, இது துர்தேவதைகளின் சக்தி, தீயது; தீமையே விளைவிப்பது என வசை பாடினர். இதுபோன்ற அபாயகரமான கருவிகளைக் கையாளும் நபர்கள் மேன்மேலும் தீங்கு செய்ய இடமளிக்கக் கூடாதெனக் கூறி நிக்கலஸைக் கைது செய்து

சிறையில் அடைத்தனர்![1] ஸ்காட்லாந்து நாட்டில் அயர்ஷைர் மாகாணத்தில் எந்திர நிபுணரின் மகனான வில்லியம் மர்டாக் இங்கிலாந்தில் பர்மிங்ஹாம் நகருக்கு நடந்தேசென்று ஜேம்ஸ் வாட், போல்ட்டன் ஆகியோரிடம் வேலைக்குச் சேர்ந்து சுரங்கங்களில் நீர் இறைக்கும் எந்திரங்களைப் பொருத்துதல், பழுதுபார்த்தல் பணிகளைச் செய்தவர் நகரும் எந்திரத்தைக் கண்டுபிடிக்க முயற்சித்தார். கார்ன்வால் மாகாணத்தில் ரெட்ரூத் நகரில் பணியாற்றிய மர்டாக், ஒரு அடி உயரமுள்ள நகரும் பொம்மை எஞ்சினைத் தயாரித்து 1784ஆம் ஆண்டு ஒரு நாள் இரவில் அதைப் பரிசோதித்தார். ரெட்ரூத் நகரின் தேவாலயத்துக்குச் செல்லும் பாதைக்கு நேராகப் பொம்மை எஞ்சினை இயக்கியபோது அது "புஸ், புஸ்" எனச் சீறி "டப், டப்" எனச் சத்தத்துடன் நகர நகர, அதன் பின் ஓடினார் மர்டாக். அப்போது ஒருவரின் கூச்சலைக் கேட்ட மர்டாக் அருகில் சென்றுபார்த்தபோது தேவாலயத்தின் மதகுரு அச்சத்தால் நடுநடுங்கி, வாய் குழறி கூக்குரலிட்டு நிற்கக் கண்டார். "இருள்சூழ்ந்த கீழுலகத்தில் வாழ்பவனாயும், தீமையே உருவாகியவனாயுமான சாத்தான், நெருப்பையும் புகையையும் கக்கிக்கொண்டு, தம் எதிரேவந்து, தம்மை அச்சுறுத்திவிட்டு, இரண்டொரு கணங்களுக்கு முன் அப்பால் விரைந்து சென்றான்"! என அவர் சொல்லியதைக் கேட்டார்.[2] இங்கிலாந்தின் கார்ன்வால் மாகாணத்தில் ரெட்ரூத் நகர் அருகேயுள்ள இல்லோகன் என்னும் சிற்றூரைச் சேர்ந்த ரிச்சேர்ட் டிரெவிதிக்கு தாம் உருவாக்கிய நகரும் நீராவி எஞ்சினில் 1801 டிசம்பர் 24 அன்று சிலரை ஏற்றிச் சென்றபோது "புஸ், புஸ்" என அதிலிருந்து பேரோசை எழுந்ததால் அதை "இரைக்கும் பிசாசு" என அழைத்தனர்.[3]

ஜான் பிளெங்கின்ஸாப், ஹெட்லி, ஹாக்வொர்த்து ஆகியோரின் முயற்சிகளுக்குப் பின் இறுதியாக ஜார்ஜ் ஸ்டீபன்ஸன் இயக்கிய நீராவி இரயில் 1825 செப்டம்பர் 27 அன்று டார்லிங்டனில் அமைக்கப்பட்ட புதிய ரயில் நிலையத்தில் "லோகோமோஷன்" என்னும் ரயில் எஞ்சினில் ஸ்டீபன்ஸன் ஏறி அதை இயக்கி ஸ்டாக்டன் நகரைச் சென்றடைந்ததும் ஏராளமான மக்கள் கூடியிருந்தனர்; அது அங்குச் சென்று சேர்ந்ததும் மக்கள் குதூகலத்துடன் கொண்டாடினர்.[4] அதேசமயம் இரயிலைக் கண்டு அஞ்சியோர் அதைத் தடை செய்யக் கோரினர். "ரயில் பாதை நாட்டின் அழகைக் கெடுக்கும்" என நிலச்சுவான்தார்கள் எதிர்த்தனர். ஒரு மதகுரு, "ரயிலால் மக்களுடைய பக்தி குறைந்து

---

1. பெ.நா. அப்புஸ்வாமி, 'ரயிலின் கதை', பக். 34 - 36.
2. மேலது, பக். 31 – 34.
3. மேலது, பக். 37 – 39.
4. மேலது, பக். 59 – 60.

போகும். அவர்களுடைய கடவுள் வழிபாடு தடைபடும். கோவிலில் நடத்தப்படும் மதப் பிரசங்கத்தைக் கேளாமல் ரயிலைப் பார்க்க ஓடிவிடுவார்கள்" என எதிர்த்தார்.[5] "ஆடு, மாடு, குதிரைகள் மேயும் புல்வெளிகளின் அருகில் பேரிரைச்சலிடும் எஞ்சினும், சடசட என்று ஓசைப்படுத்தும் வண்டித் தொடர்களும், ஓடினால் கால்நடைகள் வெறித்து ஓடும்; அவை அச்சமுற்று புல்லை மேயமாட்டா; கோழிகள் வழக்கம்போல் முட்டை இடமாட்டா; கறவைப் பசுக்கள் பாலைச் சுரக்கமாட்டா; வானத்தில் பறக்கும் பறவைகள் செத்துவிழும்; ஏரில் பூட்டிய குதிரைகள் நடுங்கி மெய்சிலிர்த்து நிற்கும்; அல்லது வெருண்டு ஓடிவிடும்; எஞ்சின் கக்கும் புகையும் கரியும் நெருப்பும் பச்சைப் பயிர்களை எல்லாம் கரியாக்கி, பொசுக்கி, நாசமாக்கும்; வைக்கோல் போர்களுக்கும் தானியக் குவியல்களுக்கும் பேரபாயம் ஏற்படும்" என அஞ்சிய பண்ணையார்கள் இரயில்பாதை அமைத்த தொழிலாளர்களை அடியாட்களால் அடித்துத் தாக்கினர்; சிலர் துப்பாக்கியால் தாக்கினர்.[6] கிராமத்தாரின் நிலை இதுவென்றால் நகரத்துவாசிகளோ, "வேகமாக ஓடும் ரெயில் வண்டியில் ஏறிச்சென்றால் மூச்சு நின்றுவிடும்; மாரடைப்பு உண்டாகும்; எலும்புகள் நகர்ந்து பூட்டுவிட்டுப்போகும்" என்று அஞ்சினர்.[7] நவீன எந்திரங்களைக் கண்டுபிடித்த ஐரோப்பியர்தான் இரயிலைப் பேய், பிசாசு, சாத்தான் எனக் கண்டு அஞ்சினர். எந்தெந்த நாடுகளுக்கெல்லாம் அவர்கள் சென்றனரோ அந்நாடுகளில் நவீன எந்திரங்களை அறிமுகப்படுத்தியபோது அந்நாட்டு மக்களும் அஞ்சினர்.

பிரித்தானிய – இந்தியாவில் இரயில் போக்குவரத்துக்காக இரும்புத் தண்டவாளத்தை அமைத்தபோது "நீண்ட இரும்புக் கம்பியால் இந்தியப் புவிப்பரப்பை முழுமையாகச் சுற்றி சுருட்டிக் கட்டி இங்கிலாந்துக்குக் கொண்டு செல்லத் திட்டமிட்டிருப்பதாக" மக்கள் அஞ்சினர். நார், கயிறு போன்றவற்றால் விறகு, வைக்கோல் எனப் பொருட்களை வாரிச் சுருட்டிக் கட்டிச் சுமக்கும் சமூகத்துக்கும் பூமியைச் சுருட்டி கடலுக்குள் ஒளித்தக் கதையை இக்காலத்திலும் நம்புகின்ற ஜாதியத்துக்கும் இரும்புத் தண்டவாளம் அமைக்கப்பட்டபோது "வெள்ளையர்கள் பூமியைச் சுருட்டுகின்றனரோ" என்ற அச்சம் ஏற்பட்டது இயல்பாகத்தானே இருக்க இயலும். 1853ஆம் ஆண்டு 16 அன்று பம்பாயின் போரிபந்தருக்கும் தானேவுக்கும் இடையிலும் பிற பகுதிகளிலும் இரயில் ஓடியதால் வெள்ளைக்காரன் "இரும்புக் கம்பியால்

5. பெ.நா. அப்புஸ்வாமி, 'ரயிலின் கதை', பக். 60 - 61.
6. மேலது, ப. 61.
7. மேலது, ப. 61.

பூமியைச் சுருட்டிக் கட்டுகிறான்" என்ற அச்சம் மறைந்தது! இரயில் ஓடத் தொடங்கியபின் வேறொரு சந்தேகம் தோன்றியது. காளை, குதிரையால் இழுக்கப்பட்ட பாரம்பரிய வண்டிகளைப் பார்த்தும் பயன்படுத்தியும் பழக்கப்பட்ட மக்களுக்கு இரயிலையும் குதிரை, காளையால் இழுக்கிறானோ? வெள்ளைக்காரன் எனச் சந்தேகித்தனர். இதை அறியும் ஆவலில் ஆங்காங்கே இருந்த இரயில் நிலையங்களில் கிராம, நகர மக்கள் பெருந்திரளாகக் கூடினர். கேரளாவில் தலைச்சேரிக்கும் கண்ணனூருக்கும் இருப்புப் பாதை அமைத்து இரயில் போக்குவரத்து தொடங்கியபோது அதைப் பார்க்க கண்ணனூரில் வெகுஜனங்கள் திரண்டனர்.[8] இவ்வாறு இரயில் நிலையங்களில் கூடியோர் குனிந்து இரயில் எஞ்சினின் அடியில் "குதிரைகள் எங்குக் கட்டப்பட்டிருக்கின்றன?" எனத் தேடினர். குதிரை இல்லாததால் ஏமாற்றம் அடைந்தனர். குதிரைகள் இல்லாமல் சீறிப் பாய்ந்ததைக் கண்டும் எஞ்சின் வெளியிட்ட விசில் சத்தத்தைக் கேட்டும் அதைப் பேய், பிசாசு என்று கூறி அது நம்மைக் கொல்லும் என அஞ்சினர். இரயில் "வேகமாகச் சென்றால் அவர்களுக்கு மூச்சு நின்றுவிடாதா?" என்ற அச்சமும் நிலவியது.[9] இவ்வேகத்தின் காரணமாக "ரயிலில் நமது மக்கள் துணிந்து ஏறமாட்டார்கள்", கட்டை வண்டிகளில் ஏறிச்செல்லும் ஏழைகள் இத்தனை சொகுசுள்ள வண்டியைக் கண்டு அஞ்சுவார்கள்" எனக் கூறினர். இத்தகைய அச்சம் தொடர்ந்து நீடிக்கவில்லை அது மறைந்தது. இரயிலோடு பழகத் தொடங்கியதால் அதைப் பற்றிய வியப்பும் ஈர்ப்பும் மேலோங்கியது.

நீராவிச் சக்தியால் இயங்கிக் கொண்டிருந்த இரயில் 1910களில் மின் சக்தியால் ஓடியபோது அதைப் பற்றி வியந்தனர். இதன் வருகையை "நல்ல ஆயன்" மாத இதழ், "புகைவண்டி யென்று இப்போது சொல்லப்படும் வண்டிகள் வெகு சீக்கிரத்தில் மின்சார வண்டிகள் என அழைக்கப்படும். நீராவியின் பலத்தால் செல்லும் ரெயில் வண்டிகள் இனி மின்சார சக்தியால் டிராம் வண்டிகளைப்போலவே ஓடும். இவ்வித மின்சார வண்டிகளை பரீக்ஷார்த்தமாய் முதலில் பம்பாயில் வழங்க ஏற்பாடு செய்து வருகிறார்களாம்"[10] எழுதியது. சென்னை நகருக்குள் மின் சக்தியால் இயங்கிய இரயில் பொது மக்களை வியப்பில் ஆழ்த்தியது. "சென்னை நகரில் எவரும் காணும் ஓர் விநோதக் காட்சி உண்டு. முப்பது நாப்பது ஜனங்களை ஏற்றிய பிரமாண்ட வண்டிகள் நீராவி, குதிரைகள் முதலிய எதுவுமன்றி, இருப்புத் தண்டவாளங்கள் மீது விரைந்தோடுவது அக்காட்சி. இப்பாரா வண்டிகளை வீதிகளில்

8. *இகபரசுகசாதனி*, மே 1903, ப. 15.
9. பெ.நா. அப்புஸ்வாமி, 'ரயிலின் கதை', ப.176.
10. *நல்ல ஆயன்*, ஜூன் 1913, ப. 144.

ஓட்டும் சக்தியையோ எவரும் கண்ணால் காணமுடியாது. வண்டிகளுக்கு மேலே ஸ்தம்பங்களில் மாட்டியிருக்கும் கம்பியில் மின்சார சக்தி சென்று, வண்டியினின்று புறப்பட்டு அக்கம்பியைத் தொடும் ஓர் நீண்ட கையின் மூலமாய் வண்டிக்குள் பிரவேசித்து, அதை அசைத்துவிடுகிறது. வண்டிகள் ஓடுவது மின்சார சக்தியினாலேயே. கம்பிகளுக்கு மின்சார சக்தி எங்கிருந்து வருகிறதென அறியவேண்டுமென்றாலோ பட்டணத்தின் ஓர் மூலைக்குச் செல்ல வேண்டும். இந்த அறைக்கு எஞ்சின் அறை என்றும் இங்கிலீஷின் சக்தி அறை என்றும் பெயர். இங்கிருந்து கம்பிகள் மூலமாய் மின்சார சக்தி பட்டணத்தின் நானா திசைகளுக்கும் செல்கிறது. வீதிகள் தோறும் அங்குமிங்கும் இடிந்து முழங்கிப் பாய்கின்ற வண்டிகளில் விளங்கும் வல்லமைக்குக் காரணம் இந்த எஞ்சின் அறையே"[11] என சுவிசேஷ பிரபல்ய வர்த்தமாணி எழுதியது.

இரயிலைக் கண்டு வியந்த நிலைமாறி, "இக்காலத்தில், பார்ப்போர் அதிசயிக்கத்தக்க அநேக யந்திரங்கள் தோன்றி யிருக்கின்றன. அவற்றில் ஒவ்வொன்றும் மனிதர் பிரம்மிக்கத்தக்க வேலைகளைச் செய்து வருகின்றன. ரயில்வே இன்சின் வேறெதனாலும் இழுத்துச் செல்ல முடியாத மரங்களையும், பல்லாயிரக்கணக்கான ஜனங்களையும் இழுத்துச் செல்கிறது" என இரயிலின் செயல்களைக் கண்டு வியந்தனர். அதேசமயம் இச்செயலை "யமன்கள் உயிர்களைக் கொண்டுசெல்வதுபோல் மனிதரை நூற்றுக்கணக்கான மைல்களுக்கப்பாலுள்ள விடங்களுக்கு விரைவில் கொண்டுபோய் விடுகின்றன" என ஆனந்தபோதினி தலையங்கம் எழுதியது.[12] இரயில் பயணங்கள் நன்மைகளையும் தருவதாக உணர்ந்தனர். "இது, நாடோறும் நம்மவர் பொருள்களை இரகசியமாகக் கவர்ந்து கொண்டிருப்பினும் இதனால் சில சௌகரியங்களிருப்பதாக இங்குள்ளவர்கள் கருதினார்கள். தூரதேசங்களிலுள்ள அவசர காரியங்களுக்கு விரைந்து செல்வதற்கும், வேறு சில காரியங்களுக்கும் மிகுந்த அனுகூலங்களிருப்பதாக இதனை மிகுதியும் விரும்பினார்கள். அதனால், காரியமுள்ள பலரும் இதில் ஏறிப் பிரயாணஞ் செய்யத்தொடங்கி"யதால் பயணிகள் உருவாகினர்.[13]

இரயிலைப் பற்றிய அச்சம் மறைந்து அதைப் பயன்படுத்தியதால் இரயிலின் வேகத்தை அதிகரிக்கக்

---

11. *சுவிசேஷ பிரபல்ய வர்த்தமாணி*, ஜூன் 1915, பக். 41 – 42.
12. 'ஆட்கவரும் அற்புத யந்திரங்கள்', *ஆனந்தபோதினி*, 12 பிப்ரவரி 1926, பக். 299 – 300.
13. 'புகைவண்டிப் பொறாமை', *ஆனந்தபோதினி*, 16 நவம்பர் 1926, பக். 195 – 199.

கோரினர். "இந்தியாவில் ரெயில் ஓடவாரம்பித்து ஏறக்குறைய 50 வருஷங்களுக்கு மேலாகின்றது. இப்பொழுது சாதாரணமாய் இந்தியாவிலோடும் மெயில் வண்டிகள் மணியொன்றுக்கு 20 மைல்களுக்குக் குறையாமலும் 30 மைலுக் கதிகப்படாமலும் ஓடுகின்றன. இத்தனை வருடங்களாய் ரெயிலோடும்பொழுது பூமி நன்றாய்க் கிடிபட்டு அழுத்தமாயிருக்குமாதலின் மேற்சொன்ன வேகத்தைக் காட்டிலும் இன்னு மதிகமான வேகத்துடன் வண்டிகள் இருப்புப்பாதைகளில் ஓடலாம்; முக்கியமான லயன்களில் (*Main Lines*) இரண்டு மெயில் டிரெயின்கள் ஓடினால் பிரயாணிகளுக்குக் கொஞ்சம் சௌக்கியமாகுமென்று" அவர் கூறுகிறார்.[14] இரயிலின் வேகம் குறைவாக இருந்ததைப் பின்வருமாறு கிண்டலும் செய்தனர்: "இரயில்வண்டி சாதாரணமாக வெகு விரைவாக ஓடினாலும், லோக்கல் எனப்படுகிற வண்டித்தொடர்கள் கட்டை வண்டியிலும் கேவலமாகச் செல்லுகின்றன. இதற்குத் தக்க காரணங் கிடையாது. உதாரணமாக, எழும்பூரிலிருந்து சைதாப்பேட்டைக்குள்ள நாலு மைல் தூரத்தைக் கடக்க, ஒரு மணிநேரம் பிடிக்கிறதாம்! இது என்ன வெட்கம். இதைவிடக் கால்நடையாய்ப் போய்விடலாம்!" எனக் கூறினர்.[15]

இரயிலும் அதன் வேகமும் நாகரீகத்தை விளைவிப்பதாய்க் கருதினர். பிரித்தானிய அரசின் "ரெயில்களும் தந்தித் தொடர்களும் நமது சௌகரியங்களையும் நாகரீகத்தையும் விருத்திசெய்யக் காரணமாய் ஏற்பட்டன" என்றார் ஸ்ரீநிவாச வெங்கடாச்சாரி.[16] "இருப்புப் பாதைவழி ஓடும் புகைவண்டித் தொடர் சற்றேறக்குறைய ஒரு மணிக்கு 40 மணி வரையிலும் ஓடும் ஆற்றலுடையது. ஆகவே இது ஏற்படுவதற்கு முன்னர் ஐந்தாறு நாள் வரையிலும் செலவிட்டு முடிக்க வேண்டிய பயணங்கள் எல்லாம் ஒரு பகல் அல்லது இரவில் தீர்ந்துவிடும் தன்மை உண்டாகிவிட்டது. இதனால் நாகரிக விஷயங்கள் ஓரிடமிருந்து வெகு தூரம் வரை மிக விரைவில் பரவ இடம் ஏற்பட்டுவிட்டது". "தன் செய்கையாலும் இருப்பாலும் நாகரிகத்தை நன்றாகப் பல தூரமான இடங்களில் பரவச் செய்யும் ஆற்றல் இந்த இருப்புப் பாதைக்கு இயற்கையாகவே அமைந்துள்ளது" என்றும்[17] "பல விடங்களிலுள்ள ஆள்களை வெகு விரைவில் பட்டணங்கள் கொண்டு சேர்த்து நாகரிகக் கருவிகளை இவ்வாறு

---

14. ல.அ. 'இந்திய இருப்புப் பாதைகள்', *ஞானபோதினி*, மே 1903, பக். 363 – 366.

15. *சத்தியதூதன்*, ஆகஸ்ட் 1914, ப. 37.

16. எஸ். ஸ்ரீநிவாச வெங்கடாச்சாரி, *இந்தியாவில் ஆங்கிலேய ஆதிபத்தியம் பகுதி இரண்டு*, மெட்ராஸ்: கார்டியன் அச்சகம், 1915, ப. 3.

17. 'இருப்புப் பாதைகளின் நாகரிகப்படுத்தும் ஆற்றல்', *விவேகபோதினி*, அக்டோபர் – நவம்பர் 1916, பக். 183 – 184.

பயன்படுத்துவது, அவைகளால் அடையக்கூடிய முடிவுகளின் ஸௌகசௌகர்யங்கள் எப்படி இருக்கும் என்பவைகளை நேரே பார்த்து அனுபவிக்க இடம் உண்டாகிறது"[18] என்றும் ஒருவர் கூறினார். இரயில் சில முன்னோக்கிய மாற்றத்தை விளைவித்ததை, "நல்லவேளையாக, நமது நாட்டில் ரயில் ஏற்பாடு நிலைத்துவிட்டது. அது நிலைத்திராவிட்டால், நாம் இந்நாளில் இன்னும் எத்தனை துறைகளில் பின்வாங்கியிருப்போம் என்று நினைக்கும்போது மனம் கூசுகிறது" எனக் கருதினர்.[19] "அடிக்கடி பட்டண விஷய ஸமாசாரங்களைத் தபால் ஒழுங்குக்கும் தாங்கலாகவிருந்து நாகரிகப் படவேண்டிய பல விடங்களில் விரைவிலும், சிறு கால அளவில் பலவற்றையும் கொண்டு சேர்த்து உதவிபுரிகின்றன இவ்விருப்புப் பாதைத் தொடர்கள். இவை, தாமே இடம்விட்டு இடம் வெகு விரைவாகப் போவதால் இவைகள் நன்மைகளை வெளிப்படுத்த இவைகளைவிட விரைவாக ஸமாசாரம் தெரிவிக்கும் கருவியின் உதவி இவைகளுக்கு வேண்டும். இதற்காக உதவும் தந்தி ஒழுங்கும் நாகரிகம் பரவச் செய்வதற்கு உதவியான பெரிய கருவியாக உள்ளது" என இரயிலின் பயன்களை நன்குணர்ந்தனர்.[20] நவீனப் போக்குவரத்துச் சாதனங்களுடன் மக்களுக்குப் பழக்கம் பலமானதால் அத்தியாவசியத் தேவையைக் கடந்து இரயில், மோட்டார் போக்குவரத்தைப் பொழுதுபோக்குக் கருவியாகப் பயன்படுத்தும் நிலை உருவானது. இப்போக்கை, "காரியமில்லாதவர்களும்கூட வீணே வேடிக்கை பார்க்கவும், டிராமா பார்க்கவும், சென்னை ஆனந்தபவன், ஆரியபவன், கோமளவிலாஸ் முதலிய ஹோட்டல்களில் காப்பி பலகாரம் சாப்பிடவும், வேறுசில அடாச்செய்கைகளைச் செய்யவும் அளவுக்கு மிஞ்சிப் பிரயாணஞ்செய்யும் வழக்கத்தை" மேற்கொண்டதாக ஆனந்தபோதினி குறிப்பிட்டது.[21] இரயிலைப் பிசாசாகக் கண்ட நிலை மறைந்து இரட்சகனாகப் பார்க்கும் தலைகீழ் நிலைக்கு வந்துள்ளனர்!

---

18. 'இருப்புப் பாதைகளின் நாகரிகப்படுத்தும் ஆற்றல்', *விவேகபோதினி*, அக்டோபர் - நவம்பர் 1916, பக். 183 - 184.
19. பெ.நா. அப்புஸ்வாமி, 'ரயிலின் கதை', ப.176.
20. மேலது, ப. 184.
21. 'புகைவண்டிப் பொறாமை', *ஆனந்தபோதினி*, 16 நவம்பர் 1926, பக். 195 - 199.

6

விபத்துகள் விளைந்தது

நவீனப் போக்குவரத்துச் சாதனங்களின் பாதகமான விளைவுகளில் ஒன்று, பொருள், உயிர்ச் சேதங்களை ஏற்படுத்தும் விபத்தாகும். இது, இதுவரை கண்டிராத ஒரு புதிய நிகழ்வு போக்கு ஆகும். இதனால் விபத்துகள் படைப்பாகவும் செய்தியாகவும் வெளியாயின. படைப்பு, தனிக் கதையாகவும் கதைப் போக்கில் துணை நிகழ்வாகவும் விவரிக்கப்பட்டன. மோட்டார் விபத்துகள் பணக்காரர்களால் உழைப்பாளர்கள் மீது நிகழ்த்தப்பட்டதைக் கதைகள் சில கூறுகின்றன. 'மோட்டார் விபத்து' என்ற சிறுகதை 1916ஆம் ஆண்டு விவேகபோதினி மாத இதழில் இரு மாதங்கள் வெளியானது. சென்னை மவுண்ட் சாலையில், சைதாப்பேட்டை அருகே ஒரு நாள் இரவு சுமார் இரண்டு மணிக்கு ஒரு கார் மற்றொரு கார் மீது மோதிவிட்டு நிற்காமல் செல்கிறது. இச்சம்பவம் மறுநாள் பத்திரிகையில் வெளியானதால் வண்டியின் பதிவு எண்ணை அறிந்து உரிமையாளர் வீட்டுக்குச் சென்ற நிருபர்கள் விபத்து குறித்து வினவினர். வீட்டின் பெரியோருக்குப் பயந்து வண்டியை ஓட்டிச் சென்றது ஓட்டுநர் என்றும் விபத்துக்கும் தங்களுக்கும் எவ்விதத் தொடர்பும் இல்லை என விபத்து ஏற்படுத்திய பண்ணையாரின் வாரிசுகள் பொய் சொல்கின்றனர். ஓட்டுநருக்குப் பணம் கொடுத்து செய்யாத தவறுக்கு அவரைப் பலிகிடா ஆக்கினர். இதை ஏற்காத ஓட்டுநரின் மனைவி நீதிமன்றத்தில் உண்மையைச் சொல்வேன் எனக் கூறியதும் பணம் கொடுத்து அவளையும் சமாதானப்படுத்தினர். மோதப்பட்ட வண்டியின் ஓட்டுநர் இறக்கும் நிலையால் போலிக் குற்றவாளியைக் கைது செய்யும் சூழல் ஏற்படுகிறது.

இதனால் இவர் உண்மையைக் கூற எண்ணுவதால் அவருக்குக் கூடுதல் பணம் தர பண்ணையாரின் வாரிசுகள் முன்வந்தனர்.

தன் குழந்தைகளின் எதிர்கால நிலையைக் கருதி மேலும் கூடுதல் பணம் கேட்கவே அவரைப் பிரெஞ்சு ஆதிக்கத்திலிருந்த புதுச்சேரிக்கும் பின் தென் அமெரிக்காவுக்கும் கடத்த திட்டமிட்டனர். இறுதியில், வண்டியை ஓட்டி விபத்து ஏற்படுத்தியது தாங்கள்தான் என பண்ணையாரின் வாரிசுகள் உண்மையை ஒப்புக் கொள்வதோடு போலிக் குற்றவாளி குற்றமற்றவர் எனக் கூறுவதோடு கதை முற்றுகிறது.[1] *சிந்தாமணி* மாத இதழில் இதன் ஆசிரியர் பாலம்மாள் 1928 அக்டோபர், நவம்பர் மாதங்களில் படைத்த 'தேச சேவை' சிறுகதையில், முதலாளி ஒருவரின் கார் தொழிலாளி மீதேறியதை, "இவனுக்கெதிரில் அதிவேகமாய் வந்துகொண்டிருந்த மோட்டார் கார் ஒன்று இவனைக் கீழே தள்ளி இவன் சரீரத்தின் மேல் ஓடிற்று. வண்டிச் சக்கரம் கழுத்திற் பதிந்து ஓடியதால் கேசவன் ஐயோ செத்தேன் என்றலறி ரத்தம் கக்கி அந்நிமிஷமே உயிர் துறந்தான்" என விவரிக்கிறார்.[2] விபத்து குறித்த கேலிச் சித்திரங்களும் வெளியாயின. இரயிலைச் சாத்தான், பிசாசு எனக் கூறியதுபோல் மோட்டாரை எமன் என்றனர். பெயர்களில் வேறுபாடுகள் இருந்தாலும் அவை மனிதர்களைக் "கொல்லும்" என்பது அவற்றின் உள்ளடக்கம்.[3] இவை, விபத்துகளைப் படைப்பாகவும் கேலிச் சித்திரமாகவும் வெளியிடும் நிலைக்கு அவை கவனம் பெற்றிருந்ததைக் காட்டுகின்றன. ஆதலால், பத்திரிகைகளில் வெளியான இரயில், மோட்டார் விபத்துச் செய்திகள் ஒருசிலவற்றைக் காண்போம்.

இரயில் விபத்து

1874ஆம் ஆண்டு சாவு

சென்னை இருப்புப்பாதைத் தொடரின் வடமேற்குப் பாதையில் 1874ஆம் ஆண்டு கமல்பூர், ஏர்ரகுண்டலா ஊர்களுக்கிடையே பாபாக்னி ஆற்றைத் தாண்டிச் சென்றபோது ஆற்றில் கட்டப்பட்டிருந்த பாலம் உடைந்ததால் ஒரு வண்டி தவிர எல்லாம் ஆற்றில் விழுந்ததால் சிலர் உயிரிழந்தனர்.[4]

---

1. 'மோட்டார் விபத்து', *விவேகபோதினி*, ஜூலை 1916, பக். 25 – 29 & ஆகஸ்ட் 1916, பக். 74 – 77.
2. பாலம்மாள் (முதல் பெண் இதழாசிரியர்), சென்னை: தடாகம், 2019, ப. 106.
3. 'மோட்டார் எமனைப் பார்த்ததுண்டா ?', *ஆனந்தபோதினி*, ஜூன் 1931, ப. 937.
4. *நற்போதகம்*, 1874 ஜூலை, ப. 139.

1893 ஆம் ஆண்டு 40 பேர் மரணம்

தென்னிந்திய இரயில்வேயின் நீலகிரி கிளையின் போத்தனூர் சந்திப்பிலிருந்து கோயம்புத்தூர், துடியலூர், பெரியநாயக்கன்பாளையம், காரமடை, மேட்டுப்பாளையம் வழியில் சென்ற இரயில் 1893 நவம்பர் 9 அன்று ஏற்பட்ட விபத்தில் நாற்பது பேர் உயிரிழந்தனர்; பலர் படுகாயம் அடைந்தனர்.[5]

1902, இரயில்வே பேரிடர்

சென்னை மாகாணம் கடப்பா மாவட்டம் மாங்கபட்டனம் பாலத்தில் 1902 செப்டம்பர் 12 அன்று நடந்த இரயில் விபத்து இரயில்வே பேரிடர் எனக் கூறப்பட்டது. இது தொடர்பாக ஆளுநர் அவையில் விவாதிக்கப்பட்டு விசாரணைக் குழு அமைக்கப்பட்டது.[6] *1903 மே மாதம் 24 அன்று ஜி.ஐ.பி. இருப்புப் பாதை நிலையத்தில் ஒரு வண்டித் தொடரில் எஞ்சினின் கீழ் அகப்பட்டு ஒரு பெண் இறந்தாள். தொடர் வண்டி வரும்போது இருப்புப் பாதையைக் கடக்க அவள் முயற்சித்தாள். பாதித் தாண்டும்போது வண்டி வந்தது. இரயில் ஓட்டுநர் வண்டியை நிறுத்த முயற்சித்தபோதிலும் வண்டியின் கீழ் அகப்பட்டாள். மருத்துவமனைக்குக் கொண்டுசென்ற இரண்டு மணி நேரத்தில் அவள் இறந்தாள்.*[7]

2338 பேர் மரணம்

1913–14 ஆம் ஆண்டு ஏற்பட்ட இரயில் விபத்துகளில் இரயில்வே வேலையாட்கள் 480 பேரும், பயணிகள் 268 பேரும், பாதையில் உத்தரவின்றி நடத்தல், தற்கொலை செய்தல் ஆகியவற்றால் 1590 பேரும் இறந்தனர். 845 வேலையாட்கள், 815 பயணிகள், 482 பிற மக்கள் காயமடைந்தனர். ஆக மொத்தம் 2338 பேரும் இறந்தனர், 2,142 பேர் காயமடைந்தனர். "இது மிகவும் அதிகமாகத்தான் காணப்படுகிறது. ஆயினும் பாதையின் நீளம் 34, 656 மைல் என்று காணும்போது, ஆபத்துகளின் ஸங்க்யை மிகக் குறைவென்றுதான் த்ருப்தி யடைய வேண்டும்" என ஒரு பத்திரிகை கூறியது.[8]

குலி விபத்து

நெணிப்பூர் மாவட்டம் "குலி நிலையம் அருகே 1930 மார்ச் 12 அன்று மாலை 3–45 மணிக்கு ஒரு பாசஞ்சர் வண்டியின் என்ஜினும்

---

5. Madras District Gazetteers: Coimbatore District, p. 139.
6. Proceedings of the Council of the Governor, 1902, pp. 196 – 200.
7. *இகபரசுகசாதனி*, 1903 மே, ப. 15.
8. 'இந்துதேசத்திய இருப்புப் பாதைகள்', *ஜனாபிமானி*, நவம்பர் 1914, பக். 137.

3 வண்டிகளும் தண்டவாளத்தைவிட்டு இறங்கி என்ஜின் கவிழ்ந்து ஓட்டுநரும் மற்றொருவரும் பலத்த காயமடைந்தனர். மூன்றாவது வகுப்பு இந்திய பிரயாணி ஒருவருக்கு இடது கண்ணுக்கு மேலே சிறிது காயம் ஏற்பட்டது.[9]

ஆவடி மரணம்

ஆவடி இரயில் நிலைய அதிகாரியின் 8–வயது மகள் 1931 அக்டோபர் 20 அன்று காலை இரயில் பாதையில் தற்செயலாக நின்று இரயில் செல்வதைப் பார்த்தபோது ஒரு லைட் இஞ்சினால் மோதப்பட்டு கீழே விழுந்தவுடனே மரணமடைந்தாள். இதை விசாரித்த அதிகாரிகள் தற்செயல் மரணம் எனக் கூறினர்.[10]

தண்டவாளத் தற்கொலைகள்

பல்வேறு காரணிகளால் தன்னைத் தானே மாய்த்துக் கொள்ள திட்டமிட்டே இரயிலில் மோதி தற்கொலை செய்வது இரயில் அறிமுகமான சில ஆண்டுகளில் தொடங்கியது. 1910களின் நடுப்பகுதியில் தஞ்சாவூர் மாவட்டம் ஆலக்குடியில் “சூத்திரப் பெண்” ஒருவர் தன் கணவரின் வன்முறைகளைத் தாங்க இயலாமல் தண்டவாளத்தில் தலையை வைத்துப் படுத்து தற்கொலைக்கு முற்பட்டாள். இதை அறிந்த இரயில் ஓட்டுநர் இரயிலை நிறுத்தி வண்டியில் ஏற்றி தஞ்சாவூருக்குக் கொண்டு சென்றார். அங்கு அவள் மீது தற்கொலை வழக்கு பதிவு செய்யப்பட்டது.[11]

கிழக்கு வங்காள விபத்து

கிழக்கு வங்காள இரயில்பாதையில் இரங்கபூருக்கும் ஷாம்பூருக்கும் மத்தியில் ஒரு பாசஞ்ர் வண்டி தண்டவாளத்தைவிட்டுக் கீழே இறங்கியது.[12]

ஹௌரா விபத்து

1932 பிப்ரவரி 27 அன்று மாலை 3.10 மணிக்கு கிழக்கிந்திய இரயில் ஒன்று 149ஆவது நெம்பர் பாசஞ்சர் வண்டி ஒரு தண்டவாளத்திலிருந்து மற்றொன்றுக்கு மாறியபோது பாதையிலிருந்து விலகியதால் ஓட்டுநருக்கும் பயணி ஒருவருக்கும் காயம் ஏற்பட்டது. பிரயாணிக்கும் எஞ்சின் ஓட்டுபவருக்கும் சாதாரண காயமேற்பட்டது.[13]

---

9. *திராவிடன்*, 14 மார்ச், 1930, ப. 5.
10. *திராவிடன்*, 22 அக். 1931, ப. 6.
11. ‘ரயில் தற்கொலை’, *பிழைக்கும் வழி*, ஜூலை, 1913, ப.389.
12. *திராவிடன்*, 16 ஜனவரி 1931, ப. 4.
13. *திராவிடன்*, 01 மார்ச் 1932, ப. 4.

திருவாரூர் விபத்து

பயணச்சீட்டு வாங்கியபின் இரயில் நடைமேடைக்கு அப்பக்கம் செல்ல, மேலே கட்டப்பட்ட பாலம் வழியே சென்று கீழே இறங்கிச் சென்றபோது வேதாரண்ய வாசியும் புரோகிதருமான 28 வயது கிருஷ்ணமூர்த்தி இவரது உறவினர் நாகஸ்வர்வாசியான குஞ்சிதபாதம் ஐயர் மீது 27ஆவது எண் இரயில் மோதியதால் அவ்விருவருக்கும் பலத்த காயங்கள் ஏற்பட்டன. கிருஷ்ணமூர்த்தியின் கால்கள் இற்றுப்போயின அவரது இடதுகை வண்டியிலகப்பட்டு நசுங்கியதால் திருவாரூர் நகர அரசு மருத்துவமனையில் இறந்தார். குஞ்சிதபாதம் உயிர்பிழைத்தார். இச்சம்பவத்தை இரயில்நிலைய உதவி ஆய்வாளர் கிருஷ்ண ஐயர் விசாரணை நடத்தினார்.[14]

பாடலிபுத்திரம் விபத்து

1932 ஜனவரி மாதம் பாடலிபுத்திரம் அருகே ஹௌரா டில்லி எக்ஸ் பிரஸ் விபத்து ஏற்பட்டது. இ.பி.கோ. 120 ஏ பிரிவின்படி (சதி)யும் இரயில்வே சட்டம் 126 பிரிவின் படியும் திருவாளர்கள் ராம்பிரதாப், சகலதீபம், பகவன் என்னும் மூவர்மீது குற்றஞ் சாட்டினர். இது சம்பந்தமாக ஏற்பட்ட வழக்கை விசேஷ மாஜிஸ்திரேட் ஏ.எஸ். கான் 1932 ஜூன் 12 அன்று விசாரித்தார். இவ்வழக்கில் ஒருவர் அப்ரூவராக மாறினார். இவ்விசாரணை பாடலிபுரம் மாவட்டச் சிறையில் நடந்தது. ஆரம்ப விசாரணை சம்பந்தமாக 65 சாட்சிகள் விசாரிக்கப்பட்டனர்.[15]

திருவெறும்பூர் மரணம்

பொன்மலையை அடுத்த மேலக்கல் கண்டார் கோட்டை கலைமகள் அச்சுக்கூடத்தில் வேலை செய்துகொண்டு தினந்தோறும் திருவெறும்பூர் போய் வந்த 12–வயதுள்ள தகப்பனற்ற தாய்க்கு ஒரே மகனான ஏழை சிறுவன் கருப்பண்ணன் 1932 ஜூலை 27 அன்று மாலையில் மஞ்சத்திடல் இரயில் நிலையத்தில் தஞ்சாவூர் ஷட்டில் இரயிலில் அவசரத்தில் பயணச்சீட்டு வாங்க முடியாமல் ஏறினார். அவ்வண்டியில் பரிசோதகர் பயணச் சீட்டைப் பரிசோதிப்பதைப் பார்த்து, அது தன்னிடம் இல்லாததால் சம்பளத்தில் 2 ரூபாய் செலவுக்கென்று வைத்திருந்ததைத் தான் சிறுவனென்பதால் பரிசோதகர் பிடுங்கிக் கொள்வார் என்று அஞ்சி மஞ்சத்திடலுக்கும் திருவெறும்பூருக்கும் மத்தியில் உடைப்பு

14. *திராவிடன்*, 05 ஏப்ரல் 1932, ப. 6.
15. *திராவிடன்*, 13 ஜூன் 1932, ப. 5.

ஜாகாவின் மேல் புறத்தில் குதித்தான். மறுபடியும் எழுந்திருக்க முடியாமல் கிடந்தான். அதே வண்டியிலிருந்த திருவெறும்பூர் ஐயர் திருவெறும்பூர் ஸ்டேஷனில் இறங்கி வீடு சென்று சிறுவனின் தாயாரிடம் சொல்லவே அவர்களைச் சேர்ந்தவர்கள் பையன் குதித்த இடத்திற்குச் சென்று பார்க்க குதித்து விழுந்தபடியே கிடந்தான். அவர்கள் அவனை வீட்டுக்கு எடுத்துவர உடனே இறந்துவிட்டான் என்றும், அதிகாரிகள் அறிக்கை செய்ததின் பேரில் இரயில்வே அதிகாரிகள் வந்து பார்த்ததும் அடக்கம் செய்யப்பட்டது. "ஏதோ ஒரு சமயத்தில் ஒரு சிலர் டிக்கெட் பரிசோதகராயினும் சரி, போலீஸ் அதிகாரிகளாயினும் சரி இப்படிச் செய்து விடுவார்கள். இருக்கிற பணத்தை யெல்லாம் பிடுங்கிக் கொள்வார்கள் என்றெல்லாம் அறியாதவர்கள் பயந்தவர்கள் பலர் இப்படிச் சிறுவர்களையும் ஏழை மக்களையும் பயமுறுத்துவதினாலும் இப்படிப்பட்டவர்கள் இதினின்றும் தப்பித்துக் கொள்ளும் பொருட்டு இப்படிப்பட்ட அபாயமான காரியங்களில் அகப்படவும் உயிர்ச் சேதம் ஆகவும் ஏற்படுகிறது. ஏதோ சிற்சிலருடைய செய்கைகளினாலேயே உத்தமமான பரிசோதகர் போலீசார் போன்றவர்களுக்கும் பொதுவாக அபகீர்த்தி ஏற்படுகிறது. பொது ஊழியர்களும் ஜனங்களும் அகற்றும் காலமே நம்மக்களுக்கு நல்லகாலம் எனலாம்" என திராவிடன் பத்திரிகை கூறியது.[16]

திருவல்லிக்கேணி விபத்து

சென்னை திருவல்லிக்கேணியில் 1930 ஆகஸ்ட் 29 காலை டிராம் ரோட்டில் பாப்புலர் சினிமா கொட்டகைக்கு முன்பு ஒரு மோட்டாரு டிராமும் மோதியதால் மோட்டாரின் மட்கார்டு சேதமடைந்தது.[17]

பயணி – சரக்கு இரயில்கள் மோதல்

தென்னிந்தியா இருப்புப்பாதையில் வைத்தீசுவரன் கோயிலுக்கும் ஆனைதாண்டவபுரத்துக்கு மிடையே 17 திங்கட்கிழமையிரவு சென்னையிலிருந்து சென்றபோட்மெயிலுக்கும் எதிர்முகமாய் வந்த ஒரு சரக்கு வண்டியும் மோதியதால் பயணிகள் சிலருக்குக் காயம் ஏற்பட்டன. ஆனைதாண்டவபுரம் நிலைய உதவி அதிகாரி முதலில் வைத்தீசுவரன் கோயில் நிலைய அதிகாரிக்குத் தந்தி கொடுத்து, தம்முடைய நிலையத்திலிருந்து புறப்படவிருந்த சரக்கு இரயிலுக்கு பாதை அனுமதி *(Line Clear)* சீட்டுக் கேட்டார். அது கொடுக்கப்படவே, அந்தச் சீட்டை

16. *திராவிடன்*, 27 ஜூலை 1932, ப. 2.
17. *திராவிடன்*, 29 ஆகஸ்ட் 1930, ப. 3.

அவர் சரக்கு வண்டியின் கார்டுக்குக் கொடுத்துவிட்டார். தான் பாதை அனுமதி கொடுத்தனுப்பிய சிறிது நேரத்துக்குள் வைத்தீசுவரன் கோயில் நிலைய அதிகாரி ஆனைதாண்டவபுரம் நிலைய அதிகாரிக்கு சரக்கு வண்டிக்குக் கொடுத்த பாதை அனுமதியை ரத்து செய்துவிட்டு வைத்தீசுவரன் கோயிலிலிருந்து புறப்படவிருந்த போட்மெயிலுக்கு பாதை அனுமதி கொடுக்கக் கூறினார். ஆனைதாண்டவபுரம் நிலைய அதிகாரி தமக்கு வந்த லயன்கிளியரை ரத்துசெய்துவிட்டு மெயிலுக்கு லயன்கிளியர் கொடுத்தார். ஆனால், அவர் சரக்கு இரயில் கார்டுக்கு, தாம் வைத்தீசுவரன் கோயில் அதிகாரியிடமிருந்து வாங்கிக் கொடுத்த பாதை அனுமதியைத் திரும்ப வாங்கிக்கொள்ள மறந்தார். போட்மெயில் வைத்தீசுவரன் கோயிலைவிட்டுப் புறப்பட, சரக்கு இரயிலும் ஆனைதாண்டவபுரத்தை விட்டுப் புறப்பட்டது. இது காரணமாக அவை இடைவழியில் மோதிக்கொண்டன. போட்மெயில் ஓட்டுநர் எதிரே சரக்கு வண்டி வருவதைக் கண்டு, தம் வண்டியை நிறுத்தி பின்னோக்கி முடுக்கினார். அவர் எச்சரிக்கையா யிருந்தும் சரக்கு இரயில் வெகு வேகமாய் வந்ததால் இரண்டும் மோதின. போட்மெயிலில் இஞ்சினை அடுத்திருந்த கம்பாஸிட் வண்டியிலிருந்த ஜனங்களுக்குக் காயம் பட்டது. இரண்டு வண்டி இஞ்சின்களும் சிதறுண்டு போயின. சரக்கு இரயில் பெட்டிகள் சேதமாயின. இதனால், போக்குவரத்து தடைபட்டது. இரயில்வே அதிகாரிகள் இரவும் பகலும் வேலைசெய்து வண்டிகள் தடைபடாமல் ஓடும்படி செய்தனர்.[18] மேலே விவரித்த இரயில் விபத்துகள் மனிதர்களின் 'கவனக் குறைவு', 'பாதைவிலகல்' 'பாலமுடைதல்' போன்ற காரணிகளால் ஏற்பட்டதைத் தெரிவிக்கின்றன.

மோட்டார் விபத்துகள்

பேருந்துகளை இயக்கியபோது, அதிவேகம், கட்டுப்பாட்டை இழத்தல், சாலை பராமரிப்பின்மை போன்ற காரணங்களால் மரம், மாட்டு வண்டி, மனிதர்கள் மீது மோதுதல் என விபத்து நிகழ்ந்தன.[19] கொட்டாரக்கரைக்கும் கோட்டையத்திற்கும் பஸ் போக்குவரத்து இருந்தது. இவ்வழித்தடத்தில் சென்ற பஸ் ஓரிடத்தில் மோதி கவிழ்ந்தது; பயணிகளுக்கு ஆபத்து இல்லை. "அதிவேகமாகப் போகாது மெதுவாகப் போகவேண்டும்" என்பதற்கு இவ்விபத்து ஓர் எச்சரிக்கையாகும்.[20]

---

18. *இசுலாம் நேசன்*, ஏப்ரல் 1911, பக். 271 – 272.
19. *ரூரல் இந்தியா*, பிப்ரவரி 1929, பக். 25 – 30.
20. *சமரஸம்*, ஜனவரி – பிப்ரவரி 1927, ப, 112.

பெரியகுளம் மரணம்

1930 ஜனவரி 26 அன்று பிற்பகல் 7.30 மணிக்கு தேனியிலிருந்து பெரியகுளத்தை நோக்கிச் சென்ற ஸ்ரீ பொன்னு மோட்டார் சர்வீஸ் எதிர்பாராமல் ஓர் பெரிய கருவேல மரத்தில் மோதியதால் பயணிகள் பலருக்கும் பலத்தக் காயமேற்பட்டது. அவர்கள் அரசு மருத்துவமனையில் சிகிச்சைக்காக அனுமதிக்கப்பட்டனர். வடுகப்பட்டி கந்தசாமிசெட்டி என்ற வாலிபருக்கு நெற்றியில் பலத்தகாயம் ஏற்பட்டதால் மிகவும் பரிதாபமான நிலையில் இறந்தார்.[21]

ஆரணி மூதாட்டி மரணம்

1930 செப்டம்பர் 25 அன்று மதியவேளையில் திருவந்திபுரத்தில் இருந்து இரண்டு மோட்டார் பஸ்கள் ஆரணிக்கு வந்து கொண்டு இருந்தன. ஆரணி அருகே வந்த சமயம் இவ்விரு பேருந்துகளின் ஓட்டுநர்கள் தங்களுக்குள் போட்டியிட்டு ஓட்டியதால், வழியில் வந்து கொண்டிருந்த ஓர் கீரை விற்கும் மூதாட்டி மேல் ஒரு பேருந்து மோதியதால் அவள் உடனே இறந்தாள். ஓட்டுநரைக் கைது செய்து சிறையில் அடைத்தனர்.[22]

கள்ளிக்கோட்டை விபத்து

கள்ளிக்கோட்டை வட்டாட்சி சாலை 95வது மைல் வல்லன்கிராமம் அருகே 1931 மே 27–ந்தேதி பேருந்து வந்தபோது ஒரு எரு மாடு குறிக்கிட இதைத் தப்பிக்க வேண்டி ஓட்டுநர் ஓரமாகப்போக பேருந்து கவிழ்ந்து ஒருவர் பலத்த காயமடைந்து உடனே இறந்தார். மற்ற 24 பேருக்குக் காயங்களுடன் அரசு பென்ட்லண்டு மருத்துவனையில் சேர்க்கப்பட்டனர்.[23]

திருவையாறு விபத்து

தஞ்சாவூர் மாவட்டம் 1932 அக்டோபர் 25 அன்று மாலை மாமாசாகிப் மூலையில் திருவையாற்றிலிருந்து ஒரு பேருந்து வந்த போது, 12 வயதுள்ள ஒரு சிறுவன் இங்குமங்கும் குறுக்காக ஓடியதால் பேருந்து மீது மோதி மருத்துவமனைக்குக் கொண்டு சென்ற சிறிது நேரத்தில் இறந்தான். இப்பையன் இவ்வூர் வருவாய் ஆய்வாளரின் மகன் ஆவான்.[24]

---

21. *திராவிடன்*, 31 ஜனவரி 1930, ப. 6.
22. *திராவிடன்*, 27 செப்டம்பர் 1930, ப. 5.
23. *திராவிடன்*, 9 ஜூன் 1931, ப. 7.
24. *திராவிடன்*, 27 அக்டோபர் 1931, ப. 6.

தோட்டப்பாளையம் விபத்து

வேலூர் காட்பாடி ரோட்டில் தோட்டப்பாளையம் தர்மராஜா கோவில் அருகே 1932 மே 31 அன்று திங்கட்கிழமை மாலை இரண்டு மணிக்கு எம்.ஸி.பி.2865 நெ. மோட்டார் வழியில் போய்க் கொண்டிருந்த மூவர் மீது உராய்ந்ததால் காயமடைந்தனர். இவர்களையும் ஓட்டுநரையும் காவல் நிலையத்துக்குக் கொண்டு சென்றனர்.[25]

சிம்லா விபத்து

ஒரு மோட்டார் நான்கு பயணிகளை ஏற்றிக் கொண்டு கல்காவிலிருந்து சிம்லாவுக்குச் சென்றபோது மற்றொரு மோட்டார் மீது மோதுவதைத் தவிர்க்க திருப்புகையில் ஒரு ஆழமான பள்ளத்தில் விழுந்ததால் இருவர் இறந்தனர். மற்ற இருவருக்குப் பலத்த காயம் ஏற்பட்டது மற்ற இரு பயணிகளும் ஓட்டுநரும் ரிப்பன் மருத்துவமனையில் அனுமதிக்கப்பட்டனர்.[26]

சென்னை விபத்துகள்

சைதாப்பேட்டை

1932 மே 26 அன்று மாலை பதிவு எண். சி.ஓ.1579 மோட்டார் வண்டி மௌன்ட் சாலை வழியாகப் போகும்போது காதன் என்பவன் இழுத்துக்கொண்டு போன ஒரு கைவண்டியின் மேல் மோதியது. அதனால் காதன் பலத்த காயமடைந்து இராயப்பேட்டை மருத்துவமனையில் சேர்க்கப்பட்டார். அம்மோட்டார் வண்டியும் சேதமடைந்தது. மோட்டார் வண்டியை துரைசாமிநாயுடு ஓட்டினார். முன்பு போன ஒரு மோட்டார் வண்டியைத் தோற்கடிக்க வேண்டி வேகமாகப் போனதால் இவ்விபத்து ஏற்பட்டது.[27]

இராயப்பேட்டை

சென்னை, 1932 ஏப்ரல் 1 அன்று சாயங்காலம் இராயப்பேட்டை ஹைரோட்டில் சந்திரசேகர் என்னும் ஆறு வயதுள்ள சிறுவன் மேல் எண். எம்.சி.பி. 376 மோட்டார் வண்டி மோதியது. சிறுவனை உடனே இராயப்பேட்டை மருத்துவமனைக்குக் கொண்டு சென்றனர். குழந்தைக்குப் பெரிய காயம் ஏற்படவில்லை.[28]

---

25. *திராவிடன்*, 04 ஜூன் 1932, ப. 4.
26. *திராவிடன்*, அக். 1931, ப. 3.
27. *திராவிடன்*, 28 மே 1932, ப. 6.
28. *திராவிடன்*, 1 ஏப்ரல் 1932, ப. 5.

மௌண்ட் ரோடு

சென்னையில் மவுண்ட் ரோட்டில் அவ்வப்போது விபத்துகள் நடைபெற்றன. இந்த ரோட்டில் டி. 2 போலீஸ் நிலையத்துக்கெதிரில் குழாய் வேலை செய்த அப்பாவு நாயுடு தன் வேலைக்காகச் சில இரும்புப் பொருட்களைத் தூக்கிச் சென்றபோது பின் வந்த எம். சி.பி. 843 மோட்டார் பைக் அவன் மீது மோதியது. அவனுக்குக் காலிலும் முட்டியிலும் காயங்கள் ஏற்பட்டன. மக்கள் கும்பலாகக் கூடினர். எதிரிலுள்ள காவல் நிலையத்திலிருந்து ஒருவர்கூட வந்து பார்க்கவில்லை. காயம்பட்டவரை ஆங்கிலேயர் ஒருவர் ஸ்பென்ஸர் கம்பெனிக்கு அழைத்துச் சென்றார். மோட்டார் பைக்கை ஓட்டி வந்தவர் ஒரு ஐரோப்பியர் ஆவார்.[29] 1931 அக். 23 காலை பதினோறுமணிக்கு மௌண்ட் ரோடு இம்பீரியல் வங்கிக்கு எதிரில் எண். எம்.சி.பி. 88, பியட் ஒன்று மின்சாரக் கம்பத்தில் மோதியது. மோட்டாரை ஓட்டிய ஓட்டுநர் திடீரென வலதுபக்கமாய்த் திருப்பியதால் மின் கம்பத்தில் மோதி வண்டி சேதமடைந்தது.[30]

மெரீனா கடற்கரை

மெரீனா கடற்கரையில் 1932 மார்ச் 23 அன்று இரவு சுமார் 12.30 மணிக்கு எண். 424. மோட்டார் வண்டி மோதியதால் வண்டியின் கீழ் இருவர் அகப்பட்டனர். அதில் ஒருவர் 35–வயதுடைய திருவேங்கடநாயுடு, மற்றவர் 32 – வயதுடைய முனுசாமி என்பவர். இருவரும் பர்மா ஷெல் கம்பெனியாருக்குச் சொந்தமான ஒரு மோட்டாரில் பொது மருத்துவமனையில் சேர்க்கப்பட்டனர்.[31]

கல்மண்டபம்

சென்னை கல்மண்டபம் சாலையில் எம்.சி. 5033 நெம்பர் பஸ் 50 வயதான சீதாலட்சுமி என்பவளையும் எம்.சி. பி.நெ. 301 பஸ் ராயபுரம் முத்து கிருஷ்ணப்ப செட்டி வீதியில் திருக்குழந்தை செட்டி என்பவரையும் கீழே தள்ளி காயப்படுத்தியது. அவர்களைச் சிகிச்சைக்காக ராயபுரம் மருத்துவமனையில் சேர்த்தனர். அங்கு அவர்கள் நிலைமை ஆபத்தாக இருப்பதாகவும் அவர்களின் மரணவாக்கு மூலத்தை மாஜிஸ்டிரேட் பதிவு செய்தார்.[32] மக்களின் கவனமின்மையும் ஓட்டுநர்களின்

29. *திராவிடன்*, 23 செப்டம்பர் 1930, ப. 3.
30. *திராவிடன்*, 23 அக்டோபர் 1931, ப. 3.
31. *திராவிடன்*, 23 மார்ச் 1932, ப. 6.
32. *திராவிடன்*, 20 ஜூன் 1932, ப. 8.

கவனமின்மையும் அதிவேகமும் பேருந்து விபத்துகளுக்குக் காரணமென்பதை மேற்குறிப்பிட்ட விபத்துகள் தெரிவிக்கின்றன.

விபத்துத் தடுப்பு

இரயிலை இயக்கும் முயற்சியின் சோதனை நிலையிலேயே அது மனிதர்களையும் விலங்குகளையும் கொல்லும் "சாத்தான், பிசாசு" என்ற எண்ணம் உலகம் முழுக்க மேலோங்கியபோதிலும் இரயில், மோட்டார்களின் இயக்கத்தைத் தடுக்க இயலவில்லை. அவை வாழ்க்கையின் தவிர்க்க இயலாத பொருட்களாக மாறியதால் விபத்துகளைத் தடுக்கும் முயற்சிகள் மேற்கொள்ளப்பட்டன. இரயில், பேருந்து மீது மக்களும் விலங்குகளும் முன்னவை பின்னவவை மீதும் மோதுவதால் விபத்துகள் நிகழ்கின்றன. இரயில் இயக்கப்பட்ட தொடக்க காலங்களில் இரயிலின் நீளம், வேகம் போன்றவற்றைப் பற்றிய விழிப்புணர்வு மக்களிடத்தில் இல்லாததால் அதன் மீது மனிதர்களும் விலங்குகளும் அறியாமையினால் மோதி விபத்துகள் நிகழ்ந்தன. இதைத் தடுக்க நடவடிக்கைகள் சில எடுக்கப்பட்டன.

குதிரைக்குப் பின் இரயில்

மனிதர்களும் விலங்குகளும் இரயில் ஓடும்போது அறியாமையால் திடீரெனக் குறுக்கே பாய்ந்தால் இரயிலைச் சட்டென நிறுத்த இயலாது. இரயிலின் இயக்கத்தைப் பற்றிய விழிப்புணர்வுள்ள இக்காலத்திலும் அறியாமையாலும் அவசரத்தாலும் குறுக்கே செல்வது நிகழ்கின்றன. இரயிலை இயக்கிய தொடக்க காலங்களில் மக்களிடமும் விலங்குகளிடமும் அறியாமை நிரம்பியிருந்ததால் குறுக்கே பாய்வது தொடர்ந்து நிகழ்ந்தது. மனிதர்களையும் விலங்குகளையும் குறுக்குப் பாய்ச்சலைத் தடுக்க வேண்டிய நிலை உருவானது. இரயில் ஓடும்போது தண்டவாளத்தின் ஓரமாக குதிரையின்மீது அமர்ந்து ஒருவர் கொடி பிடித்துச் சென்று இரயிலின் வருகையை அறிவிப்பதன்[33] வழி இரயிலுக்குச் சற்று தூரமாக நிற்க மக்களைப் பழக்கினர். அக்காலத்தில் இரயிலைவிட குதிரை வேகமாகச் சென்றதால் இம்முறையைப் பின்பற்றினர். இரயிலின் வேகம் அதிகரித்ததால் இதன் வருகையை முன் அறிவித்த குதிரையை அப்புறப்படுத்தினர் எனக் கருதலாம்.

கற்றாழை வேலி

தண்டவாளத்தின் இரு புறங்களிலும் சப்பாத்துக்கள்ளியை வேலியாக வளர்த்து மனிதர்களும் விலங்குகளும் தண்டவாளத்தின்

---

33. பெ.நா. அப்புஸ்வாமி, 'ரயிலின் கதை', ப. 60.

குறுக்கேயும் அருகேயும் செல்வதைத் தடுத்தனர். தண்டவாளத்தின் வேலியாகக் கற்றாழையைப் பயன்படுத்தியதால் இது இரயில் கற்றாழை எனப்பட்டது.[34] "கற்றாழை வேலிக்கு பலமான அடைப்பாகிறது. இதை உத்தேசித்தே இருப்புப் பாதைகளின் இருபக்கங்களிலும் வைத்து உண்டாக்குகிறார்கள்" என முகம்மது அப்துல் காதர் அக்காலத்தில் குறிப்பிட்டார். கற்றாழை நார் பல்வேறு தேவைகளுக்குப் பயன்படுத்தப்பட்டன. வடமாகத் தயாரித்தல், கோரைப்பாய் நெய்யப் பயன்பட்டது.[35] குறுக்குப் பாய்ச்சலைத் தடுக்க இரயில்வே கதவு முறையும் (ரயில்வே கேட்) உருவானது. இரயில் வருவதற்குச் சற்றுமுன் இக்கதவை அடைப்பதால் அவ்வழியாகப் போக்குவரத்து சிறிது நேரம் தடைபடும். இதனால் ஏற்படும் சாதக பாதகச் சம்பவங்களை தமிழ்த் திரையுலகில் முதன்முதலில் "பகவதிபுரம் ரயில்வேகேட்" காட்சிப்படுத்தியது. இக்காட்சியாக்கம் இக்காலத்திலும் தொடர்கிறது. இரயில் பாதைக் கதவுகளுக்கு ஆளில்லாமையும், கதவுகளே இல்லாத நிலையும் இருப்பதால் வாகனங்கள் தண்டவாளத்தைக் கடக்கும்போது விபத்துகள் இக்காலத்திலும் எப்போதாவது நிகழ்கின்றன.

இரயில் ஆம்புலன்ஸ்

மேலே முன்னெடுத்த முயற்சிகள் முற்றிலும் பலனைத் தரவில்லை. நவீனப் போக்குவரத்தின் தவிர்க்க இயலாத அங்கமாக விபத்து மாறியதை உணர்ந்து விபத்தில் பாதிக்கப்பட்டோரின் உயிரைக்காக்க ஸேயின்ட் ஜான் ஆம்புலன்ஸ் சங்கம் 1910களில் உருவானது.[36] இச்சங்கம் இக்காலத்தில் இயங்கும் ஆம்புலன்ஸ் முறைக்கு முன்னோடி எனக் கருதலாம்.

மோட்டார் வாகனச் சட்டம், 1906

மோட்டார் வண்டிகளை இயக்குவதை ஒழுங்குபடுத்த சென்னை புனித ஜார்ஜ் கோட்டை ஆளுநர் அவையில் 1906ஆம் ஆண்டு சட்டம் இயற்றப்பட்டது. மோட்டார் வண்டியில் பதிவு எழுத்தும் எண்ணும் தெளிவாகக் காணும்படி எழுதி, மோட்டார் வண்டி ஓட்டுநர் அதைத் தொழிலாகக் கொண்டு ஓட்டுநர் உரிமம் பெற வேண்டும். இவற்றை உரிய அலுவலர்கள் முன்தோன்றி பெற்றுக் கொள்ளலாம். பொதுமக்களின் பாதுகாப்புக்குப் பங்கம் விளைவிக்காமல் மோட்டார் வண்டியைத் தன் கட்டுப்பாட்டில் ஓட்டுநர் இயக்க விதிகள் உருவாக்கப்பட்டன. பொறுப்பற்ற

---

34. *பிழைக்கும் வழி*, பிப்ரவரி, 1913, ப. 76.

35. எம்.பி. அரபு முகம்மது அப்துல் காதர், 'ரெயில் கற்றாழை', *ஜனாபிமானி*, ஆகஸ்ட் – செப்டம்பர், 1917, ப. 312.

36. *ஜனாபிமானி*, ஆகஸ்ட் 1915, பக். 640 – 641.

முறையில் வண்டியை ஓட்டுவதாகக் கண்டறியப்படும் ஓட்டுநர்கள் மாஜிஸ்ட்ரேட் முன் நிறுத்தப்பட்டு உரிமம் இரத்து செய்யப்படும். வேகமாய் ஓட்டி மனித உயிர்களுக்கு ஆபத்தை விளைவிக்கும் ஓட்டுநர்களுக்குத் தண்டத் தொகையும் சிறைத் தண்டனையும் வழங்கத் தீர்மானிக்கப்பட்டது.[37] மோட்டார் விபத்துகள் அதிகரித்ததால் "தற்சமயம் எங்குப் பார்த்தாலும் மோட்டார் பஸ்களிலேயே அநேக மரணங்களும் அபாயங்களும் ஏற்படுவதால் கவர்மண்டார் விசேஷ முயற்சிகளெடுத்து ஜனங்களைப் பாதுகாப்பார்களென்று நம்புகிறோம்" என திராவிடன் பத்திரிகை 1930ஆம் ஆண்டு கூறியது.[38] விபத்துகளைத் தடுப்பதில் அரசுக்குப் பொறுப்பு உண்டென்பதை மறுக்க இயலாதுதான் எனினும், போக்குவரத்து விதிகளுக்கு உட்பட்டு இயக்க வேண்டிய பொறுப்பு தங்களுக்கும் இருப்பதை குடிமக்களும் உணரவேண்டும். அரசியல் பொருளாதாரத்தில் ஏற்படுகின்ற அதிவேக மாற்றங்கள் விபத்துகளை வாழ்க்கையின் தவிர்க்க இயலாத அங்கமாக நீடித்திருக்கச் செய்கின்றன. விபத்துகளைத் தவிர்க்க "அதிவேகமாகப் போகாது மெதுவாகப் போகவேண்டும்" என எச்சரிக்கை தொடர்ந்து கூறப்பட்டது.[39]

இரயிலுக்கு விபத்து

இரயிலால் மனிதர்களுக்கு ஏற்பட்ட விபத்து போல் இரயிலுக்கு மனிதர்களாலும் விபத்து நிகழ்ந்தது; இது இந்திய தேச அரசியலால் உருவானது. இதில் தீவிரவாதப் பிரிவைச் சேர்ந்த வாஞ்சிநாதன் திருநெல்வேலி மாவட்ட ஆட்சியர் ஆஷ்துரையை 1911 ஜூன் 17 அன்று காலை 6:30 மணிக்கு மணியாச்சி சந்திப்பில் இரயிலின் முதல்வகுப்புப் பெட்டியில் அவர் தன் மனைவியோடு இருந்தபோதுதான் சுட்டுக் கொன்றார். சென்னை கோடம்பாக்கத்துக்கும் மாம்பலத்துக்கும் இடையில் 1930 ஏப்ரல் 04 அன்று பயணிகள் இரயில் சென்றபோது இரயில் பாதையில் தடை விளைத்ததாக மூவர் கைது செய்யப்பட்டு எழும்பூர் இரயில்வே போலீசாரால் கைது செய்யப்பட்டு சைதாப்பேட்டை மாஜிஸ்டிரேட் முன் நிறுத்தப்பட்டனர்.[40]

சென்னை மாம்பலம் இரயில் நிலையத்தில் 1932 மே 20 அன்று இரவு சீட்டு கொடுக்கும் சிறிய சாளரம் வழியே சிலர் வைக்கோலைத் துணியில் சுற்றி அதில் கிரோசைன் எண்ணெய்

37. The Madras Motor Vechicles Bill, 1906, 'Proceedings of the Council of the Governor', 1907, Vol. XXXV, pp. 13 – 25.

38. *திராவிடன்*, 1930 ஜனவரி 31, மலர். 15, இதழ் 25, ப. 6.

39. *சமரஸம்*, 1927 ஜனவரி – பிப்ரவரி, ப, 112.

40. *திராவிடன்*, 5 ஏப்ரல் 1929, ப. 6.

ஊற்றிய இரண்டு பந்துக்களைக் கொளுத்தி உள்ளே போட்டனர். ஒரு பந்து அணைந்துவிட்டது. மற்றொரு பந்து அறிக்கைப் புத்தகத்தையும் ப்ரூப் புத்தகத்தையும் சேதப்படுத்தியது. இரயில் நிலைய ஊழியர் காலையில் வந்த பின் இச்சம்பவம் வெளிச்சத்துக்கு வந்தது. அப்பந்துகள் எரியாததால் அந்த இரயில் நிலையத்துக்கு பாதிப்பு ஏற்படவில்லை. பணமும் பிற ஆவணங்களுக்கும் பாதிப்பு ஏற்படவில்லை. இரயில் நிலை சுவர்களில் "பிரிட்டிஷ் பொருட்களைப் பகிஷ்கரியுங்கள்" "போலீஸ்காரரைக் கொல்லுங்கள்", "டிக்கெட் டின்றி பிராயணஞ் செய்யுங்கள்" என எழுதப்பட்டிருந்தன. இச்சம்பவம் குறித்து எழும்பூர் இரயில் நிலைய காவலர்கள் விசாரணை செய்தனர்.[41] தண்டவாளத்தில் கற்களை வைத்ததும் நிலையத்தைக் கொளுத்த முயற்சித்ததும் இந்திய தேசிய அரசியலின் விளைவென்பது தெளிவு. இந்நிகழ்வுகள் இரயிலைக் கண்டு அஞ்சிய நிலைமாறி அதைத் தடுக்கும் மனதிடம் உருவானதைக் காட்டுகிறது.

இயற்கைப் பேரிடர்களும் இரயிலுக்கு விபத்துகளை விளைவித்தன. 1903ஆம் ஆண்டு ஏற்பட்ட பெருமழையால் சென்னையில் ஹாரிஸ் பாலத்தருகே இரண்டு டிராம்வே ஸ்தம்பங்கள் அடியோடு பெயர்ந்தன. தென்னிந்திய இரயில்வேயில் செங்கல்பட்டைக் கடந்து படாளம் இரயில் அருகே உடைப்பு ஏற்பட்டது. விழுப்புரத்துக்கு நான்கு மைலுக்கு அப்பால் உடைப்பு ஏற்பட்டதால் துரித வண்டிகள் செல்லவில்லை. காஞ்சீபுரத்துக்கும் அரக்கோணத்துக்கும் இடையில் வெள்ளம் இரயில் பாதையை அழித்தது.[42] சென்னை மாகாணத்தில் 1916 நவம்பர் மாதம் 23– அன்று வீசிய புயலால் ஒரு இரயில் கவிழ்ந்தது.[43] கடலூர் அருகே ரெயில்வே லயனில் உடைப்பு ஏற்பட்டதால் சென்னையிலிருந்து தஞ்சாவூருக்கு 1920 ஜூலை 21 அன்று 6.45க்கு வந்த போட்மெயில் ஐந்துமணி தாமதமாகச் சென்றது.[44]

கடும் மழையால் 1925 டிசம்பர் 11 அன்று இரவு மாயவரம் அறந்தாங்கி இரயில்வே பாதையில் பட்டுக்கோட்டைக்கும் அதிராமன்பட்டணத்துக்கும் இடையில் ஒரு பெரியகுளத்தில் உடைப்பு ஏற்பட்டதாலும் காட்டாற்று வெள்ளம் வந்ததாலும் இருப்புப் பாதைக்கு மேல் இரண்டு அடிக்கு வெள்ளம் சென்றது. இருப்புப் பாதையும் இதன் கரையும் அமுங்கியதால் அப்போது ஓடிக்கொண்டிருந்த இரயில் வண்டியின் எஞ்சினும் பெட்டிகளும் கவிழ்ந்தன. இரண்டு பெட்டிகள் முழுவதுமாகவும் இரண்டு

41. *திராவிடன்*, 21 மே 1932, ப. 6.
42. *ஞானபோதினி*, ஜூலை 1903, ப. 474.
43. *மாதர் போதினி*, ஜனவரி 1917, ப. 2.
44. *ஸமரஸ போதினி*, 21 ஜூலை 1920, ப. 6.

பெட்டிகள் பாதியாகவும் ஒன்றுக்குள் ஒன்று புகுந்ததால் பலர் இறந்தனர். மதுரையில் பெய்த கனமழையால் ஏற்பட்ட வெள்ளத்தால் மதுரை – இராமேஸ்வரம் பாதையில் சுலைமான், திருப்புவனம் இரயில் நிலையப் பகுதிகளில் இருப்புப் பாதையை வெள்ளம் வாரிச்சென்றதால் மதுரை – இராமேஸ்வரம் இரயில் போக்குவரத்து நிறுத்தப்பட்டது. நீலகிரியில் பெய்த 10 இன்ஞ் மழையால் நிலச்சரிவு ஏற்பட்டு இரயில் போக்குவரத்து தடைபட்டது.[45]

இரயிலில் கொள்ளைச் சம்பவங்களும் தொடர் நிகழ்வாயின. ஒரு கொள்ளைச் சம்பவம் தொடர்பாக 27 பேர் கைது செய்யப்பட்டனர்.[46] 1931 செப்டம்பர் 21 அன்று கூடூர் இரயில் நிலையத்தில் இரயில் வண்டியில் டீகிரஸ், ஷா ஆகிய இரு ஆங்கிலோ இந்தியர்கள் துணிப்பெட்டியைத் திருடியபோது கைது செய்யப்பட்டு ரிமாண்டில் சிறையில் அடைக்கப்பட்டனர். இரயிலில் தொடர்ந்து திருட்டில் ஈடுபட்ட ஐயராம் என்பரை ஆம்பூர் காவலர்கள் கைது செய்தனர்.[47] சென்னை தங்கசாலை வீதியில் 1932 மே மாதம் நடைபெற்ற மோட்டார் கொள்ளை வழக்கு சம்பந்தமாக மற்றும் இருவரைக் கைது செய்திருக்கிறார்கள். இவர்களுள் ஒருவர் ரெங்கையா செட்டி, மற்றொருவர் காண்ட்ராக்டர் ஞான சுந்தரம்.[48] இத்தகைய சம்பவங்களைத் தடுக்க இரயிலில் காவலர்கள் பணிக்கு அமர்த்தப்பட்டனர்.[49]

---

45. *குடி அரசு*, 13 டிசம்பர் 1925.
46. *குடி அரசு*, 18 அக்டோபர் 1925.
47. *திராவிடன்*, 23 செப்டம்பர் 1931, ப. 7.
48. *திராவிடன்*, 28 மே 1932, ப. 6.
49. *யதார்த்த பாஸ்கரன்*, மார்ச் & ஏப்ரல் 1904, பக். 138.

7

நிலம் வெறுந்தரையானது

கருவிகளின் இடம்பெயர்ச்சி

உலகம் முழுக்க பிரித்தானிய ஏகாதிபத்தியத்தை நிறுவ நிலத்திலும் நீரிலும் கட்டமைக்கப்பட்ட நவீனப் போக்குவரத்து தீவுகளையும் தீபகற்பகங்களையும் இணைத்ததானது, ஹிந்து படிநிலை ஜாதியக் கட்டமைப்பில் சில நூற்றுக் கணக்கான ஆண்டுகளாகத் தீண்டாமைக்கும் சுரண்டலுக்கும் ஆட்படுகின்ற உழைக்கும் ஜாதியற்றோர் அவற்றிலிருந்து விடுபட வழி வகுத்தது. உலகில் எங்கெல்லாம் பிரித்தானியர்கள் "காலனிகளை" உருவாக்கினரோ அங்கெல்லாம் இடம்பெயரும் நிலையை நவீனப் போக்குவரத்து உருவாக்கியது. இடப்பெயர்ச்சியும் இடம்பெயர்ந்தோரின் அவலமும் அக்காலத்தில் பேசு பொருளானது. இதற்கு சில அடிப்படைக் காரணங்களும் உண்டு. படிநிலை ஜாதிய உருவாக்கத்தின் அடித்தளமான விவசாய உற்பத்தியில் நிலத்தைவிட உற்பத்திக் கருவிகளே அவசியமாய் இருந்தன. உழவு மாடு, கலப்பை, நீரிறைக்கும் கமலை என உற்பத்திக் கருவிகளை உருவாக்கிப் பராமரித்த மனிதனும் மிக முக்கியமான உற்பத்திக் கருவியே. இவற்றை, அஃறிணை, உயர்திணை உற்பத்திக் கருவிகள் எனலாம். இவ்வுற்பத்திக் கருவிகள்தான் நிலத்தை விளை நிலமாக மாற்றுகின்றன; உற்பத்திக் கருவிகள் இல்லையென்றால் நிலம், வெறுந்தரையே! ஹிந்து படிநிலை ஜாதிய சமூகத்தில் விவசாய உற்பத்தியில் "தீண்டத்தகாதோர்" என முத்திரை குத்தப்பட்ட

உயர்திணை உற்பத்திக் கருவிகள் தாம் இயங்கியதோடு கலப்பை, உழவுமாடு, நீரிறைத்தல் என அஃறிணை உற்பத்திக் கருவிகளையும் இயக்கின. இவர்களின் இடப்பெயர்ச்சியை உயர்திணை "உற்பத்திக் கருவிகள்" இடம்பெயர்ந்தன எனப் பொருள். இவ்வுயர்திணை உற்பத்திக் கருவிகளின் இடப்பெயர்ச்சியால் அஃறிணை உற்பத்திக் கருவிகளுக்கும் பற்றாக்குறை ஏற்பட்டது என விளங்கிக் கொள்ள வேண்டும். ஆகவே, விவசாயத்தை அடிப்படையாகக் கொண்டு இயங்கிய சமூகத்தில் உடலுழைப்பாளர்களின் இடப்பெயர்ச்சியை உற்பத்திக் கருவிகளின் இடப்பெயர்ச்சி என்பதை மனதில் இருத்தவும்.

கொத்து கொத்தாய் இடப்பெயர்ச்சி

உலகம் முழுவதிலும் தீவுகளிலும் தீபகற்கங்களிலும் உள்ள பட்டி தொட்டிகளை கப்பல், இரயில், பேருந்து ஆகிய நவீனப் போக்குவரத்துச் சாதனங்கள் இணைத்ததால் ஹிந்து படிநிலை ஜாதியக் கட்டமைப்பின் விவசாய உற்பத்தியில் பிணைக்கப்பட்டோர் அதிலிருந்து தங்களை விடுவித்துக் கொண்டு இடம்பெயர்ந்தனர். அக்கால பத்திரிகைகளில் வெளியாகிய பிரித்தானிய – இந்திய மாகாண அரசுகளின் வருவாய் வாரியம் சேகரித்த இடப்பெயர்ச்சி புள்ளி விவரங்களை விரிவாகக் காண்பது இடப்பெயர்ச்சியின் அளவை உணர்த்தும். 1861ஆம் வருடம் முதல் 1871ஆம் வருடம் வரை 5,34,339 பேர்களும், 1871ஆம் ஆண்டு முதல் 1881ஆம் ஆண்டு வரை 6,81,284 பேர்களும் 1881ஆம் ஆண்டு முதல் 1891ஆம் ஆண்டு வரை 7,25,853 பேர்களும் 1891ஆம் ஆண்டு முதல் 1901ஆம் ஆண்டு வரை 9,51,740 பேர்களும் கூலிகளாகத் தமிழகத்திலிருந்து இலங்கைக்கு இடம்பெயர்ந்தனர்; இங்குச் சென்றவர்களில் நூற்றுக்கு 70 சதவீதம் தமிழகத்துக்குத் திரும்பினர், மீதம் 30 சதவீதம் அங்குக் குடியேறினர்.[1] மதுரை, இராமநாதபுரம், திருநெல்வேலி எனத் தென் மாவட்டங்களைச் சேர்ந்தோர் இலங்கைக்கு இடம்பெயர்ந்தனர்.[2]

பிரிட்டிஷ் ஆப்பிரிக்கக் கம்பெனி 1896ஆம் ஆண்டு கென்யாவின் மொம்பஸாவில் இருப்புப் பாதைகள் அமைத்தபோது காட்டுச் சிங்கங்களால் தடைபட்ட வேலையைச் செய்ய பிரித்தானிய – இந்தியக் கூலியாட்களையும் பிற தேவைகளைச் செய்யும் பொருட்டு குமாஸ்தாக்கள், தச்சர், கொல்லர் முதலிய தொழிலாளிகள், சில்லறை வியாபாரிகள், கடைக்காரர் முதலியோர் அங்குச் சென்றனர். இதில் கூலியாட்கள் சுமார் 20, 000 பேர்கள்

1. *பிழைக்கும் வழி*, பிப்ரவரி 1911, ப. 61.
2. *பிழைக்கும் வழி*, மே 1911, ப. 27.

இடம்பெயர்ந்தனர்.[3] சென்னை மாகாணத்திலிருந்து 1898ஆம் ஆண்டு முதல் 1907 வரை நெட்டாலுக்கு உடன்பாட்டின்பேரில் சென்றவர்கள், திரும்பியவர்களின் எண்ணிக்கை அட்டவணை, 1இல் தரப்பட்டுள்ளது.[4]

அட்டவணை 1

வருடம்	ஆண்	பெண்	திரும்பியவர்கள்
1898	2760	1323	320
1899	159	46	380
1900	3729	1763	288
1901	4492	2084	371
1902	2784	1310	857
1903	1772	772	1329
1904	4410	1977	1104
1905	4426	2072	1569
1906	5443	2551	2386
1907	4049	1914	2421

1909ஆம் வருடம் இந்தியாவிலிருந்து பர்மாவுக்கும் இலங்கைக்கும் 1,56,546 பேர்களும் பினாங்குக்கும் சிங்கப்பூருக்கும் 48,179 பேர்களும் தென்னாப்பிரிக்காவின் நேட்டாலுக்கு 2520 பேர்களும் பிஜீ தீவுக்கு 215 பேர்களும் 1910ஆம் ஆண்டு ஜனவரி மாதத்தில் இத்தீவுக்கு 701 பேர்களும் ஏப்ரல் மாதத்தில் நேட்டாலுக்கு 40,000 பேர்களும் ஒப்பந்தம் இல்லாமல் 65,000 பேர்களும் 15000 வியாபாரிகளும் சென்றனர்.[5] 1910ஆம் ஆண்டின் முதல் ஆறு மாதங்களில் கூலிகளாக 50,000 பேர்கள் இலங்கைக்கும் 32,000 பேர்கள் பினாங்கு, சிங்கப்பூர் முதலிய இடங்களுக்கும் சென்றனர்.[6] 1913ஆம் ஆண்டு தென்னிந்தியாவிலிருந்து 1, 17, 783 பேர்கள் பினாங்கு சிங்கப்பூர், மலேயா நாடுகளுக்கும் 1,90, 059 பேர்கள் இலங்கைக்கும் 1,30,725 பேர்கள் பர்மாவுக்கும் சென்றனர்.[7] பிரித்தானிய ஏகாதிபத்தியக் குடியேற்ற நாடுகளில் குடியேறிய இந்தியர்களின் எண்ணிக்கை அட்டவணை 2இல் தரப்பட்டுள்ளது:

3. பத்திராதிபர் 'இந்தியர் வெளிநாடேறுதல்: கெநிய குடியேற்ற நாடு', *பஞ்சாமிர்தம்*, மார்கழி 1924, ப. 71.
4. *பிழைக்கும் வழி*, பிப்ரவரி 1911, ப. 60.
5. மேலது, ப. 61.
6. *பிழைக்கும் வழி*, ஜனவரி 1911, ப. 42.
7. *ஜனாபிமானி*, மே 1915, ப. 495.

அட்டவணை 2

குடியேறிய நாடுகள்	எண்ணிக்கை
பிரிட்டிஷ் கயானா	1,26,517 பேர்கள்
பிஜீ தீவுகள்	40,286 பேர்கள்
ஜெமெய்கா	17,380 பேர்கள்
மலேயா, ஸ்டெரெய்ட்ஸ் குடியிருப்பு	2,55,000 பேர்கள்
மொரீஷஸ்	2,57, 697 பேர்கள்
ட்ரினிடாட், பொகோ	50,585 பேர்கள்
இலங்கை	4,70,651 பேர்கள்
கிழக்கு ஆப்பிரிக்கா ப்ரொடக்டரேட்	11886 பேர்கள்
ஆண்டிகுவா, பார்புடா, ரெடொண்டா தீவுகள்	3 பேர்கள்
டாமினிகா	8 பேர்கள்
மாண்ட்ஸெர்ராட்கள்	2 பேர்கள்
ஸெண்ட் க்ரிஸ்டாபர், நெவிஸ் தீவுகள்	38 பேர்கள்
ஸெஷல் தீவுகள்	420பேர்கள்
யுகண்டா	1,622 பேர்கள்
க்ரெனடா தீவுகள்	406 பேர்கள்
ஸெண்ட் லூஸியா	2,064 பேர்கள்
ஸெண்ட் வின்ஸண்ட்	376 பேர்கள்

நேட்டால், கனடா முதலிய பகுதிகளைச் சேர்த்தால் சுமார் பதினைந்து லட்சம் இந்தியர்கள் வெளியில் இருப்பர் என 1915ஆம் ஆண்டு ஜனாபிமானி பத்திரிகை குறிப்பிடுகிறது.[8] இப்பத்திரிகை ஆண், பெண் வாரியாக வெளியிட்ட இடப்பெயர்ச்சி புள்ளி விவரம் அட்டவணை 3இல் தரப்பட்டுள்ளது.

அட்டவணை 3

குடியேறிய நாடுகள்	ஆண்கள்	பெண்கள்
ட்ரினிடாட், டோபாகோ	31989 பேர்கள்	17,159 பேர்கள்
பேர் ப்ரிட்டிஸ்கயானா:	53083 பேர்கள்	34779 பேர்கள்
ஜமெய்க்கா	7137 பேர்கள்	4775 பேர்கள்
பிஜி தீவுகள்:	20,062 பேர்கள்	8785 பேர்கள்

8. *ஜனாபிமானி*, ஜூன் 1915, ப. 551.

1920களில் தென்னாப்பிரிக்காவில் வசித்த 160000 இந்தியர்களில் டிரான்ஸ்வாலில் 12000 பேரும் கேப்காலனியில் 8000 பேரும் நெட்டாவில் 120000 பேரும் இருந்தனர்.[9] பிரித்தானிய இந்திய அரசு 100 ஆண்களுடன் 30 பெண்கள் இடம்பெயர்ந்து செல்ல அனுமதித்ததால்[10] ஆண்களைவிடப் பெண்களின் எண்ணிக்கை குறைந்து இருந்தது. இது பாலின விகிதாச்சார வேறுபாடு பாலியல் சிக்கல்களையும் படுகொலைகளையும் விளைவித்தது.[11] மேலே குறிப்பிட்ட புள்ளிவிவரங்கள், பிரித்தானிய ஏகாதிபத்திய ஆதிக்கத்திலிருந்த சுமார் 25 தீவுகளுக்கும் தீபகற்பங்களுக்கும் 1861ஆம் ஆண்டு முதல் 1915ஆம் ஆண்டுவரை உடன்பாடு, உடன்பாடில்லாக் கூலிகள் பல லட்சக் கணக்கில் இடம்பெயர்ந்ததைக் காட்டுகின்றன.

பஞ்சமா? தீட்டா?

கூலிகளின் இடப்பெயர்ச்சி, "ஒப்பந்தம்/உடன்பாடு", உடன்பாடில்லா முறைகளில் நிகழ்ந்தன. தென்னாப்பிரிக்கா, மோரீஸ், இலங்கை போன்ற நாடுகளில் இரப்பர், காப்பி, கரும்பு எனப் பணப் பயிர்ச் சாகுபடி செய்ய இங்கிருந்து கூலியாட்களைத் தேர்ந்தெடுத்து அதிகச் சம்பளம் கொடுப்பதாய் ஒப்பந்தஞ் செய்ததால் இடம்பெயர்ந்தனர்.[12] கங்காணி, மேஸ்திரி போன்றோர் தென்னிந்தியக் கிராமங்களிலும் நகரங்களிலும் கூலி ஆட்களைச் சேகரித்து இரயிலிலும் கப்பலிலும் அனுப்பினர்.[13] விவசாயத்தில் உழைப்புக்கும் உயிர் வாழவும் போதுமான கூலி கிடைக்காததால் இவர்கள் இடம்பெயர்ந்ததாக சென்னை மாகாண வருவாய் வாரிய இயக்குநர் கூறினார்.[14] "இக்காலத்தில், நம் இந்து தேசத்தில் –அதிலும் தமிழ்நாட்டின் தென்பகுதியில் – தருமம் மாறுபட்டதாலோ, தெய்வபக்தி குறைந்ததாலோ, காலத்தின் மாறுபாட்டாலோ, வேறெவ்வகைக் காரணத்தாலோ உரிய பருவங்களிற் பெய்ய வேண்டிய மழை சரியாகப் பெய்வதில்லை. பெய்தாலும் காலந்தவறிப் பெய்கின்றது. அதனாலும், இந்நாட்டவர் விவசாயத்தில் சிரத்தையின்றி வெவ்வேறு பற்பல துறைகளில் இறங்கிவிட்டமையாலும், இங்குப் பயிர்த் தொழில் சரிவர நடைபெறுவதில்லை. வருவாய்க் குறைவு ஏற்பட்டு விடுகின்றது.

---

9. 'ஆட்கவரும் அற்புத யந்திரங்கள்', *ஆனந்தபோதினி*, 12 பிப்ரவரி 1926, ப. 335.
10. *ஜனாபிமானி*, ஆகஸ்ட் 1915, ப. 663.
11. *சத்தியதூதன்*, மார்ச் 1917, ப. 17.
12. *பிழைக்கும் வழி*, பிப்ரவரி 1911, ப. 60.
13. 'ஆட்கவரும் அற்புத யந்திரங்கள்', *ஆனந்தபோதினி*, 12 பிப்ரவரி 1926, பக். 299 - 306.
14. *பிழைக்கும் வழி*, ஜனவரி 1911, ப. 42.

அதனால் பெரும்பான்மையான விடங்களில் அடிக்கடி பஞ்சம் நேர்ந்துவருகின்றது. அப்பஞ்சத்தால் பலர் ஜீவனத்துக்கு வழியின்றிக் கஷ்டபடக்கூடியவர்களாயிருக்கின்றார்கள். அத்தகையினருள் பெரும்பான்மையோர் தனியாகவோ குடும்பங்களுடனோ இரங்கூன், பினாங்கு, முதலிய கீழ்நாடுகளுக்குச் சென்று ஜீவிக்க வேண்டியவர்களாய் விடுகின்றனர். ஆதலின், சென்னை, நாகை முதலிய விடங்களிலிருந்து கீழ்நாடுகளுக்குப் புறப்படும் ஒவ்வொரு கப்பலுக்கும் தென்னாட்டிலுள்ள ஜனங்கள் கூட்டங் கூட்டமாகக் கூடிப் பிரயாணப்படுகிறார்கள். அதிலும் கார்த்திகை மாதத்தில் பர்மா தேயத்தில் நெற்கதிர் அறுப்பு வேலை மிகுதியாதலின் அதை உத்தேசித்து வருடந்தோறும் அம்மாதத்தில் பல்லாயிரக் கணக்கான பிரயாணிகள் இரங்கூனுக்குப் புறப்பட்டுப் போகின்றார்கள்." என ஆனந்தபோதினி பத்திராதிபர் இடப்பெயர்ச்சியின் காரணத்தை விளக்குகிறார்.[15] பிழைக்கும் வழி பத்திரிகை 1911ஆம் ஆண்டு கூறிய அதே காரணத்தை சுமார் பதினான்கு ஆண்டுகள் கழிந்தபின் ஆனந்தபோதினி பத்திரிகை கூறியது. இவ்விரு பத்திரிகைகளும் பொருளாதாரச் சிக்கலை இடப்பெயர்வுக்கான காரணமாகக் கூறின. ஆனால் ஹிந்து படிநிலை ஜாதியக் கட்டமைப்பின் தீண்டாமையும் சுரண்டலும் முக்கியக் காரணமாக இருந்ததைப் பத்திரிகைகளும் பண்ணையார்களும் பேசவில்லை.

ஜாதி வழிப்பறியர்கள்

'கூலிகளின்' இடப்பெயர்ச்சி சொகுசாகவோ எளிமையாகவோ நிகழவில்லை. இடம்பெயர்ந்தோர் ஏமாற்றுப் பேர்வழிகளின் நயவஞ்சகத்துக்கும் சுரண்டலுக்கும் ஆட்பட்டனர். இந்நிலையை ஆனந்தபோதினி பத்திராதிபர் விரிவாக எழுதினார். "அவர்கள் அவ்வாறு புறப்பட்டுப் போகும்போது மனைவி, மக்களுடனும், மூட்டை முடிப்புகளுடனும் பெட்டி சட்டிகளுடனும் கால்நடையாகவோ கட்டை வண்டிகளிலேறியோ தங்கள் ஊர்களுக்குப் பக்கத்திலுள்ள ரெயில்வே ஸ்டேஷன்களிருக்கும் நகரங்களுக்கோ ஊர்களுக்கோ போய்ச் சேருகிறார்கள். ஆங்காங்குள்ள சாப்பாட்டுக் கடைக்காரர்களும், தரகுக்காரர் (டிஸ்கவுண்டுக்காரர்)களும், அவர்களை முன்பின் அறியாதவர்களா யிருந்தாலும் நெடுநாட் பழக்க முடையவர்களைப்போல், அவர்களுடைய பணத்தை அகபட்ட வரையில் அபகரிப்பதற்கு "அண்ணா வாருங்கள், அத்தான் வாருங்கள், மாமா வாருங்கள், முந்தி நீங்கள் பிணாங்கிலிருந்து வரும்போது நம்முடைய கிளப்பில் வந்திறங்கிப் போகவில்லையா? நான் ரெயில்வே ஸ்டேஷனுக்கு வந்து உங்களை எதிர்கொண்டழைத்து உபசரித்தனுப்பவில்லையா?

---

15. பத்திராதிபர், 'கீழ்நாட்டுப் பிரயாணிகள் கஷ்டம்', *ஆனந்தபோதினி*, 6 ஜூலை, 1925, பக். 7 - 17.

அக்காள் சௌக்கியமா? மாமி க்ஷேமமா? தம்பிமார் சுகந்தானா? என்று அவர்களுடன் பொய்யுறவு கொண்டாடித் தங்கள் சொந்தமான ஹோட்டலுக்கு அவர்களை அழைத்துச் செல்கிறார்கள். அந்தப்பேதை ஜனங்கள் பாபம்! முன்னே அவர்களை எப்பொழுதுமே அறியாதவர்களாயிருந்தாலும், அவர்கள் பேசும் தந்திரமான முகநட்பு வார்த்தைகளால், முன்னொரு சமயம் சந்தித்திருக்கக் கூடுமென்று தங்கள் மனதைத் தாங்களே சமாதானஞ்செய்து கொண்டு அவர்களை நம்பி அந்த ஹோட்டல்களுக்குப் போகிறார்கள். இவர்களுக்கு அந்த அறியாத ஊர்களில் தங்குவதற்கு எப்படியாவது ஓர் இடம் வேண்டியது அவசியமாயிருப்பதால், இவர்கள், அவர்கள்பின் போய்த்தீர வேண்டியதாகவே இருக்கின்றது. இவர்கள் அந்தச் சாப்பாட்டுக் கடைகளில் போய்ச் சேர்ந்தவுடன் அவ் வோட்டல்காரர்களும், தரகுக்காரர்களும் இவர்களிடம் கூடி யிருந்துகொண்டு "நல்ல வேளையாய் நீங்கள் போக்கிரித்தனமான ஹோட்டல்காரர்களிடம் அகபட்டுக்கொள்ளாமல் எங்களைக் கண்டுகொண்டீர்கள்; அவர்களிடம் சிக்கியிருந்தால் உங்கள் மூட்டைகள் கொள்ளைபோய்விடும்; உங்களுக்கு இன்னும் பல ஆபத்துகளும் நேரும்; இங்கே அப்படி யொன்றும் நடவாது" என்று வாய்ப்பந்தல் போடுவார்கள். அதனால் அந்தப் பிரயாணிகள் இவர்களை மகா சத்தியவந்தர்களென்றே நம்பிக்கொள்வார்கள். ஆனால், அவர்கள், பிறர் மேலேற்றிக்கூறிய மோசத் தொழில்களெல்லாம் அவர்களிடத்திலியேதான் குடிகொண்டிருக்கும். அவர்கள் இப்படி யெல்லாம் பகட்டு வார்த்தைகளைப் பேசி ரெயிலில் சௌகரியமான நேரம்பார்த்து அவர்களை யேற்றியனுப்புவதகாச் சொல்லி இரண்டு மூன்று தினங்கள் வரையிலுங்கூடத் தங்கள் வசமே தங்கும்படி செய்துவிடுவார்கள். அவர்கள் எத்தனை நாள் தங்குகிறார்களோ அத்தனைக்கத்தனை மாஸ்டர்களுக்கும், டிஸ்கவுண்டு மாஸ்டர்களுக்கும் வரும்படி அதிகம். அதற்காகவே இவ்வாறு தங்கச் செய்வது வழக்கம்." என அவர் எழுதினார்.[16]

மேலும், இவர்கள் "ரெயில்வே ஸ்டேஷனுக்குச் சென்றவுடன், அவர்கள் அந்தப் பிரயாணிகளைக் கூட்டங் கூட்டமாக ஆடு மாடுகளைப்போல் திரட்டி புழுதி நிறைந்த இடங்களில் உட்காரவைப்பார்கள். அந்தப் பேதை ஜனங்கள் மண்ணிலும் கல்லிலும் துணிகளை விரித்துப் படுத்திருப்பார்கள். இந்தப் பிரயாணிகளைக் கண்டால் எவருமே இழிவாகக் கருதுவது இயற்கையாதலின், இவர்கள் எவர்க்கும் தொந்தரவு கொடாமல் ஓர் ஒதுக்கமான இடத்தில் வீழ்ந்து கிடக்கும்போதுகூட அங்கேயிருக்கும் போட்டர்களும், ஜவான்களும், அவர்களை எழுப்பி, "கழுதைகளே!

16. *பத்திராதிபர்*, 'கீழ்நாட்டுப் பிரயாணிகள் கஷ்டம்'.

இங்கே வந்து படுத்திருக்கிறீர்களே; சாமான்களை எவராவது எடுத்துக்கொண்டு போய்விட்டால் உங்களுக்கு யார் இழவு கூட்டுகிறது; இங்கே படுத்துத் தூங்கக்கூடாது; வேறெங்காவது போயிருந்து ரெயில் புறப்படும் நேரத்துக்கு வந்துசேருங்கள்" என மிரட்டுவர். இவ்வாறு செய்வதன் நோக்கம் அவர்களின் உடைமைகளைக் கொள்ளை அடிப்பதே" என ஆனந்தபோதினி பத்திராதிபர் கூறுகிறார்.[17] "இந்தப் பிரயாணிகளைக் கண்டால் எவருமே இழிவாகக் கருதுவது இயற்கையாதலின்" என்ற ஆனந்தபோதினி பத்திராதிபரின் கூற்று இடம்பெயர்ந்தோர்கள் பறையர் போன்ற சமூகத்தினர் என்பதும் இவர்களை ஏமாற்றித் திருடிய வழிப்பறியர்களான "ஹோட்டல்" உரிமையாளர்களும் தரகர்களும் மேல்நிலை, இடைநிலை ஜாதியினர் என்பதை விளக்கத் தேவையில்லை. இடம்பெயர்ந்துச் சென்றபோதும் திரும்பி வந்தபோதும் பறையர் போன்ற உழைப்பாளர்கள் ஈட்டிய பணத்தை, துறைமுகங்களிலும் சேலம் சூரமங்கலம், வடக்கே கூடுர், திண்டிவனம் ஒலக்கூர் போன்ற இரயில் நிலையங்களிலும் மேல்நிலை இடைநிலை ஜாதியினர் நிகழ்த்திய வழிப்பறி கொள்ளையை ஆனந்தபோதினி பத்திராதிபர் விரிவாக எழுதினார்.[18] ஆகவே, விவசாயக் கூலிகளின் இடப்பெயர்வு மிகவும் கசப்பான அனுபவம்.

இடப்பெயர்வைத் தடுத்தல்

கூலிகள் பல லட்சக்கணக்கில் இடப்பெயர்ந்ததானது உற்பத்திக்கான கருவிகளின் பற்றாக்குறையை ஏற்படுத்தியது. இந்நிலையைப் பிழைக்கும்வழி பத்திரிகை, "விவசாயத்துக்குக் கூலிகள் கிடைப்பது வரவர சிரமமாகிறது. ஏனென்றால், அயல்நாடு இடப்பெயர்வு, உள்நாட்டில் மலைப் பிரசேதங்களுக்குக் காப்பி, தேயிலைத் தோட்டங்களுக்குக் கங்காணி வழி பண்ணையாளை அழைத்துச் செல்லுதல், இரயில்வே ஸ்தானங்களிலும் மராமத்துகளில் பிற கைத்தொழில்களிலும் முன்னிலும் அதிகமாகச் செல்கின்றனர். மேலும், விவசாய வேலைகளை முன்பு சாதாரணமாய் செய்துவந்த ஜாதியார்களுக்குப் பொதுவாகப் பாதிரிகள் கல்வி கற்பித்துவிட்டதனால் அவர்களில் அனேகர் பிற ஜாதியாரைப்போல் சர்க்கார் உத்தியோகத்துக்குச் செல்கின்றனர்" எனக் கூறியது.[19] இச்சிக்கலைப் பற்றி நீடாமங்கலம் ஸேது ராமய்யர், "தஞ்சாவூர் ஜில்லாவில் பண்ணை ஆள்கள் அக்கரைச் சீமைக்கு போயிவிடுவதால் ஜனசங்கியை குறைந்து போயிருப்பதுமன்றி,

17. மேலது.

18. *பத்திராதிபர்*, 'கீழ்நாட்டுப் பிரயாணிகள் கஷ்டம்'.

19. *பிழைக்கும் வழி*, மே 1911, ப. 266.

விவஸாயத்திற்கும் கைத்தொழில்களுக்கும் நிரம்ப இடைஞ்சல் உண்டாயிருப்பது எல்லாருக்கும் பிரத்தியட்சம். ராஜதந்திர விஷயமாய் இக்குறையை நிவர்த்தி பண்ணலாமோவென்றால், இதுவரையில் அசாத்தியமாய் முடிந்திருக்கிறது." எனத் தஞ்சாவூர் மாவட்டக் கூட்டுறவுச் சங்க மாநாட்டில் 1910களின் தொடக்கத்தில் பேசினர்.[20] இதனால் தொழிலாளர்களின் இடப்பெயர்வைத் தடுக்க பண்ணையார்கள் முயற்சித்தனர். சென்னை மாகாண ஆளுநர் அவையில் 1897 நவம்பர் 23 அன்று, தஞ்சாவூர் உட்பட பிற மாவட்டங்களில் விவசாயத் தொழிலாளர்கள் இடம்பெயர்ந்து பிற நாடுகளுக்குச் சென்றதால் பண்ணையார்கள் பாதிக்கப்படுவதை பி. ரத்னசபாபதி பிள்ளை கேள்வி எழுப்பினார். தொழிலாளர்களுக்குக் கொடுக்கப்பட்ட முன்பணத்தைத் திரும்பப் பெற அரசு ஏற்பாடு செய்யுமா? அவர்கள் இந்தியாவைவிட்டு இடம்பெயரும் முன் அத்தொழிலாளர்கள் பண்ணையாரிடம் பெற்ற முன்பணம் பாக்கியில்லை என்பதை நிரூபிக்க அருகிலுள்ள மாஜிஸ்ட்ரேட், துணைத் தாசில்தார் போன்றோரிடம் சான்று பெற ஏற்பாடு செய்யுமா? என வினவினார். அரசாங்கம் தலையிடுவதற்கான அடிப்படை எதுவும் இல்லை என இவ்வினாக்களுக்குப் பதிலளிக்கப்பட்டது. இச்சிக்கல் தொடர்பாக, தஞ்சாவூர், கும்பகோண மாவட்டச் சங்கம் கவர்னர் அவைக்கு அனுப்பினர்.[21] பண்ணையார்களின் பின்புலத்தில் இயங்கிய தஞ்சை மாவட்ட சபை இடப்பெயர்வைத் தடுக்க மாவட்ட மாநாடுகள் வழியாகக் கோரியது; அரசாங்கம் அதை ஏற்க மறுத்தது. அவர்கள் இடம்பெயரும் முன் வட்டாட்சியர் அல்லது குடியேற்ற அலுவலரிடம் பண்ணையாட்கள் மிராசுதாரர்களுக்குக் கடன் கொடுக்க வேண்டியதில்லை என்ற நிலுவையில்லாச் சான்று பெற வேண்டும் எனக் கூறியதையும் அரசாங்கம் மறுத்தது.[22]

விவசாயத் தொழிலாளர்களின் இடப்பெயர்வுக்குக் காரணம் குறைந்த கூலி எனக் கருதிய சென்னை மாகாண வருவாய்த் துறை இயக்குநர், "மிராசுதாரர்கள் தங்கள்கீழ் வேலைசெய்யும் கூலி ஆள்களுக்கு அவர்களுடைய சுகஜீவனத்திற்குப் போதுமானபடி கூலி விகிதங்களை உயர்த்திக்கொடுக்காவிட்டால் இன்னும் கொஞ்ச காலத்திற்குள் விவசாயத்திற்கு வேண்டிய ஆள்கள் அகப்படாமல் போயிவிடுவார்கள்." என எச்சரித்து கூலியை உயர்த்தக் கூறினார்.[23] ஆனந்தபோதினி, பிழைக்கும் வழி போன்ற பத்திரிகைகளும் வருவாய்த் துறையும் இடப்பெயர்வுக்குக் காரணம்

20. 'கீழ்ஜாதிக்கு ஐக்கிய சங்கங்கள்', *பிழைக்கும் வழி*, பிப்ரவரி 1913, ப. 78.

21. Proceedings of the Council of the Governor, 28 February 1903, p.100.

22. 'கீழ்ஜாதிக்கு ஐக்கிய சங்கங்கள்', *பிழைக்கும் வழி*.

23. *பிழைக்கும் வழி*, ஜனவரி 1911, ப. 42.

பொருளாதாரம் எனக் கூறியதால் கூலியும் உயர்த்தப்பட்டது. மேலும், "அவர்களுடைய சுகதுக்கத்தை நமது சுகதுக்கம்போல் கருதி அவர்களுடைய நிலைமையைச் சீர்திருத்தம் செய்து உயர்த்துவது நமது கடமையாக இருக்கிறது" எனக் கருதிய பண்ணையார்கள் பண்ணையாட்கள் இடம்பெயர்வதைத் தடுக்க "பள்ளர், பறையர், அம்பலகாரர், குறவர்" போன்றோரிடம் கூட்டுறவுச் சங்கங்களை உருவாக்கத் திட்டமிட்டனர்.[24] இம்முயற்சியும் பலனைக் கொடுக்கவில்லை. ஒப்பந்தத்தாலும் ஒப்பந்தமில்லாமலும் உள்நாட்டுக் கூலிகள் அயல்நாடுகளுக்குச் சென்றதால் விவசாய உற்பத்தியில் பலவிதங்களில் கெடுதிகளும் தொடர்ந்தன.[25]

கருவியற்ற நிலம் பலனற்றது

இடப்பெயர்ச்சியை அரசியல் பொருளாதாரக் கண்ணோட்டத்தில் கூலிகளின் இடப்பெயர்ச்சி எனக் கருதிய நிலைக்கு மாறாக, அதை அறிவியல் நோக்கில் உற்பத்திக் கருவிகளின் இடப்பெயர்ச்சி எனக் கூறும் நிலை உருவானது. "இங்கிலாந்து, அமெரிக்கா முதலிய தேசங்களில் விவசாயத்தில் விஷேசமாக யந்திரங்களை உபயோகித்து வேலை செய்து வருகிறார்கள். இந்தியாவிலோ அப்படியல்ல. விவசாயத் தொழில் முழுவதும் மனிதர்களால், முக்கியமாய், பறையர், பள்ளர் முதலிய கீழ் ஜாதியார்களால் செய்யப்பட்டு வருகிறது." எனப் பிழைக்கும்வழி பத்திரிகை கூறியது.[26] விவசாய உற்பத்தியில் இங்கிலாந்திலும் அமெரிக்காவிலும் எந்திரங்கள் செய்ததை இந்தியாவில் பறையர், பள்ளர் முதலியோர் செய்தனர் எனக் கூறியதானது அவர்கள் உற்பத்திக் கருவிகள் என உணர்ந்து ஒப்புக் கொண்டதைக் காட்டுகிறது. இடம்பெயர்ந்தோரை அரசியல் பொருளாதாரக் கண்ணோட்டத்தில் பண்ணையாட்கள், கூலிகள், தொழிலாளர்கள் என்றோ அல்லது சமூக பண்பாட்டுக் நோக்கில் தீண்டத்தகாதோர், பஞ்சமர், பறையர் என என்னென்ன பெயர்களில் சுட்டினாலும் அடிப்படையில் அவர்கள் விவசாய உற்பத்தியில் அஃறிணை உற்பத்திக் கருவிகளையும் உருவாக்கிப் பராமரிக்கும் உயர்திணை உற்பத்திக் கருவிகள் அதாவது, படிநிலை ஜாதியக் கட்டமைப்பின் விவசாய உற்பத்தி எந்திரங்கள். விவசாயத்தில் இக்கால நவீன உற்பத்திக் கருவிகளான உழவு, நடவு, அறுவடை நீரிறைக்கும் எந்திரங்களுக்குப் பதிலாக, பாரம்பரியக் கலப்பை, கமலையோடு பறையர் போன்றோரைக் கற்பனை செய்தால் பின்னவை உற்பத்திக் கருவிகளாய்த் தோன்றும். பல லட்சக் கணக்கில்

---

24. 'கீழ்ஜாதிக்கு ஐக்கிய சங்கங்கள்', *பிழைக்கும் வழி*.
25. 'ஒப்பந்தக்கூலி ஏற்பாட்டின் ஸன்மார்க்கக்கேடு', *ஜனாபிமானி*, பிப்ரவரி – மார்ச், 1917, ப. 45.
26. *பிழைக்கும்வழி*, பிப்ரவரி 1911, ப. 60.

20 வயது முதல் 30 வயதுக்கு உட்பட்டோர்[27] இடம்பெயர்ந்து சென்றதானது இளந் துடிப்பான செயலூக்க உற்பத்திக் கருவிகள் இடம்பெயர்ந்தன என்பதாகும். இவ்வுற்பத்திக் கருவிகள் விளை நிலங்களிலிருந்து விலகிச் செல்வதைக் கற்பனை செய்தால் விளைநிலம் வெறுந்தரையாக மாறுவதைக் காணலாம்.

இப்போக்கை நேரில் கண்ட நீடாமங்கலம் ஸேது ராமய்யர், "ஆளைத் தேடி ஆஸ்தியைத் தேடு என்பது பழமொழி. இப்படி ஆள்களை அக்கரைச் சீமைக்குப் போகும்படி விட்டுவிட்டால் நாம் ஆஸ்தியை வைத்திருப்பதனால் என்ன பிரயோசனம்" எனத் தஞ்சாவூர் மாவட்டக் கூட்டுறவுச் சங்க மாநாட்டில் 1910களின் தொடக்கத்தில் பேசினார்.[28] இக்கூற்றின்பொருள் கூலியாட்களால் சொத்து உருவாகிறது; அவர்கள் இல்லையென்றால் நிலத்துக்கு மதிப்பு இல்லை; அது பயனற்றது. நிலம், இயற்கையின் ஒரு பொருள். நிலத்தில் 'விளைச்சல்' உற்பத்தியால் நிகழும். கருவிகளின்றி உற்பத்தி இல்லை. உற்பத்திக் கருவிகள்தான் விளைச்சலின் அடிப்படை; கருவிகளில்லா நிலம் வெறுந்தரையே எனப் பண்ணையார்கள் உணர்ந்தனர். ஆகவே, "பறையர், பள்ளர்" போன்ற உயர்திணை உற்பத்திக் கருவிகள் பல லட்சக் கணக்கில் இடப்பெயர்ந்ததைக் கண்டு அதைக் கட்டுப்படுத்த இயலாத பதட்ட நிலையில் உண்மையை 'உளறினர்'. உண்மையும் அதுதான்; பறையரில்லா நிலம் வெறுந்தரையே!

---

27. 'ஒப்பந்தக்கூலி ஏற்பாட்டின் ஸன்மார்க்கக்கேடு', *ஜனாபிமானி*.
28. 'கீழ்ஜாதிக்கு ஐக்கிய சங்கங்கள்', *பிழைக்கும் வழி*.

8

தொழிலாளர் உருவாக்கமும் போராட்டமும்

"இந்தியாவில் இருப்புப்பாதை அமைப்பு நவீன இயந்திரத் தொழிலின் உண்மையான முன்னோடியாகத் திகழும், இது நிச்சயமாக நடக்கப்போகும் நிகழ்ச்சியாகும். எவ்வாறென்றால், முற்றும் புதிய உழைப்புத் திறனுக்குத் தகுந்தபடி தங்களைத் திருத்தித் தகுதியாக்கிக் கொள்வதற்கும்; இயந்திரத்திற்குத் தேவையான அறிவைப் பெறுவதற்கும் பிரிட்டிஷ் அதிகாரிகளே இயந்திரங்களை அமைத்திருக்கிறார்கள்" என [1]மார்க்ஸும் ஏங்கல்ஸும் தீர்க்கமாகக் கூறியது இரயில்வே துறையிலேயே நிகழ்ந்தது. இது, இரயில் போக்குவரத்தை உருவாக்கியபோது படிநிலை ஜாதியக் கட்டமைப்பில் உழைப்பில் ஈடுபட்ட சமூகத்தினர் தண்டவாளம் உட்பட அடிக்கட்டுமானத்தை நிறுவியதில் முதலில் நிகழ்ந்ததை முற்பகுதியில் கண்டோம். இரயில் போக்குவரத்து தொடர்ந்து இயங்க தொழிலாளர்கள் வேலைக்கு அமர்த்தப்பட்டனர். விவசாயக் கூலிகள் "இரயில்வே ஸ்தானங்களிலும்" சென்றதால்[2] என்ற வார்த்தைகள் இரயில்வே தொழிலாளர் வர்க்கம் விவசாயப்பண்ணையாட்களிலிருந்து உருவாகியதைக் காட்டுகிறது. சென்னையில் 1930ஆம் ஆண்டு நடைபெற்ற ஆதிதிராவிடர் பெருங்கூட்டத்தில் 'மில், இரயில்வே தொழிலாளர்கள்' பங்கேற்றனர்

1. மார்க்ஸ், ஏங்கல்ஸ், 'இந்தியாவைப் பற்றி', பக். 105 – 106.
2. *பிழைக்கும்வழி*, மே 1911, ப. 266.

என்ற குறிப்பு படிநிலை ஜாதியக் கட்டமைப்பில் உழைப்பில் ஈடுபட்ட சமூகங்களிலிருந்துதான் இரயில்வே தொழிலாளர் வர்க்கம் பரிணமித்ததைக் கூறுகிறது. இக்கால பிற்படுத்தப்பட்ட, மிகவும் பிற்படுத்தப்பட்ட ஜாதிகளிலும் உடலுழைப்பில் ஈடுபடுவோர் இருப்பதால் இரயில்வே தொழிலாளர் வர்க்கம் அவர்களையும் உள்ளடக்கியதுதான். வேறுவார்த்தைகளில் கூறுவதென்றால், விவசாயப் பண்ணைகளோடு பிணைக்கப்பட்ட பண்ணையாட்கள் நவீன இயந்திரப் பணிமனையின் தொழிலாளர்களாகப் பரிணமித்தனர்.

இந்தியாவில் 1911ஆம் ஆண்டு இருந்த மொத்த இருப்புப் பாதையின் 33,000 மைல் தொலைவில் இயங்கிய இரயில் போக்குவரத்தில் அப்போது 7,699 ஐரோப்பியரும் 9,554 ஆங்கிலோ – இந்தியர்களும், 5,22,741 இந்தியர்களும் பணியாற்றினர்; இரயில்வே பணிமனையில் பணியாற்றிய 72,000 இந்தியர்களும் அடங்குவர் என்ற புள்ளிவிரம்[3] ஜாதியக் கட்டமைப்பின் "குலத் தொழில்" ஒழிந்து புதிய வகைத் தொழிலாளர்கள் தோன்றியதைக் காட்டுகிறது. படிநிலை ஜாதியக் கட்டமைப்பின் தீண்டத்தகாதோர், தீண்டத்தக்கோர் என ஏற்றத்தாழ்வான முரண்பட்ட பிரிவுகளைச் சேர்ந்த இப்புதிய தொழிலாளர்கள் வர்க்கமாக இணைந்து வேலைசெய்தனரா? அல்லது ஜாதியப் படிநிலையினை முரண்பாடு எதிரொலித்ததா? என்ற கேள்வி இங்குத் தவிர்க்க இயலாதது. இருப்பினும், விடை கூறவதற்கான ஆதாரங்கள் கிடைக்காததால் பதிலளிக்க இயலவில்லை. இரயில்வே கம்பெனிகள் தொழிலாளர்கள் மீது ஏவிய அடக்குமுறையும், எண்ணிக்கையில் தொழிலாளர்கள் மிகுந்து இருந்ததும், இக்காலங்களில் அங்குமிங்குமாய்ப் பிரித்தானிய ஏகாதிபத்தியத்துக்கு எதிரான போராட்டமும் நடைபெற்றதால் இரயில்வே தொழிலாளர்கள் சங்கமாய் இணைந்தனர். வர்க்க அரசியல் பொதுவுடைமைத் தத்துவத்தால் விளைந்தபோதிலும் அது இந்திய ஒன்றியத்தில் விளையும் முன் தொழிலாளர் வர்க்கமாய்த் திரண்டனர்.

இரயில்வே தொழிலாளரின் நாகைச் சங்கம்

இரயில்வே கம்பெனிகளின் எண்ணிக்கைக்கு ஏற்ப, தென்னிந்திய இரயில்வே மத்தியத் தொழிலாளர் சங்கம், தென் மராட்ட இரயில்வே தொழிலாளர் சங்கம், ஜிஐபி தொழிலாளர் சங்கம் என இரயில்வே தொழிலாளர் சங்கங்களும் செயல்பட்டன. மதராஸ், தென் மராட்டாத் தொழிலாளர்கள் தென் இந்திய

3. லால ஹரி கிஷேன் லால், 'இந்தியாவின் பொருளாதார நிலைமை', *பிழைக்கும் வழி*, ஜனவரி, 1913, ப. 9.

இரயில்வே தொழிலாளர் சங்கத்தில் இணைந்தனர். இச்சங்கம் தமிழகத்தில் நாகப்பட்டினத்தில் வலுவாக இருந்தது. நாகை இரயில்வே தொழிலாளர் சங்கம் 1918ஆம் ஆண்டு ஜூன் மாதம் முதல் செயல்பட்டது. வழக்கறிஞர் கே.சி. சுப்பிரமணியம், டி. கிருஷ்ணசாமி பிள்ளை, வி.பி.கே. காயாரோகணம் பிள்ளை ஆகியோர் முறையே இச்சங்கத்தின் தலைவர், செயலாளர், பொருளாளர் பொறுப்பு வகித்தனர். இச்சங்கத்தில் நாகூர் முதல் அடியக்கமங்கலம் வரையிலுள்ள தொழிலாளர்கள் இணைந்தனர். திருவாலூர், அறந்தாங்கி, மாயவரம், தஞ்சாவூர் வரையிலுள்ள தொழிலாளர்களும் இச்சங்கத்தில் சேர வேண்டுமெனக் கோரினர்.[4] இரயில்வே தொழிலாளர் சங்கங்களில் பார்ப்பனர், பார்ப்பனரல்லாதோர் சங்கங்கள் தனித் தனியாய்ச் செயல்பட்டதாகத் தெரிகிறது. அதேசமயம், இரயில்வே கம்பெனி தங்களின் வேலை எளிதாக நடைபெற தொழிலாளர்களைப் பல வகுப்புகளாகப் பிரித்தாலும் அவர்கள் அனைவரும் ஒற்றுமையாய் இருக்க வேண்டும்; ஜாதி, மதப் பிளவுகளை விட்டொழிக்க வேண்டும் என வலியுறுத்தப்பட்ட அதேசமயம், "ஐரோப்பாவிலுள்ள தொழிலாளர்களைப் போல் நாமும் ஒன்று சேர்ந்து நமது சமூகத்தைப் பலப்படுத்த" வேண்டுமென அறிவுறுத்தினர்.[5]

நாகைத் தொழிலாளர் சங்கத்தின் முதல் மாநாடு நாகையில் நடைபெற்றது; பின் போத்தனூரில் ஒரு மாநாடு 1925ஆம் ஆண்டுக்கு முன் நடைபெற்றது.இவற்றின் தீர்மானங்களை அறிய இயலவில்லை. இச்சங்கம் தொழிலாளர்களின் நலன்களைப் பாதுகாக்கவும் நாட்டு விடுதலைக்கான அரசியலிலும் துடிப்புடன் செயல்பட்டது. கதர் ஆடையைத் தொழிலாளர்களிடம் விற்பனை செய்தல், நாயுடு நிதி, மகாத்மா காந்தி நிதி போன்ற செயல்கள் இதற்கான உதாரணங்கள். "மதுரை ஸ்திரீ தொழிலாளர் நிதி" கொடுத்ததானது இரயில்வேயில் பெண் தொழிலாளர்கள் இருந்ததைக் காட்டுகிறது.[6] நாகப்பட்டினம் ரெயில்வே தொழிலாளர் சங்கத்தின் ஆண்டு விழா 1926 ஜூன் 19, 20 ஆகிய நாட்களிலும் நடத்த திட்டமிட்டபோது இச்சங்கத்தின் காலஞ்சென்ற தலைவர் வெ.ப. பக்கிரிசாமிப் பிள்ளையின் உருவப்படத் திறக்க முடிவு செய்ததானது சங்கத் தலைவர்களை நினைவு கூறியதை அறியலாம்.[7] நாகப்பட்டினம் காவல் நிலையம் அருகே 1926 மே 25 அன்று சங்கத்தின் உதவித் தலைவர் கோபாலசாமி செட்டியார் தலைமையில் நடைபெற்ற தென்

4. *குடி அரசு*, 09 ஜனவரி 1927.
5. *மேலது*.
6. *குடி அரசு*, 10 ஜனவரி 1926.
7. *குடி அரசு*, 16 மே 1926.

இந்திய ரயில்வே தொழிலாளர் சங்கத்தின் பொதுக் கூட்டத்தில் பங்கேற்ற ஈ.வெ.ரா தொழிலாளர் என்றால் யார் என்பதை வரையறுத்தார். அவர், "இப்போது நம்நாட்டில் தொழிலாளிகள் என்று சொல்லப்படுவோரெல்லாம் தொழிலாளி அல்ல. அவர்கள் எல்லாம் கூலிக்காரர்கள்தான். தொழிலாளி என்பவன் நாட்டின் நன்மைக்கான ஒரு தொழிலைக் கற்று அத்தொழிலைத் தானாகவே சுயேச்சையுடன் செய்து அதன் பலன் முழுவதையும் தானும் தன் நாட்டு மக்களும் அடையும்படியான முறையில் தொழில் செய்பவன்தான் தொழிலாளி. நீங்கள் அப்படி யில்லை. ஏதோ ஒரு முதலாளியின் கீழ் தினக்கூலிக் கமர்ந்து, உங்களுக்கு எவ்வித சுதந்திரமுமில்லாமல் முதலாளி சொல்லுகிறபடி செய்துவிட்டு, அதன் பலன் முழுவதையும் அவனே அடையும்படி செய்து உங்கள் ஜீவனத்திற்குக்கூட போதுமானதாயில்லாத கூலியை வாங்கிப் பிழைக்கிறீர்கள். ஒரு முதலாளிக்குக் கீழ் வேலை செய்து கூலி வாங்குபவன் எவ்வளவு பெரிய கூலிக்காரனானாலும் அவன் கூலிக்காரன்தான்; அடிமைதான்" எனக் கூறினார்.[8] பெரியாரின் பேச்சையும் சங்கத் தலைவர் த. கோவிந்தசாமி செட்டியாரின் சங்கப் பொறுப்பிலிருந்து விலகியதையும் "சுதேசமித்திரன்" திரித்து எழுதியதாகக் குடி அரசு பத்திரிகையில் விமர்சனம் எழுதப்பட்டது.[9]

மதிராஸ் (எம்), தென் மராட்டா (எஸ். எம்.) இரயில்வே தொழிலாளர் சங்கத்தின் முதல் மாநாடு, 1926 ஜனவரி 04 அன்று ஜோஷியின் தலைமையில் நடைபெற்றது. பஞ்சாட்சர ஆச்சாரியார் வரவேற்றார். வி.வி. கிரி, செல்லபதி செட்டியார், முகுந்த்லால் சர்க்கார், வி. கல்யாண சுந்தர முதலியார், சர்க்கரைச் செட்டியார், எர்னஸ்டு கிர்க், கிரஹம்போல் உட்பட பலர் பங்கேற்றனர். "சங்கம்" அங்கீகரிக்கப்பட வேண்டுமென இரயில்வே முகவரையும் இரயில்வே, உள்ளாட்சி வாரியங்களையும் கோரி தீர்மானம் நிறைவேற்றினர். காலச் சூழலையும் இரயில்வே தொழிலில் ஏற்பட்டுள்ள சிக்கலையும் கணக்கில் கொண்டு சிப்பந்திகளுக்கு அதாவது தொழிலில் அனுபவமில்லாதவர்க்கு தலைநகரில் நாற்பது ரூபாயும் மற்ற பட்டணங்களில் முப்பத்தைந்து ரூபாயும் சிற்றூரில் முப்பது ரூபாயும் தொழிலில் தேர்ச்சி பெற்றவர்களுக்கு அறுபது ரூபாயும் கொடுக்கக் கோரினர். மாதம் 144 மணி நேரமும் வாரம் 48 மணி நேரமும் தொழிலாளர்களுக்கான வேலைநேரமாக நிர்ணயிக்கக் கேட்டனர் வாரம் ஒரு நாள் விடுப்பும் கொடுக்க அரசாங்கம் சட்டம் இயற்றக் கோரினர். மாகாண, ஒன்றிய (டில்லி) சட்ட சபைகளுக்கும் இரயில்வே சிப்பந்திகள் தங்களுடைய

8. *குடி அரசு*, 30 மே 1926.
9. *குடி அரசு*, 6 ஜூன் 1926.

பிரதிநிதியைத் தேர்ந்தெடுக்கும் உரிமை கேட்டனர்.[10] தென்னிந்திய இரயில்வே தொழிலாளர் சங்கத்தின் துணைத் தலைவர் த. கோவிந்தசாமி செட்டியாரின் தலைமையில் நாகப்பட்டினத்தில் 1926 ஜூலை 23 அன்று மாலை 5.30 மணிக்கு இரயில்வே சங்கக் கட்டடத்தில் நடைபெற்ற அவசரப் பொதுக் கூட்டத்தில், இந்திய மாகாண சட்டசபைக்குத் தொழிலாளர் பிரதிநிதிகள் நியமிப்பதைப் பற்றி இந்திய மந்திரி சமர்ப்பித்திருக்கிற நான்கு பிரதிநிதிகளில் சென்னை மாகாணத்திற்கு ஒரு பிரதிநிதிகூட இல்லாததை விமர்சித்தனர். மற்ற மாகாணங்களுக்குக் கொடுத்திருப்பது போல் சென்னை மாகாணத்துக்கு இரண்டு பிரதிநிதிகள் கொடுக்க வேண்டும் எனக் கோரினர்.[11]

பெரம்பூர் கலகம், 1913

இரயில்வே தொழிலாளர்கள் பொதுவுடைமை இயக்கங்கள் தோன்றுவதற்கு முன்பே தொழிலாளர் உரிமைக்கான போராட்டங்களை நடத்தினர். "சென்னை, ஸதர்ன் மராட்ட ரெயில்வேயில் இன்னம் முடியவில்லை. ரெயில்வே ஸிப்பந்திகளின் ஸங்கத்து ஸெக்ரெடரி எல்லா ரெயில்வேக்களிலும் வேலைநிறுத்திட வேண்டுமென்று ஒரு புது உத்தரவு" 1910களிலேயே வெளியிட்டதானது[12] அக்காலத்திலேயே தொழிலாளர்கள் தங்களின் உரிமைக்காக வேலைநிறுத்தம் செய்யும் வலுவான நிலையில் மேற்குறிப்பிட்ட சங்கம் இருந்தது தெளிவு. "சென்னைக்கடுத்த பெரம்பூரில்" எம். எஸ். எம். இரயில்வே பணிமனையில் சுமார் 5000 தொழிலாளர்கள் வேலை செய்தனர். தங்களுக்குப் பாதகம் விளைவிக்கும் ஒப்பந்தத்தில் தாங்களே ஒப்பிட வேண்டிய நிலை உருவானதால் தொழிலாளர்களுக்கும் நிர்வாகத்துக்கும் சிக்கல் உருவானது.[13] மேலும், தொழிலாளர் அனைவரும் ஒரே வாசற்படி வழியாகச் சென்றுவந்தது அவர்களுக்கு இடையூறை விளைவித்தது. இவ்வாயில் வேலை தொடங்குவதற்குக் கால் மணி நேரத்துக்கு முன்தான் திறக்கப்பட்டதால் குறித்த நேரத்தில் பணிமனைக்குள் செல்ல இயவில்லை. மணி அடிக்கும்போது அங்கு வேலையாட்கள் இல்லை என்றால் அரைமணி நேரத்துக்கூலியை அபராதமாகப் பிடித்தனர். இதைத் தொழிலாளர்கள் எதிர்த்துப் போராடினர். இச்சிக்கல் மேலும் வலுப்பெற்று 1913 டிசம்பர் மாதம் 19 அன்று பகல் உணவுக்குப் பின் கலகம் ஏற்பட்டது. சுமார் 300, 400 தொழிலாளர்கள் சேர்ந்து போர்மன், டெபுயுடி போர்மன் முதலிய அதிகாரிகளைத் தாக்க முற்பட்டனர். இதையறிந்த

10. *குடி அரசு*, 24 ஜனவரி 1926.
11. *குடி அரசு*, 01 ஆகஸ்ட் 1926.
12. *பிழைக்கும் வழி*, மே 1913, ப. 279.
13. *பிழைக்கும் வழி*, டிசம்பர் 1913, பக். 668.

தொண்டர்படையினர் துப்பாக்கியால் சுட்டனர்; இதில் தொழிலாளர் ஒருவர் கொல்லப்பட்டார்; சிலர் காயமடைந்தனர். தொழிலாளர்கள் சிதறி ஓடினர். பணிமனை ஜனவரி மாதம் 2ந்தேதி வரை மூடப்பட்டது.[14]

நாகப்பட்டினத்தில் இயங்கிய இரயில்வே பணிமனையை திருச்சிராப்பள்ளி பொன்மலைக்கு இடமாற்றம் செய்ய இரயில்வே நிர்வாகம் முடிவு செய்தது. இதற்கு 1911ஆம் ஆண்டு அரசாங்கத்தின் ஒப்புதல் கிடைத்தது. "இதனால் நாகப்பட்டினத்தில் 100க்கு 10 சதவீதம் மக்கள் திருச்சிக்கு வருவர்" பிழைக்கும் வழி பத்திரிகை கணித்தது.[15] ஆனால் பணிமனை இடமாறுதல் செய்யப்படவில்லை. போத்தனூரில் செயல்பட்ட தென்னிந்திய இரயில்வே தொழிற்சாலை முழுவதையும் திருச்சிராப்பள்ளிக்கு 1926ஆம் ஆண்டு மாற்றப்பட்டது.[16] நாகப்பட்டினப் பணிமனையை மாற்றும் திட்டமும் செயலுக்கு வந்தது. இரயில்வே நிர்வாகம் தொழிலாளர்களின் உரிமையைப் பறித்ததால் இடமாற்றலுக்கு எதிராய்ப் போராடினார். "தொழிற்சாலை பொன்மலைக்கு மாற்றப்போவதில் அதிகாரிகள் 3 நாள் ஆப் சண்டே கொடுக்காமல் இருப்பதைப் பற்றி தொழிலாளர்கள் என்ன செய்ய வேண்டும் என்ற முடிவான" தீர்மானம் செய்ய நாகப்பட்டின நகர காவல் நிலைய மைதானத்தில் 1926 செப்டம்பர் 21 அன்று செவ்வாய்க்கிழமை மாலை 5.30 சுமார் ஆறாயிரம் தொழிலாளர்களும் இரண்டாயிரம் பொது மக்களும் திரண்டனர். டி. கோவிந்தசாமி செட்டியாரும் வழக்கறிஞர் கே.சி. சுப்பிரமணியமும் தலைமை வகித்து, "மூன்று நாள் சுதந்தரத்தைக் கொடுக்காமல் அதிகாரிகள் பிடிவாதமாய் இருப்பது கண்டிக்கத்தக்கது. இதை நியாயமான வழியிற்போராடி பெற வேண்டும், வேலைநிறுத்தம் செய்ய வேண்டாம்" எனப் பேசினார். இக்கருத்தை வலியுறுத்திய ஜனாப் ஷேக் ஷர்வர் சாயுபு, சத்தியாக்கிரகப் போராட்டத்தை முன்மொழிந்தார்.

இது தொடர்பாகச் சாம்பசிவம் பிள்ளை, லாம்பர்ட் துரையிடம் பேசியதாகவும் அவர் "எந்தத் தொழிற்சாலையிலும் லீவு இல்லாமல் ஆப்செண்டாக இருக்கிற சுதந்திரம் கிடையாது" என்று கூறியதாகப் பேசினார். இரயிலின் வேகன் பணிமனைத் தொழிலாளர்கள் பொன்மலைக்குப் போவதில்லை என்று உறுதியாகக் கூறினர். முதன் முதலில் பொன்மலைக்குப் போக இருந்த வாகன் தொழிலாளர்கள் எட்டுப் பேர்களைக் கேட்டதில் அவர்கள் 'பறிக்கப்பட்ட அந்த மூன்று நாட்கள் விடுப்பு' இல்லாமல் போவதில்லை என்றனர். இவர்களுக்குப் பின் போக இருந்த

14. *நல்ல ஆயன்*, ஜனவரி 1914, ப. 22.

15. *பிழைக்கும் வழி*, அக்டோபர் 1911, ப. 555.

16. *குடி அரசு*, 28 பிப்ரவரி 1926.

250 தொழிலாளர்களும் இந்த எட்டுத் தொழிலாளர்களின் நிலைப்பாட்டையே கூறினர். "மாதம் ஒன்றுக்கு லீவு இல்லாமல் 3 நாள் ஆப்செண்டாயிருக்கலாமென்றிருக்கிற நடைமுறை சுதந்திரத்தை அதிகாரிகள் ரத்து செய்ததின் பயனாய் அதற்குக் கட்டுப்பட்டுப் பொன்மலைக்குப் போகமுடியாதென்று சொல்லும் தொழிலாளர்களுக்கு அதிகாரிகளால் ஏதாவது ஆபத்து ஏற்பட்டதின்பின் வேலைநிறுத்தம் செய்யாமல் வேலைக்குப்போய் சத்தியாக்கிரகம் செய்யத் தயாராக இருக்கிறோமென்ற" தீர்மானத்தை உத்திராபதி பிள்ளை முன்மொழிந்தார். காளியப்பத் தேவர், சக்கரபாணி பிள்ளை, ரெங்கசாமி நாயுடு, சௌரிநாதன் மாணிக்கதாஸ், பரமசிவம், தெண்டபாணி, அண்ணாமலை பிள்ளை, ராமச்சந்திரம் பிள்ளை, கோவிந்தசாமி செட்டியார், சாமுவேல் பிள்ளை, கிருஷ்ணசாமி பிள்ளை, மாணிக்கதாஸ் முதலியார் ஆகியோர் இத்தீர்மானத்தை ஆதரித்துப் பேசினர். இவர்கள், பொன்மலை, போத்தனூர், மதுரை, திருநெல்வேலி, தஞ்சை, மாயவரம், விழுப்புரம் போன்ற இடங்களுக்கு நாகப்பட்டினத் தொழிலாளர்களின் பிரசாரகர்கள் சென்று அவர்களின் குறைகளைப் பேச வேண்டும்; பொன்மையில் வாங்கிய ஒன்றேகால் ஏக்கர் இடத்தில் பொன்மலைத் தொழிலாளர்களையும் இணைத்து சங்கம் நிறுவ வேண்டும், அனைத்துத் தொழிலாளர்களையும் இணைத்து மாநாடு நடத்த வேண்டும், இதற்கான செலவை பொன்மலையில் கட்டடம் கட்ட சேர்த்திருக்கும் மூன்றாயிரம் பணத்தைச் செலவழிக்கலாம் என்றும் பேசினர். டி. பி. ஆறுமுகம் பிள்ளை, கே. சி. சுப்பிரமணியம் செட்டியார், டி. கிருஷ்ணசாமி ஆகியோரும் பேசினர். மேற்கண்ட தீர்மானம் வாக்குக்கு விடப்பட்டு நிறைவேற்றப்பட்டு இரவு 9.30 மணிக்குக் கூட்டம் நிறைவுற்றது.[17]

வெகுகாலமாய் நாகப்பட்டினத்தில் வசித்த தொழிலாளர்களால் திடீரென இங்கிருந்து பொன்மலைக்கு இடம்பெயர்வது கடினம் என்பதோடு அவர்களின் விடுமுறை உரிமையையும் நிர்வாகம் பறித்ததால் அவற்றைப் பெறுவதில் உறுதியாய்ப் போராடினர். இச்சிக்கலைத் தீர்க்கப் பேச்சுவார்த்தை நடத்தியோர் "தொழிலாளரின் சுதந்திரத்தை அதிகாரிகள் பிடுங்கியது தவறு" எனக் கூறியதால் போராட்டம் முடிவுக்கு வந்தது. இடப்பெயர்ச்சியால் "கூடுதல் உரிமைகளைத் தொழிலாளர்கள் கேட்பதைத் தவிர்க்க ஏற்கனவே இருந்த சுதந்தரங்களை அதிகாரிகள் பறித்தனர்", பின் பேச்சுவார்த்தையின் வழி அவற்றைக் கொடுத்தனர். இதை ஒரு தந்திரம் என ஒருவர் குறிப்பிட்டார்.[18]

---

17. *குடி அரசு*, 03 அக்டோபர் 1926.
18. *குடி அரசு*, 21 நவம்பர் 1926.

ஆட்குறைப்புக்கு எதிரான கிளர்ச்சி

நாகப்பட்டினம், போத்தனூர் பணிமனைகளைப் பொன்மலைக்கு மாற்றியதைத் தொடர்ந்து வேறொரு புதிய சிக்கலும் உருவானது. திருச்சிராப்பள்ளி பொன்மலையில் ஒரு மத்திய தொழிற்சாலை அமைப்பதென்று இரயில்வே அதிகாரிகள் முடிவு செய்து அதை நிறுவினர். இத்தொழிற்சாலையில் புதிய திட்டப்படி இயந்திரங்களைக் கொண்டு வேலை செய்யவேண்டி இருந்ததால் சில தொழிலாளர்களைக் குறைக்க வேண்டிய சூழல் உருவானது. தொழிலாளர்களில் 3171 பேர்களை வேலையைவிட்டு நீக்க 1928ஆம் ஆண்டு அதிகாரிகள் ஆலோசித்தனர்.[19] இது தொடர்பாக இரயில்வே அதிகாரிகள் சுற்றறிக்கைகளை வெளியிட்டனர். இறுதியில், தாமாக முன்வந்து வலிய விலகும் தொழிலாளர்களுக்கு உதவிசெய்வதாக வாக்களித்து "சிக்கனத் திட்டத்தை" அதிகாரிகள் கையாண்டனர். ஏற்கனவே, நாகப்பட்டினம், போத்தனூர் பகுதிகளிலிருந்து பொன்மலைக்கு இடமாறியபோது சில சிக்கல்களை அனுபவித்த தொழிலாளர்களுக்கு இது புதிய இடையூறாக முகிழ்த்தது. பத்தாயிரக் கணக்கில் தொழிலாளர்கள் வேலையிலிருந்து திடீரென பிரிந்துசெல்ல வேண்டிய கட்டாயத்தை எதிர்த்து பல முறை நிர்வாகத்திடம் கோரியபோதிலும் அதை ஏற்காததால் தொழிலாளர்கள் போராடினர்.[20]

"தொழிலாளர் தலைவர் என்று சொல்லிக் கொள்ளுகிறவர்களும் தேசியத் தலைவர் என்று சொல்லிக் கொள்ளுகிறவர்களும் தேசியப் பத்திரிகைகள் என்பவைகளும் பல ரயில்வேக் கம்பெனிக்காரர்களிடமிருந்து தங்கள் சுற்றத்தார்களுக்கு உத்தியோகங்கள் பெற்றிருக்கும் முறையிலும், பெற எதிர்பார்த்திருக்கும் முறையிலும் மற்றும் தங்கள் பத்திரிகைகளுக்கு விளம்பரங்கள் பெற்றிருக்கும் முறையிலும் ரயில்வேக்காரர்களுக்கு அடிமைகளாகி வேலை நிறுத்தத்தை தக்கபடி ஆதரிக்காமல் வேலைநிறுத்தம் செய்ய வேண்டியதில்லை என்றும், வேலை நிறுத்தம் அனாவசியம் என்றும், ஏஜெண்டு கூடியவரை நெருங்கி வந்திருக்கிறார் என்றும் இன்னும் மற்ற பொதுஜனங்களுக்கும் தொழிலாளர்களுக்கும் அதிகாரிகளின் கொடுமையையும் வேலை நிறுத்தத்தின் அவசியத்தையும் சரியானபடி எடுத்துக்காட்டாமல் எவ்வளவோ மறைத்துக்கொண்டு வந்திருந்தும் சென்ற 19ஆம்தேதி தொழிலாளர்களால் தொடங்கப்பட்ட வேலைநிறுத்தமானது ஒருவாறு வெற்றிக்குறியுடனேயே மிக அமைதியாகவும் சமாதான மாகவும் நடந்து வருவதாகவே சமாச்சாரங்கள் எட்டியிருக்கின்றன"

19. *குடி அரசு*, 03 நவம்பர் 1929.

20. தலையங்கம், *குடி அரசு*, 22 ஜூலை 1928.

எனக் குடி அரசு, வேலைநிறுத்தப் போராட்டத்தை இரயில்வே தொழிலாளர்கள் கைக்கொள்ள வேண்டிய சூழல் ஏற்பட்டதை தலையங்கம் தீட்டியது.[21] "1. கதவடைப்பு செய்த காலத்திற்குக் கூலி கொடுக்க வேண்டும். 2. ராஜீனமா செய்தவர்களைத் தவிர மற்றவர்களை வேலைக்கு வைத்துக்கொள்ள வேண்டும். 3. கீழ்த்தர வேலையாட்களுக்கு சம்பளம் கூட்ட வேண்டும். 4. ரன்னிங் ஸ்டாப் என்னும் ரயில்போக்குவரத்தில் சேர்ந்த ஆட்களின் குறைகளை நீக்கவேண்டும்" ஆகிய கோரிக்கைகளைத் தொழிலாளர்கள் முன் வைத்தனர்.[22] தொழிலாளர்களை வேலையிலிருந்து விலக்கும் சுற்றறிக்கை எண். 202 பின்வாங்கப்பட வேண்டும் என்பது வேலைநிறுத்தப் போராட்டத்தின் முக்கிய இலக்காகும். தொழிலாளர்கள் கூடி வேலை நிறுத்தத்தைத் தலைமையேற்று நடத்த எட்டுப் பேர்களைத் தேர்ந்தெடுத்தனர். சிங்காரவேலு செட்டியார், முகுந்தலால் சர்க்கார், டி. கிருஷ்ணசாமி பிள்ளை, பழனிவேலு முதலியார், டி.வி. கே. நாயுடு ஆகியோர் வேலை நிறுத்தப் பிரச்சார வேலைகளைச் செய்ய முடிவெடுத்தனர். இதன் தலைவராகக் கிருஷ்ணசாமி பிள்ளை தேர்வானார். இவர் போத்தனூரிலும் சிங்காரவேலர் ஈரோட்டிலும் முகுந்தலால் சென்னையிலும் பிரச்சாரம் செய்ய முடிவெடுத்தனர். இதற்கு உதவியாகச் சிலர் நியமிக்கப்பட்டனர். இரயில்வேயைச் சேர்ந்த சகலத் தொழிலாளர்களும் வேலை நிறுத்தப் போராட்டத்தில் பங்கேற்க முடிவு செய்தனர். இதில் ஓடுந் தொழிலாளர் (ரன்னிங் ஸ்டாப்) தொடர்பாகச் சிக்கல் இருந்தது. ஆங்கிலோ இந்தியர்கள் சிலரும் எதிர்ப்புத் தெரிவித்தனர்.

வேலைநிறுத்தம் திட்டமிட்டபடி 1928 ஜூலை 19 அன்று தொடங்கியது. எழும்பூர் இரயில் நிலையத்தில் கீழ்த்தர சிப்பந்திகள் வேலைக்குச் செல்லவில்லை. 19 அன்று இரவு எழும்பூரைவிட்டுப் புறப்பட்ட போட்மெயில் இரயில்கள் விழுப்புரத்துக்குப் பின் சரியானபடி ஓடாமல் தகராறு ஏற்பட்டது. 20 அன்று காலையில் சென்னைக்கும் எழும்பூருக்கும் வர வேண்டிய வண்டிகள் வரவில்லை. எழும்பூர் 21 அன்று வேலையிலிருந்த தங்கள் தோழர்களிடம் பேசிய போராட்டக்காரர்கள் சிலரைக் காவலர்கள் கைது செய்து காவலில் வைத்தனர். மற்ற தொழிலாளர்கள் தங்களையும் காவலில் வைக்கும்படி சத்தியக்கிரகம் செய்ததால் மோட்டார் சைக்கிளில் வந்த காவலர்கள் தொழிலாளரைத் துப்பாக்கியால் அடித்துத் துன்புறுத்தினர். சேத்துப்பட்டுக்கும் எழும்பூருக்கும் ஓடிய அதிகாரிகளுக்கான இரயில் ஓடியபோது நெருப்பை அணைத்தால் வழியில் நின்றது. பல்லாவரத்தில்

21. *குடி அரசு*, 22 ஜூலை 1928.
22. *மேலது*.

21 அன்று பாசஞ்சர் வண்டியை விடாமல் சத்தியாக்கிரகம் செய்தனர். ஒரு மாணவர் உட்பட பலர் கைது செய்யப்பட்டனர். 24 அன்று எழும்பூரில் தோட்டிகள் வேலைநிறுத்தம் செய்ததால் இரயில் நிலையத்திலுள்ள கழிப்பறைகள் சுத்தம் செய்யப்படவில்லை. கோயம்புத்தூர், போத்தனூர், சேலம் உட்பட பிற இரயில் நிலையங்களிலும் தோட்டிகள் வேலை நிறுத்தம் செய்தனர். இந்நிலையால் தென்னிந்திய இரயில்வே நிலையங்களில் நாற்றமெடுத்தன. 'தாம்பிர'த்தில் 30 தொழிலாளர்கள் தண்டவாளத்தில் படுத்துச் சத்தியாக்கிரகம் செய்ததால் கைதாயினர்.

விக்கிரவாண்டி, ஜூலை 21, திருவனந்தபுரம் எக்ஸ்பிரஸ் இரயிலுக்கு முன் தண்டவாளத்தில் படுத்துச் சத்தியாக்கிரகம் செய்ததால் 22 பேர்கள் தாக்கப்பட்டு கைது செய்யப்பட்டனர். விழுப்புரத்தில் தோட்டி, போர்ட்டார் உட்பட அனைவரும் வேலைநிறுத்தம் செய்தனர். ஈரோட்டுக்கு வண்டிகள் போகவில்லை. விழுப்புரம் ஜூலை 22 வண்டி நிலையத்துக்கு வரும்முன் பாதையில் படுத்துச் சத்தியாக்கிரகம் செய்தனர். போலீசார் துப்பாக்கிமுனையால் தாக்கியுங்கூட அவர்களை அப்புறப்படுத்த முடியாததால் பின் துப்பாக்கியால் சுட்டனர். ஜனங்கள் இன்ஞ்னிலிருந்த நெருப்பை அனைத்தனர். விழுப்புரம் ஜூலை 23, வேலை நிறுத்தக்காரர்கள் அமைதியாகத் தண்டவாளத்தில் படுத்திருந்தனர். காவல் கண்காணிப்பாளர் மாஜிஸ்ட்ரேட் உத்தரவில்லாமல் சுட்டதில் நால்வர் காயமடைந்தனர்.

போத்தனூரிலும் ஈரோட்டிலும் ஜூலை 19 அன்று நடு இராத்திரியில் வேலைநிறுத்தம் செய்யப்பட்டது. ஈரோட்டுக்கும் திருச்சிராப்பள்ளிக்கும் செல்லவேண்டிய வண்டிகள் வழியிலேயே நிறுத்தப்பட்டன. நீடாமங்கலத்தில் காளியப்பனையும் சில தொழிலாளர்களையும் 20ஆம்தேதி கைது செய்து மாலையில் விடுவித்தனர். மாயவரத்தில் ஜூலை 21 அன்று கூட்டத்தைக் கலைக்க காவலர்கள் துப்பாக்கிப் பிரயோகம் செய்ய, கல்லடியால் காவலர்கள் 9 பேருக்குக் காயம் ஏற்பட்டது. பண்ருட்டியில் ஜூலை 22 அன்று புறப்பட்ட வண்டியை ஒரு கூட்டத்தார் ஓடி அடித்தனர். இவர்கள் போலீசாரால் தாக்கப்பட்டனர். மேலூருக்கு 12.15க்கு இரயில் சென்று சேர்ந்தது. நிலையத்துக்குள் புகுந்த மக்கள் மேஜை, நாற்காலி, ஜன்னல், விளக்கு முதலியவைகளை உடைத்து எடுத்துச் சென்றனர். சேலம் ஜூலை 25 அன்று சத்தியாக்கிரகம் ஆரம்பித்தனர். மேலூரில் 21 அன்று காவலர்களின் துப்பாக்கிச் சூட்டில் ஒருவர் கொல்லப்பட்டார். பலருக்குக் காயம் ஏற்பட்டது.

திருநெல்வேலியில் ஜூலை 19 அன்று நடு இராத்திரியில் வேலை நிறுத்தம் ஆரம்பிக்கப்பட்டது. அங்கிருந்து செல்லவேண்டிய வண்டிகளும் தெற்கிலும் வடக்கிலுமிருந்து வரவேண்டிய

வண்டிகளும் போக்குவரத்து நடைபெறவில்லை. மதுரையில் மணியடிக்கும் சிப்பந்திகள் நிலக்கரிவாரும் ஆட்கள் உட்பட பலர் வேலைநிறுத்தம் செய்ததால் இங்கிருந்து புறப்படவேண்டிய ஷட்டில் வண்டிகள் ஓட வில்லை. தூத்துக்குடிக்கு 20ஆம்தேதி 8.50க்கு செல்ல வேண்டிய வண்டி 11.40க்குச் சென்று சேர்ந்தது. வண்டி வந்ததும் பிளாட்பாரத்துக்கு வெளியிலிருந்த மக்கள் கூட்டத்தைக் கலைக்க காவலருக்குச் செய்தி அனுப்பப்பட்டது. இதை அறிந்த மக்கள் கற்களை இரயில் நிலையத்துக்குள் எறிந்தனர். வண்டிக் கண்ணாடிகள் உடைந்து கார்டுக்குக் காயம் ஏற்பட்டது.[23]

பிராமணரல்லாதோர் ஆதரவு

இரயில்வே தொழிலாளர்களின் போராட்டத்துக்கு ஆதரவாகப் பொதுமக்களும் பிராமணரல்லாத இயக்கத் தலைவர்களும் ஆதரவாய் நின்றனர். போராட்டத்தில் ஈடுபட்டத் தொழிலாளர்களுக்கு ஒவ்வொரு வீடுகளிலும் ஒவ்வொரு நாள் விருந்து உபசரிப்புகளும் நிதியுதவியும் கிடைத்தன. தொடக்க நிலையிலேயே போராட்டத்தை ஆதரித்த குடி அரசு பத்திரிகை, "தொழிலாளர்கள் வெற்றிபெற்று தொழிலாளர்களின் குறைகள் நீங்கி சுகப்படவேண்டுமாய் மனப்பூர்வமாய் ஆசைப்படுகிறோம். பொதுமக்களை வேலை நிறுத்தத்திற்கு எல்லாவுதவியும் செய்யவேண்டுமாய்க் கேட்டுக் கொள்ளுகிறோம். தொழிலாளர்களையும் பொறுமையோடும் அமைதியாகவும் பலாத்காரமற்ற தன்மையோடும் எவ்விதத்தியாகத்துக்கும் தயாராகயிருந்து முழுவெற்றி யடைய வேண்டுமென்று கேட்டுக்கொள்ளுகிறோம்" எனக் கூறியது.[24] ஈரோட்டில் இரயில் நிலையம் அருகில் வெங்கட்ட நாயக்கர் சத்திரத்தில் ஈ. வெ. ராமசாமி நாயக்கர் தலைமையில் ஜூலை 21 அன்று தொழிலாளர் வேலை நிறுத்தக் கூட்டம் கூடியது. தேவ அன்பு, முத்துகிருஷ்ணன், அரூர் வேடி செட்டியார், மண்டி சி. குமாரசாமி கவுண்டர் ஆகியோர் தொழிலாளர்களின் போராட்டத்தை ஆதரித்துப் பேசினர். ஜூலை 22 அன்று கோணைவாய்க்கால் டோராகாட்டில் ஈ.வெ.ரா. தலைமையில் கூட்டம் கூடியது. பலரும் பங்கேற்று போராட்டம் குறித்துப் பேசினர். ஜூலை 23 புதன்கிழமை அன்று கடைவீதி அலிசவுக்கில் தாரூல் இஸ்லாம் பத்திராதிபர் ஜனாப் நைனா முகம்மது சாயுபு தலைமையில் கூட்டம் கூடியது. தொழிலாளர்களும் எம்.ஏ. ஈஸ்வரனும் பேசினர். சில தீர்மானங்கள் நிறைவேற்றப்பட்டன. 1928 ஜூலை 27 அன்று 7 மணிக்கு ஈரோடு காந்திசவுக் என்ற காரைவாய்க்கால் மைதானத்தில் தொழிலாளர்களுக்கு அனுதாபங்காட்ட ஈ.பி. வெங்கிடாசலம் செட்டியார் தலைமையில் பொதுமக்கள் மாநாடு

23. *குடி அரசு*, 22 ஜூலை 1928.

24. *மேலது*.

நடைபெற்றது. தொழிலாளர்களான தேவ அன்பு, முத்துகிருஷ்ண நாயுடு, தலைவர்களான சுப்பண்ண ஆசாரியார், எம். ஏ. ஈஸ்வரன், ஈ. வெ. ராமசாமி ஆகியோர் பேசினர்.

ஈ.வெ.ரா., "இரயில்வேக்காரர்கள் திடீரென்று மூன்று, நான்காயிரம் பேர்களை வேலையிலிருந்து விலக்க வேண்டும் என்று சொல்லுகின்றார்கள். அது உண்மையான சிக்கனத்தை முன்னிட்டாவது அல்ல. லாபம் கட்டவில்லை என்பதற்காவது அல்லது ஜனங்களின் நன்மைக்காக ரயில் சார்ஜைக் குறைப்பதற்கென்றாவது இத்திட்டத்தை அனுசரிப்பதனால் எனக்கு சந்தோஷமே. அப்படிக்கில்லாமல், சீமையில் உள்ளவர்களுக்கு வேலை கொடுப்பதற்காக அங்கிருந்து யந்திரங்கள் தருவிக்கவும் வெள்ளைக்காரருக்கும் அவர்கள் சார்பாருக்கும் வேலை கொடுப்பதற்கும் இம்மாதிரி சூழ்ச்சி செய்கின்றார்கள். தென்னிந்திய ரயில்வேக்காரர் மற்ற எல்லா ரயில்காரர்களைவிட அதிகக் கொள்ளை அடிக்கின்றார்கள். மற்ற ரயில்களில் மெயிலுக்குகூட மைலுக்கு இரண்டரைக் காசு சார்ஜ். ஆனால் இவர்கள் நான்கு காசு, நாலரைக் காசு வாங்குகிறார்கள். வண்டி சௌகரியம் மற்ற வண்டிகளைவிட எஸ். ஐ. ஆர். ரயிலில் மிகக் கொடுமையானது சம்பளம், கூலி முதலியவைகளும் நம்மவர்களுக்கு மற்றவர்களைவிட மிகக் கொஞ்சமாகவே கொடுக்கின்றார்கள். இந்த நிலைமையில் இவர்கள் சிக்கனமென்பது இந்தியர்கள் வாயில் மண்ணைப்போட்டு வெள்ளைக்காரர்கள் வயிறு வெடிக்கச் செய்யும் கொடுமையே ஆகும்" எனப் பேசினார்.[25] மேலும், ஈ.வெ. ரா, "எந்தக் காரணத்தை முன்னிட்டும் பலாத்காரமும் பொறுமை இழத்தலும் இல்லாமல் பார்த்துக்கொள்ள வேண்டும். ஏனெனில், பலாத்காரம் ஏற்படுவது அதிகாரிகளுக்கு நன்மையாகவும் நமக்குக் கெடுதியாகவும் முடியும். ஒத்துழையாமையின்போதுகூட திடீரென்று திருவாளர் காந்தி இயக்கத்தை நிறுத்த நேர்ந்ததற்குக் காரணம் பலாத்காரம் ஏற்பட்டதுதான். அதனாலேயேதான் அவ்வியக்கம் தோல்வி அடைந்ததாகக் கருத நேரிட்டது. ஆதலால் பலாத்காரமில்லாமல் பார்த்துக்கொள்ள வேண்டியது நமது கடமையாகும். போலீசார் மீது குற்றம் சொல்வதில் யாதொரு பயனுமில்லை. அவர்கள் சம்பளத்திற்காக மேல் அதிகாரி சொன்னபடி கேட்கும் நிபந்தனை இல்லாத அடிமைகள். அவர்கள் எஜமான் சொன்னபடி நடக்காவிட்டால் வேலை போய்விடும். 144 போட்ட மாஜிஸ்ட்ரேட்டிடமும் நாம் குற்றம் கண்டுபிடிப்பது முட்டாள்தனம். வெள்ளை அதிகாரிகள் சொன்னபடி உத்திரவு போடாவிட்டால் வேலைபோய்விடும். அப்புறம் உபாதானமெடுக்க வேண்டியதோ கருமாத்திர வீட்டில் தக்ஷிணைக்கு போகவேண்டியதோ அவர்கள் கடமையாகிவிடும்.

25. *குடி அரசு, 29 ஜூலை 1928.*

ஆதலால் பொறுமை இழக்காமல் பலாத்கார மில்லாமல் பார்த்துக்கொள்ளுங்கள். எங்களாலான உதவி கடைசிவரை செய்யக் காத்திருக்கின்றோம். பலாத்காரம் ஏற்பட்டால், அதுவும் தொழிலாளர்களால் நடந்தது என்பதாகத் தெரிந்தால், நாங்களும் விலகிக் கொள்வோம் என்பதைக் கண்டிப்பாய்ச் சொல்லிக்கொள்கிறேன். மற்றபடி இங்கு நடத்தப் போவதாய்ச் சொல்லப்படும் சத்தியாக்கிரகத்திற்கு என்னாலான பண உதவியும் ஆள் உதவியும் செய்யத் தயாராயிருக்கின்றேன்" என்று சொல்லி முடித்தார்.[26]

ஈ. வெ. ரா. முன்மொழிய ஈ. பி. வெங்கிடாசலம் செட்டியார் வழிமொழிந்து பொதுமக்களின் ஏற்பில் பின்வரும் தீர்மானங்களும் நிறைவேற்றப்பட்டன: 1. இரயில்வே பொதுவேலை நிறுத்தம் சம்பந்தமாக அரசாங்கத்தால் கைது செய்யப்பட்டவர்களுக்கும் காவலர்களால் சுட்டுக் கொல்லப்பட்டவர்களின் குடும்பத்தாருக்கும் எதிர்பாராத நிகழ்வுகளால் ஏற்பட்ட கஷ்டநஷ்டங்களால் வருந்தும் குடும்பத்தாருக்கும் இக்கூட்டம் அனுதாபத்தைத் தெரிவிக்கிறது. 2. தொழிலாளர் கோரிக்கைகள் மிகவும் இரக்கமானது என்றும் தீர்மானிப்பதோடு அவர்களுக்கு ஏற்பட்டிருக்கும் கஷ்டங்களுக்குப் பொதுமக்கள் தங்களால் கூடிய ஆதரவளிக்க வேண்டும் என்று இக்கூட்டம் கேட்டுக்கொள்கிறது. 3) அரசாங்கத்தார், போலீசார், இரயில்வே அதிகாரிகள் எவ்வளவோ கோபமூட்டத்தக்க செய்கை செய்தாலும் தொழிலாளர்களும் பொது ஜனங்களும் பொறுமையாக இருக்கவேண்டும்; எக்காரணத்தை முன்னிட்டும் பொறுமையை இழந்துவிடக்கூடாது. இப்போராட்டத்தால் தொழிலாளர்களுக்குப் பாதகமான விளைவுகள் ஏற்பட்டாலும் மிதவாத வழி தொழிலாளர்களின் உரிமைகளைப் பெறுவதில் உறுதியாக இருந்ததை இத்தீர்மானங்கள் தெரிவிக்கின்றன.

வேலைநிறுத்தத்தால் பாதிப்பு

இரயில்வே தொழிலாளர்களின் வேலை நிறுத்தத்தால், பெட்ரோல் பஞ்சம் ஏற்பட்டு பேருந்து போக்குவரத்து குறைந்தன. இரயில்வே அதிகாரிகள் சரக்குப் பெட்டிகளை எடுக்க மறுத்ததால் சரக்குகளின் இடப்பெயர்வு தடைப்பட்டது. "சென்னையிலிருந்து வரவேண்டிய காகிதம் ரயில் வேலை நிறுத்தத்தால் தடைப்பட்டுவிட்டது. எவ்வளவு முயற்சி எடுத்தும் பலன்படவில்லை. ஆதலால் வேறு வழியில்லாததால் காகிதம் வந்து சேரும்வரை" பத்திரிகையை அனுப்ப இயலாது எனக் குடி அரசு தன் வருத்தத்தைத் தெரிவித்தது.[27]

26. குடி அரசு, 29 ஜூலை 1928.

27. மேலது.

அதிகாரிகளால் விபத்து

இரயில்வே தொழிலாளர் அனைவரும் போராடியதால் ஈரோட்டில் 23 அன்று நிலைய அதிகாரி கீழ்த்தர சிப்பந்திகளைப் பூட்டிவைத்து வேலைவாங்கினார். இதைப்போல் அனைத்து இரயில் நிலையங்களிலும் செய்ய இயலவில்லை. ஆகவே, தொழிலாளர்கள் இல்லாததால் வண்டிப் போக்குவரத்தை இயக்கத் தேவையான வேலைகளை அதிகாரிகள் செய்தனர். ஆங்கிலோ–இந்தியர்களும் நிலைய அதிகாரிகளும் செய்த வேலைகளால் ஒருசில மெயில்வண்டிகள் ஆங்காங்கு காலந்தவறிச் சென்றன. உரிய தொழிலாளர்கள் இல்லாமல் இரயில் இயக்கப்பட்டதால் ஆங்காங்கே விபத்துகள் நிகழ்ந்தன. வழக்கமாய் சென்னை வரவேண்டிய போட்மெயில் 21 அன்று பூதலூருக்கருகில் தண்டவாளத்தைவிட்டு இறங்கிவிட்டது. காட்டுப்பாக்கத்தில் 22 அன்று போட்மெயில் 11.30 மணிக்கு கவிழ்ந்ததால் ஒருவர் இறந்தார். பலருக்குக் காயம் ஏற்பட்டது. கொடைக்கானலில் 23 அன்று என்ஞ்சினும் மூன்று வண்டிகளும் கவிழ்ந்தன. இவ்விபத்தால் சிலர் மதுரை பொது மருத்துவமனையில் சிகிச்சை பெற்றனர். அவர்களில் மூவர் இறந்தனர்.[28]

தூத்துக்குடியில் ஜூலை 23 அன்று ஒரு என்ஞ்சினும் மூன்று வண்டிகளும் நொறுங்கின. பாலக்கரை – திருச்சி ஜங்சனிலிருந்து வந்துகொண்டிருந்த லைட் எஞ்சின் ஒன்று பாலக்கரை நிலையத்துக்கருகில் கைக்காட்டிக்குப் பக்கத்தில் ஒரு சர்வீஸ் பஸ்சுடன் மோதியது. ஒரு பெண், இரு குழந்தை உட்பட பத்துப்பேர் இறந்தனர். இங்குப் பெருங்கூட்டம் கூடியது. காவலர்களால் கூட்டத்தைக் கலைக்க முடியாததால் துப்பாக்கிப் பிரயோகம் செய்தனர். இதில் நால்வருக்குக் காயமேற்பட்டது. இத்துப்பாக்கிச் சூட்டில் இரு குழந்தைகள் உட்பட நால்வர் மாண்டனர். மூவர் மருத்துவமனையில் அபாய நிலையில் இருந்தனர். “ரயில்களில் நடந்த அபாயங்களுக்கெல்லாம் ரயில்வே அதிகாரிகளே காரணமாவார்கள். ஏனெனில், வேலைநிறுத்தம் செய்வதாக முன்னெச்சரிக்கை கொடுத்துத்தான் தொழிலாளர்கள் வேலைநிறுத்தம் செய்திருக்கிறார்கள். அப்படி யிருக்கும்போது ரயில்வேக்காரர்கள் எச்சரிக்கையாய் இருந்திருக்க வேண்டும். ஒரு வேலைநிறுத்தம் என்றால் என்னென்ன காரியங்கள் நேருமென்பது அதிகாரிகள் அறிந்த விஷயம்தான். மேல் நாடுகளின் வேலைநிறுத்த அனுபவம் தெரிந்த வெள்ளைக்காரர்கள் அலட்சியமாய் இருந்தது மிகவும் கண்டிக்கத்தக்கது. கலகக்காரர்களும் காலிகளும் தொழிலாளர்களிடம் அனுதாபம் கொண்ட வாலிப ரத்த

---

28. *குடி அரசு*, 29 ஜூலை 1928.

ஓட்டமுள்ளவர்களும் இன்னமும் என்னென்ன செய்வார்கள் என்பது நாம் சுலபத்தில் முடிவுகட்டக்கூடியதல்ல. இதற்காகத் தொழிலாளர்கள் மீது குற்றம் சொல்லுவது அறியாமையே யாகும்.

உதாரணமாக, திருச்சி பாலக்கரை ஸ்டேஷனுக்கருகில் லயனில் உள்ள கேட்டில் கதவில்லை என்றும் காவலில்லையென்றும் தெரிந்தும் வண்டியைவிட எப்படி ரயில்வே அதிகாரிகள் சம்மதித்தார்கள் என்று நான் கேட்கின்றேன். அப்படிக் கவலையின்றி இஞ்சின் விட்டதால் மோட்டார் பஸ் மீது ஏறி 10 பேர்கள் கசகசவென்று நசுங்க நேர்ந்தது. இதற்கு யாரைத் தண்டிக்க வேண்டும் என்பதை நீங்களே யோசியுங்கள். நல்ல அரசாங்கமாயிருந்தால் இஞ்சின் ஓட்ட ஆதாரமாயிருந்தவர்களில் 10 பேரைத் தூக்கில் போட்டு இனி இதுமாதிரி நடக்காமல் பந்தோபஸ்து செய்திருக்கும். அப்படிக்கில்லாமல் மேல்கண்ட 10 பேர் நசுக்கப்பட்டுப் போனதற்காக விசனப்பட்ட ஜனங்களைச் சுட்டார்களாம். இது என்ன ஒழுங்கு! இது அதிகாரம் இருக்கின்றது என்கிறதும் துப்பாக்கியும், குண்டும், மருந்தும், சொன்னபடி கேட்க போலீஸ் படையும் இருக்கின்றது என்கிறதுமான ஆணவத்தைக் கொஞ்சமாவதும் காட்டுகின்றதா இல்லையா என்று கேட்கின்றேன். இம்மாதிரி கொடுமைகளும் ஆத்திர மூட்டத்தக்க காரியமும் செய்துவிட்டுப் பொறுமையாயிருங்கள்! சாந்தமாயிருங்கள்! என்று சொன்னால் அது வார்த்தை அளவில் இருக்குமே யல்லாது காரியத்தில் பயனளிக்குமா?" என ஈ.வெ.ரா தொழிலாளர்களுக்கான போராட்டத்தை ஆதரித்து நடைபெற்ற கூட்டத்தில் பேசினார்.[29]

தடையும் கைதும்

இரயில்வே தொழிலாளர்களின் போராட்டத்தை நசுக்க சில தந்திரத்தையும் ஒடுக்குமுறையையும் இரயில்வே நிர்வாகம் கையாண்டது. தொழிலாளர்களின் குறைகளைப் போக்காமல் அவர்களுக்கு உதவிசெய்யும் கீழ்த்தர சிப்பந்திகள், வண்டியில்போகும் சிப்பந்திகள் ஆகியோரின் குறைகளைப் போக்கச் சம்மதித்திருப்பதாய் இரயில்வே முகவர் கூறினர். இது தொழிலாளர்களைப் பிரித்தாளும் இரயில்வே நிர்வாகச் சூழ்ச்சி எனத் தொழிலாளர்கள் உணர்ந்தனர். தொழிலாளர்களும் பொதுமக்களும் கூடவோ ஊர்வலம் செல்லவோ கூடாதென 144 தடை விதிக்கப்பட்டது. சிங்காரவேலு செட்டியார் வீடு சோதனை செய்யப்பட்டது. சென்னையில் தொழிலாளர் கூட்டங்கட்குப் போகக்கூடாதென திராவிடன் பத்திராதிபர் ஜே.எஸ். கண்ணப்பர், கல்யாண சுந்தர முதலியார், தண்டபாணி

---

29. குடி அரசு, 29 ஜூலை 28.

பிள்ளை, குழந்தை முதலியவர்களுக்கு 144 தடையுத்தரவு பிறப்பிக்கப்பட்டது. இரயில்வே வேலை நிறுத்தத்தை ஆதரித்து செங்கல்பட்டு மாவட்டம் முழுவதும் பொதுமக்கள் கூட்டம் நடத்தவும் ஊர்வலம் செல்லவும் மாவட்ட மாஜிஸ்ட்ரேட் 144 தடை உத்தரவு பிறப்பித்தார். திருச்சிராப்பள்ளி தொழிலாளர் சென்ட்ரல் யூனியன் தலைவரும் வேலைநிறுத்தக் குழு தலைவருமான டி. கிருஷ்ணசாமி பிள்ளை கைது செய்யப்பட்டார். ஜனாப் இஸ்மெயில்கான், பண்ருட்டி அந்தோணிசாமி, கிருஷ்ணசாமி, ஜெகநாதன், ஆரோக்கியசாமி, இப்ராகிம், கோவிந்தராஜுலு, குழந்தைசாமி, நடேசபிள்ளை, சின்னய்யாபிள்ளை, கிருஷ்ணசாமி, சந்தானபிள்ளை முதலியவர்கள் கைது செய்யப்பட்டு சிறையில் அடைக்கப்பட்டனர். இருப்பினும், இவர்கள் மகிழ்வுடன் இருந்தனர். தஞ்சாவூர் மாவட்ட பிராமணரல்லாதோர் சங்கத்தின் ஆதரவில் ஜூலை 24 அன்று மாலை ஐந்து மணிக்கு மாயவரத்தில் எஸ்.வி. லிங்கம் தலைமையில் தொழிலாளர் கூட்டம் நடந்தபோது தலைவருக்கு 144 பிரிவு உத்தரவு அளிக்கப்பட்டதால் கூட்டம் அமைதியாகக் கலைந்தது. நாகப்பட்டினம் தொழிலாளர் மாணிக்கதாஸ் கைது செய்யப்பட்டு காவல்துறைக் காவலில் வைக்கப்பட்டார். நாகப்பட்டினம் தொழிலாளர் காரியாலயத்தைச் சோதனைசெய்த காவலர்கள் சிவப்புக் கொடிகளையும் சில ஆவணங்களையும் கைப்பற்றினர். முகுந்த்லால் சர்க்காரின் அலுவலகத்தைச் சோதனையிட கல்கத்தா காவல் ஆய்வாளர் முக்கர்ஜியை சென்னை காவல்துறை நியமித்தது. இவர் 1928 ஜூலை 25 அன்று சோதனை செய்தார். திருச்சிராப்பள்ளி நகரக் காவல் ஆய்வாளர் முத்தையா முதலியார் இவ்வழக்கில் விசாரணை செய்தார்.[30] திருச்சிராப்பள்ளியில் ஜூலை 26 அன்று டி.வி.கே. நாயுடு இரயில்வே சட்டப்படி கைது செய்யப்பட்டார். மதுரையில் 22 அன்று 15 பேரும் பின்னர் 41 பேரும் கைது செய்யப்பட்டனர். துப்பாக்கிப் பிரயோகத்தால் மூவர் காயமடைந்தனர். இங்கு ஜூலை 26 அன்று தொழிலாளர் சங்க காரியாலயத்தைப் பரிசோதித்த போலீசார் சில ஆவணங்களைக் கைப்பற்றினர்.[31]

இரயில்வே அதிகாரிகள் ரிசர்வ் போலீசாரை அழைத்து இரயில்வே தண்டவாளத்தில் காவல் போட்டனர். சி.ஐ.டி. ரகசியக் காவலர்கள் ஊரில் உள்ள முக்கியஸ்தர்களைக் கண்காணித்தனர். இத்தகைய அடக்குமுறை நடவடிக்கையால் பலன் இல்லை என்பதை ஈ.வெ.ரா., “144 போடுவதாலும் ஜெயிலில் வைப்பதாலும் என்ன காரியத்தைச் சாதிக்க முடியும்? 144ஐ மீறுவது வெகு கஷ்டமான காரியமா என்று கேட்கின்றேன். பலாத்காரமான காரியங்கள்

30. *திராவிடன்*, 26 பிப்ரவரி 1929, ப. 7.

31. *குடி அரசு*, 29 ஜூலை 1928.

யாராலானாலும் சரி நடந்ததாகக் காணப்படாதிருந்தால் 144ஐ மீறும்படியே கட்டளை இட்டிருப்பேன். ஜெயிலில் போடுவதால் யாரும் பயந்துவிடமாட்டார்கள். ஜெயில் அனுபோகம் எனக்கு நன்றாகத் தெரியும். மூன்று நான்கு தடவை நான் அனுபோகித்துப் பார்த்தவன். உள்ளேபோய் வெளியில் வரும்போது உடல் இடை10 ராத்தல் அதிகமாகவேதான் வரக்கூடும். ஆதலால் அந்தப் பூச்சாண்டிக்கு யாரும் பயப்பட முடியாது. மரியாதையாகத் தொழிலாளர் கோரிக்கைகளுக்கு இணங்கியோ அல்லது அவர்களைச் சமாதானப்படுத்தியோ ஒரு முடிவுக்கு வருவதுதான் நலமாக முடியும்" எனக் கூறினார்.[32]

இரயில்வே தொழிலாளர் தலைவர் டி. கிருஷ்ணசாமி கைது செய்யப்பட்டு அழைத்துச் சென்றபோது, "விடாமுயற்சிகொண்டு ஒற்றுமையாகவும் உறுதியாகவும் நடந்துகொள்ளுங்கள். ஏஜண்டு ஏமாற்றங்களை நம்பி ஏமாந்து போகாதீர்கள். சாந்தமாகவும் அமைதியாகவும் பலாத்கார மில்லாமலும் நடந்து கொள்ளுங்கள். நாங்கள் கைது செய்யப்படுகிறோமென்று ஆயாசமடைந்து காரியத்தை நழுவ விடாதீர்கள். எவ்வளவுக் கெவ்வளவு அஹிம்சா தர்மத்தைக்கடைப்பிடித்துமௌனமாகநடந்துகொள்ளுகிறீர்களோ அவ்வளவுக்கவ்வளவு நமது வெற்றி நெருங்கி வருகிறதென்பதை மறந்துவிடாதீர்கள். எல்லோர்க்கும் எனது வணக்கம்" எனப் பேசினார்.[33] இப்போராட்டத்துக்கு ஆதரவாகச் செயல்பட்ட திராவிடன் பத்திராதிபர் கண்ணப்பர், கைது செய்யப்பட்டு ஐந்து நாட்கள் சிறையில் இருந்தார்.[34] ஈ.வே.ரா., சுப்பு ஆசாரி ஆகியோரும் ஈஸ்வரன், மாரியப்ப ஆசாரி, தேவ அன்பு, முத்துகிருஷ்ணன், ரங்கசாமி ஆகியோரும் மூன்று போத்தனூர் தொழிலாளர்களும் கைது செய்யப்பட்டனர்.[35]

திருச்சி சதி வழக்கு

இரயில்வே தொழிலாளர்களின் இப்போராட்டம் திருச்சி இரயில்வே சதி வழக்கு என அழைக்கப்பட்டது. இரயில்களை நிறுத்துதல், தண்டவாளத்தை அப்புறப்படுத்துதல், இரயிலைக் கவிழ்த்தல், தண்ணீர்த் தொட்டிகளைக் காலி செய்தல் போன்ற 'சதித் திட்டங்கள்' செய்ததாகப் போராட்டக்காரர்கள் மீது அரசு வழக்கறிஞர் பியூஸ் குற்றஞ் சாட்டினார். பலாத்கார வழியைப் பின்பற்றத் திட்டமிட்டதாகவும் அவர் கூறினார்.[36]

---

32. *குடி அரசு*, 29 ஜூலை 1928.
33. *மேலது*.
34. *குடி அரசு*, 12 ஆகஸ்ட் 1928.
35. *மேலது*.
36. *திராவிடன்*, 26 பிப்ரவரி 1929, ப. 7.

இவ்வழக்கில் சிங்காரவேலு செட்டியார், முகுந்தலால் சர்க்கார், டி.வி.கே. நாயுடு, டி. கிருஷ்ணசாமி பிள்ளை, டி. பி. ஆறுமுகம் பிள்ளை, அடைக்கலசாமிப் பிள்ளை, நாராயணசாமி, மோகன சுவர்ணா முதலியார் போன்றோர் முக்கியக் குற்றவாளிகளாகச் சேர்க்கப்பட்டனர்.[37] விசாரணையில், தொழிலாளர் தலைவர்கள் 15 பேர்கள் மீது சதியாலோசனை குற்றஞ்சாட்டி திருச்சி ஷெசன்ஸ் நீதிபதி ஆள் ஒன்றுக்கு 10 வருடம் கடுங்காவல் தண்டனை விதித்தார். டாக்டர் பெசண்டு இவர்களுக்கு வழங்கப்பட்ட சிறைத் தண்டனையை ரத்துசெய்யக்கோரினார். சென்னை உயர்நீதி மன்றம் விடுத்துள்ள தண்டனையை நீக்கி எதிரிகட்கு விடுதலை அளிக்க வேண்டுமென்று பலர் கையொப்பமிட்ட ஒரு மனு கவர்னருக்கு அளிக்கப்பட்டது. அரசாங்க காரியாலயத்தில் இது தொடர்பான தூதுக்குழுவைச் சந்திக்க ஆளுநர் ஒத்துக்கொண்டார். டாக்டர் பெசண்டு அத்தூதில் தலைமை தாங்கினார்.[38] சுயமரியாதைத் தொண்டர் மாநாடு இரயில்வே தொழிலாளர் தண்டனையைக் கண்டித்தது.[39] சிறைத் தண்டனை வழங்கப்பட்டவர்களில் முன்னவர் மூவருக்கும் ஏ வகுப்பு ஒதுக்கப்பட்டது. பின்னவர்களுக்கு அச்சலுகை கொடுக்கப்படவில்லை. ஆகவே அவர்கள் சிறைக்குள் உண்ணாவிரதம் நடத்தினர். "தம்மையும் ஏ. வகுப்புக் கைதிகளாகப் பாவிக்கவிட்டால் உண்ணாவிரதத்தை நிறுத்தப் போவதில்லை யென்றும், மானத்தை யிழப்பதைவிட உயிரை இழப்பதே சிறந்த தென்றும்" அவர்கள் உறுதியாகப் போராடினர்.[40] சிறை விசாரணையிலிருந்த தொழிலாளர்கள் நடத்தப்பட்டது குறித்து சென்னை சட்டசபை உறுப்பினர் இரத்தினசபாபதி முதலியார் அரசாங்கத்தைக் கேட்ட கேள்விக்கு "1. கைது செய்யப்பட்டு விசாரணையிலிருந்தவர்கள் நீதிமன்ற அறையில் சிற்றுண்டி சாப்பிட்டனர், 2. குற்றம் சாட்டப்பட்டவர்கள் தரையில் உட்கார அனுமதிக்கப்பட்டனர், சௌகர்யமில்லை எனக் கூறியவர்கள் இருக்கையில் உட்கார அனுமதிக்கப்பட்டனர், 3. போலீசார் தலையிடாதபடி குற்றம் சாட்டப்பட்டவர்களும் அவர்களின் வக்கீல்களும் சந்திக்கவும் பேசவும் சௌகரியமாக நீதிமன்ற விசாரணை அறையின் மூலையும் வெளி அறையும் கொடுக்கப்பட்டன" எனப் பதிலளிக்கப்பட்டது. தொழிலாளர் ஆதரவு செயலுக்காக இரத்தினசபாபதி முதலியாரை அரசு பாராட்டியது.[41]

---

37. *திராவிடன்*, 18 ஏப்ரல் 1930, ப. 4.
38. *திராவிடன்*, 02 ஏப்ரல் 1930, ப. 3.
39. *குடி அரசு*, 02 ஜூன் 1929.
40. *திராவிடன்*, 18 ஏப்ரல் 1930, ப. 4.
41. *குடி அரசு*, 13 ஜனவரி 1929.

தண்டனை பெற்றவர்கள் சென்னை உயர்நீதி மன்றத்தில் மேல்முறையீடு செய்ததால் தலைவர்கள் ஜாமீனில் வெளிவந்தனர். மேல்முறையீடு வழக்கு செலவுகளுக்குப் பொது மக்களிடம் நிதி திரட்டப்பட்டது. "ஏற்கனவே சங்கத்தால் திரட்டப்பட்ட தொகை வேலை நிறுத்தத்தில் தொழிலாளர்கள் குடும்ப சீவனத்துக்கும் தலைவர்கள் வழக்குக்கும் செலவிடப்பெற்று மிகவும் நலிந்து போய்விட்டது. மேல் முறையீடு வழக்குக்குக் குறைந்தது பத்தாயிரம் ரூபாய் வேண்டும். தலைவர்கள் பொது நலத்துக்கு உழைத்தவர்கள். தீமை புரிந்தவர்களல்லர். வீணே தண்டிக்கப்படுவார்களாயின் அவர்கள் குடும்பங்கள் மிகவும் அல்லற்படும். எனவே தங்களது உயிரைத் தொழிலாளர் நலனுக்குத் தியாகம் புரிய முன்வந்த நமது அன்பான தலைவர்கள் 15 பேர்கட்கும் இவ்விளம்பரத்தைக் கண்ணுறும் ஒவ்வொருவரும் தங்களால் இயன்ற உதவியளித்தல் கடமையாகும். உதவிப் பொருள் அனுப்புபவர்கள் வி.பி.கே. காயாரோகணம் பிள்ளை, பாங்கர், நாகப்பட்டினம், தென்னிந்தியா என்ற விலாசத்திற்கு அனுப்புமாறு" டி. பிரதிவாதக் குழுத் தலைவர் கோவிந்தசாமி செட்டியார் வேண்டினார்.[42] சென்னை உயர் நீதிமன்றத்தில் ஒருவாரமாய் கீழ்கோர்ட்டு தீர்ப்பின் மேல் விவாதம் நடந்தது. தொழிலாளிகள் இவ்வித தண்டனைக்குரிய குற்றங்கள் செய்யவில்லை என்று நீதிபதிகளுக்கு நன்றாய் விளக்கப்பட்டது.[43] மேல் விசாரணையில், சதியாலோசனை குற்றத்தைத் தள்ளிவிட்டு தண்டவாளத்தில் சத்தியாக்கிரகம் செய்ததற்கு மாத்திரம் 12 எதிரிகளுக்கு ஆளொன்றுக்கு ஆறு மாதங்கள் வெறுங்காவல் தண்டனை விதித்து மற்ற மூன்று எதிரிகளை விடுவித்துவிட்டார்.[44] கைதிகளில் சிலருக்கு ஏ வகுப்பும் சிலருக்கு சி வகுப்பும் ஒதுக்கப்பட்ட வேறுபாட்டைப் போக்க ஈ.வெ.ரா. அரசாங்கத்தோடு பேசினார்.[45] கூனூரில் 1930 செப்டம்பர் 01 அன்று எர்னஸ்டு கிர்க்கு கேட்டுக் கொண்டபடி டாக்டர் பி. வரதராஜுலு நாயுடு தலைமையில் நடைபெற்ற தென்னிந்திய இரயில்வே தொழிலாளர் சங்கத்தின் மத்தியக் குழுக் கூட்டத்தில், "வேலை நிறுத்த சம்பந்தமான வழக்கில் நெடுங்கால தண்டனை விதிக்கப்பட்டவர்கள் விஷயத்தைப் பற்றி முறையிட சென்னை கவர்னருக்கு ஒரு தூது கோஷ்டியனுப்புதல், சிறைவாசத்தில் தண்டனை யனுபவிப்போர் குடும்பங்களுக்கு உதவியளிப்பதைப் பற்றி யோசித்தல், யூனியனுக்குச் சொந்தமான சொத்துக்களைக் காப்பாற்றுதல் போன்றவை குறித்துப் பேசப்பட்டன.[46]

---

42. *குடி அரசு*, 03 நவம்பர் 1929.
43. *குடி அரசு*, 02 மார்ச் 1930.
44. *குடி அரசு*, 23 மார்ச் 1930.
45. *குடி அரசு*, 20 ஏப்ரல் 1930.
46. *திராவிடன்*, 04 செப்டம்பர் 1930, ப. 7.

தொடர்ந்த போராட்டம்

ஆட்குறைப்புக்கு எதிரான மேற்குறிப்பிட்ட போராட்டத்தை இரயில்வே நிர்வாகம் ஒடுக்க தலைவர்களைச் சிறையில் அடைத்தாலும் இரயில்வே நிர்வாகத்தின் ஆட்குறைப்பு நடவடிக்கை தொழிலாளர்களை மீண்டும் போராடத் தூண்டியது. இதையொட்டி, கூனூரில் 1930 செப்டம்பர் 01 அன்று நடைபெற்ற தென்னிந்திய இரயில்வே தொழிலாளர் சங்கத்தின் மத்தியக் குழுக் கூட்டத்தில் சங்கத்தைத் திருத்தி அமைப்பது தொடர்பாக விவாதிக்கப்பட்டது. ஷெயிக்கு சீரஸ், வில்லியம்ஸ், எர்னஸ்டு கிர்க் முதலியவர்களடங்கிய ஒரு பிரசார உப குழு நியமிக்க வேண்டும் என்றும் வேறு உறுப்பினர்களையும் சேர்க்க இக்குழுவுக்கு அதிகாரமளிக்க வேண்டும் என்றும் தீர்மானிக்கப்பட்டது.[47] திருச்சிராப்பள்ளி தென் இந்திய இரயில்வேயின் கோல்டன் ராக் தொழிலாளர்கள் 1931 ஜூலை 04 அன்று இரயில்வே முகவர் பர்சி ரோத ராஜவத் என்பவரைக் கண்டு பேசினர்; அப்போது தலைமைப் பொறியாளரும் இருந்தார். இவர்களுள் ரகசியப் பேச்சுவார்த்தை நடந்தது. இரயில்வே முகவர், "வேலையைவிட்டு நீக்குவதற்கு முன் ஒரு மாதச் சம்பளமும், தொழிலாளர்களுக்கும் அவர் குடும்பத்திற்கும் பொருட்களும் இலவசப் பயணச் சீட்டு 3 வருஷமும் ஒவ்வொரு வருஷ முடிவிற்கும் அரை மாதச் சம்பளமும் பிராவிடண்டு பண்டும்" தருவதாகக் கூறினார்.[48]

இதற்குப் பின் இச்சங்கத்தின் சார்பாக கோல்டன் ராக் மைதானத்தில் ஒரு பொதுக்கூட்டம் கூடியது. பல தொழிலாளர்கள் வந்திருந்தனர். சிக்கனத் திட்டம் தொடர்பாக இரயில்வே முகவருக்கும் தொழிலாளர் பிரதிநிதிகளுக்கும் நடந்த பேச்சுவார்த்தையைப் பற்றி உதவித் தலைவர் ஆதிகேசவலு பிள்ளை கூறினார். இரயில்வே முகவருடன் தான் பேசியதிலிருந்து அதிகாரிகள் சுமார் 800 தொழிலாளர்களை வேலையிலிருந்து நீக்கத் தீர்மானித்ததாகத் தெரிகிறதென்று சொன்னார். சங்கத்தின் வழக்கறிஞர் டி. வி. சோமசுந்தரபிள்ளை, இரயில் அதிகாரிகள் கூலியைக் குறைக்க நியாயமில்லை. தொழிலாளர்கள் யாவரும் சங்கத்தில் அங்கத்தினர்களாகச் சேரவேண்டும் என்றார். கே. எம். பாலசுப்பிரமணியம் இரயில்வே முகவர் தம் சங்கத்தை அங்கீகரிக்காததற்கு நியாயமில்லை என்றார். "தென்னிந்திய இரயில்வே தொழிலாளர் சங்கம் ஏஜண்டு உடனே 100 தொழிலாளர்களை வேலைவிட்டு விலக்கப் போவதால் வைசிராய் ஏஜண்டை தற்காலம் சிக்கனத் திட்டத்தை நிறுத்தி

47. *திராவிடன்*, 4 செப்டம்பர் 1930, ப. 7.

48. *திராவிடன்*, 7 ஜூலை 1931, ப. 3.

வைக்கும்படி” வைசிராய்க்கும் இரயில்வே வாரியத்துக்கும் தந்தி கொடுக்க இக்கூட்டத்தில் தீர்மானிக்கப்பட்டது.[49] சென்னையில் 1931 ஜூலை 08 அன்று மாலை 4–45 மணிக்கு நடைபெற்ற தென்னிந்திய மராட்டா ரயில்வே தொழிலாளர் யூனியன் கிளைச் சங்கத்தின் தனிப் பொதுக் கூட்டத்தில், தலைமை வகித்த சிவசுப்பிரமணியம் பிள்ளை, இரயில்வே வாரியத்துக்கும் இந்திய அரசாங்கத்துக்கும் இடையே சிக்கன முறையை யொட்டி தொழிலாளர்களைக் கட்டாயப்படுத்தி வேலையினின்றும் நீக்குவதைப் பற்றி விவாதம் நிகழ்ந்ததையும், இரயில்வே வாரியம் எல்லா ஏஜண்டுகளையுங்கூட்டி ஒரு கூட்டம் கடந்த 3 ஆம்தேதி ரெயில்வே போர்டையும் மீண்டும் அழைத்ததையும் இவற்றாலுண்டாகும் பயனைத் தொழிலாளர் வெகு ஆவலோடு எதிர்பார்த்ததையும்” பேசினார். “இச்சமயத்தில் தொழிலாளர்கள் ஒற்றுமையாயிருந்து அதிகாரிகள் நியாயமற்ற வழியில் நடப்பதைக் கண்டிக்க வேண்டுமென்று” வற்புறுத்தினார். பின்னர் ஒ. கிருஷ்ணமூர்த்தி, அப்பாசாமி நாய்க்கர், வெங்கடாசலபதி, முனுசாமி முதலியார் ஆகியவர்கள் தலைவர் உரையை யொட்டிப் பேசினர்.[50] இச்சங்கத்தின் பொதுக்கூட்டம் 4–45 மணிக்குத் தலைவர் வி.வி. கிரி தலைமையில் நடைபெற்றபோது, தாம் வட்டமேஜை மாநாட்டுக்குச் செல்ல இங்கிலாந்துக்குப் போக இருப்பதால் அவர் இந்தியாவுக்குத் திரும்ப வரும்வரை தொழிலாளர்கள் ஒற்றுமையாகவும் ஒழுக்கமாகவும் இருக்க வேண்டுமென்றும், இரயில்வே அதிகாரிகள் கடுமையான முறை எதையும் கையாளமாட்டார்கள் என்று தாம் நம்புவதாகவும் பேசினார்.[51]

இச்சிக்கல் தொடர்பாகத் தென்னிந்திய இரயில்வே இயக்குநர்களில் ஒருவரான இ.ஏ.எஸ். பெல் என்பாருக்கும், பொன்மலை தென்னிந்திய இரயில்வே மத்தியத் தொழிலாளர் சங்கத்துக்கும் கடிதப் போக்குவரத்து நடைபெற்றது. தொழிலாளர்களின் அவசரமாகத் தீர்க்கக்கூடியதும், துன்புறுத்துவதுமான குறைகளைப் பற்றி முறையிடவும், இச்சங்கத்திடமிருந்து தூதுக் குழுவைப் பார்க்க அனுமதிக்க வேண்டுமென்று 1932 ஜனவரி 14 அன்று பெல்லுக்குக் கடிதம் அனுப்பப்பட்டது. இதற்கு, “நான் தங்கள் யூனியனிடமிருந்து தூது கோஷ்டி யொன்றுக்குப் பேட்டியளிக்க முடியாதவனா யிருக்கின்றேன். இந்த நிர்வாகத்தில் நான் ஒரு பாகத்தையும் யுண்டுபண்ணி யிருக்கிறேன். எனவே தற்போதைய நிலைமையில் யான் ஒன்றுஞ் செய்யமுடியாது.

49. *திராவிடன்*, 09 ஜூலை 1931, ப. 6.
50. *திராவிடன்*, 10 ஜூலை 1931, ப. 1.
51. *திராவிடன்*, 18 செப்டம்பர் 1931, ப. 3.

பொன்மலை தொழிற்சாலையிலுள்ள தொழிலாளர்கள் அவசரமாகத் தீர்க்கக் கூடியதும், துன்புறுத்துவதுமான குறைகளை யுடையவர்களா யிருப்பார்களானால் முறையான வழியாய் நிர்வாகஸ்தர்களுக்கு அவர்கள் அனுப்ப முயலலாம்" என பெல் 1932 ஜனவரி 17 அன்று பதிலனுப்பினார். இதற்குத் தொழிலாளர் சங்கம், "தங்களுடன் வாதிப்பதற்குத் தூது கோஷ்டியின் விஷயங்களில் ஒன்றான இந்த யூனியன் நிலைநிறுத்துவதைக்குறித்து, ஏஜெண்டுக்கு யான் தெரிவித்ததில் அவர் அதற்கு இதுவரை சரியான பதில் கொடுக்கவில்லை. யூனியன் பலமுறை கேட்டுக் கொண்டும் பலனில்லை. நேராக வாதஞ்செய்வது அல்லாமல் யூனியனின் மனப்போக்கைக் குறித்து ஒருவித முடிவுக்கு வருவது கூடுமானதாகயில்லை. தென்னிந்திய ரயில்வேயில் சுற்றுப்பிரயாணத்தை முடித்துக் கொண்ட பின்னர் கூடிய சீக்கிரம் தாங்கள் இவ்விடத்தை விட்டுப் புறப்படுவதாகத் தெரிவதால், தாங்கள் எனது தூது கோஷ்டிக்குப் பேட்டியளிக்க வேண்டுமென்று மீண்டும் ஒரு முறை கேட்டுக்கொள்ளுகிறேன்" என 1932 ஜனவரி 24 அன்று பெல்லுக்கு யூனியன் சார்பில் கடிதம் அனுப்பப்பட்டது. இக்கடிதத்துக்குப் பதில் கொடுக்காமல் பெல் இங்கிலாந்துக்குச் சென்றார்.[52]

அகில இந்தியப் போராட்டம்

பம்பாயில் ஜி.ஐ.பி. இரயில்வே தொழிற்சாலையின் தொழிலாளர் தலைவர் ஜாப்வாலா என்பவரைச் சிறைப்படுத்தியதால் ஜி.ஐ.பி. இரயில்வே தொழிற்சாலைத் தொழிலாளர்கள் 1929 ஏப்ரல் 05 அன்று நேற்று வேலை நிறுத்தம் செய்தனர்; மீண்டும் 06ஆம்தேதி அன்று வேலை செய்தனர்.[53] பம்பாயில் மதுங்கா என்னுமிடத்தில் 1932 மார்ச் 01 அன்று காலை ஜி.ஐ.பி. இரயில்வே தொழிலாளர்கள் ஏறக்குறைய 4000 பேர் தொழிற்சாலை மூடப்படுங் காலங்களில் அந்நாட்கூலியைக் கொடுக்க இரயில்வே அதிகாரிகள் மறுக்கும் காரணத்தை முன்னிட்டு வேலை நிறுத்தஞ் செய்தனர்.[54] மதராஸ், தென்மராட்டா இரயில்வே தொழிலாளர் சங்கத்தின் பொதுச் செயலாளர், பெஜவாடாவிலிருந்து 1932 ஏப்ரல் 6 அன்று, "அகில இந்திய இரயில்வே தொழிலாளர் ஐக்கிய சங்கம், மத்திய சபை இவைகள் தீர்மானித்தபடி எல்லாக் கிளைச் சங்கங்களும், இம்மாதம் 10ஆம்தேதி முதல் வேலை நிறுத்தஞ்செய்ய வேண்டுமென" தந்திவழி அறிவித்தானது ஆங்காங்கே போராட்டங்கள் நடத்திய இரயில்வே தொழிலாளர்கள் அகில இந்திய அளவில் ஒருங்கிணைந்ததைக்

52. *திராவிடன்*, 05 பிப்ரவரி 1932, ப. 7.
53. *திராவிடன்*, ஏப்ரல் 1929, ப. 6.
54. *திராவிடன்*, 02 மார்ச் 1932, ப. 6.

காட்டுகிறது.[55] போராட்டம் தொடர்பாக நடைபெற்ற அகில இந்திய இரயில்வே தொழிலாளர் சங்க மாநாட்டில் பங்கேற்ற தென்னிந்திய இரயில்வே மத்தியத் தொழிலாளர் சங்கத் துணைத் தலைவர் டி.வி.கே. நாயுடு சென்னைக்கு வந்து பின் போட் மெயிலில் திருச்சிராப்பள்ளிக்குச் சென்றார்.[56] தொழிலாளர்களின் உரிமைக்கான இத்தகைய போராட்டங்கள் நீடித்து 1940களில் பொன்மலையில் ஐந்துபேர் சுட்டுக் கொல்லப்பட்டனர்.

தன்னளவிலும் பிற துறைகளிலும் நவீனத் தொழில்கள் தோன்றுவதற்கு இரயில்வே வித்திட்டது. இதற்குத் தேவையான தொழிலாளர்களை பிறப்பு வகைப்பட்ட குலத் தொழில் குழுக்களை விவாசாய உற்பத்தித் தொழிலிலிருந்து பிரித்தெடுத்துக் கூட்டம் கூட்டமாக நவீன தொழிலாளர்களை உருவாக்கியது. ஜாதியக் கட்டமைப்பின் ஏற்றத்தாழ்வான, முரணான நிலைகளிலிருந்து உருவான இவர்கள் புதிய வகைத் தொழிலைக் கற்று அச்சூழலுக்கேற்ப நவீனத் தொழிலாளர்களாக உருமாறினர். வேலை, ஊதியம் பிற உரிமைகள் ஜாதியினால் அல்லாமல் நவீனத் தொழிலாளர் என்ற அடிப்படையில் கொடுக்கப்பட்டதால் நவீனத் தொழிலாளர்கள் சங்கமாய்த் திரண்டனர். இரயில்வேயில் நிகழ்ந்த எந்திரமயமாக்கலும் சிக்கன நடவடிக்கைகளும் தொழிலாளர்களைக் குறைக்க வேண்டிய சூழல் ஏற்பட்டதால் இரயில்வே நிர்வாகத்துக்கும் தொழிலாளருக்கும் இடையே முரண்பாடு உருவானது. பிரித்தானிய இரயில்வே நிர்வாகத்துக்கு ஆதாரவாக இந்தியர்களில் சிலர் இணைந்தனர். தொழிலாளர்கள் ஜாதிகளைக் கடந்து ஒருங்கிணைந்தனர். பிராமணரல்லாதோர் இயக்கம், பகுத்தறிவாளர், பொதுவுடைமையாளர் ஆகியோர் தொழிலாளர்களை ஆதரித்தனர். தொழிலாளிகளாக அல்லாதோர் தொழிலாளர் சங்கத் தலைவராக இருப்பதை ஈ.வெ.ரா. கடுமையாக விமர்சித்தார். "உங்கள் தொழிலிலோ உங்கள் கஷ்டத்திலோ சொஞ்சமும் சம்பந்தமில்லா ஒருவரை உங்கள் சங்கத் தலைவராயும் காரியதரிசியாயும் சில சமயங்களில் நிர்வாகஸ்தர்களாயும் வைத்துக்கொண்டு கூலியை உயர்த்தும்படி கேட்கிறீர்கள். உங்கள் முதலாளியிடம் வேறு ஒருவன்போய் 'அய்யா உங்களிடம் உள்ள கூலிக்காரர்களுக்குக் கூலி போதவில்லை, கொஞ்சம் சேர்த்துக் கொடுங்கள்' என்று சொன்னால் அந்த முதலாளிக்குக் கூலிக்காரர்களிடம் என்ன மதிப்பு இருக்கும். அதுபோலவே உங்கள் சவுகரியத்திற்கு வேறு ஒருவன் போராடுகிறான் என்றால் உங்களுக்கு உங்களுடைய தேவை இன்னதென்றுகூட தெரியவில்லை என்பதுதானே பொருள் . . . வெளியிலிருந்து

55. *திராவிடன்*, 07 ஏப்ரல் 1932, ப. 6.
56. *திராவிடன்*, 20 ஜூன் 1932, ப. 8.

உங்களுக்குத் தலைவர்களாய் வருகிறவர்களுக்கு, முதலாவது உங்கள் வேலையிலுள்ள கஷ்டமும் உங்களுக்கு இருக்கிற கஷ்டமும் அவர்களுக்கு எப்படித் தெரியும்? இது சமயம் நமது நாட்டுத் தொழிலாளர் சங்கத் தலைவர்களை எடுத்துக் கொள்ளுங்கள். யாருக்காவது உங்கள் தொழிலின் அருமை தெரியுமா? உங்கள் கஷ்டத்தின் கொடுமை தெரியுமா?" என வினவி அவர், "உங்கள் சங்கங்களுக்கெல்லாம் நீங்களே தலைவராகுங்கள். உங்கள் நாட்டுத் தொழிலாளர் சங்கங்கள் எல்லாவற்றையும் ஒன்றுசேருங்கள். பிறகு தொழிலாளர் கட்சி என்று ஒரு பொதுக் கட்சியை ஏற்படுத்துங்கள். அதில் உங்கள் தொழிலின் பலன் முழுவதையும் நீங்களே அடையத்தக்க தாகவும் தொழிலாளர்களுக்கு வேண்டிய நன்மைகளையும் பொதுமக்களுக்கு வேண்டிய நன்மைகளையும் கொள்கையாக வைத்துப் பரப்புங்கள். அதில் எல்லோரையும் வந்துசேரும்படி செய்யுங்கள். தொழிலாளர் கட்சி நாட்டையாளும்படி செய்யுங்கள்." என அறிவுறுத்தினார்.[57]

இரயில்வே தொழிலாளர் போராட்டங்களில் பகுத்தறிவுவாதிகள் பொதுவுடைமைவாதிகள் இருப்பதை எதிர்த்தோரும் உண்டு. இவர்கள் தொழிலாளர் உரிமைக்கான போராட்டத்தில் வேலைநிறுத்த வழிமுறையை எதிர்த்தனர். பம்பாயில் 1929 ஜூன் மாத இறுதியில் நடைபெற்ற ஜி.ஐ.பி. இரயில்வேயின் பணியாளர் சங்கத்தின் இரண்டாவது வருடக் கூட்டத்தில், "இந்தியத் தொழிலாளர் இயக்கத்தில் பொது உடைமைக்காரர்கள் கலந்திருப்பதாகச் சிறிது காலத்திற்கு முன்பு கேள்வியுற்றோம். வேலை நிறுத்தத்தால் குறைகள் தீருமென்று நம்புகிறவர்களுடன், அவர்கள் பொது உடைமைக் கட்சிக்காரர்களாக விருந்தாலும் சரி, இல்லாவிட்டாலும் சரி நீங்கள் சேரக்கூடாது. அத்தகையவர்கள் டிரேட் யூனியனில் சேர்ந்தவர்களாகமாட்டார்கள். ருஷிய நாட்டை வியப்போர் சிவப்புக் கொடியை வீசுவார்களேயானால், நீங்கள் ஒற்றுமை, அமைதி, சுதந்தரம் ஆகியவைகட்கு அறிகுறியான யூனியன் கொடியை வீச வேண்டும்" என ஜம்னதாஸ் மேதா பேசினார்.[58] பொதுவுடைமையின் தாக்கம் பொன்மலையில் வலுவாக எதிரொலித்தது. இங்குத் தென் இந்திய இரயில்வே தொழிலாளர் சங்கத்தின் சார்பில் 1934 மே 01 அன்று சர்வதேசத் தொழிலாளர் தினம் சென்னை கூட்டுறவு சங்கத்தின் முன்னாள் இணைப் பதிவாளர் சி.டி. நாயகம் தலைமையில் நடைபெற்றது.

57. *குடி அரசு*, 30 மே 1926.

58. *திராவிடன்*, 1 ஜூலை 1929, ப. 3.

[59]தொழிலாளர் சங்கத்தில் தொழிலாளி அல்லாதோரையும் பொதுவுடைமையாளரையும் புறக்கணிக்கக் கூறினாலும் ஜாதியின் தாக்கமே வலுவாக இருந்தது. இரயில்வே தொழிலாளர் சங்கத் தலைமையில் பெரும்பான்மையான பெயர்களுக்குப் பின்னொட்டாக ஜாதியின் பெயர் இருப்பதும் போராட்டத்தில் ஈடுபட்டுக் கைது செய்யப்பட்டோரில் பலரின் பெயருக்குப் பின் ஜாதிப் பெயர் இல்லாதிருப்பதும் ஆதிதிராவிடர்கள் சங்கத் தலைமையில் இல்லாததும் தொண்டர்களாக இருந்ததும் புலப்படுகிறது. இந்நிலைக்குக் காரணம், அம்பேத்கர் கூறுவதுபோல் தொழிலாளர்களுக்கு இடையேயான பிளவு ஆகும். இது ஆதிதிராவிடத் தொழிலாளர்கள் தனியாய் அணிதிரள வழிவகுத்தது.

---

59. 'ரயில்வே தொழிலாளர் கூட்டம்', *ஐக்கிய அரசு*, மே 1934, பக். 16 – 20.

9

பண, பயணப் பாகுபாடுகள்

வெள்ளையர்கள் தமது சொகுசுக் கேபின்களில் பயணம் செய்ய, அவர்களின் காலடிகளில், ரயில் படிக்கட்டுகளில் நின்று நாங்கள் பயணம் செய்திருக்கிறோம்.

– பத்ரீஸ் லுமும்பா

நிறப்பாகுபாடு குறித்துப் பேசுகிறபோது "வெள்ளையர்" கருப்பர் மீது பின்பற்றியதாகக் கூறப்படுகிறது. ஐரோப்பியக் கண்டத்தில் வசிக்கும் பல நாடுகளையும் சேர்ந்தோரையும் வெள்ளையர் என்று கூறுகின்றனர். உண்மையில், நிறப் பாகுபாட்டை அவர்கள் அனைவரும் பின்பற்ற வில்லை. தென்னாப்பிரிக்காவிலும் பிற நாடுகளிலும் வெள்ளையர்கள் இந்தியர் மீது பாகுபாட்டைக் கடைப்பிடித்தனர். இத்தகைய நிறப்பாகுபாட்டை போலந்து, பிரெஞ்சு நாட்டுக்காரர்கள் இந்தியர்கள் மீது பின்பற்றவில்லை என்று ஒரு பத்திரிகை அக்காலத்தில் பதிவு செய்துள்ளது.[1] பிரித்தானியர்கள் மட்டுமே நிறப்பாகுபாட்டைப் பின்பற்றியதை நினைவில் கொள்ளவும். உலகம் முழுக்க தங்களின் ஏகாதிபத்தியத்தை நிறுவிய பிரித்தானியர்கள் உடற்தோல், தலைமயிர், கண் போன்றவற்றின் நிறம், உயரம் என உடற்கூறு அடிப்படையில் மனிதர்களை வகைப்படுத்தினர். ஆப்பிரிக்கரையும் இந்தியரையும் உடற் தோற்றத்தின் அடிப்படையில் 'கருப்பர்' வகைமைக்குள் அடக்கி கருமை

1. *ஜனாபிமானி*, பிப்ரவரி 1915, ப. 327.

தாழ்ந்தது, அறிவற்றது, ஆளுந்திறனற்றது; வெள்ளை உயர்ந்தது; அறிவானது; ஆட்சியதிகாரஞ் செய்யுந் திறனுடையது என உயர்வுதாழ்வு கருத்தியலைக் கட்டமைத்து பிரித்தானியர்களின் ஏகாதிபத்தியத்தை நியாயப்படுத்த உருவாக்கப்பட்ட கருத்தியலே நிறப்பாகுபாடு ஆகும். இது அரசியல் பொருளாதாரத் தளங்களிலும் இயற்கை வளங்களைப் புழங்குவதிலும் பயன்படுத்துவதிலும் கட்டப்பட்டது. பிரித்தானிய ஏகாதிபத்திய அரசின் நிர்வாகக் கட்டமைப்பில் அதிகாரமும் சம்பளமும் கூடுதலானவை. பிரித்தானியருக்கும் அதிகாரமற்ற குறைந்த வருவாய்ப் பணிகள் கருப்பருக்கும் ஒதுக்கப்பட்டன; இதைப் பணிப்பாகுபாடு என வரையறுக்கலாம்.

இரயில்வே பணிகளிலும் பணிப்பாகுபாடு கட்டமைக்கப் பட்டது. 1) மேலாண்மைப் பிரிவு (*Management Branch*), 2) போக்கு வரவுப் பிரிவு (*Traffic Department*), 3) வண்டிகளின் பிரிவு (*Wagon Department*), 4) பொருட்கள் பிரிவு (*Stores Department*) 5) பொதுப் பிரிவு (*General Department*) ஆகிய ஐவகைப் பிரிவுகள் இரயில்வேயில் இருந்தன. மேலாண்மைப் பிரிவின் முக்கியப் பதவிகளில் ஐரோப்பியரும் கீழ்நிலைப் பணிகளில் இந்தியரும் நியமிக்கப்பட்டனர். போக்குவரவுப் பிரிவில், 1907ஆம் வருஷத்துக்கு முன்னர் பணியாளர்களை இந்தியாவிலிருந்தே நியமித்தனர். 1907ஆம் வருஷத்துக்குப் பின்னர் ஐந்தில் மூன்று பாகங்கள் இங்கிலாந்திலும் இரண்டு பாகங்கள் இந்தியாவிலும் தேர்ந்தெடுத்தனர். வண்டிகள் பிரிவின் பணியாளர்கள் அனைவரும் இங்கிலாந்திலிருந்தே நியமிக்கப்பட்டனர். இப்பணிக்குத் தேவைப்பட்ட அனுபவமும் தேர்ச்சியும் இந்தியாவில் கிடைக்காததால் இந்தியர்களை நியமிக்கவில்லை. போக்குவரவுப் பிரிவின் நிலைதான் பொருட்கள் பிரிவிலும் இருந்தது. இவ்வகையில் சில பிரிவுகளில் முற்றிலும் பிறவற்றில் முக்கியப் பணிகளிலும் பிரித்தானியரும் இடை, கீழ்நிலைப் பணிகளில் இந்தியரும் நியமிக்கப்பட்டனர். அதாவது, இரயில்வேயில், உடலுழைப்பற்ற அதிகாரமும் பொருளாதாரமும் ஏகபோகமாயிருந்த உச்சநிலைப் பணிகளில் பிரித்தானியரும், கூடுதலான உடலுழைப்பும் குறைந்த ஊதியமும் அதிகாரமற்ற இடை, கீழ்நிலைப் பணிகளில் இந்தியரும் நியமிக்கப்பட்டனர். இந்நிலையை, "ஒவ்வொரு ரயில் இலாகாவிலும் இந்தியர்கள் மிகக் கடுமையாக நடத்தப்படுகிறா ரென்பது மறுக்க முடியாத நிச்சயம்."[2] குறிப்பு: "இண்டியன் ரயில்வே நோட்ஸ்" என்ற ஆங்கிலப் பத்திரிகை செய்தியை மேற்கோள்காட்டிய விவேகபோதினி அது வெளியான

2. 'இரயில் இலாகா இந்தியர் நிலை', *விவேகபோதினி*, டிசம்பர் 1916, ப. 235.

காலத்தைக் குறிப்பிடவில்லை) எனப் பெயர் அறியாத ஒருவரும், "ரெயில்வண்டியில் மிகவும் கடினமான வேலைகளைச் செய்வது பெரும்பான்மை இந்தியராயினும், உயர்ந்த அந்தஸ்தும் அதிகமான சம்பளமுமுள்ள பதவியிலிருப்பவர்கள் ஐரோப்பியரே" என கேதாரி ராவும் எழுதினர்.[3] மேலும், "மாதம் இருநூறு ரூபாய் கொடுக்கப்பட்ட உத்தியோகங்களில் நூற்றுக்குப் பதின்மர்தான் இந்தியர்கள்; ஐநூறு ரூபாய்க்கு மேற்பட்ட உத்தியோகங்களில் நூற்றுக்கு ஆறுபேர்தான் இந்தியர்கள்! ஆயிரம் ரூபாய் முதல் 2000 ரூபாய் வரையில் சம்பளமுள்ள உத்தியோகங்களில் ஒருவரேனும் இந்தியரில்லை" எனப் பணிப்பாகுபாட்டைப் பணத்தால் ஒப்பிட்டார்.[4] ஊதிய நிலையில் 'உச்சபட்சம், நடு, கீழ்' என முப்படிகள் இருந்தன. கீழ்நிலையில் இரு இலக்கங்களிலும் நடுநிலையில் ஒற்றை இலக்கத்திலும் உச்சபட்ச நிலையில் சூனியத்திலும் இந்தியர்கள் நியமிக்கப்பட்டனர். உச்சபட்ச நிலை பிரித்தானியர் ஏகபோகமாகவும் பிற இரு நிலைகளிலும் மிகுதியாகவும் நியமிக்கப்பட்டனர். விவேக சிந்தாமணி 1892ஆம் ஆண்டு வெளியிட்ட "இந்திய தேசத்து ரயில்வேக்களில் வேலையிலிருக்கும் 250,598 ஜனங்களில் 250,000 பேர் சுதேஷிகள்" என்ற புள்ளிவிவரம்[5] சொற்ப எண்ணிக்கையிலான பிரித்தானியர் முக்கியப் பதவிகளில் இருந்ததைக் காட்டுகிறது. இதனால் பணிப் பாகுபாட்டுச் சிக்கல் தொடர்ந்து பேசப்பட்டது.

மதராஸ், தென் மராட்டா போன்ற இரயில்வே தொழிற் சங்கங்கள், தனிநபர்கள், பத்திரிகைகள் போன்றவை பணிப்பாகுபாட்டை ஒழிக்கப் போராடினர்.[6] "இந்திய ரெயில்வே விஷயங்களில் முக்கியமான சீர்திருத்தம் என்ன வென்றால், ரெயில்வே உத்தியோகங்களில் எல்லாவற்றையும் இந்தியர்களுக்கே கொடுக்க வேண்டும்" என்று கேதாரி ராவ் கோரினார்.[7] "ராஜாங்கத்தாரால் நடத்தப்படும் ரயில்வேக்களில் வேலையும் சம்பளமும் முழுதும் இந்தியரின் போதுமாறு மாற்றமேற்படும் ஸம்பவம் காலஞ் சென்றாலும் கைகூடாதாகும்" எனப் பணிப் பாகுபாட்டைப் போக்க இயலாது எனப் பெயர் அறியாத ஒருவர் எழுதினார்.[8] பணிப் பாகுபாட்டைப் போக்கப்

3. எம்.ஆர். கேதாரி ராவ், 'இந்தியர்களும் ரெயில்வே உத்தியோகங்களும்', *ஜனோபகாரி*, செப்–அக். 1917, பக். 258 – 260.
4. எம். ஆர். கேதாரி ராவ், 'இந்தியர்களும் ரெயில்வே உத்தியோகங்களும்', *ஜனோபகாரி*, பக். 258 – 260.
5 *விவேக சிந்தாமணி*, ஆகஸ்ட் 1892, ப. 128.
6. *குடி அரசு*, 24 ஜனவரி 1926.
7. எம். ஆர். கேதாரி ராவ், 'இந்தியர்களும் ரெயில்வே உத்தியோகங்களும்', *ஜனோபகாரி*, பக். 258 – 260.
8. 'இரயில் இலாகா இந்தியர் நிலை', *விவேகபோதினி*, டிசம்பர் 1916, ப. 235..

போராடியோர் பரிகாரங்களையும் பரிந்துரைத்தனர். உயர்ந்த சம்பளமுள்ள வேலைகளில் இந்தியர்களைத் தாராளமாய் நியமிக்கக் கோரினர். பிரித்தானிய – இந்திய அரசின் போக்குவரத்து 1869ஆம் ஆண்டு நிறுவப்பட்டு அரசே நிர்வாகம் செய்யத் தொடங்கிய 1870ஆம் ஆண்டிலேயே இரயில்வேயின் எல்லாப் பணிகளிலும் இந்தியர்களை நியமிக்கலாமென பிரித்தானிய – இந்திய அரசு சட்டமியற்றிய வரலாற்றை நினைவூட்டினார் கேதாரி ராவ்.[9] இரயில்வேயின் வண்டிகளின் பிரிவில் பணியாற்றத் தேவைப்பட்ட அனுபவமும் தேர்ச்சியும் இந்தியாவில் கிடைக்காததால் அப்பணிக்கான பணியாளர்களை இங்கிலாந்திலிருந்து தேர்ந்தெடுத்து நியமிப்பதை நியாயமன்று என்றார். "இந்தியாவில் இருக்கும் பல ரெயில்வே ஒர்க் ஷாப்புகளிலும் ரெயில்வே பள்ளிக் கூடங்களிலும் ஐரோப்பியர்களுக்கும், ஆங்கிலோ – இந்தியர்களுக்கும் தேர்ச்சிசெய்விக்கும்போது, இந்தியர்களுக்கு மாத்திரம் ஏன் அந்தத் தேர்ச்சியைக் கொடுக்கக்கூடாது?" என்ற கேதாரி ராவின் கேள்வி, வெள்ளையர்களாலும், வெள்ளையர் – கருப்பர் கலப்பால் பரிணமித்த ஆங்கிலோ இந்தியர்களைப் போல் இந்தியர்களாலும் அக்கல்வியைக் கற்க இயலும் என்று உரிமைகோரியதை அறியலாம்.[10] அதாவது, அறிவுந் திறமையும் வெள்ளையருக்குத்தான் உண்டு கருப்பருக்கு இல்லை எனக் கூறும் நிறப்பாகுபாட்டை எதிர்த்து ஐரோப்பியராலும் ஆங்கிலோ – இந்தியராலும் செய்ய இயலும் செயல்களை இந்தியராலும் செய்ய இயலும் என்ற உரிமைகோரல் கேதாரி ராவின் எழுத்தில் வெளிப்படுகிறது.

குறிப்பிட்ட துறைகளில் அனுபவமும் தேர்ச்சியும் இல்லை எனக் கூறியதன் வழி நிறப் பாகுபாட்டின் துணை விளைவான பணிப் பாகுபாட்டை நியாயப்படுத்தியதால் இரயில்வேயில் பணியாற்ற "இந்தியர்களுக்கு வேண்டிய தேர்ச்சியும், அனுபவமும் வரும்பொருட்டுப் பலபல ஒர்க் ஷாப்புகளை ஏற்படுத்தி; அவற்றில் அவர்களுக்கு வேண்டிய விஷேசக் கல்வியைப் பயிற்ற வேண்டும். அப்படிச் செய்தால், ரெயில்வே விஷயங்களைத் தவிர்த்தும், இந்தியாவில் தொழிற் கல்வியபிவிருத்திக்கு இது ஏற்ற சாதனமாக இருக்கும்" என்று எம்.பி. சௌபால் கோரினார்.[11] மதராஸ், தென் மராட்டா இரயில்வே தொழிலாளர்கள் 1926 ஜனவரி 04 அன்று ஜோஷியின் தலைமையில் நடத்திய முதல் மாநாட்டில், "இந்திய அரசாங்கம் அடிக்கடி

9. எம். ஆர். கேதாரி ராவ், 'இந்தியர்களும் ரெயில்வே உத்தியோகங்களும்', பக். 258 – 260.

10. மேலது.

11. மேலது.

ஜாதிபேதம் பாராட்டுவதில்லை என்று சொல்லிக்கொள்ளினும், ஜாதிபேதம் பாராட்டுவது ஒழியவில்லை என்றும், உத்தியோக நியமனம், ரஜா, சம்பளம் முதலிய விஷயமாயாக் கீழ்த்தர வேலைகளிலும் இந்தியருக்கு உயர்பதவி திருப்திகரமாக அளிக்கப்படவில்லை”[12] எனத் தீர்மானம் நிறைவேற்றி தங்கள் அதிருப்தியை வெளிப்படுத்தினர். ஈரோடு காந்திசவுக் என்ற காரைவாய்க்கால் மைதானத்தில் 1928 ஜூலை 27 அன்று 7 மணிக்கு நடைபெற்ற இரயில்வே தொழிலாளர்களின் போராட்டத்துக்கான ஆதரவுக் கூட்டத்தில், “தென்னிந்திய இரயில்வேயில் சம்பளம், கூலி முதலியவைகளும் நம்மவர்களுக்கு மற்றவர்களைவிட மிகக் கொஞ்சமாகவே கொடுக்கின்றார்கள்” என ஈ.வெ. ராமசாமி பேசியதானது[13] பிராமணர், பிராமண ரல்லாதோர் பிளவுகளைக் கடந்து பிரித்தானியரின் பணிப் பாகுபாட்டுக்கு எதிரான போராட்டம் பலமாகப் பரிணமித்ததைக் காட்டுகிறது.

இட ஒதுக்கீடும் அரசுடைமையும்

இரயில்வேயில் மிக முக்கியப் பணிகள் இந்தியர்களுக்கு மறுக்கப்பட்டதால் இட ஒதுக்கீடு முறையைக் கோரினர். குறைந்தபட்சம் எல்லா உத்தியோகங்களிலும் நூற்றுக்கு ஐம்பது பேராவது இந்தியராயிருத்தல் வேண்டும் என்றும் சிலர் கோரினர். “பெரிய உத்தியோகங்களில், அதாவது ஏஜென்ட், டெபுடி ஏஜென்ட், அஸிஸ்டன்ட் ஏஜென்ட் முதலிய பதவிகளில் ஒன்றாவது இந்தியர்களுக்குக் கொடுக்க வேண்டும் என்பதே நமது கொள்கை” எனக் கூறியதானது இரயில்வேயின் முக்கியப் பணிகள் இந்தியர்களுக்கு ஒதுக்கீடு செய்யக் கோரியதைக் காட்டுகிறது.[14] தனியார் நிறுவனங்களின் கட்டுப்பாட்டில் இரயில்வே கம்பெனிகள் இயங்கியது தான் பணிப் பாகுபாட்டுக்குக் காரணம் என உணர்ந்து அதைப் போக்க இரயில்வேயை அரசுடைமை ஆக்குவதே தீர்வு என்ற கோரிக்கை எழுந்தது. இக்கோரிக்கை தொடர்ந்து முன் வைக்கப்பட்டதால் இரயில்வே கம்பெனிகளுக்கும் இந்தியர்களுக்கும் கசப்பான உறவு மேலோங்கியது. இப்பணிப் பாகுபாட்டுச் சிக்கல்களைத் தீர்க்க 1916ஆம் ஆண்டு, “ரயில்வேக்களை கவர்மெண்டார் நேர்படத் தமது கீழ்க் கொண்டு நடத்தினாலன்றி இந்தியரது கஷ்ட நிவாரணத்திற்கு

12. *குடி அரசு*, 24 ஜனவரி 1926.
13. *குடி அரசு*, 29 ஜூலை 1928.
14. எம். ஆர். கேதாரி ராவ், ‘இந்தியர்களும் ரெயில்வே உத்தியோகங்களும்’, பக். 258 – 260.

இடமேற்படாது" எனக் கோரினர்.[15] அரசுடைமையாக்க வேண்டுமென்ற கோரிக்கை தொடர்ந்து நீடித்ததால் வில்லியம் ஆக்வொர்த் தலைமையில் நடைபெற்ற இந்திய இரயில்வே குழு கூட்டத்தில், இரயில்வேயின் உருவாக்கத்தில் இந்தியர்களின் வரிப்பணம் செலவிட்டபோதும் அவர்களுக்கு எந்தப் பலனும் கிடைக்காதது விவாதிக்கப்பட்டது. இந்தியாவின் பொருளாதார வளத்துக்கு அடிப்படையாக இருந்த இரயில்வேயை இந்தியச் சட்ட சீர்திருத்த கவுன்சில் கட்டுப்பாட்டின் கீழ் கொண்டுவர கோரப்பட்டது. பணிப் பாகுபாட்டைப் போக்க நடைபெற்ற இப்போராடங்களின்போது இரயில்வேயின் மத்திய நிர்வாகம் லண்டனுக்குப் பதில் இந்தியாவில் அமைக்கப்பட வேண்டுமென்ற கோரிக்கையும் எழுந்தது.[16] நிர்வாகம் தொலைதூரத்தில் இருப்பதென்பது நீதியைப் பெறுவதற்கான தொலைவையும் காலத்தையும் நீட்டித்ததால் அது அருகில் இருக்கக் கோரினர். இது தொடர்பாக அமைக்கப்பட்ட குழுக்கள் முன்வைத்த முடிவுகள் இந்தியர்களைத் திருப்திபடுத்தவில்லை. மாகாண ஆட்சியின்கீழ் இரயில்வேயைக் கொண்டு வரவேண்டும்; அவ்வாறு செய்தால் மக்கள், தங்களால்தான் இரயில்வே கட்டுப்படுத்தப்பட்டு நிர்வகிக்கப்படுவதாகக் கருதுவர் என விஸ்வராய்யா 1921ஆம் ஆண்டு எழுதினார்.[17] இச்சிக்கலைச் சுமார் பத்தாண்டுகளுக்கும் மேலாக இந்தியப் பத்திரிகைகள் பேசியதாலும் இந்திய சட்டசபையில் விவாதித்தாலும் இதைத் தீர்க்க ஒரு குழு அமைக்கப்பட்டது. இரயில்வேயில் தேர்ச்சிபெற்ற ஒருவரின் தலைமையில் ஐந்து ஐரோப்பியர்களும் மூன்று இந்தியர்களும் இக்குழுவில் இணைக்கப்பட்டனர்.[18] இக்காலத்தில், பிரித்தானிய ஏகாதிபத்தியத்திலிருந்து மொத்தமாக விடுபட இந்திய விடுதலைப் போராட்ட அரசியல் வலுப்பெற்றதால் இட ஒதுக்கீட்டுக் கோரிக்கை பலகீனமடைந்தது. பணிப்பாகுபாட்டுக்கு எதிரான போராட்டத்தை முன்னெடுத்தோர் ஹிந்து ஜாதியப் படிநிலையில் உச்சியிலிருந்த பிராமணர்களும் ஜாதி ஹிந்துக்களும் ஆவர். மிக முக்கியப் பதவிகளில் "ஒன்றாவது" இந்தியர்களுக்குக் கொடுக்க வேண்டும் எனக் கூறிய கேதாரி ராவ், "இந்தியர்களுடைய நடக்கை வழக்கங்களைத் தெரிந்து, அவர்களுக்கு வேண்டிய

15. 'இரயில் இலாகா இந்தியர் நிலை', *விவேகபோதினி*, டிசம்பர் 1916, ப. 235..

16. The Railway Committee, Commerce & Industries: Fortnightly Business Review, January 1921, p. 6.

17. M. Viswarayya, 'Provicialisation of Railways', Commerce & Industries: Fortnightly Business Review, 16 February 1921, p. 21.

18. The Railway Committee, Commerce & Industries: Fortnightly Business Review, 16 February 1921, p. 21 & March 1921, pp. 29–30 & 33.

சௌகரியங்களைச் செய்துகொடுப்பது இந்தியர்களால்தான் ஸாத்தியம்” என அதற்கான காரணத்தையும் கூறினார்.[19] பிரித்தானியரின் பணிப்பாகுபாட்டைப்போக்கமுன்வைக்கப்பட்ட இந்தியருக்கான இட ஒதுக்கீடு கொள்கையும் அரசுடைமை கோரிக்கையும் பிரித்தானிய ஏகாதிபத்தியத்தால் அசைந்த ஹிந்து ஜாதியக் கட்டமைப்பை நிமிர்த்தும் அரசியல்தான் எனக் கூறமால் இருக்க இயலாது!

பயணப் பாகுபாடு

இரயில் நிலைய உணவகம், இரயில் பெட்டி போன்றவற்றில் வெள்ளையருக்கெனச் சிறப்பான தனிப் பெட்டிகளை உருவாக்கினர்; இவற்றைப் பயன்படுத்த கருப்பர்களுக்குத் தடை விதிக்கப்பட்டது. கருப்பருக்கெனத் தனிப்பெட்டிகளை ஒதுக்கினர். இதைப் பயணப் பாகுபாடு என வரையறுக்கலாம். பிரித்தானியருக்கான முதலாம், இரண்டாம் வகுப்புப் பெட்டிகளில் அடிப்படைத் தேவைகளும் சொகுசான வசதிகளும் இருந்தன. இவற்றில் பயணிக்கத் தேவையான பொருளாதார வசதி இருந்தாலுங்கூட இந்தியர்கள் அனுமதி மறுக்கப்பட்டது. சரக்குகள் ஏற்றப்பட்ட மூன்றாம் வகுப்புப் பெட்டியில் சரக்குகளோடு ‘சரக்காகப்’ பயணம் செய்ய ‘கருப்பர்கள்’ அனுமதிக்கப்பட்டனர். ‘கருப்பரை’ச் சரக்காகப் பாவித்து சரக்குக்குக் கொடுத்த மதிப்பையே ‘கருப்பருக்கு’க் கொடுத்தனர். ஆகவே, சரக்குகள் அனுப்பப்பட்ட பெட்டிகளில் பயணிகளுக்கான அடிப்படை வசதிகளும் சொகுசான வசதிகளும் இல்லை; அவை வெறும் பெட்டிகளாக இருந்தன. சரக்கும் “கருப்பரும்” பயணித்த மூன்றாவது வகுப்புப் பயணிகளின் பயணக் “கஷ்டத்தை நம்மால் கூற முடியாது. இதைப்பற்றி முறையிடாத வார்த்தா பத்திரிகைகள் கிடையா. எவ்விடம் நோக்கினும் பலவிதத் துன்பங்களுக்குட் பட்டிருப்பவர் மூன்றாவது வகுப்புப் பிரயாணிகளே; ரெயில்வே அதிகாரிகள் எப்பொழுதும் முதலாவது இரண்டாவது வகுப்புப் பிரயாணிகளின் சௌகரியங்களைக் கருதுகிறார்களேயன்றி 3ஆவது வகுப்பினரைக் கண்திறந்து பார்ப்பதில்லை, ஆயினும் ஜாஸ்தி வரும்படிவருவது 3ஆவது வகுப்புப் பிரயாணிகளால்தான். இப்படி யிருக்கையில் அவர்களது சௌகரியங்களுக்கேற்ற ஏற்பாடுகள் செய்வது இருப்புப்பாதை யதிகாரிகளின் முதற்கடமையாகும்” என ராபர்ட்ஸன் எழுதினார்.[20]

---

19. எம். ஆர். கேதாரி ராவ், ‘இந்தியர்களும் ரெயில்வே உத்தியோகங்களும்’, பக். 258 – 260.

20. ல.அ. ‘இந்திய இருப்புப் பாதைகள்’, *ஞானபோதினி*, மே 1903, பக். 363 – 366.

“தென்னிந்திய இரயில்வே தொடரில் மூன்றாவது வகுப்பு “வண்டியில் போதுமான விளக்கு வெளிச்சம் கிடையாது. ஜனங்களில் வசதிக்கு விசாலம் கிடையாது. வண்டி போய்க் கொண்டிருக்கும் போது ஆட்டமுமதிர்ச்சியும் அதிகம்” எனக் “கிராம உத்தியோகஸ்தர்” பத்திரிகை கூறியது.[21] 1874ஆம் ஆண்டு மூன்றாவது வகுப்புக்குக் கீழே நான்காவது வகுப்பு வண்டி ஏற்படுத்தினர். “இதில் இருக்க பெஞ்ச் வசதி கிடையாது. தரையில்தான் இருக்க வேண்டும். குந்தியோ காலை மடக்கியோ இதில் இருக்க வேண்டும்”.[22] மூன்றாம் வகுப்புப் பெட்டியில் கழிப்பிட வசதி 1903ஆம் ஆண்டு முதற்கொண்டு செய்யப் பட்டது.[23] “இனிமேல் பல இருப்புப் பாதைகளிலும் மூன்றாம் வகுப்புப் பிரயாணிகளின் சௌகரியத்தைக் கருதி மலஜலோ பாதைகளை யொழிக்கு மிடம் ஏற்படுத்தப்படு மெனக்கேட்டுச் சந்தோஷிக்கிறோம். மூன்றாம் வகுப்புப் பிராயணிகள் இறக்கும் பணத்தால் தான் இருப்புப்பாதைக் கம்பெனிகள் வேண்டிய திரவியம் சம்பாதிக்கின்றன ரென்பதுண்மையாகையால் அவர்களுடைய சௌக்கியத்தைக் கருதி செய்யப்படும் எந்தச் சீர்திருத்தமும் ஏற்புடைத்தா மென்பது நிஸ்ஸந்தேகம்” என்று கழிப்பிட தேவையை *யதார்த்த பாஸ்கரன்* பத்திரிகை வரவேற்றது.[24] “வட இந்தியாவில் கவர்ன்மெண்டாரால் நடத்தப்படும் சில ரயில்வேக்களில் இதுவரையில் முதல், இரண்டாவது வகுப்புகளில் மாத்ரம் மின்ஸார விளக்கு போட்டிருந்தார்கள். இவ்விளக்குகளின் சௌகர்யத்தை உத்தேசித்து இன்டர்மீடியட், மூன்றாவது வகுப்புகளிலும் மின்சார விளக்கேற்ற” 1914ஆம் ஆண்டில் தீர்மானித்ததானது[25] அப்போதுவரை மூன்றாம் வகுப்புப் பெட்டியில் மின்விளக்கு இல்லாததை அறியலாம். நீண்டதூரத்தில் இரவும் பகலும் கழிப்பிடமும் மின்விளக்கும் இல்லாமல் மூன்றாம் வகுப்புப் பெட்டி பயணித்த ‘கருப்பர்’களின் அனுபவத்தைக் கற்பனை செய்தால் அதன் அவலத்தை உணரலாம். இரயில் போக்குவரத்துத் தொடங்கி சுமார் அரை நூற்றாண்டு கழிந்த பின் கழிப்பிடமும் முக்கால் நூற்றாண்டை நெருங்கியபோது வெளிச்சமும் மூன்றாம் வகுப்புப் பெட்டிக்குக் கொடுத்ததானது ‘கருப்பர்’கள் அனுபவித்த பயணப் பாகுபாட்டைக் காட்டுகிறது.

---

21. *கிராம உத்தியோகஸ்தர் கெஜட்டு*, ஜூன் 1903, ப.31.
22. பெ.நா. அப்புஸ்வாமி, *ரயிலின் கதை*, ப. 129.
23. Proceedings of the Council of the Governor, 20 November 1903, pp.175 – 176.
24. *யதார்த்த பாஸ்கரன்*, 1903, ஆகஸ்ட், ப. 47.
25. *ஜனாபிமானி*, நவம்பர் 1914, ப. 139.

மூன்றாம் வகுப்புப் பெட்டியில் தொடக்க காலங்களில் இல்லாத கழிப்பிடம், மின்விளக்கு போன்ற அடிப்படைத் தேவைகளைப் பிற்காலத்தில் 'கருப்பர்'களுக்காகச் செய்ததால் வெள்ளையின பிரித்தானியர் பயணித்த முதலாம், இரண்டாம் வகுப்புப் பெட்டிக்கு இணையாக மூன்றாம் வகுப்புப் பெட்டியைத் 'தரம் உயர்த்தி' பயணப் பாகுபாட்டை ஒழித்தனர் எனப் பொருளல்ல. ஏனென்றால், மூன்றாம் வகுப்புப் பெட்டிக்கு அடிப்படைத் தேவைகளைச் செய்த அதேசமயம் முதலாம், இரண்டாம் வகுப்பு வண்டிகளில் ஏற்கனவே இருந்த வசதிகள் போதாதென்று புதுவகையான சொகுசுகள் கட்டப்பட்டன. "இவ்வண்டிகளில் பகலில் நால்வர் உட்காரும்படியாகவும் இரவில் அந்நால்வரும் தாராளமாய்ப் படுத்துக் கொள்ளும் படியாகவும் அமைத்துக் கட்டப்பட்டிருக்கின்றன. இன்டர்மீடியட் வகுப்பு வண்டிகளில் நெடுந்தூரம் ப்ரயாணம் செய்பவருக்கு இரண்டாவது வகுப்பைப்போல் ஸௌக்யங்கள்" ஏற்படுத்தப்பட்டதானது[26] முதலாம் இரண்டாம் வகுப்புப் பெட்டிகளிலும் மூன்றாம் வகுப்புப் பெட்டியிலும் பயணிக்கும் வெள்ளையருக்கும் கருப்பருக்கும் இடையேயான பயணப் பாகுபாட்டைப் புணரமைத்ததன் வெளிப்பாடாகும். மூன்றாம் வகுப்புப் பெட்டியின் இருக்கைகளை அகலப்படுத்தவும் கழிப்பறைகளின் எண்ணிக்கையை அதிகரிக்கவும் 1930களில்தான் பேசப்பட்டது.[27] அதாவது முதலாம், இரண்டாம் வகுப்புப் பெட்டிகளுக்கு 1910களில் செய்த வசதியில் கடுகளவு மாற்றத்தை மூன்றாம் வகுப்புப் பெட்டிக்கு இருபதாண்டுகளுக்குப் பின் செய்தது. மேற்குறிப்பிட்டவை, எப்பொருட்களைப் பிரித்தானியர் பயன்படுத்தினரோ அப்பொருட்களைக் கருப்பருக்கு மறுத்ததையும் தாங்கள் பயன்படுத்திய அப்பொருட்களின் தரத்தை உயர்த்தி அல்லது வேறு புதிய சொகுசான பொருட்களை அறிமுகம் செய்தபோது பழைய பொருட்களைக் கருப்பருக்குக் கொடுத்ததைக் காட்டுகிறது. அதாவது, பிரித்தானியர்கள் பயன்படுத்திய பொருட்களை அதே காலத்தில் கருப்பர்களுக்குக் கொடுக்கவில்லை.

பொருட்களைப் பயன்படுத்துவதில் கட்டமைக்கப்பட்ட பாகுபாடு நிறப்பாகுபாடு ஆகும். இரயில் இயக்கப்பட்ட காலந்தொட்டு இரயில் பெட்டிகளை வகுப்புகளாகப் பிரித்து பிரித்தானியருக்கும் 'கருப்பு' நிற இந்தியருக்கும் தனித்தனியாய் ஒதுக்கி செயல்படுத்தப்பட்ட நிறப்பாகுபாட்டில் பொருட்களின் தரத்தில் வேறுபாடு கட்டமைக்கப்பட்டன. அதாவது,

26. 'இந்துதேசத்திய இருப்புப் பாதைகள்', *ஜனாபிமானி*, நவம்பர் 1914, ப. 138.
27. *வர்த்தக ஊழியன்*, ஜூன் 1935, ப. 321.

பிரித்தானியர்களால் தரப்பட்ட பொருட்களின் தரத்தின் வேறுபாடுதான் நிறப்பாகுபாடு; பொருட்களைக் கொடுத்ததை நினைவில் இருத்தவும். இதனால் நிறப்பாகுபாட்டை அனுபவித்த போதிலும், தாங்கள் செல்ல வேண்டிய இடங்களுக்கு 'கருப்பர்'கள் சென்றனர். ஹிந்து படிநிலை ஜாதியக் கட்டமைப்பில் ஆதிக்கம் செலுத்திய ஏகபோக சலுகைகளை அனுபவித்த உழைப்பில் ஈடுபடாத "உயர்தர ஹிந்துக்கள்" இரயிலில் முதலாம், இரண்டாம் பெட்டிகளிலும் பயணம் செய்யக்கூடிய பொருளாதார நிலையைக் கொண்டிருந்த போதிலும் அப்பணத்தை நிறப்பாகுபாடு ஒரு பொருட்டாகக் கருதவில்லை. இந்த அவமதிப்பால் பிரித்தானியரின் நிறப் பாகுபாட்டை எதிர்த்துப் போராடினர்.

காந்தியின் கலகம்

நிறப் பாகுபாட்டை இந்தியாவில் வசித்தோர் அனுபவித்தபோதிலும் தென்னாப்பிரிக்காவில் வழக்கறிஞர் தொழில் நிமித்தமாக வாழ்ந்தபோது காந்தி அனுபவித்த நிறப் பாகுபாடு இந்தியாவில் பூதாகரமாகப் பேசப்பட்டது. இந்தியச் சுதந்திரப் போராட்ட வரலாறும் காந்தியின் சுயசரிதையும் அவர் அனுபவித்த நிறப்பாகுபாடு குறித்துப் பேசுகின்றன. இந்தியச் சுதந்திரப் போராட்டம் மேலெழும்பி வலுப்பெறவும் நிறப் பாகுபாடுதான் முக்கியக் காரணமென்றால் அது மிகையான மதிப்பீடு அல்ல. ஏனென்றால், பிரித்தானிய – இந்தியாவின் அனைத்து நிர்வாக நிலைகளிலும் நிறப்பாகுபாடு செயல்படுத்தப்பட்டதால் உழைப்பில் ஈடுபடாத ஹிந்துக்கள் தங்களின் அதிகாரத்தை இழந்தனர். இந்தியாவில் இருந்ததைப் போலவே ஆப்பிரிக்காவிலும் முதல், இரண்டு வகுப்புகள் ஆங்கிலேயர்களுக்கும், மூன்றாம் வகுப்பு 'கருப்பர்'களுக்கும் ஒதுக்கப்பட்டன. அவரவர்களுக்கு ஒதுக்கப்பட்ட இடங்களில் மட்டுமே அந்தந்த இனத்தவர் இருக்கக் கட்டாயப்படுத்தினர்.[28]

தென்னாப்பிரிக்காவில் தொடர்வண்டியில் முதல் வகுப்பில் பயணித்தபோது நிறப்பாகுபாட்டின் காரணமாகப் பெட்டியிலிருந்து இறக்கிவிடப்பட்ட சம்பவத்தை காந்தி, "ஒரு பிரயாணி அங்கே வந்து என்னை மேலும் கீழுமாகப் பார்த்தார். நான், 'கருப்பு மனிதன்' என்பதை அறிந்ததும் அவருக்கு ஆத்திரம் வந்துவிட்டது. உடனே போய்விட்டார். பிறகு இரண்டொரு அதிகாரிகளுடன் திரும்பி வந்தார். அவர்கள் எல்லோரும் பேசாமல் இருந்தபோது, ஓர் அதிகாரி என்னிடம் வந்து, இப்படி வாரும். நீர் சாமான்கள் வண்டிக்குப் போக வேண்டும் என்றார்.

28. சோமலெ, 'தென் ஆப்பிரிக்கா சென்னை: பாரி நிலையம்', 1968, ப. 23.

என்னிடம் முதல் வகுப்பு டிக்கெட் இருக்கிறதே! என்றேன். அதைப்பற்றி அக்கறையில்லை; நீர் சாமான்கள் வண்டிக்குப் போக வேண்டும் என்று நான் சொல்லுகிறேன் என்றார். நான் உமக்குச் சொல்கிறேன் இந்த வண்டியில் பிரயாணம் செய்ய டர்பனில் அனுமதிக்கப்பட்டிருக்கிறேன். எனவே, இதில்தான் நான் பிரயாணம் செய்வேன் என்றேன். இல்லை நீர் இதில் போகக் கூடாது. இந்த வண்டியிலிருந்து நீர் இறங்கிவிட வேண்டும். இல்லையென்றால் உம்மைக் கீழே தள்ளப் போலீஸ்காரனை அழைக்க வேண்டிவரும் என்றார். அழைத்துக்கொள்ளும். நானாக இவ்வண்டியிலிருந்து இறங்க மறுக்கிறேன் என்று சொன்னேன். போலீஸ்காரர் வந்தார். கையைப் பிடித்து இழுத்து என்னை வெளியே தள்ளினார். என் சாமான்களையும் இறக்கிப் போட்டுவிட்டார். சாமான்கள் வண்டிக்குப் போய் ஏற நான் மறுத்துவிட்டேன்”[29] என்று விவரிக்கிறார்.

இதற்குப் பின்னரும் முதல் வகுப்பிலேயே பயணம் செய்வதில் காந்தி உறுதியாக இருந்தார். தன்னுடைய தொழில், வர்க்க அடையாளம் ஆகியவற்றை எடுத்துக்கூறி முதல் வகுப்புப் பயணச் சீட்டைப் பெற்றுக்கொள்வதற்கு முயன்றார். ஒரு வாய்மொழி நிபந்தனையை முன்வைத்து அதைக் காந்தி ஏற்றுக்கொண்ட பின்னரே தொடர்வண்டி நிலைய அதிகாரி முதல் வகுப்புப் பயணச்சீட்டு கொடுத்தார். அவருடைய நிபந்தனை இதுதான்: “... உங்களை மூன்றாம் வகுப்பு வண்டிக்குப் போய்விடுமாறு கார்டு கூறினால், இவ்விஷயத்தில் என்னைச் சிக்க வைத்துவிடக்கூடாது. ரெயில்வே கம்பெனிமீது நீங்கள் வழக்கு தொடுத்துவிடக்கூடாது ...”[30] இதை ஏற்றுப் பயணம் செய்துகொண்டிருந்தபோது மீண்டும் சிக்கலைச் சந்தித்தார். அதை அவர் இவ்வாறு கூறுகிறார்: “... பயணச் சீட்டுகளைப் பரிசோதிப்பதற்காக கார்டு வந்தார். அங்கே நான் இருப்பதைக் கண்டதும் கோபம் அடைந்தார். மூன்றாம் வகுப்புப் பெட்டிக்குப் போய்விடுமாறு விரலால் சமிக்ஞை செய்தார். என்னிடம் இருந்த முதல் வகுப்பு டிக்கெட்டை அவரிடம் காட்டினேன். அதைப்பற்றி அக்கறையில்லை மூன்றாம் வகுப்புப் பெட்டிக்குப் போய்விடு என்றார். அந்தப் பெட்டியில் ஆங்கிலப் பிரயாணி ஒருவரும் இருந்தார். அவர் கார்டைக் கண்டித்தார். அந்தக் கனவானை ஏன் தொந்தரவு செய்கிறீர்கள்? அவரிடம் முதல் வகுப்பு டிக்கெட் இருப்பதை நீர் பார்க்கவில்லையா? அவர் என்னோடு பிரயாணம் செய்வதில் ஆட்சேபனை இல்லை என்றார். பிறகு அவர் என்னைப் பார்த்து, நீங்கள் இருக்கும் இடத்திலேயே சௌகரியமாக இருங்கள் என்றார். ஒரு கூலியுடன்

29. காந்தி, ‘சத்தியசோதனை’.

30. மேலது.

பிரயாணம் செய்ய நீங்கள் விரும்பினால் எனக்கு என்ன கவலை? என்று கார்டு முணுமுணுத்தார்.[31] இதனால் காந்தி முதல் வகுப்புப் பெட்டியிலேயே பயணிக்க முடிந்தது.

இப்போராட்டம் அவர் நடத்திய நிறப்பாகுபாட்டுக்கு எதிரான போராட்டமா அல்லது தன் வர்க்க நிலையைப் பேணுவதற்கான போராட்டமா என்ற கேள்விகளை எழுப்பினால் அது வர்க்க நிலையைப் பேணுவதற்கான போராட்டமாகவும் நிறப் பாகுபாட்டிற்கு எதிரான போராட்டமாகவும் இருக்கிறது. இவ்விரு தன்மைகள் இருந்தபோதிலும் வர்க்க நிலையைப் பேணுகின்ற தன்மையே கூடுதலாக இருக்கிறது. எது எவ்வாறு இருப்பினும் நிறப்பாகுபாட்டுக்கு எதிராகப் போராடி வர்க்க நிலையை அவர் தக்கவைத்தார். இதை அவருடைய போராட்டத்திற்குக் கிடைத்த வெற்றியென்றே கொள்வோம். இவ்வெற்றியில் வெள்ளையரின் செயல்பாடு குறிப்பிடத்தக்கது. காந்தியை மூன்றாம் வகுப்புப் பெட்டிக்குப் போகுமாறு அதிகாரி கட்டளையிடுவதை முதல் வகுப்புப் பெட்டியில் பயணித்த வெள்ளையர் எதிர்த்ததோடு மட்டுமின்றி கருப்பரான காந்தி முதல் வகுப்புப் பெட்டியில் பயணிப்பதில் தனக்கு எவ்வித ஆட்சேபனையும் இல்லை என்று கூறியதால் காந்தியின் போராட்டத்திற்கு வெற்றி கிட்டியது. காந்தி அனுபவித்த அதேகாலங்களில் இந்தியாவிலும் நிறப்பாகுபாட்டை அனுபவித்து அதற்கு எதிரான போராட்டம் நடைபெற்றது.

பல்லாவரம் மாணவர் கலகம்

தென்னிந்திய இரயில்வேயில் ஐரோப்பியர்–யூரேஷியர்களுக்கென்று தனியாக 3ஆவது வகுப்பு வண்டியொன்று இணைக்கப்பட்டது. 'கருப்பர்'களுக்கான 3ஆவது வகுப்பு வண்டிகளிலெல்லாம் பயணிகள் நெருக்குண்டிருக்க, மேற்படி ஐரோப்பியர் – யூரேஷியர் வண்டியில் ஒரு யூரேஷியனுமில்லாத காலத்திலும் அவ்வண்டியில் இதர ஜாதியார் ஏறுதல் கூடாது. இதுபற்றி ஒருவரும் கவனியாதிருந்தனர். இவ்வாறு இரயில்வே அதிகாரிகள் ஜாதிவித்தியாசம் பாராட்டுவது தவறென்று ஐகோர்ட்த் துவாராவில் நடந்த ஒரு விசாரணையில் தீர்ப்பளித்தது. இதை அடிப்படையாகக் கொண்டு பல்லாவரத்திலிருந்து வந்த ஆபீசர் ரயில் வண்டியில் கல்லூரி மாணவர் சிலர் யூரேஷியருக்குப் பிரத்தியமாக விடப்பட்ட இரயில் பெட்டியில் ஏறி வந்தனர். இதனால் யூரேஷியருக்கும் ஹிந்து மாணவர்களுக்கும் கலகமுண்டானது; அது முற்றிப் பெருங்கலகமாகப் பரவியது; யூரேஷியர்கள் இரயில்வே அதிகாரிகளின் ஆதரவைக் கொண்டு

31. காந்தி, 'சத்தியசோதனை'.

தடி முதலிய முன்னேற்பாட்டில் வந்து சென்னை கோட்டை இரயில் நிலையத்தில் ஹிந்து மாணவர்களைத் தாக்கியதில் இருவருக்குக் காயங்கள் ஏற்பட்டன.[32]

வழக்கறிஞரின் போராட்டம்

ஆந்திராவின் பெணுகொண்டா என்னும் ஊரில் வழக்கறிஞர் சுப்பாராவ் "ஐரோப்பியர்களுக்கு மாத்திரம்" என்று பலகை யிடப்பட்டிருந்த இருப்புப் பாதை வண்டியொன்றில் பயணித்தார். மக்கஜப்பள்ளி என்னும் நிலையத்தில் ஒரு ஐரோப்பிய பெண் அங்கு வந்தார். மேற்குறிப்பிட் நிலைய அதிகாரி இரயில் நிலையத்திலிருந்து உலாவிக் கொண்டிருந்த அந்த வழக்கறிஞரை ஐரோப்பியர்கள் மாத்திரத்தில் ஏற அனுமதி மறுத்தார். இவரை ஐரோப்பியரின் பெட்டியில் ஏற அனுமதி மறுத்ததோடு அவரது பொருட்களை வெளியே எறிந்தனர். இது தொடர்பான வழக்கில் "ஐரோப்பியர்களுக்கு மாத்திரம்" என்று இருப்புப்பாதை வண்டிகளைப் பிரத்தியேகப்படுத்த எந்தச் சட்டத்திலும் விதியே இல்லையென்றும் ஆதலால் வண்டியில் ஏறுவதைத் தடுத்த நிலைய அதிகாரிக்கு ரூ. 5 ரூபாய் அல்லது ஏழு நாட்கள் வெறுங்காவல் தண்டனை விதிக்கப்பட்டது.[33]

சட்டமன்றப் போராட்டம்

நிறப்பாகுபாட்டை முடிவுக்குக் கொண்டுவர சென்னை மாகாணப் பேரவையில் சி.வி. வெங்கட்ராம அய்யங்கார் ஒரு தீர்மானத்தை முன்மொழிந்தார். அவர் முன்மொழிந்த தீர்மானத்தின் சாரம் இதுதான்: "ஒரு சிலரே பயணிக்கின்ற முதலாம், இரண்டாம் வகுப்புப் பெட்டிகளை ஆங்கிலேயர்களுக்கு ஒதுக்கியிருப்பது தொடர்வண்டி நிர்வாகத்துக்கும் அரசாங்கத்துக்கும் நிதி இழப்பை ஏற்படுத்துகிறது. தொடர் வண்டிப் பயணத்திலும் புகை வண்டி நிலையத்தின் தங்கும் அறையிலும் உணவு விடுதிகளிலும் செயல்படுத்தும் நிறப்பாகுபாட்டை ஒழிப்பதன் மூலம் அரசாங்கத்துக்கு வருமானம் கிடைக்கும். எனவே நிறப் பாகுபாடு ஒழிக்கப்பட வேண்டும்." இத்தீர்மானம் நிறப்பாகுபாட்டை ஒழிக்க முன்மொழிந்தாலும் அது தன்னுள் பிரித்தானிய ஏகாதிபத்தியத்தின் பொருளாதார நலனுக்காகக் கரிசனம் காட்டுவதுபோன்ற தோற்றத்தையும் உருவாக்கியது. அதாவது, நிறப்பாகுபாட்டை ஒழித்தால் பொருளாதார வருவாய் பிரித்தானிய ஏகாதிபத்தியத்துக்குக் கிடைக்கும் என்ற பொருளாதார அரசியலை முன்வைத்தார் வெங்கட்ராம

32. *சக்கரவர்த்தினி*, ஜூலை 1916, ப. 360.

33. 'ஐரோப்பியர்களுக்கு மாத்திரம்', *கதாரத்னாகரம்*, ஆகஸ்ட் 1916, ப. 2.

அய்யங்கார். இத்தீர்மானத்தை செய்யது முகம்மது பாட்ஷா ஷாகிப் வழிமொழிந்தார். ஆதிதிராவிடப் பிரதிநிதியான எம். சி. ராஜா, "புகை வண்டி நிலைய உணவு விடுதிகளில் உணவு பெறுவதில் ஆதிதிராவிடர்கள் பெரும் சிக்கலைச் சந்திக்கின்றனர். இத்தீர்மானம் நிறைவேறினால் வர்க்க, சாதி வேறுபாடுகளுக்கு முற்றுப்புள்ளி வைக்கப்படும்" என்று அத்தீர்மானத்தை ஆதரித்துப் பேசினார். பல உறுப்பினர்களும் ஆதரித்துப் பேசிய பின்னர் தீர்மானம் நிறைவேற்றப்பட்டது.[34] இதற்குப் பின் நிறப்பாகுபாடு ஒழியத் தொடங்கி அது வர்க்கப் பாகுபாடாகப் பரிணமித்தது.

பிராமணாள் மாத்திரம்

நிறப்பாகுபாட்டை எதிர்த்துப் போராடிய ஹிந்துக்கள் ஜாதி வேற்றுமையையும் ஏற்றத்தாழ்வையும் இரயில் நிலைய உணவகங்களிலும் இரயில் பெட்டிகளிலும் பட்டவர்த்தனமாய்ச் செயல்படுத்தினர். பிராமணரல்லாதோரும் ஆதிதிராவிடர்களும் இதை எதிர்த்துப் போராடினர். இச்சிக்கலைப் பேசாமல், "1926 ஜனவரி 23 அன்று நடைபெறவிருக்கும் தென்னிந்திய ரயில்வே ஆலோசனைச் சங்கக் கூட்டத்தில், 1. ரயில்வே ஸ்டேஷன்கள் பலவற்றில் கக்கூசுகள் கெட்டுப்போன மரத்துண்டுகளால் அமைக்கப்பட்டிருக்கிறது. இவைகளை எடுத்துவிட்டு துத்தநாகத் துண்டுகளைக் கொண்டேனும் அல்லது காரைச் சுவர்கட்டி சாந்துபூசப்பட்டேனும் கட்டப்பட வேண்டும், 2. ரெயில்வேயில் ஏற்றப்படும் சாமான்களின் சார்ஜ் விகிதத்தைக் குறைக்க வேண்டும், 3. பகலில் விடப்படும் மெயில் வண்டியிலானாலும் அல்லது சாதாரண ரயில் வண்டியிலானாலும் அதில் சிற்றுண்டி சாலை வைத்திருப்பதுடன் அதில் குடிக்கத் தண்ணீர் எப்போதும் வைத்திருக்க வேண்டும், 4. மேட்டுப்பாளையத்திற்கும் பெங்களூருக்கும் நேராக ஓடும் ஒரு வண்டியாவது, அங்ஙனம் சாத்தியப்படாவிட்டால் மெயில் வண்டியில் 3ஆவது கம்பார்ட்டுமெண்டுகளைக் கோர்த்தாவது விட வேண்டும் 5. மேட்டுப்பாளையத்திற்கும் கோயம்புத்தூருக்கும் விடப்படும் ஷட்டில் வண்டியின் நேரத்தை மாற்றி, பள்ளிக்கூட மாணவர்கள் போவதற்குத் தக்கபடி நேரத்தை நிர்ணயம் செய்ய வேண்டும்" ஆகிய பொதுப் பிரச்சினைகளை விவாதிக்க இருப்பதாக கோயம்புத்தூர் சி.எஸ். ரத்னசபாபதி முதலியார் தெரித்தார்.[35]

இதை ஏற்காத சித்திரபுத்திரன் எதைப் பேச வேண்டுமென இரயில்வே ஆலோசகர் சி.எஸ். ரத்னசபாபதி முதலியாருக்குக்

---

34. MLCD, 05 March 1921, pp. 584 – 590.

35. *குடி அரசு*, 3 ஜனவரி 1926.

கடிதம் எழுதினார். "இரயில்வேயில் கக்கூஸ் முதலிய வசதிகளை ஏற்படுத்துவதை விட்டுவிட்டு, தென்னிந்திய ரயில்வேக்காரர்கள் முக்கியமான ரயில்வே ஸ்டேஷன்களில் கட்டடம் கட்டி பிராமணர்களுக்கு உணவு விடுதிகளுக்குக் கொடுத்துள்ளனர். அதை பிராமணாள் மாத்திரம் உபயோகிக்கின்றனர் மற்ற பகுதியில் எச்சில் இலை போடுகின்றனர். இந்த இடம் பிராமணரல்லாதோருக்கு சூத்திரருக்கு" என்று எழுதி போர்டு போட்டுள்ளனர். "வெள்ளைக்காரர் தமக்கு மாத்திரம் ஏற்படுத்திக் கொள்வதற்கு நாம் எவ்வளவு ஆக்ஷேபனை செய்கிறோம். அல்லாமலும் அது நமக்கு எவ்வளவு அவமானமாயிருக்கிறது. அப்படி இருக்க, இது ஏன் தங்களுக்குத் தோன்றுவதில்லை? பிராமணர்கள் தனியாய்ச் சாப்பிடுவதால் நமக்குக் கவலையில்லை. அந்தப்படி அவர்கள் சாப்பிடவேண்டும் என்று நினைப்பதும் அதற்காக பிராமணருக்கு மாத்திரம் என்று போர்டு போடுவதும் எதை உத்தேசித்து? நம்மை தாழ்ந்த ஜாதியார் என்று எண்ணியல்லவா? இது, நமது ஜாதி இழிவைக் குறிக்கும் ஒரு நிரந்தரமான அடையாளமும் ஆதரமும் மல்லவா?" ஆகவே, "தென்னிந்திய ரயில்வே ஸ்டேஷன்களில் உள்ள ஒவ்வொரு போஜன சாலைகளிலும் பிராமணர்க்கு மட்டும் என்றும், பிராமணரல்லாதோர்க்கு என்றும் இடங்களைப் பாகுபடுத்தி போர்டு போடுவது பிராமணரல்லாதவர் பிறவியிலேயே தாழ்ந்தவர்கள் என்பதைக் காட்டுவதற்கு ஏற்பட்ட அறிகுறிபோல் இருப்பதோடு, பிராமணரல்லாதோர் சுயமரியாதைக்கு விரோதமாய் இருப்பதாலும், அதைப்பார்க்கும்போதெல்லாம் பிராமணரல்லாதார் மனம் புண்படுவதாலும் இந்தப்பாகுபாட்டை ஒழித்து சமத்துவமாய் நடத்த ஏற்பாடு செய்யவேண்டும்" எனச் சித்திரபுத்திரன் கூறினார்.[36]

இதை ஏற்றுக்கொண்ட கோயம்புத்தூர் சி.எஸ். இரத்தினசபாபதி முதலியார், 1926 ஜனவரி 27 அன்று சென்னையில் நடைபெறப்போகும் தென்னிந்திய இரயில்வே ஆலோசனைக் குழு கூட்டத்தில், "1) ரெயில்வே பிளாட்பாரத்தில் ரெயில்வே பிரயாணிகளுக்கு தண்ணீர் கொடுப்பதில் எவ்வித வித்தியாசமும் பாராட்டக்கூடாது 2) ரெயில்வே ஸ்டேஷனிலுள்ள இங்கிலீஷ் உணவுச் சாலைக்கு ஐரோப்பியர்களோ அன்றி இந்தியர்களோ சென்றால் அவர்கள் யாவரையும் ஒன்றுபோலவே நடத்த வேண்டும். மற்றும், ரெயில் வண்டியில் இருந்துகொண்டே உணவைத் தருவித்தாலும் அப்போதும் ஐரோப்பியர் இந்தியர் என்ற வித்தியாசமின்றியே நடத்தவேண்டும். 3) ரயில்வே ஸ்டேஷன்களிலுள்ள இந்திய உணவுச் சாலைகளில் எவ்வித

36. சித்திரபுத்திரன், 'சி.எஸ். இரத்தினசபாபதி முதலியார் அவர்களுக்கு ஒரு பகிரங்க கடிதம்', *குடி அரசு*, 17 ஜனவரி 1926.

வித்தியாசமும் பாராட்டலாகாது; ஜாதி வேற்றுமைகளைக் காட்டக்கூடிய – இப்போதுள்ள சாதனங்களை – உடனே நீக்கிவிட வேண்டும். சைவர்களுக்கும் அசைவர்களுக்கும் தனித்தனி அறைகள் ஒதுக்க வேண்டும். சைவத்துக்கு பிராமண சமையற்கார ரையும் அசைவத்துக்கு இசுலாமியர் அல்லது ராஜபுத்திர சமையற்காரரை நியமிக்க வேண்டும். ஒவ்வொரு பிரிவிலும் பெண்களுக்கெனத் தனித்தனி இடங்கள் ஒதுக்கப்பட வேண்டும்" ஆகிய தீர்மானங்களை அறிமுகம் செய்வதாக சி.எஸ். இரத்தினசபாபதி முதலியார் அறிவித்தார். இதில் "பிராமண சமையற்காரரையே நியமிக்க வேண்டுமென்பதற்குப் பொருள் விளங்கவில்லை" எனக் குடி அரசு விமர்சித்தது.[37]

தென் இந்திய இரயில்வேயில் பிராமணர்களின் ஆதிக்கத்தைக் குடி அரசு பத்திரிகை எழுதியது. தஞ்சாவூர் ரயில்வே நிலையத்தின் நிலையை குடி அரசு பின்வருமாறு பதிவு செய்தது. "அங்கு மாடியின் மேல் கட்டப்பட்டுள்ள இடத்தில் சமையல் செய்யும் பாகம் போக பாக்கியிடத்தில் நாலில் மூன்று பாகத்தை தட்டி கட்டி மறைத்து பிராமணர்களுக்கென்று ஒதுக்கி வைத்துவிட்டு நாலில் ஒரு பாகத்தை "சூத்திரர்" "பஞ்சமர்" "மகமதியர்" "கிறிஸ்தவர்" "ஆங்கிலோ இந்தியர்" என்கின்ற பிராமணரல்லாதவருக்கென்று ஒதுக்கி வைத்து அதிலே எச்சிலை போடுவதற்கும் வாய் கொப்பளிப்பதற்கும் விளக்குமாறு, சாணிச்சட்டி, கூடைமுறம் வைப்பதற்கும் எச்சில் பாத்திரம் சமையல் பாத்திரம் கழுவுவதற்குமாக ஏற்பாடு செய்யப்பட்டு இவ்வளவு அசிங்கங்களுக்கும் இந்த இடத்தையே உபயோகப்படுத்தப்பட்டு வருகிறது".[38] "ஜாதி வித்தியாசம் என்ற பேய் நம் தென்னாட்டில் தலை நீட்டாத இடமே இல்லாதிருந்தது. ரயிலுக்குப் போனால் அங்கு எவ்விடம் பார்த்தாலும் ஐரோப்பியர்கள், இந்தியர்கள் என்ற வித்தியாசமும் அதைவிட்டு அடுத்தபடியாக காப்பி ஹோட்டல்களுக்கு வந்தால் அவ்விடமும் "பிராமணர்கள் மாத்திரம்" என்றும் அதைவிட்டு பொதுச் சத்திரங்களில் நுழைந்தால் "பிராமணர்கள் மாத்திரம்" என்றும் இருந்து வந்தது. ரயிலும் காப்பி கிளப்பும் முறையே ஆங்கிலேயர்களுக்கும் பார்ப்பனர்களுக்கும் சொந்தமாதலால் அவர்களுடைய இடத்தில் அவர்கள் வைத்தது சட்டமெனலாம்" எனக் குடி அரசு பத்திரிகை எழுதியதானது[39] பிரித்தானியர்கள் இந்தியக் 'கருப்பர்' மீதும் பிராமணர் "அரக்கர்" மீதும் நிறப் பாகுபாட்டையும் தீண்டாமையையும் செயல்படுத்தியது தெளிவாகப் புலப்படுகிறது. இரயில் நிலைய உணவகச் சிக்கலை

37. *குடி அரசு*, 24 ஜனவரி 1926.

38. *குடி அரசு*, 6 ஜூன் 1926.

39. *குடி அரசு*, 22 ஆகஸ்ட் 1926.

ஒரு வருடம் கழிந்த பின்னரும் எழுத வேண்டிய நிலை இருந்தது. “மாயவரம் சந்திப்பு உணவகத்தில் வலது பக்கத்தில் “பிராமணாள்” என்றும் இடது பக்கத்தில் “இதராள்” என்று எழுதியிருந்தது. இரயில்வே நிர்வாகம் அவர்களுக்குத் தனியிடம் ஒதுக்கினால் வேளாளர், நாயக்கர், நாடார், ஆதிதிராவிடர் எனப் பிறருக்கும் தனித்தனி இடம் ஒதுக்க வேண்டும். அல்லது இந்தியர்களுக்கென்று எப்பொழுது ஓட்டல் ஏற்படுத்தினார்களோ அந்த இடத்தில் “இந்தியர்கள்” என்றுதான் எழுத வேண்டும் எனக் குடி அரசு[40] இரயில் உணவகத் தீண்டாமையை ஒழிக்கக் கோரியது. “ஒருவரும் பார்க்காமல் தனிமையாகச் சாப்பிட விரும்புவர்களுக்கு அவர்கள் எவ்வகுப்பினராயினும் தனித்தனி அறைகள் ஏற்படுத்திக் கொடுத்து அவர்களிடமிருந்து அதிகமான கட்டணம் வசூலிக்க வேண்டும்” எனத் ‘தனிநபர்’களுக்கான சிறப்பு உரிமைக்கு அப்பத்திரிகை ஆலோசனைக் கூறியது.[41]

இரயில் நிலையத்தில் மட்டுமன்றி ஓடும் இரயிலிலும் “பிராமணாள் மாத்திரம்” ஓட்டல் வைத்திருந்தனர், இதைப் பிற சமூகத்தினர் வைக்கவில்லை.[42] இரயில்வே உணவகங்களில் நிறப்பாகுபாட்டைக் கண்டித்து, சுதேசமித்திரன் 1930 பிப்ரவரி 11 அன்று “தென்னிந்திய ரயில்வேக்களில் ஜாதி வித்தியாசம்?” எனத் தலையங்கம் தீட்டியது. ஆனால், பிராமணர்கள் பின்பற்றும் ஜாதித் தீண்டாமையைப் பற்றி எழுதாததை நெல்லிக்குப்பம் எம்.என். முத்துக்குமாரசாமி விமர்சித்து திராவிடன் பத்திரிகையில் எழுதினார். ““சுதேசமித்திரன்” தனது தலையங்கக் குறிப்பில் ஒரு வியாசம் எழுதியிருக்கிறது. ரயில்வேக்களில் ஆங்கிலோ இந்தியர்களுக்குத் தனிச் சலுகைக் காட்டுவதையும் இந்தியவர்களைவிட ஆங்கிலோ இந்தியர்களுக்கு அதிகப் பணம் செலவழிக்கும் விதத்தையும் எடுத்துக் காட்டி அப்படி ஜாதி வித்தியாசம் காட்டுவது நியாயமற்றது என்று “மித்திரன் கண்டித்திருக்கிறது. இது முழுமையும் நியாயமான செய்தி. ரயில்வே கம்பெனியார் இதற்கு உடனே தக்க பதிலளிக்கக் கடமைப்பட்டவராவார்கள். ஆனால் ‘மித்திரன்’ மற்றும் பல விதத்தில் ரயில்வேயில் ஜாதி வித்தியாசம் காட்டப்படுவதை ஏன் கண்டிக்கவில்லை என்பது தெரியவில்லை. ஜீவாதாரத்திற்கு ஆதரவாக உணவு ரயில்வே கம்பெனிகளில் இருக்கும் சிற்றுண்டி சாலைகளில் பிராமணர்களுக்குத் தனியிடமும் மற்ற ஜாதியாருக்கு வேறு இடமும் பிரித்து வைத்து ஜாதி வித்தியாசத்தை

---

40. *குடி அரசு*, 07 ஆகஸ்ட் 1927.

41. மேலது.

42. எம். என். முத்துக்குமாரசாமி, ‘ரயில்வேக்களிலும் ஜாதி வித்தியாசமா? சுதேசமித்திரன் கேள்வி’, *திராவிடன்*, 17 பிப்ரவரி 1930, ப. 2.

அதிகப்படுத்திவருவது அநியாயமல்லவா? இது மித்திரன் கண்ணுக்குப் படவில்லையா? மேலும் ஓடும் ரயில் வண்டியில் பிராமணர்கள் மாத்திரம் ஓட்டல் வைத்திருக்கிறார்களே ஒழிய மற்றைய வகுப்பினர் வைக்கவில்லையே! வைக்க அனுமதிக்கப்படவில்லையே! இது பெரும் ஜாதி வித்தியாசக் கண்ணாடியல்லவா? இவைகளையும் "மித்திரன்" கவனித்து போஜன சிற்றுண்டி சாலைகளில் ஜாதி வித்தியாசம் காட்டாதிருக்கும்படி செய்ய கம்பெனியரை மித்திரன் குறிப்பெழுதி கண்டிக்க வேண்டுகிறேன்" என அவர் எழுதினார்.[43]

வர்க்கப் பாகுபாடு

இந்திய தேசியச் சுதந்திரப் போராட்டமும் இரண்டாம் உலகப் போரும் இரயில் பயணத்தில் நிறப்பாகுபாட்டுக்கும் தீண்டாமைக்கும் எதிராகப் போராடுவதைப் பின்னுக்குத் தள்ளியது. "நம் இந்திய தேசத்து மக்களும் இந்த யுத்தத்தில் கூடிய சீக்கிரம் வெற்றிபெற்று, நீதியும் நிம்மதியும் நிறைந்த வாழ்க்கையை நடத்த மிகுந்த ஆவலுடையவர்களாயிருக்கிறோம்" என விமலேஸ்வரியும்[44] "உலகிலேற்பட்டிருக்கும் இம்மகா யுத்தத்தினால் பலவித சௌகரியக் குறைவுகளேற்பட்டு மக்களுக்கும் அரசாங்கத்தாருக்கும் பல விதங்களிலும் நெருக்கடி ஏற்பட்டிருப்பதினால் இந்த யுத்தத்தில் எம்மாதிரியான முறைகளைக் கொண்டால் சீக்கிரத்தில் வெற்றியடைலாமென்னும் எண்ணமாகவே நமது நேசநாடுகள் இன்றிருந்து வருகின்றன" என மீனாம்பாளும் இரண்டாம் உலகப் போரில் இந்தியா பங்கேற்ற அணி வெற்றிபெற வேண்டுமென எழுதினார். இதற்காக இரயிலில் பயணிப்பதைக் குறைப்பதும் தவிர்ப்பதும் அவசியம் என வேண்டுகோள் விடுத்தனர். இரண்டாம் உலகப் போரால் இரயில்களின் எண்ணிக்கை குறைக்கப்பட்டதால் நெருக்கடியால் பயணித்தனர். ஆறு, ஏழு வண்டித் தொடர்களில் பயணித்த ஆயிரக் கணக்கான மக்கள், இரண்டாம் உலகப் போரின்போது ஒரு வண்டித் தொடரில் சென்றதால் நெருக்கடி ஏற்பட்டது. சுமார் 20 பேர்கள் செல்லக்கூடிய 'கம்பார்ட்மெண்டில்' அப்போது குறைந்தது 40 முதல் 50 பேர்கள் பயணித்தனர். பணத்தைக் கொடுத்து சீட்டு வாங்கியும் உட்கார இடமில்லாமல் மக்கள் கூட்டத்தில் அகபட்டு பிள்ளை குட்டிகளையும் பெட்டி பேழைகளையும் அள்ளையிலும் அரையிலும் தூக்கிக்கொண்டு நிற்பதற்கும்

43. எம். என். முத்துக்குமாரசாமி, 'ரயில்வேக்களிலும் ஜாதி வித்தியாசமா? சுதேசமித்திரன் கேள்வி', ப. 2.

44. விமலேஸ்வரி கோவிந்தசாமி, 'ரயில் பிரயாணத்தால் நேரும் கஷடங்கள்: தள்ள வேண்டியவையும் கொள்ள வேண்டியவையும் – பிரயாணத்தைக் குறைக்கவும்', *யுத்த சஞ்சிகை*, 21 ஏப்ரல் 1944. பக். 5 – 6.

இடமில்லாமல் பெட்டிமேல் ஆளும் ஆள்மேல் பெட்டியுமாக நெருங்கிக் கொண்டும் கண்விழி பிதுங்கக் கஷ்டப்பட்டுக் கொண்டும் பெண்களும் ஆண்களும் இரயில்களில் செல்வது தினக் காட்சியாக இருந்தது. இவ்வாறு நெருக்கடியில், தன் சுற்றத்தாரின் பிள்ளைகளுக்குக் காது குத்தல், கோயிலில் திருவிழா, கோயிலுக்குக் குழந்தைக்கு முடியெடுப்பதாகப் பிரார்த்தனை, உறவினருக்கு நோய், நிச்சயதார்த்தம், விடுமுறைக்கு வேடிக்கையாக வெளியூர் பார்க்கப் போதல் போன்றவைக்காகப் பயணித்தனர். பணக்காரர்களும் பணியாளர்களும் கோடை விடுமுறைக்கும் பிற வேலைகளுக்கும் தம் மனைவி, மக்களோடும் பெட்டிகள் படுக்கைகளோடும் பல வேலையாட்களையும் அழைத்துச் சென்றனர்.

இது இரண்டாம் உலகப்போரில் ஈடுபட்ட போர்த் தளவாடங்களும் வீரர்களும் பயணிக்க இடையூறாக இருந்ததை உணர்ந்த விமலேஸ்வரியும் மீனாம்பாளும் பயணத்தைத் தவிர்க்கக் கோரினர். "நாம் எவ்வளவு குறைவாகப் பிரயாணம் செய்கிறமோ, அவ்வளவுக்கு ரயிலில் போதுமான இட வசதியிருக்கும். இப்படி ஏற்படும் இட வசதியை, யுத்த சம்பந்தமான முக்கிய வேலையில் ஈடுபடுபவர்கள் பயன்படுத்திக்கொள்ளலாம். தம் சுற்றத்தாரை விட்டு நீங்கிப் போருக்குச் செல்லும் வீரர்களை ஏற்றிச் செல்லவும் போரினின்றும் தம் மனைவி, மக்கள், சுற்றத்தாரைக் காண பல நாட்கள் கழித்து திரும்பும் வீரர்களை அவரவர்கள் ஊருக்குக் கொண்டு சேர்க்கவும் உணவுப் பஞ்சத்தினால் பீடிக்கப்படும் மாகாணங்களுக்கு உணவுப் பொருட்களைக் கொண்டு செல்லவும் அயல் மாகாணங்களிலிருந்து நமக்கு வேண்டிய பொருட்களை இங்குச் சீக்கிரமே கொண்டு வந்து சேர்க்கவும், யுத்தத்தில் போர் புரியும் வீரர்களுக்கு உணவுப் பொருட்களை ஏற்றிச் செல்லவும் நாம் ரயில் வசதி செய்து கொடுத்தவர்களாவோம்" என மீனாம்பாள் அறிவுறுத்தினார்.[45] இரயில் பயணத்தை மட்டுமன்றி மோட்டார் பயணத்தையும் தவிர்க்கக் கோரினர். இதிலும் குறிப்பாகப் பெண்களே இம்முயற்சியை முன்னெடுக்க வேண்டினர். பிரித்தானிய ஏகாதிபத்தியம் இந்தியாவின் மீதான சுதந்திர அரசியல் அதிகாரத்தை ஒப்படைத்துச் சென்றபின் இரயில் பயணத்தில் நிறப்பாகுபாடு ஒழிந்து புதிய வர்க்கப் பாகுபாடு தோன்றியது. இரயில் வண்டித் தொடர்கள் முதலாம், இரண்டாம், வகுப்பு குளுமை வசதிப் பெட்டிகள், குளுமையற்ற இரண்டாம் வகுப்புப் படுக்கை வசதி, இருக்கை ஒதுக்கப்படாத பெட்டி எனப் பிரிக்கப்பட்டுள்ளன. அதாவது, இந்திய இரயில்வே நிர்வாகமானது

---

45. மீனாம்பாள் சிவராஜ், 'பிரயாணத்தைக் குறைத்தல் அவசியம்: யுத்த உதவியில் பெண்கள் பங்கு: பஞ்சத்தைப் போக்க வழி', *யுத்த சஞ்சிகை*, 07 ஜூலை 1944, பக். 5 – 6.

இந்திய ஒன்றியக் குடிமக்களை வர்க்க அடிப்படையில் முதலாளி, நடுத்தரப் பணியாளர், கூலி உழைப்பாளர் எனப் பிரித்து வர்க்கப் பாகுபாடு காட்டுவதுதான் வெளிப்பாகுபாடு ஆகும். நிறப்பாகுபாட்டுக்கு எதிராகவும் இந்தியச் சுதந்திரத்துக்கும் நடைபெற்ற போராட்டத்தில் கூலி உழைப்பாளர்களும் பங்கெடுத்த போதிலும் சுதந்திர இந்தியாவில் அவர்கள் வர்க்கப் பாகுபாட்டை அனுபவிக்கின்றனர். இரயில் பயணங்களில் மனித உடல்களுக்கு ஜாதி, மத, இன, பாலின, வர்க்கப் பேதமற்று ஓய்வும் உறக்கமும் அவசியம் இருப்பினும், அவரவர் பொருளாதார வசதிக்கு ஏற்ப அவை இரயில் நிர்வாகத்தால் தரப்படுகிறது. நிறப்பாகுபாடும் வர்க்கப் பாகுபாடும் அடிப்படையில் வெவ்வேறானவை அல்ல; இரண்டும் மனித உடல்களை அரசியல் பொருளாதாரமாகக் காண்கிறது; அதை அறிவியலாகப் பார்க்க மறுக்கிறது. அதாவது, இரயில் பயணத்தில் நிறப்பாகுபாட்டை ஒழிக்கப் போராடியோர் சுதந்திர இந்திய அரசாங்கத்தின் ஆட்சியாளராக மாறிய பின் இரயில் வர்க்கப் பாகுபாட்டைத் தொடர்கின்றனர்.

10

பேருந்துப் பயணத்தில் தீண்டாமை

நாங்கள் மஹர்கள் என்று ரயில் நிலைய அதிகாரியிடம் நான் சொன்ன பதில் வண்டிக்காரர்களைச் சென்றடைந்துவிட்டது. அவர்கள் தீட்டுப்படத் தயாராக இல்லை. அத்துடன் தீண்டப்படாதவர்களைப் பயணிகளாக ஏற்றிச் செல்வதன் மூலம் தங்களைத் தாழ்த்திக்கொள்ளவும் விரும்பவில்லை. நாங்கள் இருமடங்கு வாடகை கொடுக்க முன்வந்தும், பணத்தால் பலன் ஒன்றும் இல்லை என்பதைக் கண்டோம்.

– அம்பேத்கர்

ஹிந்து ஸநாதந ஜாதி ஒடுக்குமுறையிலிருந்து விடுதலைபெற போராடிய ஆதிதிராவிடர்கள் முதலில் பேருந்துப் போக்குவரத்தைப் பயன்படுத்துவது தவிர்க்க இயலாத தேவையாக இருந்தது. விவசாயம் சார்ந்த பாரம்பரிய உற்பத்தி முறையிலிருந்து விலகி பிரித்தானிய ஏகாதிபத்தியம் உருவாக்கிய இராணுவம், சுரங்கம், பஞ்சாலைத் தொழில், ஆசிரியர், சமையல் போன்றவற்றில் ஈடுபட்டபோது கிராமத்திலிருந்து வெளியே செல்ல பேருந்துகளைப் பயன்படுத்தும் கட்டாயம் ஏற்பட்டது. இரயில்வேயைப் போல் அல்லாமல் பேருந்துகள் ஜாதி ஹிந்துக்களால் இயக்கப்பட்டதால் ஆதிதிராவிடர்கள் அவற்றில் பயணிக்க அனுமதி

மறுக்கப்பட்டது. பேருந்தில் பயணிப்போரின் எண்ணிக்கை அதிகரித்தால் அது பேருந்து நிறுவனத்துக்குப் பொருளாதார லாபம் தரக்கூடியது என்ற போதிலும் ஆதிதிராவிடப் பயணிகள் பேருந்திலிருந்து திட்டமிட்டே விலக்கப்பட்டனர். இரயிலில் நிறப்பாகுபாடு பின்பற்றப்படுவதற்கு எதிராகவும் ஆதிதிராவிடர்கள் பொதுவெளிகளைப் புழங்குவதையும் பயன்படுத்துவதையும் தடுக்கக் கூடாது என்றும் சென்னை மாகாணப் பேரவையில் பொதுவாகச் சட்டமும் அரசாணையும் இயற்றப்பட்ட அதேகாலத்தில் பேருந்தில் பயணிப்பது தொடர்பான குறிப்பான சட்டம் ஒன்றும் அமலுக்கு வந்தது. 1924ஆம் ஆண்டு மோட்டார் வாகனச் சட்டத்தின் விதிகளுள் ஒன்று, "ஆதிதிராவிடர் அல்லது ஆதி–ஆந்திரர் ஆகியோருக்குப் பயணச்சீட்டு வழங்க மறுப்பதென்பது பேருந்து இயக்குவதற்கு வழங்கப்பட்ட உரிமத்திற்கு எதிரானது."[1] எனக் கூறுகிறது. இத்தகைய சட்டங்கள் இருந்த போதிலும், "பஞ்சமர்களுக்கும், குஷ்டரோகிகளுக்கும், பெரு வியாதிஸ்தர்களுக்கும் இடம் கிடைக்கப்பட மாட்டாது" எனப் பேருந்துப் பயணச்சீட்டின் பின்புறத்தில் பயண விதியாக அச்சிட்டு ஆதிதிராவிடர்கள் பேருந்தில் பயணிப்பதைத் தடுத்தனர். அதாவது, பேருந்தில் பயணிக்க பொருளாதாரக் கட்டணத்தைக் கணக்கில் கொள்ளாமல் சமூக, ஜாதி நிலையைத் 'தகுதி'யாக அறிவித்தனர். இதைப் பிரித்தானியரும் பிற வெள்ளையரும் இரயிலிலும் பேருந்திலும் செயல்படுத்திய நிறப்பாகுபாட்டுடன் ஒப்பிடுவது அவசியம். ஆப்பிரிக்காவில், பேருந்துகளிலும் இரயில்களிலும் வெள்ளையருக்கும் கருப்பருக்கும் தனித்தனியாக ஒதுக்கப்பட்ட இருக்கைகளில் "இருக்க" வேண்டுமெனக் கட்டளையிட்டு நிறப்பாகுபாடு செயல்படுத்தப்பட்டது.[2]

ஹிந்து ஜாதியக் கட்டமைப்பின் தீண்டாமையானது ஆதிதிராவிடர்கள் பேருந்தில் ஏறுவதை அனுமதிக்கவில்லை. விவசாயம் சார்ந்த தொழில்களை அல்லாமல் மாற்றுத் தொழில்களைக் கைக்கொண்ட ஆதிதிராவிடர்களின் நடையுடை பாவனைகளும் நவீனமாக மாறியதால் பேருந்தில் அவர்கள் ஏறியபோது சமூக அடையாளத்தை உடனடியாகக் காண இயலவில்லை. இருப்பினும், ஆதிதிராவிடர்களை அடையாளங் கண்டு பேருந்திலிருந்து இறக்கிவிடும் சம்பவங்கள் நடைபெற்றன. அவற்றில் சிலவற்றைக் காண்போம்.

சேலம் மாவட்ட நிர்வாகத்தால் உரிமம் வழங்கப்பட்ட நல்லிப்பாளையம் தண்டபாணி போக்குவரத்து நிறுவனம்

---

1. MLCD, 29 Ocober 1925, pp. 328 – 329.
2. சோமலெ, 'தென் ஆப்பிரிக்கா', சென்னை: பாரி நிலையம், 1968, ப. 23.

பேருந்துப் பயணச் சீட்டுகளின் பின்பக்கத்தில் "பஞ்சமர்களுக்கும் பெருவியாதியஸ்தர்களுக்கும் இடம் கிடைக்கப்பட மாட்டாது" என்பதைப் பயண விதியாக அச்சிட்டு ஆதிதிராவிடர்கள் பேருந்தில் பயணிப்பதிலிருந்து முற்றிலுமாக விலக்கியது.[3] திருவண்ணாமலைக்கும் சாமல்பட்டிக்கும் இடையே இயக்கப்பட்ட பச்சையப்பன் போக்குவரத்து நிறுவனத்தின் பேருந்தில் 1925 மே 21 அன்று செங்கம் என்ற ஊரிலிருந்து சாமல்பட்டி செல்வதற்கு ஆதிதிராவிடர் இரவுப் பள்ளி ஆசிரியர் எஸ். நல்லப்பனும் இச்சமூகத்தைச் சேர்ந்த தம்பதியர் இருவரும் பயணச் சீட்டு வாங்கினர். இவர்களை ஆதிதிராவிடர்கள் என அறிந்த பேருந்து முகவர் அவர்களைத் தகாத வார்த்தைகளால் திட்டிப் பேருந்திலிருந்து வெளியே இழுத்தார். பேருந்திலிருந்து இறங்குவதைத் தவிர வேறு வழியில்லாத அவர்கள் பயணச் சீட்டுக்கு செலுத்திய தொகையைத் திருப்பித் தருமாறு வேண்டினர். இதனால் பேருந்து முகவர், ஓட்டுநர், ஜாதி ஹிந்துக்கள் ஆகியோர் இணைந்துகொண்டு உங்களால் பேருந்து தீட்டுக்குள்ளாகிவிட்டது, பயணச் சீட்டுக்கான பணத்தைத் திருப்பிக் கேட்டால் உதைப்போம் என்று அவர்களை அச்சுறுத்தினர். இதனால் ஆதிதிராவிடர்கள் செங்கம் காவல் நிலையத்தில் முறையிட்டனர். காவலர்கள் பேருந்து திரும்பி வரும்போது விசாரணை செய்வதாகக் கூறினர். பேருந்து திரும்பி வரும்வரை அங்கேயே ஆதிதிராவிடர்கள் காத்திருந்தனர். பேருந்து திரும்பி வந்ததும் பயணச்சீட்டுக்கான தொகையைப் பெற்று ஆதிதிராவிடர்களிடம் தலைமைக் காவலர் ஒருவர் ஒப்படைத்தார்.[4]

ஆதிதிராவிடக் கிறிஸ்துவரான ஜான்பால் உபாத்தியாயர், கோயம்புத்தூர் செல்வதற்காக காங்கேயத்தில் ஊத்துக்குளி போகும் சர்வீஸ் கார் நெ. Co. 425 பேருந்தில் பயணச் சீட்டு வாங்கி உட்கார்ந்தார். அப்போது பயணச் சீட்டு கொடுத்தவர் எவ்விதத்திலோ ஜான்பாலை ஆதிதிராவிடன் என அறிந்து ஜாதி ஹிந்துக்களின் உதவியால் அவரைப் பலவந்தமாக இறக்கிவிட்டார்.[5] பெரம்பலூர் வட்டாட்சி தழுதாளை கிராமத்தில் நத்தர்மர் என்னும் உடையார் ஜாதியினர் "இந்துக்கள் ஏறும் மோட்டார்களில் ஆதிதிராவிடர்கள் ஏறக்கூடாது எனத் தடை விதித்தனர்.[6] கோயம்புத்தூர், திருச்சிராப்பள்ளி ஆகிய மாவட்டங்களில்

---

3. MLCD, 02 November 1925, p. 780.

4. G.O. 3758, Law (General) Mis. 16 December 1925; MLCD, 26 August 1925, Vol. XXIV, pp. 754 – 755.

5. மோட்டார் பஸ்களும் ஆதிதிராவிட கிறிஸ்தவர்களும், *குடி அரசு*, 19 டிசம்பர் 1926.

6. *திராவிடன்*, 26 டிசம்பர் 1930, ப. 8.

நிர்வாகத்திடம் உரிமம் பெற்றுப் பேருந்துகளை இயக்கிய பேருந்து உரிமையாளர்கள் ஆதிதிராவிடர்கள் பேருந்துகளில் பயணம் செய்வதை மறுத்தனர். சேலம் மாவட்டத்தைச் சேர்ந்த பச்சபட்டி முனிசிபல் எலிமெண்டரி ஆதிதிராவிட பாடசாலை உபாத்தியாயர் எஸ். பெரியதம்பி, சித்திரச்சாவடி பேருந்து ஓட்டுநர் தனக்குச் செய்த அக்கிரமத்தை குடி அரசு பத்திரிகைக்குக் கடிதம் எழுதினார். "பச்சபட்டி முனிசிபல் எலிமெண்டரி ஆதிதிராவிட பாடசாலை உபாத்தியாயராகிய நான் 21–1–1932 காலை பதினோறு மணிக்கு காடையம்பேட்டை கிராமத்திற்குப் போவதற்காக என் பெண்சாதி பிள்ளைகள் நான்குடன் சித்திரஞ்சாவடி மோட்டார் நிற்கும் இடத்திற்குச் சென்று எஸ்.579, பி.எஸ். 210 நம்பருள்ள காரில் உட்கார்ந்து ஒருமணி நேரம் காத்திருந்து வண்டி புறப்படும்போது என் ஜாதியை விசாரித்து பறையனுக்குக் கார் வேண்டுமா நடந்துபோடா என்று என்னை அவமானமாகப் பேசி என் குழந்தைகளைப் பிடித்துக் கீழே இழுத்துவிட்டான். நான் இது என்ன அநியாயம் பணம் கொடுக்கிறேனே ஏன் என்னைக் காரில் உட்கார வைப்பதில்லை என்று கேட்டேன். அதற்கு அவன் பறையர்கள் எப்போதும் என் காரில் வைப்பது கிடையாது. வேண்டுமானால் 25 ரூபாய் கொடுத்துத் தனியாக வேறு காரில் வா என்று சொல்லி, எந்த இடத்தில் என்ன செய்கிறாயோ செய்துகொள் என்று ஓட்டிக்கொண்டு போய்விட்டான். இது சங்கதியை மகா ஸ்ரீ சேலம் கலெக்டர் துரையவர்களுக்கும், செவ்வாய்ப்பேட்டை சப்–இன்ஸ்பெக்டர் அவர்களுக்கும் ஜில்லா போர்டு பிரசிடெண்டார் சமூகங்களுக்கும் ரிப்போர்ட் செய்யப்பட்டிருக்கிறது. இது விஷயமாக காருண்யமுள்ள கவர்மெண்டார் என்ன நடவடிக்கைகள் எடுத்துக்கொள்ளுகிறார்களோ அதைப் பின்னால் தெரியப்படுத்துகிறேன்".[7]

இதுபோன்ற சம்பவங்கள் பரவலாக இருந்தன. தாராபுரத்திலிருந்து திருப்பூர் வரை, ஈரோட்டிலிருந்து தாராபுரம் வரை, ஊத்துக்குழியிலிருந்து தாராபுரம், கரூரிலிருந்து காங்கேயம் வரை போன்ற வழித்தடங்களில் இயக்கப்பட்ட பேருந்துகளில் தலித்துகள் பயணிப்பதிலிருந்து விலக்கப்பட்டனர்.[8] ஈரோட்டிலிருந்து தாராபுரத்திற்கும், காங்கேயத்திலிருந்து ஊத்துக் குழிக்கும் இடையில் இயக்கப்பட்ட ஸ்ரீனிவாச லட்சுமி போக்குவரத்து நிறுவனம் ஆதிதிராவிடர்கள் பேருந்தில் பயணிப்பதை விலக்கியது.[9] ஊட்டியில் இயக்கப்பட்ட பேருந்துகளிலும் ஆதிதிராவிடர்கள் விலக்கப்பட்டனர்.[10]

---

7. மோட்டாரிலும் ஜாதி வித்தியாசம், குடி அரசு, 24 ஏப்ரல் 1932, ப. 25.
8. MLCD, 15 July 1926, Vol. XXX, p. 421.
9. MLCD, 09 September 1926, Vol. XXXII, p. 488.
10. MLCD, 23 April 1948, Vol. XVII, p. 221.

போராட்டம்

ஆதிதிராவிடர்களுக்கு அனுமதி மறுத்த பேருந்து நிறுவனங்களுக்கு எதிராகப் பாதிக்கப்பட்ட நபர்கள் புகார் கூறுதல், பத்திரிகைகளுக்குக் கடிதங்கள் எழுதுதல், மாகாணப் பேரவையில் சம்பந்தப்பட்ட பேருந்துகளுக்கு எதிராகக் குரல் கொடுத்தல், அப்பேருந்துகள் மீது மோட்டார் வாகன விதி அடிப்படையில் தண்டனை வழங்க வலியுறுத்துதல் போன்ற வடிவங்களில் ஆதிதிராவிடர்கள் போராடினர். “தற்காலம் எங்களில் சிலர் ஏஸ்டேட் ரைட்டர், சிப்பாய், போலீஸ், உபாத்தியாயர் முதலிய கீழ்தர உத்தியோஸ்தர்களும் தாலுகா போர்டு ஜில்லா போர்டு முனிசிபல் முதலியவைகளில் மெம்மர்களாகவும் இருந்து நாகரீகம் அடைந்து வருவது பிரத்தியக்ஷம். பொது ஜனங்களின் பிரயோஜனத்துக்காக கவர்மெண்டு லைசென்ஸ் பெற்று நடக்கும் மோட்டார் பஸ்களில் ஆதிதிராவிடருக்கும் ஆதிதிராவிட கிறிஸ்துவருக்கும் அடிக்கடி இவ்வித இன்னல்கள் ஏற்பட்டு அநேக ஆதிதிராவிட கிறிஸ்துவர்களின் பிரயாணம் தடைபட்டும் அதனால் குறித்த காரியமும் குந்தகமும் ஏற்பட்டுவிடுகிறது. ஆகையால் காருண்ய கவர்ன்மெண்டாரவர்கள் கவனித்து இக்கடும் செயல்களை நீக்கவேணுமென்று” காங்கயம் சேகரம் ஆதிதிராவிட கிறிஸ்துவர்களின் சார்பில் வி.பி. பரமானந்தம் உபாத்தியாயர் கோரினார்.[11] “மோட்டார் பஸ், ஜட்கா முதலிய வாடகை வாகனங்களிலும் பரிசல் ஓடம் போன்றவைகளிலும் ஜாதிபேதமின்றி தாழ்த்தப்பட்ட வகுப்பாரை ஏற்றுக்கொள்ள வேண்டும். அப்படிக்கில்லாது மறுத்தால் அந்தக் காரியங்களை நடத்துவோர்களுக்கு கவர்ன்மெண்டார் அவர்களால் கொடுக்கப் பட்டிருக்கும் லைசென்ஸை ரத்துசெய்து விடும்படியாய் இந்த மகாநாடு கவர்ன்மெண்டாரை தாழ்மையுடன் வேண்டிக் கொள்கிறது’ எனத் திருச்சிராப்பள்ளி மாவட்ட திராவிட உழவர்குல மகாநாட்டில் தீர்மானம் நிறைவேற்றப்பட்டது.[12]

ஆதிதிராவிடர்களான எம். சி. மதுரைப் பிள்ளை, இரட்டைமலை சீனிவாசன், பாலகுருசிவம் போன்றோர் பங்கேற்ற சென்னை பச்சையப்பன் கல்லூரியில் 1929 பிப்ரவரி 9, 10 ஆகிய நாட்களில் நடைபெற்ற சென்னை மாகாண தீண்டாமை விலக்கு இரண்டாவது மாநாட்டில், “சில பஸ் சொந்தக் காரர்கள் தீண்டாதாரை மோட்டார் காரில் ஏற்றிக்கொள்ள மறுத்து வண்டிச் சட்ட விதிக்கு விரோதமாய் நடந்து கொள்வதைக்

11. மோட்டார் பஸ்களும் ஆதிதிராவிட கிறிஸ்தவர்களும், *குடி அரசு*, 19 டிசம்பர் 1926.

12. G.O. No. 2692, Law (General), 03 November 1922.

குறித்து இம்மகாநாடு அதிகாரிகளுக்குக் கவனமூட்டுவதுடன், அவ்வாறு மீறி நடப்பவர்களைக் கடுமையாய்த் தண்டித்து அத்தொல்லைகளை ஒழிக்கும்படி அதிகாரிகளைக் கேட்டுக் கொள்ளப்படுகின்றது” என்னும் தீர்மானத்தை நடேச முதலியார் முன்மொழிய பாலகுருசிவம் ஆமோதித்துப் பேசியபின் இத்தீர்மானம் நிறைவேறியது.[13]

பிடிஎப். பக். 84 – 96 & 93. திருச்சிராப்பள்ளியில் 1931 ஜூன் 28 அன்று நடைபெற்ற திருச்சிராப்பள்ளி மாவட்ட தேவேந்திரகுல மாநாட்டில் ‘திருச்சியிலிருந்து லால்குடி போய்க்கொண்டிருக்கும் வாடகை மோட்டாரில் தாழ்த்தப்பட்டவர்களை ஏற்றுகிறதில்லை யாதலால் ஜாதி வித்தியாசமின்றி ஏற்றும்படி இம்மகாநாடு கேட்டுக்கொள்வதுடன் அப்படி ஏற்றாத மோட்டார்கார்களுக்கு லைசென்ஸ் கொடுக்கக் கூடாதென்று கனம் திருச்சி ஜில்லா போர்டு பிரசிடெண்டு அவர்களைக் கேட்டுக்கொள்கிறது’ என்றும்[14] “மோட்டார் பஸ்களில் ஆதிதிராவிடர்களை ஏற்ற மறுப்பதைக் கண்டிக்கின்றதுடன் அரசாங்கத்தார் உத்தரவு போட வேண்டுமாயும் கேட்டுக் கொள்கின்றது”[15] என்றும் தீர்மானங்கள் நிறைவேற்றப்பட்டன. “தஞ்சை முதலான ஜில்லாக்களில் ஆதிதிராவிடர்களை மோட்டாரில் யேற்றிக்கொள்ள மறுக்கும் மோட்டார் ஏஜன்டுகளின் லைசென்ஸில் ஜாதி வித்தியாசம் பாராட்டக் கூடாதென்ற நிபந்தனையைச் சேர்த்துக்கொள்ளுமாறு கேட்டுக்கொள்கிறோம்” எனத் தஞ்சாவூர் மாவட்ட ஆதிதிராவிடர் மாநாட்டிலும்,[16] “கரூர் தாலுகாவில் ஓடும் மோட்டார் வண்டிகளில் தாழ்த்தப்பட்ட மக்களை ஏற்றிக்கொண்டு போக மறுப்பதை இச்சங்கம் வன்மையாகக் கண்டிப்பதோடு சர்க்காரைத் தக்க நடவடிக்கை எடுக்குமாறும் கேட்டுக்கொள்கிறது'' என 1935 ஜனவரி 07 அன்று நடைபெற்ற தோட்டக்குறிச்சி தேவேந்திரகுல வேளாளர் வாலிபர் சங்கக் கூட்டத்திலும்[17] தீர்மானங்கள் நிறைவேற்றப்பட்டன.

பேருந்தில் பயணிக்க அனுமதி மறுப்பதை எதிர்த்து முன்னின்று போராடியவர்களில் குறிப்பிடத்தக்கவர் ஆர்.வீரையன் ஆவார். சென்னை மாகாணப் பேரவையின் ஆதிதிராவிடப் பிரதிநிதியான இவர் அப்போராட்டத்தில் வெற்றியும் பெற்றார். பேருந்தில், “பஞ்சமர்களுக்கும், பெரு வியாதிஸ்தர்களுக்கும் இடம்

---

13. *குடி அரசு*, 17–02–1929.
14. *திராவிடன்*, 01 ஜூலை 1931, பக். 7–8.
15 *குடி அரசு*, 05 ஜூலை 1931, ப. 11.
16. *குடி அரசு*, 19 ஜூலை 1931, ப. 19.
17. *குடி அரசு*, 1935, ப. 18.

கிடைக்கப்படமாட்டாது" என்று நல்லிபாளையம் தண்டபாணி பேருந்து நிறுவனப் பயணச்சீட்டின் பின்புறம் அச்சிட்டதை எதிர்த்து சென்னை மாகாணப் பேரவையில் ஆர். வீரையன் பேசினார். இதன் அடிப்படையில் மேற்கொள்ளப்பட்ட விசாரணையில் அது உண்மை எனக் கண்டறிந்து அப்பேருந்து நிறுவனத்துக்கு ரூ. 50 அபராதம் விதிக்கப் பட்டது. மேலும் அத்தகைய சொற்கள் இனி பயணச் சீட்டின் பின்பகுதியில் அச்சடிக்கக்கூடாது என்றும் அவ்வாறு செய்தால் மேலும் நடவடிக்கை எடுக்கப்படும் என்றும் எச்சரிக்கை செய்யப்பட்டது.[18] ஆதிதிராவிடர்கள் பேருந்தில் பயணம் செய்ய அனுமதி மறுக்கப்பட்ட சம்பவங்களில் நடவடிக்கை எடுக்க வலியுறுத்தி ஆர். வீரையன் பேசியபோதிலும் சம்பந்தப்பட்ட நிறுவனங்கள் மீது நடவடிக்கை எடுக்கவில்லை. பயணிப்பதிலிருந்து விலக்கப்படுவதும் தொடர்ந்து நடைபெற்றது.

பள்ளக்குடி, பறக்குடிப் பேருந்துகள்

பிரித்தானிய ஆட்சிக்குப் பிந்தைய காலத்தில் ஜாதிய சமூகத்தின் ஒடுக்குமுறையிலிருந்து விடுதலை பெறுவதற்காகப் பாரம்பரியத் தொழில்களைக் கைவிட்டு மாற்றுத் தொழில்களைக் கைக்கொள்ள நவீனக் கல்வியைக் கற்றல், இட ஒதுக்கீட்டின் மூலம் அரசுப் பணிகளை அடைதல், தனியார் நிறுவனங்களில் வேலைக்குச் சேருதல் போன்ற காரணங்களுக்காக ஆதிதிராவிடர்கள் தங்களின் கிராமங்களிலிருந்து அருகாமை நகரங்களுக்கு அன்றாடம் சென்றுவருதல் அதிகரித்தது. கல்வி கற்க விரும்பிய இளைஞர்களும், விவசாயம் அல்லாத இதர பணிகளில் ஈடுபடத் தொடங்கியவர்களும் பேருந்து வசதி இல்லாத கிராமங்களிலிருந்து சுமார் 10 கி.மீ. அன்றாடம் நடந்தே சென்றுவந்தனர். எத்தனை நாட்கள் நடந்தே சென்றுவர முடியும்? கடினமான இச்சூழல் பேருந்துகளைப் பயன்படுத்தத் தூண்டியது. இதனால் தங்கள் கிராமங்களுக்குப் பேருந்து வசதியைப் பெற ஆதிதிராவிட இளைஞர்கள் போராடினர்; அப்போது கல்வி கற்ற இளந்தலைமுறை முனைப்புடன் ஈடுபட்டனர். ஆட்சியாளர்களைச் சந்தித்து மனுகொடுத்தல், பேருந்து உரிமையாளரிடம் பேருந்து வசதி கேட்டல் போன்ற முயற்சிகளால் 1960களுக்குப் பின்னர் தென் தமிழகத்தில் கிராமங்களுக்குப் போக்குவரத்து வசதிகள் கிடைத்தன.

இக்கிராமங்களில் பேருந்து நிலையத்தை எந்த ஜாதியினரின் வசிப்பிடத்திற்கு அருகில் எங்கு அமைப்பது என்ற சிக்கல் முதலில் எழுந்தது. இது தொடர்பாக திருப்பணிகரிசல்குளம் கிராமத்தில்

18. MLCD, 02 November 1925, p. 780.

நடைபெற்ற நிகழ்வை பாலசுப்பிரமணியம் தன் கட்டுரையில் கூறியிருக்கும் பின்வரும் கருத்து கவனிக்கத்தக்கது: "தலித்துகளின் பகுதியில் பேருந்து நிலையம் அமைந்தால் தாங்கள் அந்தப் பகுதிக்குச் செல்ல நேரிடும். அடுத்து தலித்துகள் முதலில் ஏற வாய்ப்பிருந்தால் இருக்கைகள் அவர்களுக்கே கிடைக்கும். இதனால் அவர்கள் (தலித்துகள்) உட்கார்ந்து வரும்போது நாங்கள் நின்றுகொண்டு வருவதா?"[19] என ஆதிக்க ஜாதியினர் எண்ணினர். இந்த நிலையை முன்கூட்டியே உணர்ந்த ஆதிக்க ஜாதியினர் தங்கள் பகுதியில் பேருந்து நிலையம் அமைக்கும் ஏற்பாடுகளைச் செய்தனர். இதனால் ஆதிக்க ஜாதியினரின் வசிப்பிடத்தில் அமைக்கப்பட்ட பேருந்து நிலையத்துக்குச் சென்று பேருந்தில் ஏற வேண்டிய நிர்ப்பந்தம் ஆதிதிராவிடர்களுக்கு உருவானது. பேருந்து நிலையம் ஆதிக்க ஜாதியினரின் வசிப்பிடத்தில் அமைக்கப்பட்டதால் அவர்கள்தான் இருக்கையில் முதலில் அமர்ந்தனர். ஆதிதிராவிடர்கள் அமர்வதற்கு இடம் கிடைக்கவில்லை. ஆதிக்க ஜாதியினர் அமர்ந்திருக்கும் இருக்கைகளுக்கு அருகே இருக்கைகள் காலியாக இருந்தாலும் ஆதிதிராவிடர்கள் அமர்வதற்கு அனுமதி மறுக்கப்பட்டது. ஆதிதிராவிடர்கள் இருக்கையில் இருந்து பயணிக்கிறபோது ஆதிக்க ஜாதியினர் அமர இடமில்லை என்றால் ஆதிதிராவிடர்கள் எழுந்து நிற்க வேண்டும். சில பகுதிகளில் பேருந்துகளில் இருக்கைகள் காலியாக இருந்தாலும் ஆதிதிராவிடர்கள் நின்றே பயணிக்க வேண்டும் என்ற நடைமுறையும் பின்பற்றப்பட்டது.

சில பகுதிகளில் பேருந்து நிலையம் ஆதிக்க ஜாதியினருக்கும் ஆதிதிராவிடருக்கும் பொதுவான இடத்தில் இருக்கிறது. இத்தகைய இடங்களில் ஆதிதிராவிடர்களின் வசிப்பிடத்தைக் கடந்து பேருந்து சென்றுவர வேண்டிய நிலவியல் அமைப்பு இருக்கிறது. இவ்விடங்களில் பேருந்தில் ஏறி தலித்துகள் அமர்வதற்கு வாய்ப்பு கிடைத்தபோதும் ஆதிக்கச் சாதியினர் அதைத் தடுத்தனர். ஆதிதிராவிடர்கள் பேருந்தில் அமர்ந்து பயணிப்பதை ஆதிக்கச் சாதியினர் தடுத்தது ஏன்? தாங்கள் மட்டும் சௌகரியத்தோடும் சொகுசாகவும் பயணிக்க வேண்டும், ஆதிதிராவிடர்கள் அசௌகரியமாகவும் சிரமத்தோடும் பயணிக்க வேண்டும் என்பது ஆதிக்க ஜாதியினரின் விருப்பமா? ஜாதியச் சமூகத்தில் ஆதிக்க ஜாதியினருக்கு சமமாக ஆதிதிராவிடர்கள் அமர்தல், தேநீர்க் கடை, பஞ்சாயத்து அலுவலகம் போன்ற பொது வெளிகளில் தடை செய்யப்பட்டிருப்பது இக்காலத்திலுங்கூட தொடர்கிறது. அவ்வாறிருக்கிறபோது, சில பத்தாண்டுகளுக்கு முன் பேருந்தில் தங்களுக்குச் சமமாக ஆதிதிராவிடர்கள்

---

19. பாலசுப்பிரமணியம், 'தலித்துகளின் எதிர் அரசியலும் அரசின் 'பொது' நிலைப்பாடும்', *புதிய கோடாங்கி*, ஆகஸ்ட் 2007, ப. 35.

அமர்ந்து பயணம் செய்வதை ஆதிக்கச் சாதியினர் எவ்வாறு அனுமதித்திருப்பர்? பிற வெளிகளைப் போல் பேருந்துப் பயணத்திலும் அசமத்துவத்தை ஆதிக்க ஜாதியினர் செயல் படுத்தியதால் ஆதிதிராவிடர்கள் அமர்ந்து பயணிக்க இயலவில்லை. ஆதிக்க ஜாதியினரும் ஆதிதிராவிடர்களும் பேருந்தின் இருக்கைகளில் அமர்ந்து பயணித்தால் இருவரும் சமம் என்ற நிலையும் ஆதிக்க ஜாதியினர் அமர்ந்தும் ஆதிதிராவிடர்கள் நின்றும் பயணித்தால் முன்னவருக்குப் பின்னவர் கீழானவர் என்ற நிலையும் உருவாகும். எனவே, சமத்துவம் அசமத்துவம் என்ற ஹிந்து ஜாதியத்தின் படிநிலை அரசியல்தான் பேருந்தின் இருக்கைகளில் ஆதிதிராவிடர்கள் அமர்ந்து பயணிப்பதைத் தடுத்தது. மேற்குறிப்பிட்ட அசமத்துவத்துக்கு எதிராக ஆதிதிராவிடர்கள் போராடினர். இது பிரித்தானியக் காலத்தில் நடைபெற்ற போராட்டத்திலிருந்து வேறுபட்டது. அக்காலத்தில் பேருந்துகளில் ஏறுவதற்காகப் போராடினர். இக்காலங்களில் பேருந்தின் இருக்கையில் அமர்ந்து பயணிக்கப் போராடுகின்றனர். இப்போராட்டம் இரு வடிவங்களில் நடைபெற்றதைக் காணமுடிகிறது: 1) ஆதிதிராவிடர்களுக்கெனத் தனிப் பேருந்து வசதியைப் பெறுதல், 2) சமூக அடையாளத்தைக் காண இயலாத பேருந்துகளில் பயணித்தல். இந்த இரு வகைப் போராட்டங்களிலும் ஆதிக்க ஜாதியினர் பயணிக்கும் பேருந்துகளைப் புறக்கணித்தல் என்ற பண்பு இருக்கிறது. இது அமெரிக்காவில் கருப்பின மக்கள் ரோஸா லக்ஸம்பர்க் நிகழ்வையொட்டி நடத்திய பேருந்துப் புறக்கணிப்புப் போராட்டத்துக்கு ஒப்பாக இருக்கின்ற அதே சமயத்தில் வேற்றுமைகளும் இருக்கின்றன. கருப்பின மக்களும் ஆதிதிராவிடர்களும் நடத்திய போராட்டங்கள் சமத்துவம் என்ற இலக்கிலிருந்து வேறுபடவில்லை. கருப்பின மக்களின் பேருந்துப் புறக்கணிப்புப் போராட்டம் பேருந்துகளை முற்றிலும் புறக்கணித்து தாங்கள் செல்ல வேண்டிய இடங்களுக்கு நடந்து செல்வதை மேற்கொண்டது. ஆதிதிராவிடர்களின் போராட்டம் அவ்வாறு இல்லை. தங்களுக்கெனத் தனிப் பேருந்தைப் பெறுவதும், தங்களை அடையாளம் காணமுடியாத, தங்கள் மீது ஜாதிய ஆதிக்கம் செலுத்தும் வாய்ப்பில்லாத பேருந்துகளில் ஆதிதிராவிடர்கள் பயணித்தனர்.

ஆரம்ப காலங்களில் கிராமப்புறங்களுக்கு ஒரேயொரு பேருந்து இயக்கப்பட்டதால் ஆதிக்க ஜாதியினர் தங்கள் ஏகபோகத்தால் ஆதிதிராவிடர்கள் அப்பேருந்தில் பயணிப்பதைத் தடுத்தனர். இதனால் ஆதிக்கச் சாதியினரின் ஆதிக்கத்திலிருந்த பேருந்தில் பயணிப்பதைப் புறக்கணித்த ஆதிதிராவிடர்கள் தங்கள் கிராமத்துகெனக் கூடுதலாகப் பேருந்து ஒன்று இயக்கக்

கோரி பேருந்து உரிமையாளர்களை அணுகி வெற்றி பெற்றனர். திருநெல்வேலி மாவட்டம் சிவந்திப்பட்டி கிராமத்தில் வசிக்கின்ற ஆதிதிராவிடர்களின் முயற்சியால்தான் 1970களில் பேருந்து வசதி கிடைத்தது. இதை ஆதிக்க ஜாதியினர் ஆக்கிரமிப்பு செய்ததால் ஆதிதிராவிடர்கள் மீண்டும் முயன்று கூடுதலாக ஒரு பேருந்தை 1980களில் பெற்று அதில் அமர்ந்து பயணித்தனர். இதைப் போல் திருநெல்வேலி மாவட்டம் வல்லவன்கோட்டை ஆதிதிராவிடர்கள் வேறுவிதமாகப் போராடினர். ஆதிதிராவிடர்கள் மட்டும் சுமார் 2000 குடும்பங்கள் வசிக்கும் ஆதிதிராவிடர் கிராமமான வல்லவன்கோட்டைக்குப் பேருந்து வசதி இல்லை. இக்கிராமத்துக்கு அருகில் ஆதிக்க ஜாதியினர் வசிக்கின்ற வெள்ளாளன்குளம் வரை இயங்கும் தனியார் பேருந்து ஒன்றைத் தங்கள் கிராமம் வரைக்கும் வந்துசெல்கின்ற வசதியை 1980களில் பெற்றனர். இவ்விரு கிராமங்களும் சுமார் மூன்று கிலோ மீட்டர் இடைவெளியில் இருக்கின்றன. வெள்ளாளன்குளத்துக்குப் பின் வல்லவன்கோட்டை இருப்பதால் அப்பேருந்து வல்லவன் கோட்டைக்குச் சென்று திரும்பி வரும்போது அப்பேருந்தின் இருக்கைகளில் ஆதிதிராவிடர்கள் அமர்ந்திருந்தனர். ஆதிதிராவிடர்கள் இருக்கைகளில் அமர்ந்து பயணிக்க நாம் நின்று பயணிப்பதா? என எண்ணிய ஆதிக்க ஜாதியினர் அப்பேருந்தில் பயணிக்க மறுத்ததோடு அப்பேருந்து வல்லவன்கோட்டைக்குச் செல்வதையும் தடுத்துவிட்டனர். இதனால் வல்லவன்கோட்டை ஆதிதிராவிடர்கள் தங்களுக்கெனத் தனியாக அரசுப் பேருந்து வசதியைப் பெற்றனர். மேற்குறிப்பிட்ட கிராமங்களில் ஆதிதிராவிடர்கள் தாங்கள் அமர்ந்து பயணிக்கத் தனியாகப் பேருந்து வசதிகளைப் பெற்றதால் அவற்றை ஆதிக்கச் சாதியினர் அப்பேருந்துகளுக்குப் 'பள்ளக்குடி பஸ்' என்று பெயர் சூட்டினர். இதே போல் வடக்கு, மேற்கு மாவட்டங்களில் மாவட்டங்களில் சக்கிலியக்குடி பஸ் இருக்கலாம்.

இரண்டாம் வகைப் போராட்டத்தில் ஆதிதிராவிடர்கள் தங்களுக்கெனத் தனிப்பேருந்து வசதியைப் பெற முயற்சி எடுக்காததற்கு இரண்டு காரணங்கள் இருக்கின்றன: 1) அவர்கள் கிராமத்திற்கும் பேருந்துகள் இயங்கிக் கொண்டிருக்கும் நகரத்திற்கும் இடையில் பெருத்த இடைவெளி இல்லாததால் அந்நகரம் வரைக்கும் நடந்து சென்று பேருந்தில் பயணம் செய்ய முடியும். 2) அவ்வாறு பயணம் செய்கிறபோது அப்பேருந்தில் தங்கள் கிராமத்தைச் சார்ந்த ஆதிக்க ஜாதியினர் இல்லாதிருப்பர். ஆதிக்கமும் கீழ்ப்படிதலும் ஜாதி, சமூக அடையாளங்களை அறிந்தவர்களுக்கு இடையே மட்டும்தான் நிகழும். அதுவும் அவரவர் கிராமத்தைச் சேர்ந்தவர்களிடம் மட்டும்தான்

செயல்படுத்த முடியும். ஒரு கிராமத்தைச் சேர்ந்த ஆதிக்க ஜாதியினர் வேறு கிராமத்தைச் சேர்ந்த ஆதிதிராவிடரின் அடையாளத்தைக் காண்பதும் அவர் மீது ஆதிக்கம் செலுத்துவதும் எளிதில் நடைபெறக்கூடியது அல்ல. இதனால் ஆதிதிராவிடர்கள் தங்கள் கிராமத்திலிருந்து அன்றாடம் காலையும் மாலையும் ஒருசில கிலோ மீட்டர் தூரம் நடந்து சென்று முக்கியச் சாலைகளில் இயங்கிய பேருந்துகளில் பயணித்தனர். இத்தகைய நடைமுறையைத் திருநெல்வேலி மாவட்டம் திருப்பணிக்கரிசல்குளம் கிராமத்தைச் சேர்ந்த ஆதிதிராவிடர்கள் பின்பற்றினர்.

மேலே விவரித்திருக்கிற இருவகைப் போராட்டங்களிலும், தங்களின் கிராமங்களுக்கு வந்து செல்கின்ற பேருந்துகள் மீது அதே கிராமத்தைச் சேர்ந்த ஆதிக்க ஜாதியினர் ஆதிக்கம் செலுத்தியதால் அப்பேருந்துகளில் பயணம் செய்வதை ஆதிதிராவிடர்கள் புறக்கணித்தனர்; பேருந்துகளை முற்றிலுமாகப் புறக்கணிக்கும் போராட்டத்தை நடத்தவில்லை. அது மட்டுமின்றி பேருந்துகளில் ஆதிக்க ஜாதியினரின் ஆதிக்கத்தையும் எதிர்த்து ஆதிதிராவிடர்கள் போராடவில்லை. பேருந்து வசதிக்காக அவர்கள் தனியார், அரசுப் பேருந்துகளைச் சார்ந்திருந்தனர். சார்புநிலை, ஆதிக்க ஜாதி எதிர்ப்பின்மை ஆகியவற்றுக்குச் சில காரணங்கள் இருக்கின்றன. 1970களிலும் 1980களிலும் தென்மாவட்டங்களில் ஆதிதிராவிடர்கள் கல்வி கற்கவும் பொருளாதாரச் சுயசார்பை அடையவும் முயற்சித்தபோது ஆதிக்க ஜாதியினரின் ஆதிக்கத்தை எதிர்க்கின்ற வலிமையைப் பெறவில்லை. ஆகவே, கருப்பின மக்களின் பேருந்துப் புறக்கணிப்பு இயக்கம் வருமான இழப்பை ஏற்படுத்தியது போல் ஆதிதிராவிடர்களின் போராட்டம் அரசாங்கத்திற்கோ, தனியார் பேருந்து நிறுவனத்திற்கோ வருமான இழப்பை ஏற்படுத்தவில்லை. கருப்பின மக்களின் பேருந்துப் புறக்கணிப்பு இயக்கம் வருமான இழப்பை ஏற்படுத்தியதால் அவர்கள் வெள்ளையர்களுக்குச் சமமாக இருக்கையில் அமர்ந்து பயணிக்கின்ற சூழல் உருவானது. ஆனால் ஆதிதிராவிடர்களின் போராட்டம் கருப்பின மக்களின் போராட்டத்திலிருந்து சற்று வேறுபட்ட காரணத்தால் ஆதிக்க ஜாதியினரோடு அவர்களுக்கு இணையாக இருக்கையில் அமர்ந்து பயணிக்க முடியவில்லை. இதனால் தங்களுக்கெனத் தனியாகப் பேருந்து வசதிகளைப் பெற்றும், தங்களை அடையாளம் காணமுடியாததும் தங்கள் மீது ஆதிக்கம் செலுத்தும் வாய்ப்பும் இல்லாத பேருந்துகளில் பயணித்தனர். இப்பயணம் ஆதிதிராவிடர்களை ஆதிக்கச் சாதியினரின் பொருளாதாரச் சார்பு நிலையிலிருந்து விடுவித்ததால் பேருந்துப் பயணத்தில் ஆதிக்கச் சாதியினருக்குச் சமமாகப் பயணிக்கும் போராட்டத்தைத் தொடங்கினர்.

ஆதிக்கத்திற்கும் உரிமைக்குமான போராட்டக் களம்

1970கள், 1980கள் போல் அல்லாமல் 1990களில் ஆதிதிராவிடர்களின் வாழ்க்கையில் பல்வேறு மாற்றங்கள் ஏற்பட்டன. பொருளாதார நிலையில் தாங்கள் வசிக்கும் கிராமத்து ஆதிக்க ஜாதியினரைச் சாராத நிலை, கல்வியறிவு, அரசியல் சாசன உரிமை குறித்த விழிப்புணர்வு, உள்ளூர், பேரியக்கங்களில் பங்கேற்பு, சமூக மாற்றத்துக்கான அரசியல், சமூக இயக்கங்களுடனான உறவு போன்றவை ஆதிதிராவிடர்களை ஜாதி ஆதிக்கத்துக்கு எதிராகப் போராடும் சூழலை உருவாக்கியது. ஆதிக்க ஜாதியினருக்கும் ஆதிதிராவிடருக்குமான முரண் கூர்மை பெற்று தீவிரப்பட்டதும் மோதலாகப் பரிணமித்ததும் பேருந்துகளில்தான் நிகழ்ந்தது. கிராம அமைப்பு முறையில் வாழ்விடம், கோயில், பாலர் பள்ளி, குடிநீராதாரம், இடுகாடு / சுடுகாடு என அனைத்தும் ஒவ்வொரு ஜாதிக்கும் தனித்தனியாகவோ ஆதிதிராவிடர்களுக்கும் ஆதிக்க ஜாதியினருக்கும் இரண்டாகவோ இருக்கின்றன. இவ்விரண்டிரண்டு நிலையை அம்பேத்கர், "ஒவ்வொரு கிராமத்திலும் தீண்டத்தக்கவர்களும் தீண்டத்தகாதவர்களும் தனித்தனிக் குழுக்களாகவே உள்ளனர். அவர்களிடையே பொதுவாக ஒன்றும் இல்லை"[20] என்று கூறினார். கிராமக் கட்டமைப்பின் இந்நிலைக்கு நேர்மாறாக, பேருந்தானது முரணான மேற்கூறப்பட்ட பிரிவினர்கள் ஒன்றாகக் குழுமுவதற்கான சூழலை உருவாக்கியது. ஆதிதிராவிடர்கள் தங்களுக்குச் சமமாகவும் நெருக்கமாகவும் பயணிப்பதை ஆதிக்க ஜாதியினர் ஏற்கவில்லை. இது பேருந்து அறிமுகம் செய்யப்பட்ட காலத்திலிருந்து 1980கள் வரையிலும் நடைபெற்று வந்தது. இன்றும் சில கிராமங்களில் அந்நிலை நீடிக்கும் என்று நம்பலாம். ஆனால் 1990களில் ஏற்பட்ட சில மாற்றங்கள் பேருந்துகளைப் பயன்படுத்துவதிலும் மாற்றத்தை விளைவித்தது.

ஆதிதிராவிடர்களிடத்திலும் ஆதிக்க ஜாதியினரிடத்திலும் கல்வி கற்கின்ற போக்கும், விவசாயம் அல்லாத பிற தொழில்களில் ஈடுபடுவதும் 1990களில் அதிகரித்தது. இரண்டு பிரிவைச் சேர்ந்த பெண்களும் கல்வி கற்றல், தொழில் செய்தல் குறிப்பாகக் கட்டடம் கட்டுதல், சித்தாள் பணி, பீடித் தொழில் போன்ற தேவைகளுக்காகக் கிராமங்களைவிட்டு அன்றாடம் நகரங்களுக்குச் சென்றுவரத் தொடங்கினர். இது தென் மாவட்டங்களைச் சேர்ந்த பெண்களிடத்தில் ஏற்பட்ட புதிய மாற்றம் ஆகும். விவசாயிகளிடத்திலும் புதிய மாற்றம் ஏற்பட்டது. விவசாயத்தில் நவீன உற்பத்திக் கருவிகள் அறிமுகம் செய்யப்பட்டதால்

---

20. 'அம்பேத்கர் பேச்சும் எழுத்தும்' – தொகுதி 9, ப. 96.

பாரம்பரிய மாட்டுவண்டி அப்புறப்படுத்தப்பட்டது. விவசாய உற்பத்திக்கான மூலப் பொருட்களான விதை, உரம், பூச்சிக் கொல்லி மருந்து போன்றவற்றில் சுயசார்புடன் இருந்த விவசாயிகள் பிறரைச் சார்ந்திருக்க வேண்டிய நிலை முந்தைய காலத்தைவிடவும் அதிகரித்தது. இதுகாறும் உற்பத்தி செய்தவற்றை மரபுப் போக்குவரத்துச் சாதனமான மாட்டு வண்டியில் நகரங்களுக்குக் கொண்டு சென்றவர்கள் அவற்றை நவீனப் போக்குவரத்துச் சாதனமான பேருந்தில் கொண்டு செல்கின்றனர். பெருவாரியான கிராமப்புற மக்கள் தங்களின் வாழ்க்கைத் தேவைகளுக்காக நகரங்களைச் சார்ந்திருக்க வேண்டிய நிலை அதிகரித்துவிட்டதால் பேருந்துகளை அன்றாடம் பயன்படுத்துகின்ற போக்கும் பயணிகளின் எண்ணிக்கையும் அதிகரித்தன. இது ஆதிதிராவிடர்கள் ஆதிக்கச் சாதியினர் பயணித்த பேருந்தையும், பின்னவர்கள் முன்னவர்கள் பயணித்த பேருந்தையும் பயன்படுத்த வேண்டிய சூழலை ஏற்படுத்தியது. பொருளாதாரச் சுயசார்பு நிலையை ஓரளவு அடைந்த ஆதிதிராவிடர்கள் ஒவ்வொரு பொதுக் களத்திலும் சமத்துவம் பெறுவதற்காகப் போராடியது போல் பேருந்துப் பயணத்திலும் சமத்துவம் அடைய வேண்டும் என்ற வேட்கையால் ஆதிக்க ஜாதியினர் மட்டுமே பயணித்த பேருந்துகளில் பயணிக்க முற்பட்டனர். பரந்த இடைவெளியில் ஒருவருக்கொருவர் அருகருகே நின்று, இருந்து பார்க்கவும் பேசவும் வாய்ப்பு இல்லாத கிராமச் சூழலுக்கு நேர்மாறாக இடைவெளியற்று நெருக்கமாகப் பார்த்து, நின்று, உட்கார்ந்து, உரசும் சூழல் பேருந்தில் உருவாகியது. ஏற்றத்தாழ்வான எண்ணங்களோடும், விருப்பு வெறுப்புகளுடனும், விடுதலை பெறவேண்டும் என்ற வேட்கையுடனும் வாழ்ந்த ஆதிதிராவிடர்கள் பேருந்தில் நேருக்குநேர் அதுவும் மிக நெருக்கமாக ஆதிக்கச் சாதியினரை சந்தித்துக்கொள்ளும்போது என்ன நிகழும்? பொதுக்களத்தில் என்ன நிகழும்? என்று ஹேபர்மாஸ் கருதினாரோ அதற்கு நேர்மாறாக உரையாடலுக்குப் பதில் உரசல் நிகழ்ந்தது. இது இரண்டு வடிவங்களில் நிகழ்ந்தது. அவை: 1. உடல் உரசல் 2. உளவியல் உரசல். உடல் உரசல் என்பது இதுவரையிலும் தீண்டாதிருந்த உடல்கள் தீண்டிக் கொள்வதாகும். இது ஆணுக்கும் ஆணுக்கும், பெண்ணுக்கும் பெண்ணுக்கும் இடையில் நடைபெற்றது. ஆதிக்க ஜாதியைச் சேர்ந்த ஆண்கள் அல்லது பெண்கள் அமர்ந்திருக்கின்ற இருக்கையில் மற்றொருவர் இருப்பதற்கான இடம் இருந்தால் அவ்விடத்தில் ஆதிதிராவிட ஆண்கள் அல்லது பெண்கள் இருத்தல், பேருந்தினுள் ஒருவரை மற்றவர் கடந்து செல்லுதல் ஆகிய சூழலின்போது உடல்கள் உரசிக்கொள்ளுதல் தவிர்க்க இயலாது. இதனால் ஆதிக்க ஜாதியினர் ஆதிதிராவிடர்களின் சமூகப் பெயர்களைக் கூறி இழிவாகத் திட்டினர்; வன்முறையை ஏவினர்.

தொடக்கத்தில் ஆதிக்க ஜாதியினரின் ஏச்சுக்கும் வன்முறைக்கும் அடிபணிந்த ஆதிதிராவிடர்கள் அவை தொடரத் தொடர அதற்கெதிராகப் போராடினர். இதன் முதல் கட்டம் இருக்கையில் அமர்ந்து பயணித்தல் ஆகும். இந்தப் போராட்டத்தில் பேருந்து நிலையம் முக்கியப் பங்காற்றியது. பொதுவாகப் பேருந்து நிலையம் ஆதிக்க ஜாதியினரின் வசிப்பிடத்தில் அமைக்கப்பட்டது. சில பகுதிகளில் ஆதிக்க ஜாதியினரின் வசிப்பிடம் அருகே பேருந்து நிலையம் அமைக்கப்பட்டிருந்தாலும் இதற்கும் ஆதிதிராவிடர்களின் வசிப்பிடத்துக்கும் பெருத்த இடைவெளி இல்லை. சில பகுதிகளில் பேருந்து நிலையத்துக்கும் ஆதிதிராவிடர்களின் வசிப்பிடத்துக்கும் பெருத்த இடைவெளி இருக்கும். சில கிராமங்களில் பேருந்து நிலையத்தைக் கடந்து ஆதிதிராவிடர் குடியிருப்பு இருக்கிறது; சில கிராமங்களில் தலித் குடியிருப்பைக் கடந்து பேருந்து நிலையம் இருக்கிறது. சில கிராமங்களில் கிராமம் விரிவடைகின்ற காரணத்தால் விரிவடைந்த பகுதியில் வசிப்பவர்களுக்கும் பேருந்து நிலையத்திற்கும் பெருத்த இடைவெளி ஏற்பட்டது. விரிவடைந்த பகுதியில் அனைத்து ஜாதியினரும் குடியிருக்கவில்லை. சில கிராமங்களில் ஆதிக்க ஜாதியினர் வசிக்கின்ற பகுதியும் சில கிராமங்களில் ஆதிதிராவிடர்கள் வசிக்கின்ற பகுதியும் விரிவடைந்தன. இப்பகுதிக்கும் பேருந்து நிலையத்துக்கும் பெருத்த இடைவெளி இருக்கிறது. பயணிகளில் முதலில் யார் பேருந்தில் இடம் பிடிக்கிறார்களோ அவர்களே அதில் அமர்ந்து செல்ல இயலும் என்பதால் இடம் பிடிக்க பல உத்திகள் கையாளப்படுகின்றன. பொதுவாகக் கிராமங்களில் பேருந்து நிலையத்திலிருந்து புறப்படும் பேருந்தானது பேருந்து நிறுத்தத்தில் மட்டுமின்றி பேருந்தில் ஏறுவதற்காக மக்கள் வழிமறிக்கிற இடங்களில் எல்லாம் நின்று செல்லும். விரிவடைந்த பகுதியிலேயே நின்றுகொண்டு பேருந்தில் ஏறிக்கொள்ள முடியும். ஆனால் அவர்கள் இருப்பதற்கு இருக்கைகள் கிடைப்பது அரிது. இத்தகைய சிக்கல் ஏற்பட்டபோது விரிவடைந்த பகுதியில் வசிக்கின்ற ஆதிக்க ஜாதியினர் பேருந்து தங்கள் பகுதியைக் கடந்து பேருந்து நிலையத்திற்குச் செல்லும்போதே அதில் ஏறி இருக்கையில் அமர்ந்துகொள்வர். ஆதிக்க ஜாதியினரின் இந்த நடவடிக்கையில் அவர்கள் அமர்ந்தும் ஆதிதிராவிடர்கள் நின்றும் பயணிக்க வேண்டும் என்ற நோக்கம் இருந்தது. இதனால் பேருந்தில் ஏறிக்கொள்கின்ற ஆதிக்க ஜாதியினர் இருக்கைகளில் அமர்வது மட்டுமின்றி கைக்குட்டை, பை போன்ற பொருட்களைக் காலியாக இருக்கின்ற இருக்கைகளில் வைத்து அவ்விருக்கைகளைத் தங்களின் உற்றார் உறவினர்களுக்காக இடம்பிடித்துக்கொள்வர். இவ்வாறு பேருந்தில் ஏறிச் சென்று நிலையம்வரை செல்கிறபோது அதற்கு ஆதிக்க ஜாதியினர் பயணச் சீட்டு பெற்றுக்கொள்வதில்லை.

பேருந்து நடத்துநரும் அவர்களிடத்தில் பயணச்சீட்டு எடுக்க வேண்டும் என்று கூறுவதில்லை.

மேலே விவரித்திருக்கின்ற செயல்பாட்டைத் திருநெல்வேலி மாவட்டம் சிவந்திப்பட்டி உட்பட பல கிராமங்களைச் சேர்ந்த ஆதிக்க ஜாதியினர் பின்பற்றினர். ஆதிக்க ஜாதியினரின் இந்நடவடிக்கை ஆதிதிராவிடர்கள் இருக்கைகளில் அமர்ந்து பயணிப்பதை முற்றிலுமாகத் தடுத்தது. இருக்கைகளில் அமர்ந்து பயணிக்க வேண்டும் என்பதற்காக ஆதிதிராவிடர்களும் ஆதிக்க ஜாதியினர் பின்பற்றிய அதே முறையைக் கைக்கொண்டனர். அதாவது, விரிவடைந்த பகுதியில் வசிக்கின்ற ஆதிதிராவிடர்கள் தங்களின் பகுதியைக் கடந்து பேருந்து முனையத்துக்குச் செல்லும்போதே அதில் ஏறி அமர்ந்தனர். இத்தகைய நிகழ்வுகள் திருநெல்வேலியிலிருந்து தூத்துக்குடி மாவட்டம் ஆழ்வார்கற்குளம் வரை சென்றுவருகின்ற பேருந்துகளில் நடைபெற்றன. சிவந்திப்பட்டி ஆதிக்க ஜாதியினர் நடவடிக்கையும், ஆழ்வார்கற்குளம் ஆதிதிராவிடர்களின் நடவடிக்கையும் ஒன்றுபோல் தோன்றலாம். இந்த இரண்டு நடவடிக்கைகளிலும் இருக்கின்ற அரசியலை நோக்கினால் அவற்றின் இலக்கு வேறுவேறாக இருப்பதைக் காணலாம். ஆதிக்க ஜாதியினரின் நடவடிக்கையில் இரண்டு நோக்கங்கள் இருக்கின்றன: ஒன்று, தங்களது ஆதிக்கத்தையும் ஆதிதிராவிடர்களின் ஒடுக்கப்பட்ட நிலையைப் பேருந்திலும் நிலைநாட்டுதல். இரண்டாவது, தான் அனுபவிக்கின்ற அதே பொருளை ஆதிதிராவிடர்கள் அனுபவிக்கக்கூடாது என்ற தீண்டாமை ஆகும். பேருந்தில் குறிப்பிட்ட எல்லையை அடைவதற்காக ஆதிக்க ஜாதியினருக்கு என்றோ ஆதிதிராவிடர்களுக்கு என்றோ அவர்கள் நின்று பயணிக்கவோ அல்லது அமர்ந்து பயணிக்கவோ வெவ்வேறான கட்டணங்கள் வசூலிக்கவில்லை, ஒரே விதமான கட்டணம்தான் வசூலிக்கப்படுகிறது. ஆதிதிராவிடர்கள் நின்று பயணிக்க வேண்டும் என்று ஆதிக்க ஜாதியினர் விரும்புவதன் உள்நோக்கம் ஜாதியப் படிநிலையைப் பேருந்துப் பயணத்திலும் மறுஉற்பத்தி செய்வதாகும்.

இதற்கு நேர்மாறாக, ஆதிதிராவிடர்களின் போராட்டத்தில் சமத்துவம் அடைதல் என்ற நோக்கம் மட்டுமே இருக்கிறது. ஆதிக்க ஜாதியினரின் தீண்டாமையும் ஆதிதிராவிடர்களின் சமத்துவத்துக்கான போராட்டமும் அவ்விரு பிரிவினர்களையும் அடுத்த கட்டத்துக்குத் தள்ளியது. கிராமப்புறங்களில் நடைபெறும் கோயில் கொடைவிழா, திருமணம், காதணி விழா, பூப்பெய்தல் போன்ற சமூகப் பண்பாட்டுக் கொண்டாட்டங்களைப் பேருந்துகளிலும் கொண்டாடத் தொடங்கினர், இது

தென்மாவட்டங்களில் 1990களில் பரவலாக நடைபெற்றது. தென்மாவட்டங்களில் சில ஜாதியினரும் சமூகத்தினரும் தேவர் கோட்டை, தேவேந்திரர் கோட்டை, யாதவர் கோட்டை எனக் கோட்டைகளைக் கட்டினர். கோட்டை என்ற வார்த்தையைக் கணக்கில் எடுத்துக்கொண்டு ஒவ்வொரு சாதியினரும் தாங்கள் வாழுகின்ற பகுதியைச் சுற்றி சுற்றுச் சுவர் எழுப்பினரோ? என்று வினவ வேண்டாம். இக்கோட்டை கோட்டைப்பிள்ளைமார் கட்டிய மண்கோட்டை போல் அல்ல; மன்னராட்சிக் காலத்தில் கட்டப்பட்டது போன்ற கோட்டைகளும் அல்ல; வீட்டைச் சுற்றிக் கட்டப்பட்ட சுற்றுச் சுவரும் அல்ல; உத்தபுரத்து ஆதிக்க ஜாதியினர் கட்டியிருந்த தடுப்புச் சுவர் போன்றும் அல்ல! அப்படியானால் தேவர்கோட்டை, தேவேந்திரர் கோட்டை எவ்வாறு இருக்கும்? அவை ஒவ்வொரு சாதியினரும் தங்கள் மனங்களில் கட்டிவைத்திருக்கும் வெறும் மனக்கோட்டைகள்தாம்! இந்த மனக் கோட்டைகளுக்குள் சாதிய ஆதிக்கமும் போராட்டமும் இருப்பது ஆய்வுக்குரியது. இந்த சாதியக் கோட்டைகளில் இன்ப துன்ப நிகழ்வுகள் நடைபெறும்போது பேருந்துகள் அலங்கரிக்கப்படும். தேவர் / தேவேந்திரர் / யாதவர் “கோட்டையில்” திருவிழா, என்ற வாசகம், அவர்கள் சமூகத்தைச் சேர்ந்த தலைவர்கள், நடிகர்கள், இயக்குநர்கள் போன்றோரின் புகைப்படங்கள், வாழைமரங்கள் போன்றவை பேருந்தின் முன்புறக் கண்ணாடியில் கட்டினர். சாலையைப் பார்த்துப் பேருந்தை இயக்குவதற்கு வசதியாக சிறிய இடைவெளியை மட்டுமே விட்டுவிட்டு பிற பகுதிகளில் மேற்கூறியதுபோல் அலங்கரித்தனர். அப்பேருந்து செல்லும் ஊரின் பெயரைப் பார்ப்பதற்கு முன்னர் கோட்டைகளில் நடைபெறும் நிகழ்ச்சியே முதலில் தெரியும். இவ்வாறு கிராமங்களிலிருந்து நகரங்களுக்குச் சென்றுவருகின்ற பேருந்துகள் அவ்வப்போது ஒவ்வொரு கோட்டையிலும் நடைபெறும் நிகழ்வுகளைச் சுமந்து சென்றுவந்தன. ஒரு ஜாதியினர் தங்களுக்கான விழா நடைபெறும்போதுபேருந்தைஎந்த அளவிற்கு அலங்கரிப்பார்களோ அதைவிடவும் பல மடங்கு கூடுதலாக மற்ற ஜாதியினர் தங்கள் திருவிழாவின் போது அலங்கரிப்பர். பேருந்துகள் தனியாருக்கு அல்லது அரசுக்குச் சொந்தமாக இருந்தாலும் அப்பேருந்துகள் அவ்வப்போது பல கோட்டைகளாக – தேவர் கோட்டை, தேவேந்திரர் கோட்டை, யாதவர் கோட்டை – என மாறிக்கொண்டிருந்தன.

இவ்வாறாகக் கோட்டைகளின் பெருமைகளைப் பேருந்தில் கொண்டாடுவது ஏன்? இது வெறும் கொண்டாட்டம் மட்டும் தானா? இந்தக் கொண்டாட்டத்தின் வழி ஜாதி ஆதிக்கத்துக்கும் சமத்துவத்துக்குமான முரண்பாடு கூர்மைப்படுத்தப்படுகிற அதேசமயம் ஆதிக்க ஜாதியினருக்கும் ஒடுக்கப்படும் ஆதிதிராவிடருக்கும் இடையிலான மோதல் பண்பாட்டு

வடிவில் நடைபெறுவதை அறிய முடிகிறது. இது பொதுச் சொத்து, பொதுக் களம், பொது வெளி ஆகியவற்றில் தங்கள் ஏகபோகத் தனிவுடைமையைத் தக்க வைக்கத் துடிக்கும் ஆதிக்க ஜாதியினருக்கும், ஜாதி, மத, இனப் பாகுபாடு இல்லாமல் அனைவருக்கும் அரசியல் சாசனம் வழங்கும் பொதுவுரிமையைப் பிறரைப் போல் தாங்களும் அனுபவிக்கப் போராடும் ஆதிதிராவிடர்களுக்கும் நிகழ்கின்ற மோதல் என்பதைக் காட்டுகிறது. இம்மோதல் கலை வடிவில் பேருந்தில் எதிரொலிக்கப்பட்டது. திரைப்படத் துறையில் ஜாதிய சிக்கல் வலுவாக இருக்கிற அதேசமயம் திரைத் துறையினரை ஜாதியாகக் காணும் போக்கு ஒவ்வொரு ஜாதி, சமூகங்களிடம் இருக்கின்றன. திரைப்படப் பாடல்களை எழுதும் கவிஞர்கள் ஏதாவது ஒரு ஜாதி, சமூகத்தைச் சேர்ந்தவராக இருக்கலாம். இந்தப் பாடல்கள் ஒரு குறிப்பிட்ட ஜாதி, சமூகத்தைச் சேர்ந்த நடிகர் நாயகனாக நடித்திருக்கின்ற படத்தில் இடம்பெற்றால் அப்பாடல் சம்பந்தப்பட்ட ஜாதிக்கான பாடலாக ரசித்துக் கேட்கப்படுவதும் உண்டு. தேவர் ஜாதியைச் சேர்ந்த கார்த்திக் நடித்திருக்கும் படத்திலும், தேவேந்திரர் ஜாதியைச் சேர்ந்தவர் என்று நம்பப்படுகின்ற விக்ரம், பிரசாந்த் ஆகியோர் நடித்திருக்கும் படங்களிலும் இடம்பெற்றிருக்கின்ற பாடல்களைத் தேவர், தேவேந்திரர் ஜாதிகளுக்கான பாடல்களாக உரிமையோடு ரசித்துக் கேட்கப்படும். தேவர்களும் தேவேந்திரர்களும் பேருந்தில் பயணிக்கிறபோது தத்தம் ஜாதி நடிகர்கள் நடித்த படங்களில் இடம்பெற்ற பாடல்களை ஒலிபரப்ப வேண்டும் என்று பேருந்து நடத்துநரையும் ஓட்டுநரையும் வற்புறுத்துவது வழமையாக நடைபெறுகிறது. அதிலும் குறிப்பாக இரண்டு பாடல்களை ஒலிபரப்ப வேண்டுமென்று அவ்விரு பிரிவினரும் வலியுறுத்துவர். தேவர் ஜாதியினர் கார்த்திக் நடித்த ‘அமரன்’ என்ற படத்தில் இடம்பெற்றிருக்கும் பாடலான ‘வெத்தல போட்ட சோக்குல நான் டப்புன்னு குத்துன்ன மூக்கல . . .’ என்ற பாடலையும், ஆதிதிராவிடர்கள் விஜயகாந்த் படத்தில் இடம்பெற்றிருக்கின்ற ‘போராடடா அட வாளேந்துடா... இங்கு பள்ளு, பறை...’ என்ற பாடலையும் ஒலிபரப்ப வேண்டுமென வலியுறுத்துவர்.

இப்பாடல்களை நோக்கினால் முன்னது ஆதிக்கத்தையும் பின்னது உரிமைக்கான போராட்டத்தையும் பாடுகிறது. புரட்சியில் ஈடுபட்டிருக்கும் படை வீரர்களுக்குக் கலையுணர்ச்சி வேண்டும், கலையுணர்ச்சி இல்லாத படை சவத்திற்கு ஒப்பானது என்று கூறுவார் மாவோ. ஜாதியச் சமூகத்தில் ஆதிக்கத்தை நிலைநிறுத்தவும் சமத்துவம் தங்களின் மோதலை கலைவடிவிலும் நடத்துகின்றனர். திருநெல்வேலி மாவட்டம் சங்கரன்கோவில் அருகே பாட்டப்பத்தூர், ராமநாதபுரம் ஆகிய கிராமங்களில் ஆதிதிராவிடர்களும் ஆதிக்க ஜாதியினரும் வசிக்கின்றனர். இக்கிராமங்களைச் சேர்ந்த மாணவர்கள் பேருந்தில்

பள்ளிக்குச் சென்று வருவது வழமை. 2011 பிப்ரவரி 14 அன்று ஆதிதிராவிட மாணவர் ஒருவர் தன்னுடைய அலைபேசியில் 'போராடடா அட வாளேந்தடா . . .' என்ற பாடலைச் சப்தமாக வைத்ததை ஆதிக்க ஜாதி மாணவர்கள் எதிர்த்ததால் அவர்களுக்குள் தகராறு ஏற்பட்டு மோதல் மாறியது.[21] இத்தகைய மோதல் தூத்துக்குடி மாவட்டம் ஆழ்வார்கற்குளம் சென்று வருகின்ற பேருந்திலும் சமீபத்தில் நடைபெற்றது.[22] இம்மோதல் முற்றுப்பெறுவதற்கான சூழல் தற்போது இல்லை என்று கூற முடியும்.

○

பேருந்துப் பயணம் ஜாதி, சமூகம் கடந்த ஆண், பெண் நட்புக்கும் காதலுக்கும் வித்திட்டதால் அது புதிய சிக்கல்களை விளைவித்தது. ஜாதியக் கட்டமைப்பில் ஆதிக்க ஜாதியினர் ஆதிதிராவிடப் பெண்கள் மீது தங்கள் ஆதிக்கத்தைப் பல வடிவங்களில் வெளிப்படையாகச் செயல்படுத்தினர். பிரித்தானிய ஆட்சிக் காலத்தில், ஆதிதிராவிடப் பெண்கள் மேலாடை அணியக்கூடாது என்ற ஆதிக்கச் சாதியினரின் கட்டளையைப் பெர்னார்ட் கோன் ஆதிக்கச் சாதியினரின் பாலியல் சுரண்டல் என்றும் அது ஆண்களின் காமவெறி எனக் கூறுவது ஏற்புடையதுதான்.[23] ஆதிதிராவிடப் பெண்கள் மீதான நிலவுடைமையாளர்களின் பாலியல் ஒடுக்குமுறையை கோ. வீரையன், "அந்தப் பெண் நல்ல உடற்கட்டுடன் இருந்தால் போதும் மிராசுதாரர்களின் இச்சைக்கும் இணங்கியாகி வேண்டும்"[24] என்கிறார். நிலவுடைமையாளர் மட்டுமின்றி தங்களின் கட்டுப்பாட்டுக்குள் குடிநீரைக் கொண்டிருக்கின்ற ஆதிக்க ஜாதியினர் குடிநீர் கொடுக்கக்கூட ஆதிதிராவிடப் பெண்களை தங்களின் இச்சைக்குப் பயன்படுத்திக் கொள்வதும் நடைபெறுகிறது. ஹிந்து ஜாதியக் கட்டமைப்பில் ஆதிதிராவிடர்கள் பிறரைச் சார்ந்து இருந்ததால் ஆதிக்க ஜாதி ஆணாதிக்கத்தை ஆதிதிராவிட ஆண்களால் எதிர்க்க இயலவில்லை. எனவே ஆதிதிராவிடப் பெண்கள் ஆதிக்க ஜாதி ஆண்களின் ஆணாதிக்கத்துக்கு ஆட்பட்டிருந்தது தெளிவு.

ஆதிக்க ஜாதி ஆண்களைப் போல் ஆதிதிராவிட ஆண்கள் ஆதிக்க ஜாதி பெண்கள் மீது ஆதிக்கம் செலுத்தவில்லை. ஆதிக்க

---

21. *தினமலர்*, 18 பிப்ரவரி 2011, ப. 9, நெல்லைப் பதிப்பு.
22. *ஆழ்வார்கற்குளம்*, 10 ஆகஸ்ட் 2010
23. Bernard Cohn, 'Colh, Clohe, and Colonilim', in Sarabh Dube (ed.), Historical Anthropology, NewDelhi: OUP, 200, pp. 91– 92
24. கோ. வீரையன், 'தமிழ்நாடு விவசாயிகள் இயக்கத்தின் வீரவரலாறு', சென்னை: சவுத் விஷன், 1998, ப. 12.

ஜாதிகளைச் சார்ந்து வாழ்ந்தபோது அப்பெண்களின் ஆணைகளை ஏற்றுப் பணியாற்றினர். அவர்களை "அம்மா", "நாச்சியார்" என்று மரியாதையாக அழைத்தனர். இது ஆதிக்கத்துக்கும் சார்பு நிலைக்கும் இடையிலான உறவு என்பதால் ஆதிதிராவிடர்கள் மரியாதைக்குரிய உடல்மொழியையும் வாய்மொழியையும் உபயோகித்தனர். பொருளியல் தேவைகளுக்காக ஆதிக்கச் சாதியினரைச் சார்ந்திருந்த நிலையிலிருந்து விடுபடுதல், கல்வி நிலையம், அரசு, தனியார் அலுவலகம், தொழிற்சாலை போன்றவற்றில் ஒன்றாகக் கற்றல், பணியாற்றுதல் போன்ற காரணிகளால் பேருந்தில் அன்றாடம் அல்லது குறித்த கால இடைவெளியில் சந்திப்பதால் ஜாதி, மதம் கடந்து ஆண்களும் பெண்களும் 'சமமாகப்' பழகும் சூழல் ஏற்பட்டது. பேருந்துகளில் பயணிக்கும் தருணங்களில் ஜாதி, சமூக, மதப் பிரிவுகளைக் கடந்து ஆணும் பெண்ணும் பார்க்கவும் பழகவும் வாய்ப்புகள் கிடைத்தன ஆனால், உரையாடும் வாய்ப்பு ஏற்படவில்லை. ஏனென்றால், பெண்களின் அச்சமும், கங்காணிகள் மீதான பயமும் மாற்று சமூக, ஜாதி ஆண்களோடு பேசுவதைத் தடுத்தது. ஒரு சமூக, ஜாதியைச் சேர்ந்த பெண்கள் மாற்று சமூக, ஜாதி ஆண்களோடு உரையாடும்போது அதைக் கண்ட கங்காணிகள் தன் பெற்றோர், உடன் பிறப்புக்கள், உற்றார் உறவினர் போன்றோருக்குத் தெரிந்துவிட்டால் கண்டனத்துக்கும் தண்டனைக்கும் உள்ளாகக்கூடும் என்ற அச்சம் இருந்ததால் அவர்கள் பேசுவதற்கு அச்சப்பட்டனர். ஆனால் அன்றாடம் பயணிக்கின்ற பயணிகளிடம் குறிப்பாக மாணவர்கள், இளைஞர்களிடத்தில் அந்த அச்சம் நீண்ட நாட்கள் நீடிக்கவில்லை. அது குறையத் தொடங்கியது, உரையாடலுக்கு வழிவகுத்தது. அச்சம் குறைந்து உரையாடல் நிகழ்வதைச் சில காரணிகள் ஊக்குவித்தன. அம்பேத்கரும் பெரியாரும் வலியுறுத்திய சாதி மறுப்புத் திருமணம், சமூகத்தில் மேல்நிலைக்குச் செல்ல வேண்டும், நவீனக் கல்வியால் ஏற்பட்ட விழிப்புணர்வு போன்ற காரணிகள் ஜாதி, சமூக, மத வேறுபாடுகளைக் கடந்து உரையாடலையும் உறவாடலையும் உருவாக்கின. நற்பண்பு, பள்ளி, கல்லூரிகளில் கல்வி கற்றல், நவீன உடுப்பு, ஆங்கில வார்த்தை உபயோகம், ஆணாதிக்கமின்மை போன்ற ஆதிதிராவிடர் இளைஞர், மாணவர்களின் பண்புகளால் இவர்கள் மீது ஆதிக்க ஜாதி பெண்களுக்கும் மாணவியர்க்கும் யுவதிகளுக்கும் ஈர்ப்பை ஏற்படுத்தின. இதனால் அவர்களுக்குள் உளவியல் உரசல் நிகழ்வதற்கு வித்திட்டன.

ஆதிதிராவிட ஆண்களுக்கும் ஆதிக்க ஜாதிப் பெண்களுக்கும் இடையில் மென்மையான உளவியல் உரசல் நிகழ்ந்த அதே காலத்தில் ஆதிதிராவிடப் பெண்களுக்கும் ஆதிக்க ஜாதி ஆண்களுக்கும் இடையிலான உடல் உரசல் வன்மையாக

ஆதிதிராவிடப் பெண்களின் விருப்பம் இன்றி நடந்தது. மென்மையான உளவியல் உரசலைத் தடுத்து ஆதிதிராவிட ஆண்களுக்கும் பிற பெண்களுக்கும் இடையிலான நட்பு, காதல் ஆகிய உறவுகளைத் துண்டிக்க ஆதிக்க ஜாதியினரும் ஆதிக்க ஜாதியினரின் வன்மையான உடல் உரசலில் இருந்து ஆதிதிராவிடப் பெண்களைப் பாதுகாக்க ஆதிதிராவிட ஆண்களும் முற்பட்டனர். பேருந்துப் பயணத்தில் தான் அல்லாத பிற ஆண்களோடு பேசினால் தன் ஜாதி, சமூகப் பெண்ணைத் தடுப்பதும் பிற ஆண்களைத் தாக்குவதும் பேருந்தில் நிகழ்ந்தன. தத்தம் பெண்களுக்கும் பிற ஆண்களுக்கும் இடையே நட்பும் காதலும் ஏற்படுவதைத் தடுக்க அந்தந்த ஜாதி, சமூக ஆண்கள் முற்பட்டதால் வாய்த்தகராறும் மோதலும் ஏற்பட்டு இறுதியில் படுகொலையில் முடிந்தது. சிவந்திப்பட்டி கிராமத்தில் மோதல் வெடிக்க, பேருந்துப் பயணத்தின்போது ஆதிதிராவிட இளைஞர்களோடு ஆதிக்க ஜாதி பெண் ஒருவர் நட்பாகப் பழகியது காரணமாக அமைந்தது. இப்பெண்ணோடு பேசிய இளைஞர்களை ஆதிக்க ஜாதி ஆண்கள் தாக்கினர். ஆதிதிராவிட இளைஞர்களும் பதில் தாக்குதலில் ஈடுபட்டனர். இதைத் தொடர்ந்து அவர்களுக்குள் மோதல் வெடித்துப் படுகொலையில் முடிந்தது. இதேபோல், திருநெல்வேலி பேட்டை இந்துக் கல்லூரியில் படித்த ஆதிதிராவிட மாணவர்கள் பேருந்துப் பயணத்தின்போது ஆதிக்க ஜாதியைச் சேர்ந்த மாணவிகளோடு பேசியது தொடர்பாக ஏற்பட்ட சிக்கலில் 2000ஆம் ஆண்டு அம்மாணவர்கள் படுகொலை செய்யப்படுவதில் முடிந்தது. மோதல் உருவாகும் காலங்களில் ஆதிக்க ஜாதியினர் பேருந்துகளை ஓர் ஊடகமாகப் பயன்படுத்தினர். அதன் வழி வன்முறை நிகழ்த்தப்படும் காலத்தை அறிவித்தனர். அவர்கள் பின்வருமாறு அறிவித்தனர்: "இந்த நாளில், இத் தேதியில், இந்த நேரத்தில் உன் கிராமத்தைத் தாக்கப் போகிறோம், பள்ளப்பயல முடிந்தால் தடுத்துப்பார்." அறிவித்தது போல் ஆதிக்க ஜாதியினர் படையெடுத்துச் சென்றனர். சில குறிப்பிட்ட ஊர்கள் மீது தாக்குதல் தொடுத்தனர். பக்கத்துக் கிராமக் கடைகளில் கொள்ளையடித்தனர். இது, ஆதிக்க ஜாதியினர் பேருந்துகளை விளம்பரக் கட்டணம் செலுத்தாத ஊடகமாகப் பயன்படுத்தியதைக் காட்டுகிறது.

பேருந்து என்பது பொதுக் களம் மட்டுமல்ல அது பொதுச் சொத்தும்கூட. பொதுவாக பொதுச் சொத்துக்கள் யாருடைய கட்டுப்பாட்டில் இருக்கின்றன? ஊர்க்குளம், குடிநீராதாரம், கோயில் எனப் பொதுச் சொத்துக்கள் ஆதிக்க ஜாதியினரின் ஏகபோகக் கட்டுப்பாட்டில் இருக்கின்றபோது பேருந்தை அவர்கள் எவ்வாறு விட்டுவைப்பர்? பொதுச் சொத்தான பேருந்துகள் மீது தங்கள் ஆதிக்கத்தை நிலைநாட்டவும்

அவற்றில் ஆதிதிராவிடர்களின் உரிமையை மறுக்கவும் ஆதிக்கச் சாதியினர் தொடர்ச்சியாகச் செயல்படுகின்றனர். திருநெல்வேலி மாவட்டம் திருப்பணிக்கரிசல்குளம் கிராமத்துக்கு அரசுப் பேருந்து இயக்கப்பட்ட போது அப்பொதுச் சொத்து தங்களுக்குரியது என்பதை நிலைநாட்ட ஆதிக்க ஜாதியினர் எவ்வாறு செயல்பட்டனர் என்பதைப் பாலசுப்பிரமணியம் தன் கட்டுரையில் பின்வருமாறு குறிப்பிட்டுள்ளார்: "எங்க பஸ்சு' என்ற ஒட்டுதலோடும் 'எங்க சிங்கம்' 'எங்க ரதம்' என்றெல்லாம் பெருமைபொங்க பேசுவதுண்டு. பொதுச் சொத்துகள் ஆதிக்கச் சாதியினரின் கட்டுப்பாட்டில் இருப்பதை ஒவ்வொரு நடவடிக்கையிலும் உறுதி செய்வர், பிறருக்கு உணர்த்துவர்". இது திருப்பணிக்கரிசல்குளம் கிராமத்துக்கு மட்டுமின்றி பிற கிராமங்களுக்கும் பொருந்தும்.

அரசு போக்குவரத்துக் கழகங்களுக்குப் பேரரசுகளின் பெயர்களையும் சுதந்திரப் போராட்ட வீரர்களின் பெயர்களையும் சூட்டியது. ஏற்கனவே சூட்டப்பட்ட பெயர்களில் ஆதிதிராவிடர் சமூகங்களைச் சேர்ந்த சுதந்திரப் போராட்ட வீரர்களின் பெயர்கள் இல்லை. எனவே, தேவேந்திரர் சமூகத்தைச் சேர்ந்த சுதந்திரப் போராட்ட வீரர் சுந்தரலிங்கம் பெயரில் போக்குவரத்துக் கழகம் 01 மே 1997 அன்று தொடங்கப்பட்டது. மதுரையைத் தலைமையிடமாகக் கொண்டு இயங்கிய பாண்டியன் போக்குவரத்துக் கழகத்தை இரண்டாகப் பிரித்து இப்போக்குவரத்துக் கழகம் உருவாக்கப்பட்டது. பொது மக்களின் வரிப் பணத்தில் உருவாக்கப்பட்டு இயக்கப்படும் பொதுச் சொத்துகளுக்கு ஆதிக்க ஜாதி ஹிந்துக்களைச் சேர்ந்தோரின் பெயர் ஏற்கனவே சூட்டப்பட்டபோதிலும் எந்த எதிர்ப்பும் எழவில்லை. ஆனால் ஆதிதிராவிடர் சமூகத்தைச் சேர்ந்த சுதந்திரப் போராட்ட வீரர் ஒருவரின் பெயரைச் சூட்டுவதை ஆதிக்க ஜாதி ஹிந்துக்கள் ஏற்கவில்லை. "ஒடுக்கப்பட்ட" சமூகத்தைச் சேர்ந்த சுதந்திரப் போராட்ட வீரர் ஒருவரின் பெயரில் இயங்கும் போக்குவரத்துக் கழகப் பேருந்தில் எவ்வாறு பயணிப்பது என்ற ஜாதி ஆணவம் ஆதிக்கச் சாதியினருக்கு ஏற்பட்டதால் அவர்கள் வீரன் சுந்தரலிங்கம் பெயரில் இயங்கிய பேருந்துகளில் பயணம் செய்வதைப் புறக்கணித்தனர். அப்பேருந்துகளை எரித்தல், நொறுக்குதல், சிறைபிடித்தல் எனப் பெரும் கலவரத்தில் ஈடுபட்டனர். வன்முறையாளர்களை ஒடுக்குவதற்குப் பதிலாக அவர்களை அமைதிப்படுத்தும் முயற்சியில் அரசாங்கம் ஈடுபட்டது. அரசு போக்குவரத்துக் கழகங்களுக்கு ஏற்கனவே சூட்டிய பெயர்களையும் வீரன் சுந்தரலிங்கத்தின் பெயரையும் அரசாங்கம் நீக்கியது. ஆதிக்க ஜாதியினரும் வன்முறையைக் கைவிட்டனர்!

11

பெண் நின்றே பயணித்தாள்!

போக்குவரத்து தொடங்கிய காலங்களில் பெண்களின் பயண அனுபவத்தைக் காணலாம். "பஸ் வண்டிகளிலும் ரயில் வண்டிகளிலும் தோல் வாரைப் பிடித்துக்கொண்டு பெண்கள் நிற்க, புருஷர்கள் சௌக்கியமாய் உட்கார்ந்துக் கொண்டிருப்பதை அநேகந்த தடவை பார்த்திருக்கிறேன். சில வருஷங்களுக்கு முன் இவ்விதக் காட்சியை ஈனமென்று சொல்லுவார்களாம்; இப்பொழுதோ, பெண் பாலாரும், புருஷர்களுடனும் சமமான சுதந்தரங்களுக்கு உரியவர்கள் என்று ஏற்பட்டுவிட்டதால், பெண்களை 'மெல்லியலார்' என்று ஆதரிக்கும் கொள்கைகள், முன்னவ்வளவு வழங்கவில்லையாம்" என அக்கால ஐரோப்பிய நிலையை லண்டனில் வசித்த தமிழ்நாட்டைச் சேர்ந்த எம். லக்ஷ்மியம்மாள் அங்கிருந்து எழுதிய கடிதத்தில் குறிப்பிடுவதானது, ஐரோப்பியப் பெண்களும் பயணத்தில் பாகுபாட்டை அனுபவித்ததையும் பின்னர் அது ஒழிந்ததையும் அறிய முடிகிறது.[1] ஐரோப்பிய, அமெரிக்கப் பெண்கள் ஆணாதிக்கத்துக்கு எதிராகவும் இந்தியரும் ஆப்பிரிக்கரும் நிறப்பாகுபாட்டுக்கு எதிராகவும் நிகழ்த்திய போராட்டங்கள் பயணங்களில் ஆண்களின் ஆதிக்கத்தை ஒழித்தது எனலாம். போக்குவரத்துப் பயணங்களில் உழைப்பில் ஈடுபடாத ஹிந்துக்கள் தங்கள் ஜாதிப் பெண்களின் மீது செயல்படுத்திய ஆணாதிக்கத்தைப் பற்றி

---

1. எம். லக்ஷ்மியம்மாள், 'லண்டனிலிருந்து எழுதிய சீமைக் கடிதம்', *பஞ்சாமிர்தம்*, சித்திரை 1924, ப. 59.

குறிப்புகள் கிடைக்கவில்லை. பிரித்தானிய – இந்தியாவில் பயணத்தில் ஆண், பெண் வேறுபாடு கடைபிடிக்கப்பட்டதைக் காணமுடிகிறது. இருப்புப் பாதையில் பயணம் செய்த பெண்களிடம் சீட்டு வாங்குவதற்காக பெண்களை நியமிக்க 1880களின் தொடக்கத்தில் தீர்மானித்தனர்.[2] இந்நடைமுறை தற்போது இல்லை. சென்னை மாகாண ஆளுநர் பேரவையில், ஏர்ட்லீ நோர்ட்டன், தென்னிந்திய இரயில்வேக்களில் ஓடும் இரயிலில் பெண்களுக்கென வண்டிகள் ஒதுக்கப்படாததை அரசு அறியுமா? ஒவ்வொரு முதல் வகுப்புப் பெட்டிகளில் ஒரு பெண் இருப்பதால் அது சிரமமாக இருக்கிறது. இதைப்போக்க அரசு உடனடியாக நடவடிக்கை எடுக்குமா? என்ற கேள்விகளை எழுப்பினார். இதற்கு, "தென்னிந்திய இரயில்வேயில் பெண்களுக்கென ஒதுக்கப்பட்ட இடவசதி குறித்து விதி 101இல் விவரிக்கப்பட்டுள்ளது. அதன்படி, முனையம் அல்லது நிலையத்திலிருந்து இரயில் புறப்படுவதற்கு ஆறுமணி நேரத்தில் முதல் அல்லது இரண்டாம் வகுப்பு வண்டியில் தனியாகப் பயணிக்கும் பெண்களுக்கு பெட்டி ஒதுக்கப்படும். பிற நிலையங்களில் இருபத்து நான்கு மணி நேரத்தில் அறிவிக்கப்படும். இத்தகைய தனிப்பெட்டிகள் பதினெட்டு மணியிலிருந்து ஆறுமணி வரை இரவு நீண்ட தூரம் பயணிப்பவருக்கு ஒதுக்கப்படும். இப்பெண்களோடு பன்னிரெண்டு வயதுக்கு உட்பட்ட உறவு, நட்புப் பையன்கள் பயணிக்கலாம். மகளிருக்கென நிலையாக ஒரு பெட்டியை ஒதுக்கி வைத்தால் பொதுவாக அது ஆளில்லாமல் இருக்கிறது; இது உயர்வான விலையை வீணாக்குவதாகும். இரயில்வே கம்பெனி மகளிருக்கென ஒதுக்கப்பட்ட பெட்டியில் பயணிக்க வற்புறுத்த இயலாது" எனப் பதிலளிக்கப்பட்டது.[3] இது பெண்களுக்கெனத் தனிப் பெட்டிகள் ஒதுக்கப்பட்டதைக் கட்டுகிறது. இது ஹிந்து ஜாதியக் கட்டமைப்பைப் பாதுகாக்கும் ஏற்பாட்டால் உருவானது எனலாம். பெண்கள் பொதுப் பெட்டிகளிலும் பயணித்தனர்.

சிவ சுப்பிரமணியம், தன் கட்டுரையில், இரயிலில் ஜாதி ஹிந்துப் பெண்கள் பயணித்ததைப் பதிவு செய்துள்ளார்.[4] "பிள்ளைக் குட்டிகளையும் பெட்டி பேழைகளையும் அள்ளையிலும் அரையிலும் தூக்கிக்கொண்டு வண்டிக்குள் அடித்து இடித்துக் கொண்டு ஏறும் பெண்களின் காட்சி பரிதாபமாக இருக்கிறது" என விமலேஸ்வரியின் கூற்று பெண்கள் தாராளமாகப் பயணித்ததைக்

2. *நற்போதகம்*, மார்ச் 1882, ப. 59.

3. Proceedings of the Council of the Governor, 17 February 1902, p. 10.

4. T.V. சிவ சுப்பிரமணியம், 'இந்திய மாதரும் மஞ்சள் குங்குமமும்', *ஆனந்தபோதினி*, பிப்ரவரி 1928, ப. 367.

காட்டுகிறது.[5] இரண்டாம் உலகப்போரில் இரயிலைப் பயன்படுத்தியதால் போக்குவரத்தைத் தவிர்க்க வேண்டிய அவசியம் ஏற்பட்டது. "பெண் மக்கள்தான் இவ்விஷயத்தில் சிரத்தை எடுத்துக் கூடுமானவரை அனாவசியப் பிரயாணங்களைத் தவிர்க்க வேண்டும்" என் மீனாம்பாள் வேண்டினார்.[6] போக்குவரத்துச் சாதனங்கள் அறிமுமான காலத்தில், பெண்கள் இருக்கைகளில் இருந்து பயணிப்பதை ஆணாதிக்கம் தடுத்தது; பின் ஒழிந்தது. இக்காலத்திலும் பேருந்திலும் இரயிலிலும் "மகளிர் மட்டும்" செயல்படுத்துவது ஆணாதிக்கத்தின் விளைவு என்பதை மறுக்க இயலாது. பேருந்துகளில் ஒடுக்கப்பட்ட சமூகங்கள் அனுபவிக்கும் தீண்டாமையும் மகளிர் மட்டுமும் அடிப்படையில் ஒன்றே!

5. விமலேஸ்வரி கோவிந்தசாமி, 'ரயில் பிரயாணத்தால் நேரும் கஷ்டங்கள்: தள்ள வேண்டியவையும் கொள்ள வேண்டியவையும் - பிரயாணத்தைக் குறைக்கவும்', *யுத்த சஞ்சிகை*, 21 ஏப்ரல் 1944, பக். 5 - 6.

6. மீனாம்பாள் சிவராஜ், பிரயாணத்தைக் குறைத்தல் அவசியம்: யுத்த உதவியில் பெண்கள் பங்கு: பஞ்சத்தைப் போக்க வழி', *யுத்த சஞ்சிகை*, 07 ஜூலை 1944, பக். 5–6.

முடிவுரை

நவீனக் கல்விக் கூடங்களுக்கும் ஆய்வகங் களுக்கும் வெளியே முறையான கல்வியைக் கற்காதோர் கருவிகளைக் கண்டுபிடித்தனர். பொருளாதார மொழியில் உழைப்பாளர் எனக் கூறப்படும் வினைஞர்கள் உற்பத்திப் போக்கில் பொருட்கள் மீது வினையாற்றியபோது கருவிகளைக் கண்டுபிடிக்கும் சிந்தனை உதித்தது. நெருப்புக்காகப் பயன்படுத்தும் நிலக்கரியைச் சுரங்கத்தில் தோண்டி எடுத்தபோது ஊற்றெடுத்த நீரை வெளியேற்றவும் நிலக்கரியைச் சுமந்து செல்லவும் குதிரை வண்டிகளால் ஏற்பட்ட வேலைப் பளுவையும் கூடுதல் நேரத்தையும் குறைக்க குதிரைக்குப் பதிலாக நீராவி எந்திரத்தைக் கண்டுபிடிக்கும் முயற்சியில் சுரங்கத் தொழிலில் தொடர்புடைய சிலர் ஈடுபட்டுத் தோற்றனர். இறுதியில், நிலக்கரிச் சுரங்கத் தொழிலாளியான ஜார்ஜ் ஸடீபன்ஸன் கண்டுபிடித்த நீராவியில் இயங்கும் இரயில் சரக்குகளையும் மனிதர்களையும் ஓரிடத்திலிருந்து மற்றொரு இடத்துக்குக் கொண்டு சென்றது. ஓரிடத்திலிருந்து மற்றொரு இடத்துக்குக் கொண்டு செல்லும் சரக்குகளின் அளவை அதிகரித்ததோடு சென்றுவரும் காலத்தையும் குறைத்தது. அதாவது, குறைந்த காலத்தில் கூடுதலான சரக்குகளைக் கொண்டு செல்ல வித்திட்டது. ஐரோப்பியர்கள் வியாபாரத்துக்காகச் சென்ற நாடுகளின் கடற்கரையோரங்களில் குடியேறி வணிகம் செய்ததால் கடற்கரையையும் பொருளாதார வளமிக்கச் சமவெளி பகுதிகளையும் இரயில் போக்குவரத்தாலும் தீவுகளையும் தீபகற்பங்களையும்

நீராவிக் கப்பலாலும் இணைத்தனர். நீராவிப் போக்குவரத்து உலகளவில் ஐரோப்பியரின் வியாபாரத்தைப் பெருக்கி அரசியல் அதிகாரத்தைக் கைப்பற்றுவதைத் துரிதப்படுத்தியது. வேறு வார்த்தையில் கூறுவதென்றால், அரசியல் பொருளாதாரத்தை அறிவியலும் அறிவியல் அரசியல் பொருளாதாரத்தையும் தீர்மானிக்கின்றன. அதாவது, அறிவியலும் அரசியலும் ஒன்று மற்றொன்றைத் தாக்கும். இதை நீராவியால் இயக்கப்பட்ட இரயிலும் கப்பலும் செய்தன. ஹிந்து ஸநாதந ஜாதிக் கட்டமைப்பில் இரயில் போக்குவரத்து பெருந்தாக்கத்தை விளைவித்தது.

இங்கிலாந்தைத் தலைமையிடமாகக் கொண்ட இரயில் போக்குவரத்து நிறுவனங்கள் இரயில் இயங்குவதற்கான இரும்புத் தண்டவாளம் உட்பட பிற அடிக்கட்டுமானங்களை உருவாக்கத் தேவையான உழைப்பாளர்களை ஐரோப்பியர்கள் காலனியாக்கிய நாடுகளிலிருந்து திரட்டினர். உழைப்பைத் தீட்டெனப் புறக்கணித்த ஜாதி ஹிந்துக்கள் அப்பணியில் ஈடுபடவில்லை; இவர்களால் தீண்டத்தகாதோர் எனக் கூறி ஒதுக்கப்படும் பறையர் போன்றோர் உழைப்பைச் செலுத்தினர். இரயில் போக்குவரத்து உருவாக்கத் தேவையான நிதி மூலதனத்தை இரயில்வே கம்பெனிகள் சுயமாகக் கொண்டிருக்கவில்லை. பெருவாரியன பங்குகள் ஐரோப்பாவில் திரட்டப்பட்டன; ஹிந்து நிலவுடைமையாளர்கள் குறிப்பிட்டுக் கூறும்படியான பங்கு செலுத்தவில்லை. மாவட்ட வாரியங்கள் மக்களிடம் வசூலித்த வரிகள், அரசின் கடன் ஆகிய வழிகளில் நிதி திரட்டின. இரயில்வே நிறுவனங்கள் தொடக்கத்தில் அஞ்சியதுபோல் அல்லாமல், மூன்றாம் வகுப்புப் பயணிகள் அதிலும் குறிப்பாக உடலுழைப்பாளர்கள் இரயிலில் கொத்து கொத்தாகப் பயணித்ததால் இரயில் போக்குவரத்து பெருத்த லாபத்தைக் கொட்டியது.

லாபத்தைக் கண்டு மயங்கிய ஹிந்து நிலவுடைமை ஜாதிகள் இரயில், சாலைப் போக்குவரத்துத் தொழிலில் தங்கள் கவனத்தைக் குவித்தனர்.; மோட்டார் போக்குவரத்து தனியுடைமைக்குக் கொடுக்கப்பட்டதால் அத்தொழிலில் வலுவாகக் காலூன்றினர். இரயில்வேயில் குறைவான சரக்குக் கட்டணத்துக்கும், அதிகாரமும் கூடுதல் சம்பளமும் இருந்த வேலைகளை ஹிந்துக்களுக்கும் கொடுக்கவும் இட ஒதுக்கீட்டைக் கோரியதால் இரயில்வேயை அரசு இயக்க வேண்டுமென சுதேஷிய வியாபாரிகளும் தேசியவாதிகளும் போராடியதால் அத்தொழிலில் ஹிந்து நிலவுடைமையாளர்களால் ஈடுபட இயலவில்லை. இருப்பினும், பிரித்தானிய ஏகாதிபத்தியத்துக்கு எதிரான போராட்டம் வீரியமாக இருந்த காலத்தில் விதேஷியப் போக்குவரத்து சுதேஷியத் தொழிலையும் வியாபாரத்தையும் பெருக்கியது. விதேஷியரின்

அரசியல் பொருளாதார நலனுக்காக உருவாக்கப்பட்ட இரயில் போக்குவரத்து சுதேஷிய முதலாளி, தொழிலாளி என முரணான வர்க்கங்களை விளைவித்தது. பண்ணையாட்கள் கூலிகளாகவும், தொழிலாளிகளாகவும் பண்ணையார்களும் பிறரும் முதலாளிகளாகவும் உருமாறினர். இது விவசாய வினைஞர்களையும் துணைத் தொழிலில் ஈடுபட்டோரையும் பொருளாதார நிலையில் மேம்படுத்த வித்திட்டது. பண்ணையார் பண்ணையாள் முறையில் பாதகமான விளைவுகளை ஏற்படுத்தி பண்ணையார்களின் பொருளாதாரத்தைப் பாதித்தது. விவசாய அறிவு இல்லாததாலும், உடலுழைப்பைத் தீட்டென ஒதுக்கியதாலும் சுயமாக விவசாயம் செய்யத் தெரியாத பண்ணையார்கள் பதறினர். பறையர் போன்ற விவசாய வினைஞர்கள் நிலத்தில் வினையாற்றினால்தான் நிலம் சொத்தாக மாறும் இல்லாவிடின் அது வெறுந்தரையே என உணர்ந்து அதை வெளிப்படையாகப் பேசினர். விவசாய வினைஞர்களின் இடப்பெயர்ச்சியைத் தடுக்க முயற்சித்து தோல்வியைச் சந்தித்தனர். இரயில் இயக்கப்பட்ட தொடக்க காலங்களில் குதிரை, காளையின்றி இரயில் இயங்குவதைக் கண்டு அதைப் பேய், பிசாசு என்று அஞ்சினர். துணிச்சலான மக்கள் வியப்பில் ஆழ்ந்தனர்; அதன் இயக்கத்தை அறிய முற்பட்டனர். இதுபோன்ற நிலை பேருந்துக்கும் ஏற்பட்டது. நவீனப் போக்குவரத்துச் சாதனங்கள் 'விபத்து' என்னும் புதிய பாதகமான விளைவுகளை உருவாக்கின.

இரயில் போக்குவரத்து ஜாதியக் கட்டமைப்பின் பொருளாதார உறவை மாற்றியது; காரல் மார்க்ஸ் கணித்ததுபோல் அது ஜாதியை அழிக்கவில்லை. இது அவருடைய கணிப்புக்கு ஏற்பட்ட தோல்வியல்ல ஏனென்றால், பிராமணர்களும் திராவிட ஜாதிகளும் ஜாதியை அழிக்கவிடாமல் அதைப் பாதுகாத்தனர். ஐந்திணைச் சமூகத்தைச் சேர்ந்த திராவிடர்கள் ஆரியத்தின் நால் வர்ணத்துக்குள் ஷத்திரிய, வைஷிய, சூத்திர ஜாதிகளாக தங்களை மாற்றினர். ஜாதி திராவிடர்களைப் போல் அல்லாமல் ஆதிதிராவிடர்கள் ஜாதி ஒழிப்பை இலக்காகக் கொண்டு தங்களை ஜாதி அற்றோர் என அறிவித்தனர். இரயில் போக்குவரத்து ஜாதியை அழிக்கவில்லை என்றபோதிலும் அது இன, ஜாதி, வர்க்க முரண்பாட்டைக் கூர்மையாக்கியது.

பிரித்தானியர்கள் நிறப்பாகுபாட்டையும், பிராமணர்கள் தீண்டாமையையும் இரயிலிலும் பேருந்துகளிலும் அமல்படுத்தியதால் அவை மேற்குறிப்பிட்டோர் அல்லாத பிறரின் முன்னேற்றத்துக்கும் விடுதலைக்கும் பெரும் முட்டுக்கட்டையாய் நின்றது. இதனால், பிரித்தானியருக்கு எதிராகப் பிராமணர்களும் பிறரும், பிராமணர்களுக்கு எதிராக ஜாதி திராவிடர்களும்

ஆதிதிராவிடர்களும் போராடினர். அதாவது, இரயிலைக் கண்டுபிடித்து அது இயங்குவதற்கான கட்டமைப்புகளை உருவாக்கிய தொழிலாளர், "தீண்டத்தகாத" பண்ணையாள் வர்க்கங்கள் அவற்றில் பயணித்தபோது நிறப்பாகுபாட்டையும் தீண்டாமையையும் அனுபவித்தனர். ஆனால், இவற்றின் உருவாக்கத்தில் எந்தப் பங்கும் வகிக்காத, பிரித்தானிய, பிராமண, பண்ணையார் வர்க்கமும் ஜாதி திராவிடரில் சிலரும் நவீனப் போக்குவரத்தில் ஆதிக்கம் செய்தனர். சுதந்திர இந்தியாவில் இரயிலில் தீண்டாமை இல்லை எனக் கூற இயலாது. மேலும், முதல் வகுப்பு, இரண்டாம் வகுப்பு குளுமைப் படுக்கை, மூன்றாம் வகுப்பு குளுமைப் படுக்கை, குளுமையற்ற படுக்கை, குளுமையற்ற குறைந்த இருக்கை என சில வர்க்கங்களாகப் பிரிக்கப்பட்டுள்ளன. சில இரயில்களில் அன்றாடங் காய்ச்சிகள், கூலி உழைப்பாளர்கள் பயணிக்க இயலாத நிலை உள்ளது. பிரித்தானிய ஏகாதிபத்தியம் செயல்படுத்திய நிறப்பாகுபாட்டுக்கும் சுதந்திர இந்திய ஒன்றியத்தின் தீண்டாமை, வர்க்கப் பாகுபாட்டுக்கும் எந்த வேறுபாடும் இல்லை. இதே நிலை பேருந்துகளிலும் நீடிக்கிறது. அரசுப் போக்குவரத்துக் கழகத்திலும் பேருந்துகளில் குளுமையற்ற இருக்கை, குளுமை இருக்கை, படுக்கை வசதிகளும், தனியார், அரசு பேருந்துகளுக்கும் இடையேயான சொகுசு வேறுபாடுகள் வர்க்கப் பாகுபாட்டைப் பளிச்செனக் காட்டுகிறது. சாலையும், பேருந்து வசதி இல்லாத கிராமங்களும், பேருந்துகளில் 'தீண்டாமை'யும் இன்றும் தொடர்கிறது.

பின்னிணைப்புகள்

1. மோட்டார் பஸ் தொல்லை

சென்னை, ஜூன் 28. நேற்று யான் அவசரமாய் பெரியபாளையம் ஆரணிக்குப் போக வேண்டியிருந்ததால் மாலை 7–மணிக்கு பிரயாணமானேன். சென்னை எல்லையைத் தாண்டியவுடன் அளவுக்கு மீறிய பிரயாணிகளை ஏற்றினார்கள். அதைக் கண்ணுற்ற நான் கண்டக்டரைக் கூக்கி உனக்குத் தேவையான பிரயாணிகளுக்கு மேலேயே ஏற்கனவே ஏற்றியிருக்கும்போது திரும்ப ஏற்றுவது நியாயமல்லவெனக் கூறினேன். அதற்குச் சரியான பதில் கொடாமல் இன்னும் சற்று தூரம் சென்றவுடன் திரும்ப மற்றுஞ் சில பிரயாணிகளை ஏற்றினார். மறுபடியும் யான் மேற்கூறியவாறே கேட்கலானேன். அது சமயமும் ஒன்றும் பதில் கூறாமல் “ஆரியக் கூத்தாடினாலும் காரியத்தில் கண்ணிருக்கவேண்டு”மென்றபடி அவருடைய காரியத்தைச் சாதித்துக் கொண்டார். வண்டியிலிருந்த மற்ற பிரயாணிகள் கஷ்டபட்டுக்கொண்டு ஒரு பக்கமும் நகரமுடியாமல் மூட்டைகளைப்போல் அடைந்துகிடந்தனர். இதோடுநில்லாமல் வண்டியின் மேல்பாகத்திலுங்கூட ஒருவர் உறங்கிக்கொண்டே வந்தார். அதை யானுணர்ந்த உடன் என்ன அநியாயமிது கேட்பாரில்லை போதும்! உங்களிஷ்டம் போல் பிரயாணிகள் நடக்க வேண்டியதாயிருக்கிறதோ தவிர, பிரயாணிகளிச்சைப்படி நடப்பதைக் காணோம் எனச் சொல்லியதும் வண்டியை ஓட்டுபவர் சமாதானம் செய்யப் புறப்பட்டார். இதுவரை ஒன்றும் பேசாமல் இப்பொழுது சமாதானம் பேசவே எனக்கொரு சந்தேகம் எழும்பியது. அதேபோல் சற்று நேரத்திற்கெல்லாம் வண்டியினுட் புறமிருக்கும் விளக்கை கண்டக்டர் நிறுத்திவிட்டார். உடனேயான் அவ்விளக்கை ஏற்றினேன். அதுபொழுது ஐயா புண்ணியவானே! எங்கள் பிழைப்பையும் வாழ்நாளையும் கெடுத்து எங்கள் வயிற்றில் மண் போடாதீர்கள் என வண்டியை ஓட்டுபவர் கூறினார். அச்சமயம் யான் அவரை நோக்கி, ஏன் விளக்கைப் போட்டதனால் உங்களது வயிற்றில் மண் விழக்

காரணமென்ன என வினவினேன். இதற்குள் வண்டியை நிறுத்து விளக்குகளையும் நிறுத்திவிட்டார்கள். கண்டக்டர் மாத்திரம் எங்கோ ஓட்டமாய் போய் மறுநிமிடமே வந்துவிட்டார். பின்னர் வண்டியும் புறப்பட்டது. இவ்விடைவேளையில் அவ்விடம் ஒரு வண்டி நிறுத்தப்பட்டு அவ்வண்டியிலிருக்கும் ஒரு பிரயாணியிடம் பணத்தைப்பற்றி ஏதோ வாதாடிக்கொண்டிருந்தனர். அதை விசாரித்ததில் சென்னையிலிருந்து ஏதோ பக்கத்திலிருக்கும் ஊருக்கு நான்கணா எனப் பேசி ஏறினாராம். இவ்விடம் அதாவது நடுவழியில் அப்பிரயாணி நான்கணா கொடுக்க கண்டக்டர் மறுத்து ஆறணா கொடுத்தால் கொடு இல்லாவிட்டால் இறங்கிவிடு என்று சொன்னாராம். யார் சொல்லியும் கேளாது தான் பிடித்த முயலுக்கு மூன்றே காலென்பது போல் ஆறணாவையே பெற்றுக்கொண்டார். பின்னர் யான் பிரயாணமாகும் வண்டி முன்னதாக போக ஆரம்பித்தது. பின்னர் வண்டியினுட்புறமிருக்கும் விளக்கை ஏற்றினார்கள். அது பொழுது யான் ஏனப்பா இப்பொழுது விளக்கை ஏற்றினால் உங்கள் வயிற்றில் மண் போட்ட மாதிரியாகுமே எனச் சொன்னேன். அதற்கு அவர் இனி ஒன்றும் பயமில்லை. அங்கு போலீஸ் ஸ்டேஷன் இருந்தபடியால் அம்மாதிரி செய்ய நேரிட்டதெனக் கூறினார். அதற்கு யான் போலீஸ் ஸ்டேஷன் எங்கிருக்கிறதென வினவ, வண்டியை நிறுத்தினேனே அங்குதான் எனக்கூறினார். அது சமயம் எனக்கு நகைப்புண்டாயிற்று ஏனெனில் போலீஸ் ஸ்டேஷனுக் கெதிரிலேயே மேற்கூரிய மற்றொரு வண்டியின் கண்டக்டருக்கும் ஓர் பிரயாணிக்கும் நடந்த தர்க்கத்தை சமாதானப்படுத்தவோ அல்லது அதற்குத் தகுந்த நடவடிக்கைகளை எடுக்கவோ போலீஸார் முன் வராதது பற்றி யான் வருந்தாமலிருக்க முடியவில்லை.

மறுபடியும் யான் மறுநாட் காலையே புறப்பட்டு வரவேண்டி யிருந்ததால் அதே வண்டியில் சென்னைக்குப் பயணமானேன். வரும் பொழுதும் மேற்கூறியவாறே அளவுக்கு மீறி பிரயாணிகளை ஏற்றிக்கொண்டு ரெட் ஹில்ஸ் போலீஸ் ஸ்டேஷனுக்கு முன்பே சில பிரயாணிகளை இறக்கிவிட்டனர். பிரயாணம் செய்பவர்களும் சுகாதாரத்தையும் கஷ்டங்களையும் கவனியாது சற்றுங் கவனியாது எப்படியாவது போனால் போதுமென எண்ணி வௌவால் மாதிரியாகத் தொத்திக்கொண்டு வருவதைக் கண்ணுற்ற யான் வருந்தாமலிருக்க முடியவில்லை.

ஆதலால் இனியாவது காருண்யமுள்ள போலீஸ் அதிகாரிகள் பிரயாணிகளின் சௌகரியத்தின்படி வெண்டிகளில் ஏற்ற வேண்டிய பிரயாணிகளுக்குமேல் பிரயாணிகளை எவரையும் எச்சமயமும் ஏற்றக் கூடாதெனத் திட்டமாய் வண்டிகளின்

சொந்தக்காரருக்கும் கண்டக்டருக்கும் எச்சரிக்கை செய்ய வேணுமாய்க் கேட்டுக்கொள்ளுகிறேன். பிரயாணிகளும் இதைப்பற்றி அவ்வப்பொழுது கண்டித்துக்கொண்டே வந்தால் இவ்வளவு கேவலமாய் அவர்கள் நம்மை மூட்டைகளைப்போல் வண்டியேற்றித் துன்பத்திற்காளாக்க முன்வர மாட்டார்களென யான் உறுதியாய்க் கூறுவேன் என திரு எம்.ஆர்.ஜகன்னாதன் அறிவிக்கிறார்.[1]

1. *திராவிடன்*, 28 ஜூன் 1932, ப. 1.

2. ரயில் பிரயாணம் – லி.ரா.

ஆலை வாயில் அகப்பட்ட கரும்பைப்போல் நசுக்குண்டு–அப்பளம்ஆகி–சட்னிஆகி–அப்பொழுதுதான் சலவைசெய்து பெட்டி வைத்த அலங்கார அங்கவஸ்திரம், சட்டை வகையறாக்களெல்லாம் உருக்குலைந்து தாறுமாறாகி 'மணிபர்'ஸை எவன் அடித்துக்கொண்டு போய்விடுகிறானோ என்ற காபராவுடன்–அடிபட்டு–மிதிபட்டு புக்கிங் ஆபிஸ் ஜன்னல் கம்பியைப் பிடித்துச் சர்க்கஸ் வித்தைகள் காட்டி–டிக்கட் வாங்கிக் கொண்டு– வியர்வையொழுக–தலைவிரி கோலமாய்–வெளியில் முட்டிக்கொண்டு வரும்போது 'ட்ரெயின்' வந்துவிட்டது. (இந்த வாக்கியத்தில் ஏதேனும் இலக்கணப்பிழை இருந்தாலும் தயவுசெய்து வாசகர்கள் மன்னித்துவிட வேண்டும். ஆத்திரத்தில் இலக்கண வரம்பு கட்டுக்கெடுவதை ஏதாவது வழுவமைதியாகப் பாவிக்குமாறு பண்டிதர்களையும் வேண்டுகிறேன்) ஏன்? – என்னுடைய கஷ்டம் எனக்கல்லவா தெரியும்? அந்தச் சோம்பேறித்தனம் பிடித்த அசட்டு டிக்கட் கலெக்டர் அப்பொழுதுதான் மெதுவாய் வந்து கேட்டைத் திறந்தபடியால் – வண்டியை விட்டு அவசர அவசரமாய் வெளியில் வருகின்றவர்கட்கும் எங்கே வண்டி புறப்பட்டுவிடுகின்றதோ என்று அஞ்சி அலறிக்கொண்டு உள்ளே போகிறவர்கட்கும் நடந்துகொண்டிருந்த கோரமான யுத்தச் சந்தடியில் நுழைந்து எப்படியோ பிளாட்பாரத்திற்குள் வந்து சேர்ந்துவிட்டேன்.

இனி, வண்டி புறப்பட்டுவிட்டால் என்ன செய்கிறது என்று திக்குமுக்காடித் திணறிப் பக்கத்திலிருந்த பெட்டியைச் சமீபிக்கும்போது உள்ளே இருந்தவைகளெல்லாம் –பஜனை கோஷ்டியில் கோவிந்தநாம சங்கீர்த்தனம் போல்– "இடமில்லை" என்றனர். இங்கே ஓடி அங்கே ஓடி அவஸ்தையில் தத்தளித்துக் கொண்டிருந்தபோது கார்டு "விஜில்" அடித்துவிட்டான். இனிமேல்

அலைவதில் காரியம் இல்லை என்று முடிவு செய்து கொண்டு அந்தப் பெட்டியிலேயே ஏறிவிடலாம் என்று போனால்– உள்ளே இருந்த ஒருவர் கதவை முழுபலத்துடன் அழுத்தித் தள்ளிக்கொண்டு "இடமில்லை போவோய்" என்றார். வண்டி நகர்ந்துகொண்டிருக்கிறது. வேறுவகை காணாமல் ஜன்னல் வழியே "சூட்கேஸை" அவர் கைமீது போட்டேன். அந்தக் கை சற்றே தளந்தது. கதவை அழுத்தித் தள்ளி உள்ளே நுழைந்தேன்.

"நீ மநுஷ்யனா மாடா? இவ்வளவு முரட்டுத்தனமா? விரல் நசுக்கிப் போய்விட்டதே" என்றார். "நீ மநுஷனாயிருந்தால் உன்னிடத்தை விட்டு எழுந்து வந்து கதவைத் தள்ளிக் கொண்டிருப்பாயா?" என்றேன். காரியம் மிஞ்சிப் போகாதபடி நாலுபேரும் நாலுவார்த்தை சொல்லி அடக்கிவிட்டார்கள்.

"நாற்பதுபேர் உட்காரலாம்" என்று எழுதியிருந்த பெட்டியில் 73பேர் புளி மூட்டைகளைப் போல் அடைந்துகிடந்தார்கள். சூட்கேஸை ஒரு பக்கத்தில் வைத்துவிட்டுப் பெட்டியின் மத்தியில் மிகுந்த நெருக்கடியில் நின்றுகொண்டிருந்தேன். கதவைத் தள்ளின பேர்வழி என்னை மென்று விழுங்கிடுபவர்போல் சும்மா முறைத்துப் பார்த்துக் கொண்டே இருந்தார். பழுத்த வைதிக பிராமணர். அநேகமாய் மதுரைப்பக்கம் போலிருந்தது. அந்தத் தலைக் குடுமி – அங்கவஸ்திரம் – புதர் முளைத்த முகம் – அவ்வுண்மையை வெளிப்படுத்திக் கொண்டிருந்தன. ஜனநெருக்கடியில் "கேட்டுத்" தாண்டி வரும்போதே எனது பார்வை அவர்மீது விழுந்தது. அவரும் என்னை அங்கிருந்தே எதிர் பார்த்துக் கொண்டிருந்திருக்க வேண்டும் என்று எண்ணினேன். இந்த அந்நியோந்நிய ரகஸியம் என்ன என்று மறுபடியும் அவரைத் திரும்பிப் பார்த்தேன். அந்தச் சிறிய பலகையில் நான்குபேர் உட்காரலாம். ஆனால் பலகை முழுவதையும் படுக்கைவிரிப்பு ஆக்கிரமித்துக் கொண்டிருந்தது. மீதியிடத்தில் தாராளமாய்ச் சப்பளங்கூட்டி உட்கார்ந்துகொண்டிருந்தார் பிராமணர். நான் அவரைக் குறிப்பாய்க் கவனித்ததைக் கண்டு என்னைக் கூர்ந்து பார்த்தார்.

அப்பப்ப! அந்தப் பார்வையில் எவ்வளவு அர்த்தபுஷ்டி! பேசும் சினிமாக்களில் பாத்திரங்கள் பேசும் பேச்சுக்களுக்கேற்ற செயல்கள்–திரைகளில்–ஏககாலத்தில் வேகமாய்க் காட்சி அளிப்பதைப் பார்த்திருப்பீர்கள்–இப்படியே அந்தப் பிராமணரின் மனோபாவங்கள் நெற்றியில் தாக்கி முக முழுவதிலும் "விர் விர்" என்று பாய்ந்து காட்சி அளித்துக் கொண்டிருந்தன. "படுக்கையை எடுக்கச் சொல்லுவாயோ–என்னவோ ஜாக்கிரதை! நீயல்ல –

ஹரிஹர பிரமாதிகள் வந்தாலும் என்னிடம் நடக்காது! என் சங்கதி உனக்குத் தெரியாது. கபர்தார்! இளிச்சவாய்ப் பிராமணன் என்று எண்ணிவிடாதே– வேஷத்தைப் பார்த்து. ச்சீ! இதுயென்ன நரகவேதனை! என்று ஏதேதோ “பிலிம்” சுற்றிக்கொண்டிருந்தது. இவற்றையெல்லாம் பார்த்துக் கொண்டிருந்த பெரியவர் ஒருவர் எனக்குக் கொஞ்சம் இடம் கொடுத்து உட்காரச் சொன்னார். அவருக்கு நன்றி சொல்லிக்கொண்டே உட்கார்ந்தேன்.

“ஐரோப்பிய தேசங்களில் ரயில்வேக்காரர் பிரயாணிகளின் சௌகரியங்கட்கு எள்ளளவும் குறைவே நேராமல் ஏற்பாடு செய்கிறார்களாம். அத்தேசங்களில் உள்ள ஜனங்களுங்கூட எவ்வளவு அவசரமானாலும் – டிக்கட்டுகளின் பொருட்டு ஒருவருக்கு ஒருவர் தொட்டுக்கொள்ளவும் மாட்டார்களாம். இந்தத் தேசமும் அந்தச் சுகத்தை எந்தக் காலத்தில் அநுபவிக்கப்போகிறதோ! பெண்கள் டிக்கட்டு வாங்குவது – பிரயாணம் செய்வது என்றால் எவ்வளவு தொல்லை– பயம். நம்நாட்டு மக்களும் தங்களுடைய கிராமமான உரிமைகளையும் மற்றவர்களின் உரிமைகளையும் தெரிந்து கொண்டு ஒரு சிறிதும் சுயநலம் பாராட்டாமல் – இந்த நெருக்குதல்களையும், நீசச் செயல்களையும் அடியோடு விட்டுவிட்டு– எப்பொழுது நல்ல ஏற்பாடுகளையும் நடவடிக்கைகளையும் கற்றுக்கொள்ளுவார்களோ” என்று எண்ணிக்கொண்டிருந்தபோது அடுத்த ஸ்டேஷன் வந்தது.

வண்டி நிற்கப்போகும் சந்தர்ப்பத்தில் மறுபடியும் பிராமணர் கை கதவின்மீது விழுந்தது. வெளியிலிருந்த ஜனங்கள் தள்ளுவது, பிராமணர் அழுத்திப் பிடிப்பது – “கவதைத் திற” என்றால் “போ இன்னொரு பெட்டிக்கு” என்பது. “ரயில் உங்கள் அப்பன் வீட்டுதா?” என்றால் “இல்லை உங்கள் அப்பன் வீட்டுதே” என்பது. “நீ மட்டும்தானா டிக்கட்டு வாங்கினவன்” என்றால் “ஆ! மஹா வாங்கிவிட்டாய் நீ” என்பது – இவ்வாறு அர்த்தமற்ற வாதங்களை வாய்கிழியச் செய்துகொண்டிருந்தார். இச்சமயத்தில் கார்டு விஜில் கொடுத்தவுடன் ஜனங்கள் வேறுஇடத்திற்கு பக்ஷிகளாய்ப் பறக்கத் தொடங்கினார்கள். “உங்களுக்கெல்லாம் எவ்வளவு சகாயம் செய்தேன் பாருங்கள்” என்று சொல்லுவதுபோல் அந்தப் பிராமணர் எங்கள் பக்கம் திரும்பி, முகத்தை விசாலப்படுத்திக்கொண்டு “ஏன்” என்று வீரமுழக்கஞ் செய்தார். நாங்கள் யாரும் ஆமாம் என்று சொல்லாததைப் பார்த்து “நீங்கள் ஒப்புக்கொண்டாலும், ஒப்புக்கொள்ளாவிட்டாலும் வெற்றி எனதே” என்று உடம்பைக் குலுக்கித் தலைக்குடுமியைத் தட்டி முடி போட்டார். எஞ்சின் இழுக்கத் தொடங்கியபோது பெட்டிகள் முணுமுணுத்துக்கொண்டே நகர்வதா வேண்டாமா என்று

சந்தேகித்துக் கொண்டிருந்தன. பிராமணர் வெற்றிக் களிப்பில் வீறுகொண்டு விளங்கினார். இதற்குள் யாரோ தடாலெனக் கதவைத் திறந்தது தெரிந்தது. பிராமணர் மிகுந்த ஆண்மையுடன் அங்கே பார்த்தபோது கூந்தல் கத்தரித்துக்கொண்டிருந்த ஒரு பதினெட்டு வயது மடந்தை உள்ளே நுழைந்தாள். பிராமணர் ஏமாந்து தடு மாற்றத்துடன் பார்த்தார். பாவம்! விதவைகள் வழக்கையாக மொட்டையடித்துக் கொள்வதைச் சாஸ்திரம் என்று அறிவார். இதைவிட்டுப் பெண் மயிர் கத்தரித்துக் கொள்ளுவது என்ன? அதுவே திருப்பதி வெங்கடேசுவரரின் பிரசாதமாய் இருந்தால் சந்தோஷிக்கக் கூடியவரே. ஆனால் பார்த்தவுடன் கிறிஸ்துவப்பெண் என்று நன்றாய்த் தெரிந்தது. பிராமணர் செய்வது இன்னது என்று தோன்றாமல் தத்தளித்துக் கொண்டிருந்தார். பெட்டிகள் நமது சனாதன தர்ம சாஸ்திரிகளைப்போல் முனுமுனுத்துக்கொண்டு நகரமாட்டோம் என்றாலும், இஞ்சின் காந்தியடிகளைப்போல் பெட்டிகளையெல்லாம் சேர்த்து முன்னும் பின்னும் ஒரு ஆட்டுஆட்டி முன்னே இழுத்துக்கொண்டு செல்லத்தொடங்கிவிட்டது. அந்தப் பெண்ணுக்குப் பின்னே ஒரு இளைஞனும் நடுத்தர வயதுடைய ஒருவரும் பிரவேசித்தார்கள். வண்டி ஸ்டேஷன் தாண்டி ஜோராகக் கிளம்பியது.

அந்தப் பையனும் பெண்களும் சாமான்களின் மத்தியில் நின்றுகொண்டிருந்தார்கள். அந்த நெருக்கடியில் அவள் நின்றுகொண்டிருந்ததைப் பார்த்து "அந்த அம்மாளை இங்கே உட்காரச் சொல்லுங்களேன்" என்று நான் எழுந்தேன். "ஐய்யோ உங்களுக்குச் சிரமம்" என்றார் வந்தவர். பரவாயில்லை அந்தப் பெட்டிகளின்மேல் உட்காரலாம் என்று நான் பெட்டிமீது உட்கார்ந்தேன். அவள் எனக்கு வந்தனம் செலுத்திக்கொண்டே என்னிடத்தில் உட்கார்ந்தாள். பிராமணர் எங்கள் சரித்திரத்தைப் பொடபொடப்புடன் பார்த்துக்கொண்டிருந்தார். அவருடைய முகத்தில் மீண்டும் பிலிம் சுழல ஆரம்பித்தது. "இவர்களென்ன, உன்னுடைய இனமா ஜனமா? அந்தப் பாழும் மதத்தவர்களுக்கென்ன இவ்வளவு நல்ல வார்த்தை—ஆதரவு. ஆனால் உன்னுடைய புத்தி பாதி கிறிஸ்தவ வேஷத்திற்கு இந்தப் பாழும் புத்தித் தவிர நல்ல புத்தி உதயமாகுமா?" என்று உள்ளுக்குள்ளே புழுங்கிக்கொண்டிருந்தார். அந்த இளைஞன் என்னைத் தொட்டுக்கொண்டிருந்ததைக் கண்டு. கிறிஸ்துவ சகோதரன் கையிலிருந்த தினசரி பத்திரிகையை நானும் பார்த்துக்கொண்டிருந்தேன். அகில இந்தியக் கிறிஸ்துவ மாநாட்டில் தலைவர் செய்த பிரசங்கத்தில் "மதம் ஒவ்வொரு வகுப்புக்கும் வேறுவேறாய் இருந்தாலும் நாம் எல்லோரும்

பாரத மக்களே, பாரதமாதாவின் விடுதலையின் பொருட்டு நாம் எல்லோரும் ஒருமுகமாகக் கலந்து முயற்சி செய்ய வேண்டியவர்களே" என்று குறிப்பிட்டிருந்த செய்தியைப் பற்றிப் பேசத் தொடங்கினோம். இந்தச் சமயத்தில் பிராமணர் திடீரென்றுக் கிளம்பி இரட்டைக்குழல் துப்பாக்கியில் மருந்து கெட்டிப்பது போல் பொடியை மூன்று விரல்களில் எடுத்து இரண்டு மூக்குத் துவாரங்களிலும் வைத்துத் திணித்து உறிஞ்சினார். யுத்தத்திற்குத் தயாராகிறாரோ என்று எண்ணிக் கவனித்தபோது "மஹா சாதித்துவிட்டவர்கள் தான் நீங்கள். உங்கள் சுயராஜ்யமும் நீங்களும் உங்கள் முகமும்" என்று நெற்றி சொல்லிற்று. கிறிஸ்துவ சகோதரன் "யார் எவ்வளவு விட்டுக்கொடுத்துத் தேசாபிமானத்துடன் பாடுபட முன்வந்தாலும் இந்தச் சனாதனிகள் மட்டும் ஒவ்வொரு விஷயத்திலும் முட்டுக்கட்டை போடுகிறார்கள். இவர்களால் விரைவில் தேசவிருத்திக்கு இடங்கிடைக்காமல் போய்விடுமோ என்று பயப்பட வேண்டியிருக்கிறது" என்றான். பிராமணர் டுர்ர் என்று மூக்கைச் சீந்தினார். போர் தொடங்கும் அறிகுறியாக நன்றாய் ஊதி அறைகூவுகிறாரோ என்று எண்ணினேன். ஆனால், எங்களைக் குறுகுறுப்பாகப் பார்த்துவிட்டு, முகத்தை வேறுபக்கம் திருப்பிக்கொண்டு "கலிகாலமாய் இருந்தால்தான் என்ன? எனது ப்ராமண்ய சத்தியால் காலச்சக்கரத்தைக் கரகரவென்று திருப்பிவிட மாட்டேனா" என்பதுபோல் பூணூலைப்பிடித்து கிர்ர் என்று உடம்பைச் சுற்றிலும் இழுக்கத் தொடங்கினார். நாங்கள் சிரித்துக்கொண்டே எங்கள் சம்பாஷணையைத் தொடர்ந்து நடத்திக் கொண்டிருந்தோம். பிராமணர் படுக்கையில் சாய்ந்து அரைக்கண் உறக்கத்தில் ஆழ்ந்தார்.

திண்டுக்கல் என்று போர்ட்டர் சப்தம் போட்டதைக் கேட்டு, அந்தப் பிராமணர் துள்ளி விழுந்தெழுந்து அங்க வஸ்திரத்தை அரையில் இறுக்கினார். அநேகமாய்ப் பழனிக்குச் சுவாமி தரிசனம் செய்ய இறங்கப் போகிறவர் போலிருக்கிறது என்று எண்ணினேன். ஆனால் உண்மை அது அல்ல–மறுபடியும் பழைய சங்கதிக்கே. முழு பலத்துடன் கதவை அழுத்திப் பிடித்துக் கொண்டார். வெளியிலிருந்தவர்களை உள்ளே வரவிடவில்லை. மீண்டும் அதே கலாட்டா. இரண்டு பெண்களைத் தம்முடன் அழைத்துக் கொண்டு வந்த ஒருவர் "கார்டை" அழைத்து "இவர் எங்களை உள்ள விடமாட்டேன் என்கிறார்" என்று சொன்னார். கார்டு "டேமிட்! கையை எடு!" என்று சொன்னவுடன், பிராமணர் தம்மிடத்திற்குப் போய் உட்கார்ந்து கொண்டு "என்ன செய்து தொலைக்கிறது! டாமிட்டாம்! வாங்குகிற பணத்தையும் வாங்கிக் கொண்டு அதற்கு மேல் அதிகப்பிரசங்கித்தனம் வேற!" என்று

ஏதேதோ தமக்குள் முணங்கிக்கொண்டு ஜன்னல் வழியாய் வெளியில் பார்வையைச் செலுத்தினார்.

வந்த மூன்றுபேரும் நின்றுகொண்டே வருவதைப் பார்த்த கிறிஸ்துவ நண்பர் சட்டென்று எழுந்து அந்தப் படுக்கையை அப்புறப்படுத்திவிட்டு அங்கே உட்காருங்கள் என்றார். பிராமணர் நல்லபாம்மைப்போல் சீறி எழுந்து, மூக்குத் துவாரங்கள் புடைக்க "ஏன் ஓய் உனக்குப் புத்தி இருக்கிறதா? இல்லையா? அந்தப் பரமசண்டாளக் கசுமால இடத்திலா என் படுக்கையைத் தூக்கி எறிவது? மநுஷனாய்ப் பிறந்தால் சுத்தி–சுசி இருக்கவேணும்! உன் ஜாதிப்புத்திதானே உனக்கிருக்கும்?" என்று கூறிக்கொண்டிருக்கும்போது, அக்கிறிஸ்துவ நண்பர் ஷர்ட்டுக் கைகளை மேலேற்றிக்கொண்டு "உனக்குச் சுத்தியும்–சுசியும் இருந்தால் எல்லாரும் உட்காரும் வண்டியில் பொடி மூக்குச் சளியைச் சிந்துவாயா? வார்த்தைகளைக் கவனித்து ஜாக்கிரதையாகப் பேசு! இல்லாவிட்டால் மானம் மரியாதை எல்லாம் கெட்டப்போகும் தெரியுமா?" என்றார். இதற்கிடையில் ஒரு பெரியவர் "என்ன ஐயரே! பொழுது அஸ்தமானம் இப்படிக் கூச்சல்போட்டுக் கொண்டிருக்கிறாய்–உன்னிடத்தில் நீ உட்காராமல் ஜனங்கள் உட்காரும் பலகைமேல் அழுக்குமோழி மாதிரி படுக்கையை விரித்துப் பரப்பிக்கொண்டு அதற்குமேல் இல்லாத பொல்லாத குதர்க்கங்களையும் பேசத் தொடங்கிவிட்டாயே. படுக்கையை அந்த மேல்பலகை மீதல்லவா வைக்க வேணும்" என்றார். "இல்லை பிள்ளைவாள்! நான் கொஞ்சம் ஆசாரம் உள்ளவன். எல்லோரும் வந்து மேலே விழுந்து முட்டிக்கொள்வார்களே என்று அந்தப் படுக்கையைக் கொஞ்சம் குறுக்கே வைத்தேன் – அவ்வளவே யொழிய ஒருவர் உட்காரக் கூடாதென்றா? ச்சே! ராம! ராம! அப்படியொன்றுமில்லை" என்றார். "அவ்வளவு ஆசாரமாக இருந்தால் இந்த ரயில் வண்டிகளில் வரமுடியுமா? எல்லாச் சந்தர்ப்பங்களிலும் நமதிஷ்டம் போலவே நடக்குமா?" என்றார் பெரியவர். பிராமணர் எழுந்து முணுமுணுத்துகொண்டே படுக்கையை எடுத்து மேல் பலகை மீது வைத்துக்கொண்டிருந்தார். வந்த மூன்றுபேரும் பிராமணருக்கு வேண்டிய இடத்தை ஒதுக்கிவிட்டு உட்கார்ந்து கொண்டார்கள். வெகுதீவிரமாய் எல்லாரையும் ஒரு பார்வை பார்த்துவிட்டு, மூச்சுவிடுகிறவர்கள்கூட யாரும் இல்லை என்பதை அறிந்துகொண்டு– பாவம் முணுமுணுப்பதையும் நிறுத்திவிட்டு உட்கார்ந்தார். கிறிஸ்துவ நண்பர் மேலும் பிராமணரையே பார்த்துக் கொண்டிருந்தார். வண்டி புறப்பட்டது. ஏனோ பிராமணர் உடனே எழுந்து இரண்டு கால்களையும் தூக்கிப் பலகை மீது ஊன்றிக்

குத்தவைத்துக் கொண்டார். புதிதாக வந்தவர் "ஐயோ, என் அங்கவஸ்திரத்தை மிதிக்கிறீர்களே—கால்களைக் கீழே போட்டு நன்றாய் உட்காருங்கள்" என்றார். "நான் பார்க்கவில்லை" என்று சொல்லிக்கொண்டே கால்களை இறுக்கிக் கடந்த ஸ்டேஷனில் தூக்கிப்பிடித்த வெற்றிக்கொடியை இறக்கினாற்போல் பஞ்சகச்சத்தைச் சுருட்டி மடித்து அடக்கிக்கொண்டு—ஜன்னல் வழியே தலையைக் கீழே தொங்கப்போட்டார்.

ஆனந்தபோதினி, மார்ச் 1933

3. ரெயில்வே ஸ்டேஷன்

ஸ்டேஷன் போலும் ரயில்போலும் படங்கள், ரயில்வண்டி பொம்மை, சில டிக்கட்டுகள் சேகரித்துக் கொள்ளவேண்டும்.

ஆரம்பம்

எப்பொழுது உங்களுக்கு ஒருமாதகாலம் விடுமுறை விடுகிறார்கள்? லீவு நாளில் நீங்கள் என்ன செய்கிறீர்கள்? எங்கள் பிறந்து ஊருக்குப் போகிறோம். உங்கள் ஊருக்கு நீங்கள் என்னமாய்ப் போய்ச் சேருகிறீர்கள்? வண்டியில், அல்லது ரயிலில். ரயில் ஏறுவதற்கு எவ்விடம் போகிறீர்கள்? எனக்கு ரயிலேற வேண்டுமானால் நான் எவ்விடம் போகவேண்டும்? ரயில் ஸ்டேஷனுக்கு. இன்றையதினம் பாடம் ரயில் ஸ்டேஷனை குறித்தாகையால் நீங்கள் அவ்விடத்தில் பார்த்ததையெல்லாம் எனக்குச் சொல்ல வேண்டும். கிர்ஷ்ணா, நீ என்ன பார்த்தாய்? நான் ரயில் வண்டியையும் அனேக ஜனங்களையும் பார்த்தேன். ரயில் வண்டி என்ன செய்தது? ஓடிற்று. நீ வண்டியில் ஏறும்பொழுது அது ஓடிக்கொண்டிருந்ததா? நீ வண்டியில் எத்தனை மணி நேரம் இருந்தாய்? 6 மணிநேரம். இந்த 6 மணிநேரமும் ஓடிக்கொண்டிருந்ததா? சில சில இடங்களில் மட்டும் சற்றுநேரம் நின்றது. எவ்விடங்களில் நின்றது? வேறு ஸ்டேஷன்களில். ஸ்டேஷன் என்று ஏன் சொல்லுகிறோம் தெரியுமா? ஸ்டேஷன் என்னும் இங்கிலீஷ் வார்த்தைக்குத் தங்குமிடம் என்று பொருள். ஸ்டேஷனில் எது தங்குகிறது? ரயில் வண்டி ஏன் ஸ்டேஷன்களில் நிற்கிறது? ஜனங்கள் ஏறி இறங்குவதற்கு. எல்லா ஸ்டேஷன்களும் ஒரு மாதிரியாயிருக்கிறதா? சிலவை பெரியவையாகவும் வேறு சில சிறியவையாகவுமிருக்கின்றன. ஒவ்வொரு ஸ்டேஷன்களிலும் எத்தனை நிமிஷம் நிற்கிறது? சிலதில் 5, மற்றத்தில் 10, 15 நிமிஷம். இந்த வித்தியாஷம் ஏன் தெரியுமா? பெரிய ஸ்டேஷன்களில் ஜனங்கள் அதிகமாயும் சிறிய ஸ்டேஷன்களில் குறைவாயும் ஏறி இறங்குவதால்.

ஸ்டேஷனுடைய பாகங்கள்

ரயில் ஏறுமிடத்தில் எல்லாரையும் விடுகிறார்களா? டிக்கட்டு இல்லாவிட்டால் விடுகிறதில்லை. ஆகையால் ரயில் ஏறவேண்டியதற்கு என்ன வாங்கிக்கொள்ளவேண்டும்? டிக்கட். டிக்கட் எவ்விடத்தில் கொடுக்கிறார்கள்? டிக்கட் ஆபீசில். டிக்கட் ஆபீஸ் என்றால் என்ன? உள்ளே டிக்கட்டுகள் வைத்திருக்கும் ஒரு அறை. நீ அந்த அறைக்குள் போகிறாயா? ஒரு ஜன்னலண்டையில் போகவேண்டும். அந்த அறைக்குள் இருக்கிறவர் யார்? டிக்கட் கொடுக்கும் உத்தியோகஸ்தன். அவனுக்கு நீ ஏதாவது கொடுக்கிறாயா? ரூபாய். அவனிடம் நீ ஏன் ரூபாய் கொடுக்கிறாய்? டிக்கட் வாங்க. அவன் உனக்கு ஏன் டிக்கட் கொடுக்கிறான்? நாம் போகவேண்டிய இடத்திற்கு உள்ள சத்தம் கொடுத்துவிட்டோம் என்பதற்காக. ஆம், டிக்கட்டில் நீ போகவேண்டிய இடத்தின் பெயர் எழுதியிருக்கும். இதோ ஒரு டிக்கட்டிருக்கிறது. அதில் எழுதியிருப்பதைப் பார்த்தால் நீ வாங்கின நாளின் தேதி, நீ போகவேண்டிய ஸ்டேஷன் பெயர், நீ ஏறவேண்டிய வண்டி எல்லாம் தெரிகிறது. நீ உன் தகப்பனாருடன் போகும்போது உன் டிக்கட்டும் அவருடையதும் ஒரே மாதிரியாயிருக்கிறதா? உன் டிக்கட்டை ஏன் இரண்டாய் வெட்டுகிறான்? ஏனென்றால் நீ சிறுபையனாகையால் உன் தகப்பனார் கொடுக்கிற சத்தத்தில் பாதிதான் கொடுக்கிறாய்.

டிக்கட் வாங்கிக்கொண்டு எங்கோ போகிறோம்? ரயில் ஏறுமிடத்திற்கு. நீ நிற்கிட இடத்தில் ரயில் வண்டி வருகிறதா? அதின் அருகில். ரயில் வரும் இடத்தைவிட நீ நிற்குமிடம் ஏன் உயரமாயிருக்கிறது? நீ நிற்குமிடத்தில் என்ன போட்டிருக்கிறது? சில பென்சுகள். இவைகள் ஏன் போடப்பட்டிருக்கின்றன? இன்னும் இவைபோன்ற கேள்விகளால் வெள்ளைக்காரர்களுக்கு சாப்பாட்டு அறைகள் இருக்கிறதும் நமக்கு இல்லாமலிருக்கிறதற்குக் காரணமும், தாகமெடுத்தவர்கள் தாகசாந்தி பண்ணிக்கொள்ள பானைகளில் குளிர்ந்த ஜலம் வைத்திருப்பதையும், அதில் எடுத்து சாப்பிட இஷ்டமில்லாதவர்களுக்கு ஒரு பிராமணன் தீர்த்தம் கொடுக்கும்படியாய் வைத்திருக்கும் ஏற்பாட்டையும் அல்பசங்கியைக்கு போகிறவர்களுக்கு வேறான இடமும், அதில் மூன்று தினுசும், சுவரில் கெடியாரம் வைத்திருப்பதின் பிரயோசனமும், பழம் பால் புஷ்பம் கொண்டுவந்து விற்பதினால் இருவருக்கும் உண்டாகும் லாபமும் மற்றுமிவைபோன்ற விஷயங்களையும் சொல்லிக்கொடுக்கவும். (செப்டம்பர். பக். *67 – 69*).

அக்டோபர் மாதத்தில் தொடர்ச்சி கிடைக்கவில்லை. நவம்பர் மாதத்தில் வெளிவந்த தொடர்ச்சி.

உ. நாம் ஸ்டேஷன் மேடையிலிருந்து ரயிலுக்கு எதிர் பார்த்துக்கொண்டு நிற்கும்பொழுது ரயில் வந்துபோகிற மார்க்கத்தை நாம் பார்க்கிறோம். இந்த ரஸ்தாவுக்கு (வழி) என்ன பெயர் சொல்லுகிறோம்?

மா. இருப்புப் பாதை.

உ. இருப்புப்பாதை எதால் போடப்பட்டிருக்கிறது?

மா. இரும்புத் தண்டவாளங்களால்.

உ. இந்தத் தண்டவாளங்களை எவ்விதமாய் அசையாமல் போட்டிருக்கின்றன?

மா. பெரிய மரக்கட்டைகளைக் கீழேபோட்டு அக்கட்டைகளுடன் இதைச் சேர்த்திருக்கிறது.

உ. எத்தனை தண்டவாளங்கள் போட்டிருக்கிறது?

மா. இரண்டு.

உ. இரண்டு தண்டவாளத்துக்கு ஒருவரிசையென்று சொல்லுகிறது. ஸ்டேஷனருகில் எத்தனை வரிசை போட்டிருக்கிறது?

மா. நாலு, ஐந்து

உ. ஒரே வரிசை மட்டுமேனிருக்கக்கூடாது?

மா. போகிறவருகிற இரயில்கள் இரண்டும் மோதிக் கொள்ளாமலிருக்க.

உ. ஒரே வரிசையிருப்பதால் என்ன கெடுதி?

மா. இரண்டு வண்டிகளுமே மோதிக்கொள்ளும்.

உ. சில சமயங்களில் அகஸ்மாதாய் இரண்டுவண்டிகள் மோதிக்கொள்வதினால் புகைவண்டிகள் பொடியாகி மற்றையவண்டிகளும் சின்னாபின்னமாகின்றன. வண்டியிலிருக்கும் ஜனங்கள் என்னவாகிறார்கள்.

மா. அனேகருக்கு கால் கை ஒடியும்படியான காயம்படுகிறது. மற்றும் சிலர் இறக்கிறார்கள்.

உ. நாம் ஸ்டேஷன் மேடையில் நிற்கும்பொழுது மிக்க வேகமாய் அனேக ஜனங்கள் வருகிறார்கள். சிலர் பெரிய மூட்டைகள் கொண்டு வருகிறார்கள். சிலர்

பெட்டிகள் கொண்டு வருகிறார்கள். ஒருவருடன் ஒருவர் பேசிக்கொண்டிருக்கிறார்கள். மூட்டைகளை சிறிய இரும்பு வண்டிகளில் வைத்துத் தள்ளிக்கொண்டு போகும் கூலிக்காரர்களிடம் சிலர் பேசிக்கொண்டிருக்கிறார்கள். இக்கூலிகாரர்களை என்ன பெயர் சொல்லி அழைக்கிறோம்?

மா. போர்டர்கள்.

உ. இவர்கள் மற்றென்ன வேலை செய்கிறார்கள்?

மா. வண்டிகளில் ஜனங்கள் ஏறி இறங்குவதற்கு வண்டிகளில் கதவைத் திறந்து மூடுகிறார்கள்.

உ. இன்னுமென்ன செய்கிறார்கள்?

மா. விளக்குகளைத் துடைத்து ஏற்றி வண்டியில் போடுகிறார்கள்.

உ. ஆம், இன்னும் மணி அடிக்கிறது. ஸ்டேஷன் மேடையைப் பெருக்குவது இது முதலான வேலைகளைச் செய்கிறார்கள். ரயில்வண்டி வந்துவிட்டதும் ஜனங்கள் ஏறி இறங்குகிறார்கள். போர்டர்கள் மூட்டைகளைச் சரியான வண்டிகளில் ஏற்றுகிறார்கள். இந்த வண்டிக்கு என்ன பெயர்?

மா. பிரயாணிகளின் மூட்டை வைக்கும் வண்டி.

உ. முதல் வண்டியின் பெயரென்ன?

மா. புகைவண்டி.

உ. இதன் பிரயோஜனமென்ன?

மா. வண்டிகளை இழுக்கிறது?

உ. இவ்வண்டியின் முக்கியப் பாகங்கள் சிலவற்றைச் சொல்லு?

மா. புகைப்போக்கி, தண்ணீர்கொதிக்கும் பாயிலர், கரி அடிக்கியிருக்குமிடம், அடுப்பு.

உ. புகைப்போக்கியின் பிரயோஜனமென்ன?

மா. புகை உள்ளேயே அடைத்துக் கொண்டிராமல் அப்போதைக்கப்போது வெளியேபோகும்படி செய்தல்.

உ. தண்ணீர் கொதிக்கும் பாய்லரின் பிரயோசனமென்ன?

மா. ஆவி உண்டாக்குதல்.

உ. ஆவியின் பிரயோசனம்.

மா. இந்த ஆவியினால்தான் மற்றவண்டிகளை புகைவண்டி இழுக்கச் செய்கிறது.

உ. இவ்வளவு கரி குமித்து வைத்திருப்பதின் பிரயோசனமென்ன?

மா. இக்கரியினால் பெருந் நெருப்புண்டாக்கி தண்ணீரைக் கொதிக்கச் செய்வதனால்தான் ஆவி உண்டாகிறது?

உ. இந்த வண்டியில் எத்தனை பெயர்கள் இருக்கிறார்கள்?

மா. இரண்டு அல்லது மூன்று.

உ. அவர்கள் தேகநிர மென்னமாயிருக்கிறது?

மா. மிக கருப்பாயும், அழுக்கடைந்ததாயும்.

உ. ஆமாம், அவர்கள்வேலை, மட்டிவேலை யாகையால் சுத்தமாய் தேகத்தை வைத்துக்கொள்ள சாத்தியப்படுகிறதில்லை. ஒருவன் வண்டி ஓட்டுகிறது, ஒருவன் அடுப்பை எறியவிடுகிறது. இருவரும் அல்லது எல்லாரும் வண்டிக்கு எண்ணெய் தடவி வண்டியைச் சுத்தமாய் வைத்துக் கொண்டிருப்பார்கள். இப்படிச் செய்யாவிட்டால் வண்டி அவ்வளவு வேகமாய்ப் போகாது.

உ. புகைவண்டிக்குப் பின்னால் என்ன வருகிறது?

மா. ஜனங்கள் ஏறுகிற வண்டிகள்.

உ. வண்டிகள் என்னமாய் ஒன்றுக்கொன்று பிணைந்திருக்கிறது?

மா. கனமுள்ள பெரிய இரும்பு ஊக்குகளாலும் இரும்புச் சங்கிலிகளாலும்.

உ. எல்லா வண்டிகளும் ஒரே மாதிரியாயிருக்கிறதா?

மா. சிலவன மிக அழகுள்ளதாயும் பெரியதாயுமிருக்கின்றன.

உ. சற்று உள்ளே நுழைந்து பாப்போம். சில வண்டிகள் மிருதுவான மெத்தையும் தலைகாணிகளுள்ளதாயும். வேறுசில நார்மெத்தையுடையதாயும், மற்றவைகள் மரப்பலகைகள் மட்டுமுள்ளதாயும் இருக்கின்றன. ஏனிந்த வித்தியாசம்.

மா. மனுஷர்களின் அந்தஸ்துக்குத் தகுந்தாப்போல்.

உ. ஆமாம், மிகப் பணமுள்ளவர்களுக்கு நல்லவண்டியில் ஏற இஷ்டமிருக்கும். இல்லாதவர்கள் சாதாரணவண்டியில் போவார்கள். மிகவும் நேர்த்தியாயிருக்கிற இந்த வண்டிக்குப் பெயர் என்ன?

மா. முதல் வகுப்பு வண்டி.

உ. ஆமாம், அது இரண்டாவது வகுப்பு வண்டி, மற்றவை மூன்றாவது வகுப்பு வண்டி. (இதுவே விதமாக

இரண்டாவதற்கும் மூன்றாவதற்கும் நடுத்தரமாய் ஒரு வண்டி ஏற்படுத்தியிருப்பதின் காரணம் தெரியப்படுத்துக) ஆகையால் நீ டிக்கட் வாங்கும்பொழுது இன்னவகுப்பு வண்டியில் போக விருப்பமுள்ளவனா யிருக்கிறாய் என்கிற சங்கதி டிக்கட் உத்தியோகஸ்தனுக்கு தெரியப்படுத்த வேண்டும். அதோ அந்தக் கோடியில் இருக்கிற வண்டி எதற்காக?

மா. இவ்வண்டிகளின் காவலாளனாகிய கார்ட் உத்தியோகஸ்தனுக்கு.

உ. ஆமாம், இந்த வண்டி மற்றவைகளைப் போலிராது. சில சமயங்களில் இரண்டு கார்டுகளிருப்பார்கள். ஒருவன் புகைவண்டிக்கு அடுத்த வண்டியிலும் மற்றொருவன் கடைவண்டியிலும். இந்த வண்டிக்கு இங்கிலீஷில் ***(Brake)*** என்று சொல்லுகிறது. இந்த வண்டியில் ஒரு சக்கரம் இருக்கிறது. ஸ்டேஷனில் வண்டி நிற்பதற்கு முன்பு இந்தச் சக்கரத்தை இவன் சுழற்றுவான். இதைச் சுழற்றும்போது இந்த மரக்கட்டைகள் வண்டியின் சக்கரத்தின் முன்னின்று வண்டியைப் போகவிடாமல் செய்யும். இவ்விதமாக வண்டிபோக ஆரம்பிக்கும்பொழுது அந்தச் சக்கரத்தை திருப்புவதினால் மரக்கட்டைகள் மேலேவந்துவிடும். இன்னுமென்ன அதிசயம் அந்த வண்டியிலிருக்கிறது?

மா. இருபக்கத்திலும் பெரிய கண்ணாடி ஜன்னல்களிருக்கின்றன.

உ. அதோ மணியடிக்கிறது. எல்லா ஜனங்களும் வேகமாய் ஓடுகிறார்கள். போய்வருகிறேன் என்று அனேகர் செலவு பெற்றுக்கொள்ளுகிறார்கள். யாரோ ஈசலடிக்கிறான். கார்ட் வண்டியிலே தாவுகிறான். ரயில் மெள்ளப் போகிறது. கொஞ்சம் கொஞ்சமாய் வேகம் அதிகரித்து கண்ணுக்கு மறைந்துவிடுகிறது.

உபாத்தியாயர், செப்டம்பர் 1887, பக். 67

செந்தூர்
ரெயில்
வழி நடைச் சிந்து

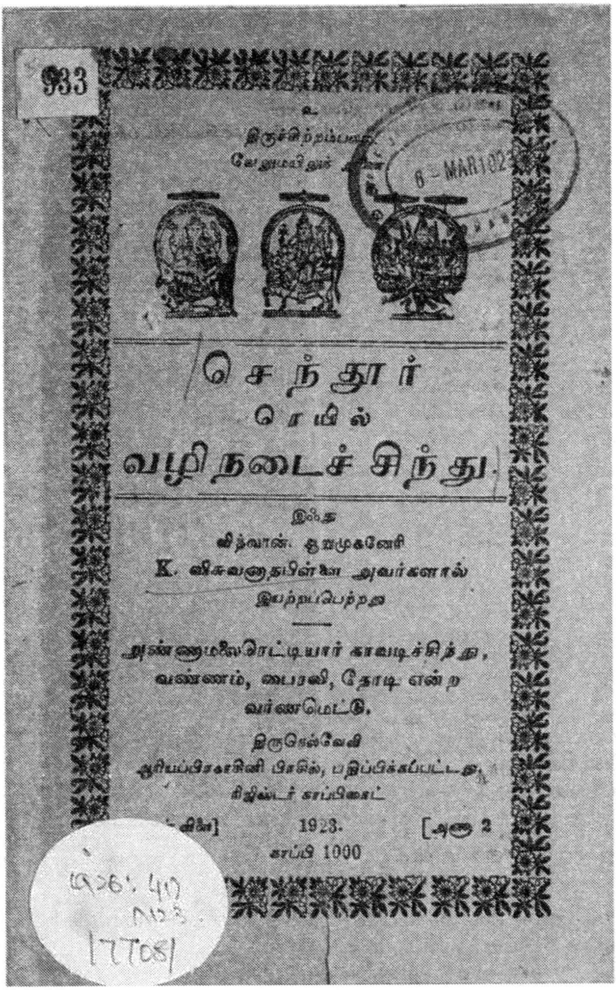

உ

திருச்சிற்றம்பலம்

வேலுமயிலுந்

செந்தூர்

ரெயில்

வழிநடைச் சிந்து.

இஃது

வித்வான். ஆறுமுகனேரி

K. விசுவநாதபிள்ளை அவர்களால்

இயற்றப்பெற்றது

அண்ணாமலைசெட்டியார் காவடிச்சிந்து,
வண்ணம், பைரவி, தோடி என்ற
வர்ணமெட்டு.

திருநெல்வேலி

ஆரியப்பிரகாசினி பிரசில், பதிப்பிக்கப்பட்டது.

ரிஜிஸ்டர் காப்பிரைட்

விலை] 1923. [அணா 2

காப்பி 1000

உ

திருச்சிற்றம்பலம்

வேலுமயிலுந் துணை

செந்தூர் ரெயில் வழி நடைச்சிந்து

இஃது

வித்வான் ஆறுமுகனேரி

மு.விசுவனாதபிள்ளை அவர்களால் இயற்றப்பெற்றது

அண்ணாமலை ரெட்டியார் காவடிச்சிந்து,

வண்ணம், பைரவி, தோடி என்ற

வர்ணமெட்டு.

திருநெல்வேலி

ஆரியப்பிரகாசினி பிரசில், பதிக்கப்பட்டது

ரிஜிஸ்டர் காப்பிரைட்

விலை} 1923 {அணா 2

காப்பி 1000

உ

திருச்சிற்றம்பலம்.

செந்தூர் ரெயில் வழி நடைச்சிந்து

கடவுள் வணக்கம்

காப்பு

ஆனைமுகன் ஆறுமுகன் அம்பிகைபொன்னம்பலவன்
ஞான குருவாணியை உள் நாடியே தேனைநிகர்
செந்தூர்வழி நடையைச் செப்பினேன் செந்தமிழால்
எந்தப்பாவலரும் இசைவர் என்று

அரச வாழ்த்து

வையகம் செழிக்க எங்கும் மாமழை பொழிக பத்மச்
செய்யவள்தனை நிகர்த்த சீமாட்டி மேரித்தாயும்.
அய்யனாம் அஞ்சாம் ஜாற்ச்சும் அன்புடன் நீடுவாழ்க
மெய்உவில்ங்டன் டேவிஸ் வேந்தரும் வாழ்கமன்னோ.

சிந்து

செந்தூர் ரெயில் வளம்பாரீர் ஜில்லாபோர்டார் நலம் தேரீர்,
எந்தச் செகமும் புகழ் மயில்வாகனக்
குகனார்தரு உயர்மாதலச் (செந்தூர்)

1. ஆயிரத்தொண்ணூற்றெட்டாண்டு ஆனமாசி இரண்டாந்திருநாள்
இவ்வத்தி அற்புததெரிசனம் வானவற்குங்கிடையாது
இன்றுமுதல் ரெயில்லோட்டம் நாளை
செந்தூர்வர போர்ட்டார் நாட்டம் (செந்தூர்)

2. இன்று இருபத்திரெண்டு இரெண்டுருபத்தி மூன்றாம்
வருஷம் எங்கள் சிவஞான வள்ளல்வேளடற்கிசைந்து
கவணர் வில்லிங்டர் பிரபுவுடன் எண்டிசை மாந்தரும் வருவா
யிந்தமுகூர்த்தத்தை நாடி எண்ணிலடங்காது கோடி (செந்தூர்)

3. பாரத வருஷமாம் நாடு எவரும் பாவிப்புகழும் தெந்நாடு
உயர் பலமாமணி நலமாவரு புலவோர்புகழ்
தரமாகிய பரதகண்டமிது காணும்
இங்கே விரதமுண்டனேகமபேணும்.

4. எங்கும் புகழ் தமிழ்நாடு இங்கிலீஸ்மன் ஏற்றமுள்ளனர்நாடு
சுங்கந்தரு தமிழ்சாரும் துங்கந்தருபலமாமுனிவரும்
நல்ல சூத்திரம் தேர்ந்த தொல் நாடு
பல சாஸ்திரம் ஆர்ந்த இன்னாடு.

5. பட்டணம் பாம்பே பங்காளம்
மூன்று பாரமான றாஜதானி இதிற் பலவாகிய ஜில்லாமுதல்
தலமாகிய தாலுகா பார்த்த திருநெல்வேலி மேலாம்
இதன் பார்படும் திரவியம் நாலாம்

6. பொதிய மலைவளம் சிறந்து நல்ல பூம்புனற்கங்கை திறந்து
உயர்புனி தந்தரு துறையேகியே பொருதுந்திய
அலையோடுற போந்ததாம்பிரபறணி கண்டு
இது சாந்த ஜீவநதி யென்று

7. வாயுவேகமன வேகமாக வருகுது புது ரெயில்மெயில்
இந்த வழி ரெயில் திருச்செந்தூர்வர
வகைதேடிய மாதவர் மேதாவியர் சிலருண்டு
அதை பொன்னைய வள்ளலும் கண்டு

8. ஆயிரத்தொள்ளாயிர மூன்று இஃதானபெப்பிரவரி யேழில்
அழகாகவே ரெயில் வரவேண்டிய அம்ஸங்கள் பல
அமைந்திட பெட்டிஷன் தீட்டி
அதை அறிவுடையோர் மெச்சக்காட்டி

9. அப்போ ஜில்லா போற்ட்டுதலைவர் ஆன பக்ளிக்கலெக்ட்டர்
அப்பாலு முயர் பெட்டிஷனை அங்கீகரித்து
கருணையோடு கவர்மெண்டுக்கனுப்பிய உபாயம்
அந்த மகறாஜன் செய்த சகாயம்

10. சாங்கிஷன் ஆயிற்று உடனே
அப்போ சற்வை நடந்ததும் திடமே
அதர்க்கு பாங்காகவே பட்டாவரி தீர்ந்தானது
வசூலானது பன்னிரெண்டு லக்ஷமாகும்
மேலும் யிருபத்தொரு லக்ஷம்வேணும்

11. இந்த பண்டில் லயன் போட்டார்
மற்றதுகைக்கும் ஆக ஜில்லா போர்டார்
எத்தனையோ பிரையத்தனம் செய்கையில்

ஜெர்மன் சண்டை மூண்டது அதனால் தண்டவாளம் கம்பி
மீண்டது பலவருஷங்கழும் மேக நீண்டது.

12. இந்த நிலமையில் சீமான் சிவஞானவானெனும் பூமான்
இந்த ஜில்லா போர்ட்டில் தலைமை வகித்து
இங்கிலீஸ் உயர்பட்டங்களுந்தரித்து
இருக்கின்ற வேலையில் நினைந்தார்
திருச்செந்தூர் ரெயிலுக்கு துணிந்தார்.

13. சிவஞானம்பிள்ளை சீலமெல்லாம்
என்றும் தெரிந்துகொண்ட கவர்மெண்டார்
செகமோகன மிக நயமாகவே எழுதியபடியே தொகை
யுதவினர் சேர்ந்த முப்பத்திமூன்று லெக்ஷம்
செய்த வேலை பெறும் அனேகலெக்ஷம்

14. இவ்விருபத்தி மூன்றாரம்பம்
ரெயில் எப்படியும் செந்தூர்சேர
எண்டிசையும்புகழ் சிவஞான சீமான் செய்த பத்தினம்
எத்தனை எத்தனை கோடி ஏற்கும் பொருள்களை நாடி

15. வேளாண் மரபிற் பிறந்து நாலாவித பாஷையும் சிறந்து
இவர்விதரனை தெரிந்த சதுரராகவின் செந்தூர்ரெயில்
வேலையை சீக்கிரம் முடித்தார் இந்த பாக்கியம் ரவர்
படைத்தார்

16. எத்தனையோரெயில் பாலம் இன்னும் எத்தனையோதண்ட
வாளம் இதில் பெளிலார் தரு மிகநேர்வரு
எத்தனையோ கருடர் பாளம் இங்கு சேகரித்தது நற்காலம்
இதெல்லாம் ஜில்லா போர்ட்டார் சீலம்

17. பத்து நிமிஷம் வண்டியேக
நாம் சற்றும் பிசகாமல்போக
இந்தப் பாலத்திருந்து செந்தூர் மேலத்துவரை சீக்கிரம்
டிக்கட்டு எடுப்பீர்
மற்றது வீணெண்ணம் யாவும் விடுப்பீர்.

18. வண்டிவரவும் உட்கார்ந்தோம்
மனது பரவசம் நேர்ந்தோம்
'எந்தமதிவாணரும் புகழ் சுலோசன முதலியார் பாலம்மாக்ஷீ
என்னாலே சொல்லவும் தரமோ
எட்டுமட்டும் சொல்வேன் விவரமே

19. எங்கும் சொர்ணமயமேடை
இங்கே இந்து காலேஜ் உயர்சி ஊடே
இளந்ததளிற்வார் தருமதி மண்டலவரையும் தொடர்சோலை
வழம் என்ன துளிர் துளிர்ப்பு
அதை சுற்றும் பழனப் பளபளப்பு

20. ஆலயங்கடைத்தெரு வீதி
நல்ல அந்தணர் கூட்டமும்பாதி
இதில் அணியும் மணி நவரெத்தினம்
ஆடைகனி காப்பிக்கடை அணி அணியாய்யிருக்குது காணும்
இது யார்க்கும் நேத்திரானந்தம் தோணும்

21. பாளையங்கோட்டை முதல் ஸ்டேஷன்
இது பலமா யமைந்தது விசேஷம்
இந்நகர் பலஆகிய மணிமேடையும் பாரிலுயர் சிகரங்களும்
இது பார்மகள்க்கோர் நெற்றிரிலகம்
பலகாக்ஷிகள் அமைவித்வகழகம்.

22. கோட்டை கொத்தள உண்டு
கிரிஸ்தவக்கூட்டம் வெகு பண்டு
கோபுரம்சிவாயயம்பண்டு குலவுபூமி பாழையங்காற்பாசனம்
அந்தப்பக்கம் யாவும் பழனம் உயரும்
பத்மங்களில் அன்மை பயிலும்
பத்மங்களில் அன்னம் பயிலும்.

23. செய்துங்க நல்லூர் ஸ்டேஷன்
இதில் ஜெயதுங்க பாண்டியன் இருந்தான்
செழுந்தேனோடு பொருனைநதி பாய்ந்து
சென்னெல் விளையும் பழனம்
இங்கே தீரன் சோணாசலம் சத்திரம்
சேர்ந்தோர்கெல்லாம் அன்னம் நித்யம்.

24. அந்தணர் வீதியும் உண்டு
யிதிலாம் மாத்வர் மரபதிகம்
சிந்தையுருகும்படியான சிவாலயம்
விஷ்ணுக்ஷேத்ரம்செழிக்கும்
செங்கழுநீர் ஓடை மலரும்
செந்நெல்விளை மிக்கவயலும்.

25. ஸ்ரீவைகுண்டம் ஸ்டேஷனும் பாரீர்
உங்கள் ஜன்மவிடாய் இங்கு தீரீர்
எந்த ஜெகமும் புகழ்தலமாமிது சரதம் சொல்வேனின்னமும்
திவ்விய தாம்பிரவரணி அணைப்பாலம்
இதின் தெற்குகோட்டைபிள்ளை சத்திரம் அனுகூலம்.

26. உலகிலுள்ள வம்பும் வழக்கும்
இந்த வூர்பேரை கேட்டால் ஓடி ஒளிக்கும்
பலகலை ஆய்ந்தவரும் நீதிமன்னரும் விவகாரியரும்
பார அந்தணர்கள் கூட்டம் செல்வர்பாராட்டும்
வேளாண முதலியோர் கோஷ்டம்.

27. இங்கிலீஷ் உயர்ந்த பாடசாலை
ஏற்ற ஆஸ்பத்திரி வளம் சோலை
எந்ததிசையும் புகழ் தாலுகா போர்ட்டும்
நீதிகோடு கச்சேரியும் அதற்கேற்ற மன்னவர் சிறப்பும்
மற்ற ஆற்றல் மிகுந்தவர் நல்லிருப்பும்.

28. வீதி எல்லாம் அலங்காரம்
அங்கே விஷ்ணுதலம் பொருனை ஓரம்
அன்றி விதியோடரி அறியாத கைலாசபுரம்
விளங்கும் மருதம் சிறந்த பழனம்
அங்கே விளைவுமிகுதி அனேக குளமும்.

29. ஆழ்வார் திருநகர் ஸ்டேஷன்
அமைந்தது மெத்த பிரகாசம்

இந்த ஆலயம் புகின் வானவர்கம்மியன் விஸ்தாரமாய்|
அமைந்திட்டான் என்றலைஒக்கும்
இங்குள அந்தணர் கூரனைநிகர்க்கும்

30. பட்டணம் தாம்பிரவற்ணி ஓரம்
பார்க்கபகட்டும் எந்நேறம்
இந்தபார் அளந்திடும் நம்பெருமான் நவதிருப்பதிகளில்.
பாங்கான இந்த நல்க்ஷேத்திரம்
தீங்கானது நீங்கும் இம்மெனும் மாத்திரம்.

31. ஆலயங்கோபுரவீதி மேடை அணி அணியாய் நிர்க்குங்சோதி
இங்கே அளவிலாத செல்வர்கூட்டமும்
நடனமாதர்களின் ஆடரங்கும்
மேடை அணி அணியாய் மநீதிபாலூட்டும்
மேலும் மறக்கடஞாயத்தை காட்டும்.

32. நாசறத்தாகும் இந்த ஸ்டேஷன்
இந்நகரில் மிகுதி கிரிஸ்த்து சுவிசேஷம்
நடனம்புரி செய்ய பத்மாசனமென
நாலாவித செல்வம் நினைக்கும்
மேலான வீதியும் செழிக்கும்.

33. இந்நகர் ஆலயம் ஓங்கும் இதர்க்கேற்ற கல்விசாலை பாங்கும்
மன்னுமாதர்கள் பாடசாலை மாட்சியும்
கனம் மர்காஷயஸ் பங்களா காட்சியும்
இங்கே வராத மன்னர்களுண்டோ
இதுவரன் முறையாக வுங்கண்டோம்.

33. குரும்பூர்கெடி இதுதேரும் கடம்பாபாசனமிதுகாறும்
இதிற் குளிரும் பலகால்வாய்களும்
பழனம்செறி நால்வாய்களும்
ஏறிகூறுங்கெண்டை வாழை பாயும்
மேகங்கண்டா காயந்தாவும்.

34. கடைவீதிகளின் மிக்கச் சிறப்பு
இவைகாணயாற்கும் உண்டு பரபரப்பு
இங்கு சிறு கலாச்சாலை வீதியும் கருடவாகனன்கோவிலும்
மெத்த கனிகாயிலை கடைசறக்கு
நல்லநவதானியமும் விலைக்கு பறக்கு.

35. ஆறுமுகநேரி நல் ஸ்டேஷன்
அழகான பெரியதோர் ஜங்கிஷன்
இதையறியாமலே காயல்பட்டணமெனக்காட்டினர் சர்வையர்
அறிய வேண்டும் ரெயில் நிர்வாகர்
ஆதியில்ப் பெட்டிஷனிங்கிருந்தே

36. உப்பு விளையும் அளம் நான்கு
இங்கேயுள்ள பாத்தி மூவேளாயிரம்
தப்பாமலே சுவை மிகுகுணமும்
ஒளியம் பழபழப்பும் ஆயிரம் அமபாரம் வருஷம் கட்டும்
அகிலமெல்லாம் வியாபாரம் கட்டும்

37. ஏற்றும்பொருள் உப்பு முதலாம்
இறக்குமதி நெற்பல தானியம்
இதை மதிவாணர்கள் ஊகித்திட்டால்
நிதிலாபமிக செழித்திடும்
ஜில்லாபோர்ட்டார் தெரியலாகும் செல்வனே யிடமதிகம்
வேணும்

38. இந்நகர் மாழிகை விலாசம்
பொன்னகரமவரை பிறகாசம்
இஃதழகாபுரியோ அமராவதியோயென வியக்கத்தகும்
எண்ணிரு செல்வர்கள் கூட்டம்
எத்திசையோர்களும் நாட்டம்

39. இந்நகர் பிறதேசந்தோறும்
பொருநை இளைப்பாரி சமுத்திரஞ்சேரும்
எங்கும் வளந்தரு சோலையும் பாடசாலையும்
தமிழ்ச் சங்கமும்
எங்குஞ்சிவபக்தர் நிறைந்த கூட்டம்
எங்கும் பஜனைசெய் வேளாளர் கோஷ்டம்

40. ஆலயம் கோபுரம் யெங்கும் அணியணியாய் வீதிதங்கும்
ஆவணச்சிறப்பு சந்தைக் கூட்டம்
அநேக உப்பு வியாபாரிகள் நோட்டம்
ஆதிசேடனுஞ்சொல்லுந்தரமே
அமைந்தது மெத்தச் சுந்தரமே

41. இங்கே கால்மணி நிற்கும்
இதிலுள்ள வண்டிகளுட்புகுவோம்
எண்ணிலாத இங்கிலீஸ் மன்னரும்
இந்தியதேச விற்பன்னரும்
எழிற்குலமங்கையர் கூட்டம்
இவர்களைக் கண்டாலும் பாவங்கள் ஓட்டம்.

42. இதில் வரும் பிரபுக்களெல்லாம் எளிதில் கிடைப்பவரல்லர்
இவரை ஏற்று உபசரிக்க வரும் இந்நகரத்தார் மிகஅன்புடையார்
செய்த நலம் என்னபாக்கியம்
காயல் மகம்மதியருக்கும் கிலாக்யம்

43. பந்தவிட்டது மெத்த உன்னதம் பின்னும் பறிஷ்காரம்
செய்ததும் பிரபுக்கள் சம்மதம்
கந்தமலர்மணம் கமழ்தரமாலையிட்டு உயர்கனி கொடுத்ததும்
இந்திரலோககாக்ஷி இவையெல்லாம் பாரும் முருகேசன்
மாக்ஷிகூறும்

44. புறப்பட்டது ரெயிலில் உட்காரும் இந்தபுகை
அனல்சிவன் சத்திதேரும்
இந்த புலாலுடம்பை எப்படி உயிர்நடந்துமோ அப்படி
சடசித்திபிரபஞ்சம் காட்டும் இவை
மாயை அநேகம் செயல் நாட்டும்

45. எங்கே ரெயில் பறந்தாலும்
திருச்செந்தூர் ரெயில் கிணையாமோ
இகபரமுந் தருமுருகன் அருள்சேவையும்
உயர் ஐபுலன்களில் சுவை ஒரு பாலூறு பார்வையும்
தவமுந் தவமுடையார்கட்காகும்
அஃதில்லார்கென்பயன் அமையும்.

46. செந்தூர் கெடிவந்து சேர்ந்தோம்
இனி ஜென்மப்பிணிகளுந் தீர்ந்தோம்
இவன் சிந்து, ஆறபாறமும் கோபுரம்
கொடிமரம் கந்த தெரிசனம் ஆனந்தம்
இன்னும் காணவேண்டும் காட்சி ஆனந்தம்.

47. திரிசுதந்தார் வீதி பரிசுத்தம்
சிறந்த வேளாளர் சேர்ந்தாரும் நித்தம் ஸ்நானம்
செய்தப நியமஓமம் செய்திகொண்டிருக்கின்றனர்
செந்தித்தல விசேஷம் போலும்
இங்குவந்தாரெல்லாம் வானோர் மேலும்.

48. கடைவீதி சிந்து நவமணியை
கண்டெடுத்தோர் குபேரனாவார்
எவர்கருத்தையும் திருத்தும் வினாயகர் சிவாலயம் பரிவாரங்கள்
இவைகள் காணமிகமனம் உருகுதே
கண்டிட சந்தோஷம் பெருகுதே.

49. மருதம் சிறந்த யிந்நகரம்
வயல் பக்கங்களில் குமுத மலரும் மஞ்சளும் குங்குமமும்
நெருங்கிய சோலையும் கரும்பாலையும்
மயிலுங்குயிலு மிருந்தாடுமே
கணிகைமாதரைக் கண்டிசை பாடுமே.

50. கட்டளை ஸ்நானம் நியதி கழித்தோம்
கட்டளை அய்யரை யழைத்தோம்
காதலோடு எங்கள் கருணாகர சுப்பிரமண்யப்
பெருமான் திருவடி தெரிசிப்போம் வாரீர்
பிறவிக்கரை யேற்றும் கடற்றுறை பாரீர்

61. கண்முகவிலாசம் பிறகாசம்
தத்துவஞான விகாசம்
தந்திமுகன் சரவணபவன் குகன்
வள்ளிக்குஞ்சரிமற்றச் சாமிதெரிசன மாச்சு
சந்தனம் இலைபூதிப்பூச்சு

52. எங்குந் திருக்கல்யாண வாசல் என்று அந்தந்திருக்கோலம்
எங்கள் செந்தூர் கந்தன் கலியுக வாதன்
கடம்பன் தெரிசனம்
கண்டரைகண்டாலும் போதுமே உண்டாடிப்பாடி வருவோமே

53. தீர்த்தவாரிவரை வசிப்போம்
மற்றத்திருநாள்த் தெரிசனமும் என்னென் றுரைப்பேன்
சிவசொரூபத்தில் மனதைநாட்டி
சிவயோகத்தின் சுழுமுனை கூட்டி
சிவஞானத்தில் மூழ்குவிக்குமே
குகனானந்தத்தை யூட்டிவைக்குமே

54. செந்தூர் ரெயில்வளம் வாழ்க
எங்கள் ஜில்லா தாலுகா போர்டார் வாழ்க
எந்தச் செகத்திலுள்ளோரும் வாழ்க
மற்றப்புரத்திலுள்ளோரும் வாழ்க
இதை கற்றோர் கேட்டோரும் வாழ்க
கருதும் பிரிட்டிஷ் ராச்சியமும் வாழ்கவே.

சம்பூர்ணம்.

தலை பிழைத்தது தம்பிரான் புண்ணியம்!

“மீசை முளைத்துள்ள ஆண்பிள்ளைச் சிங்கங்கள்” என்று மார் தட்டுகிற வர்களை யெல்லாம் ரயில்வே ஸ்டேஷனுக்கு அனுப்பி டிக்கட்டு வாங்கச்சொல் லுங்கள். வியர்க்க வியர்க்க ஓடி ஒரு டிக்கட்டு வாங்க நான் பட்டபாடு பஞ்சு தான் படுமோ-சொல்லத்தான்படுமோ? நான் ஒரு டிக்கட்டு வாங்கிவிட்டேன்!

மோட்டார் எமனைப் பார்த்ததுண்டா?

இவனைத்தான் "மோட்டார் எமன்" என்று பத்திரிகை உலகம் கூறுகிறது. மாறுதல் தத்துவப்படி எமனும் நாகரிக வடிவங்கொண்டிருக்கிறான்.

கோபத்தினும் வசையே நாட்டின் பெரும் பகைவன்.

"ஆசை"

கால் பந்து போட்டிக்காக ஒரு கூட்டம் வேற்றூருக்குப் போய்விட்டுத் திரும்பியது. அதில் ஒருவருக்குத் தூக்கம் தள்ளியது. தமது டிக்கட்டைப் பாக்கெட்டில் போட்டுவிட்டு நீட்டி நிமிர்ந்து படுத்துக்கொண்டார். ஒரு நண்பன் மெதுவாய் அவரது டிக்கட்டை எடுத்து வைத்துக்கொண்டான். உடனே டிக்கட் பரிசோதகர் "சார்! டிக்கட் ப்ளீஸ்" என்று கத்திக்கொண்டு வந்தார். நண்பர்கள் அவரை எழுப்பிவிட்டார்கள். அவரது டிக்கட்டைக் காணோம்; தேடித் தேடிப் பார்த்தார் கிடைக்கவில்லை. எல்லாரும் இன்ஸ்பெக்டர் போகிறவரை பெஞ்சுக்கு அடியில் போய்ப் படுத்துக்கொள்ளும்படியாகத் தூண்டினார்கள். அந்த அறைக்குள் இன்ஸ்பெக்டர் வந்தவுடன் காணாமல் போன டிக்கட்டையும் சேர்த்து அவரிடம் கொடுத்தார்கள்.

" இன்ஸ்பெக்டர் :—(ஆச்சரியத்தோடு) இதென்ன என்னிடம் ஆறு டிக்கட்டுகள்! நீங்கள் ஐந்து பேர் தானே இருக்கிறீர்கள்!"

" அப்படியா? எங்கள் நண்பர் ஒருவர் இருக்கிறார். அவருக்குப் பெஞ்சுக்கடியில் இருந்து பிரயாணம் செய்யவேணும் என்று ஆசை—இதோ தலை தெரிகிறது பாருங்கள்."

விசித்திர விநோதம் 711

நல்ல மனைவி.

மாம்பலத்திலிருந்து சென்னையை நோக்கி ரயில் வண்டி வந்துகொண்டிருக்கிறது. ஆபீஸ் வேளை. ஒருவருக்குத் தமது மனைவியின் நடவடிக்கையை நினைக்க நினைக்க உத்சாகம் பொங்கிவிட்டது. அவர் கூறுகிறார் :—

" நான் பொய் சொல்லுகிறேன் என்று நினைக்காதீர்கள் — உலகத்திலே மனைவி என்றிருந்தால் என் வீட்டுக்காரியைப் போல் இருக்க வேணும். என்ன ஒழுங்கு! என்ன ஜாக்கிரதை! என்ன ஆசாரம்! இப்பேர்ப்பட்ட ஒரு பெண்ணை நீங்கள் எங்கும் பார்த்திருக்கமாட்டீர்கள்! "ஒழுக்கமில்லாத பெண் இருக்கிறவீடு புலி கிடந்த தூறு" என்கிற வசனம் பொய்யல்ல. சற்றேனும் ஏறுமாறாக இருந்தால் கூறாமல் சந்நியாசங் கொண்டு விடுவது மேல். நீங்கள் ஒரு நாளைக்கு எங்கள் வீட்டுக்கு வந்து பாருங்கள்—அப்பொழுது உண்மை விளங்கிவிடும்."

ஒருவர் :—" அதெல்லாம் வீண் பேச்சு! வாயில் என்ன வேணுமானாலும் சொல்லிக் கொள்ளலாம். எப்பேர்ப்பட்டவர்களும் தவறி விடுகிறார்கள்."

" இதென்ன இப்படிச் சொல்லிவிட்டீர்கள்? எங்கள் வீட்டில் அப்படி இல்லை. எந்தெந்தச் சாமான் எங்கெங்கே இருக்கவேணுமோ அதெல்லாம் அங்கங்கேயே இருக்கும். ட்ரஸைப் பற்றியும்கூட நான் கவலை கொள்ளுவதில்லை. எந்த நாளைக்கு எந்த ட்ரஸ் வேணுமோ அதெல்லாம் அவளுக்குத் தெரியும். கைக் குட்டையுங் கூட ஜேபியில் தயாராகப் போட்டு வைத்து விடுவாள்! இதோ பாருங்கள்!" என்று ஒரு துணியை வெளியே எடுத்துக் காட்டினார்.

அது அடுப்பங்கரையிலிருந்த கரித்துணி. எல்லாரும் கொல்லென்று சிரிக்கத் தொடங்கிவிட்டார்கள்.

***

"மான நஷ்டம்"

சென்ட்ராலில் பஸ்வந்து நின்றது. ஒரு ஸ்தூல சரீரம் படைத்த பெரிய மனிதர் பஸ்ஸைவிட்டிறங்கினார். கண்டக்டர் மூன்றான் தேவை—மூன்றான்! மூன்றான்!!—என்று கத்தினான். பெரிய மனிதருக்குக் கோபம் பொங்கிவிட்டது. பக்கத்தில் நின்றுகொண்டிருந்த போலீஸ்காரனிடம் முறையிடுகிறார்.

"இந்தக் கண்டக்டர் அந்த அயோக்கியன்—போக்கிரி—வழியில் கேட்டவர்கட்கெல்லாம் இடமில்லை என்றான்—நான் இறங்கியவுடன் மூன்றான் தேவை என்று கத்துகிறான்—நீங்கள் தயவு செய்து அவனை விசாரிக்க வேணும். இல்லாவிட்டால் நான் மான நஷ்டத்துக்கு தாவா செய்யப் போகிறேன்."

***

"தன்வினை தன்னைச் சுடும்"

ஒரு பிரயாணி ரயிலில் மிகுந்த துர்நாற்றம் பொருந்திய சுருட்டைக் குடித்துக் கொண்டே வந்தார். கூட இருந்தவர்கள் எவ்வளவு ஆக்ஷேபித்தும் அவர் அதை எறியவில்லை. ஒரு ஸ்டேஷனில் வண்டி நின்றவுடன் பிரயாணிகளுள் ஒருவன் கார்டுவினிடம் போய் "சுருட்டுப் பிடிக்கும் ஆசாமி 3-வது வகுப்பு டிக்கட் வைத்துக்கொண்டு 2-வது வகுப்பில் பிரயாணம் செய்கிறார்" என்றான். கார்டு அவரிடம் சென்று விசாரித்துக்கொண்டிருக்கும்போது கோட்சொல்லியை நோக்கி ஒருவர் கேட்கிறார்:

"உனக்கு எப்படித் தெரியும் அவர் 3-வது வகுப்பு டிக்கட் வைத்திருக்கிறார் என்று?"

கோட்சொல்லி:—"அவரது டிக்கட்டும் எனது டிக்கட்டும் ஒரே நிறமாயிருந்தது"

***

ரயில்வே கார்ட்:—"நீ என் சங்கிலியைப் பிடித்து இழுத்தாய். உனக்கு என்ன அபாயம் நேர்ந்தது?"

பிச்சைக்காரன்:—"எனக்கு ஒரு அபாயமுமில்லை. சாப்பாட்டிற்கு வழியில்லை என்றுதான்"

ரயில்வே கார்ட்:—"சங்கிலி சாப்பாடு போடுமா?"

பிச்சைக்காரன்:—"சங்கிலியைக் காரணமில்லாம லிழுத்தால் ரூ 50 அபராதம் விதிப்பீர்கள். என்னிடமோ அபராதம் கொடுக்க யாதொன்றும் கிடையாது. அப்படியானால் என்னை ஜெயிலில் வைத்து சாப்பாடு போடுவீர்களென்றுதான்."

⁂

70 ஆனந்தபோதினி

வாடகை மோட்டாரில் ஏறியிருப்பவர்:—"ஏனப்பா! நான் உன்னை பிராட்வேயிலிருந்து மைலாப்பூரில் கொண்டு விடும்படி சொன்னேனே. நீ இத்துடன் நாலுமுறை சென்ட்ரல் ஸ்டேஷன் வழியாக மோட்டாரை ஓட்டி வந்திருக்கிறாயே. என்ன சங்கதி?"

மோட்டார் ஓட்டி:—"தயவு செய்து மன்னித்துக் கொள்ளுங்கோ. நான் தங்களை பட்டணத்திற்குப் புதிதாக வந்திருக்கும் ஒரு தெலுங்கு நாட்டு ஆசாமி யென நினைத்திருந்தேன்."

***

810 ஆனந்தபோதினி

ரெயில்வே கார்ட்:—"ஓய் என்ன தூங்கிக் கொண்டிருக்கின்றீர். உம்முடைய மனைவி ஜன்னல் வழியாய் வெளியே விழுந்து விட்டாள்."

பெரியவர்:—"ஐயோ! வண்டியை உடனே நிறுத்துங்கள். டிக்கெட்டுகளும் வீட்டுச் சாவியும் அவளிடந்தா னிருக்கின்றன."

***

தகப்பனார்:—(தன் பையனைப் பார்த்து) உன் சரித்திரப் பரிக்ஷையில் நன்றாய் விடையளித்திருக்கிறாயா?

பையன்:—அப்பா, நான் பிறப்பதற்கு முன்பு நடந்த விஷயங்களை யெல்லாம் கேள்வி கேட்டிருந்தார்கள். எப்படி விடை எழுதுவது?

***

1933-34ஹு கிறிஸ்துமஸ் புதுவருட விடுமுறை நாட்கள்.

சௌகர்யமாகவும் மலிவாகவும் பிரயாணம் செய்யத் தவறாதீர்கள்

கிறிஸ்துமஸ், புதுவருட விடுமுறை நாட்களில் முதல் வகுப்பில் பிரயாணம் செய்யவும். இவ்வருடம் மிகவும் குறைந்த சார்ஜை முதல் வகுப்புக்கு ஏற்படுத்தியிருக்கிறது. 100 மைல்களுக்கு மேற்பட்டு எந்த வண்டியில் பிரயாணம் செய்தாலும் குறைந்த சார்ஜில் 1½ வீதம் ரிட்டர்ன் டிக்கட்டுகள் கிறிஸ்துமசுக்காக விற்கப்படும். உதாரணமாக :—

மைல்களுக்கு		போய்வர எக்ஸ்பிரஸ் சார்ஜ்		
	அக்டோபர் மாதம் முதல் தேதிக்குமுன்		இந்த வருடம் கிறிஸ்துமசுக்காக	
	ரூ.	அ.	ரூ.	அ.
150 மைல் தூரத்திற்கு	37	8	18	12
200 ,, ...	46	14	24	0
300 ,, ...	65	10	34	7
400 ,, ...	84	6	44	14

இரண்டாம் வகுப்பில் 100மைல்களுக்குமேல் எந்த வண்டியிலும் பிரயாணம் செய்ய 1½ வீதம் ரிட்டர்ன் டிக்கட்.

மூன்றும் வகுப்பில் 100 மைல்களுக்குமேல் பிரயாணம் செய்ய சாதாரண சார்ஜில் 1½ வீதம் ரிட்டர்ன் டிக்கட். இந்த டிக்கட் உள்ளவர்கள் இண்டோ சிலோன், தூத்துக்குடி, புளுமவுண்டன் எக்ஸ்பிரஸ் வண்டிகள் நீங்கலாக மற்ற எல்லா வண்டிகளிலும் பிரயாணம் செய்யலாம்.

இந்த மலிவான டிக்கட்டுகள் 1933 ஹு டிசம்பர் மாதம் 14-உயிலிருந்து 31-உ வரையில் அமுலிலிருக்கும். 1934-ஹு ஜனவரி-மீ 15-ந்தேதி நடுராத்திரிக்குள் திரும்பிவிட வேண்டும்.

ஷோரனூர் நிலம்பூர், நீலகிரி ரயில் லைன்களில் மலிவான டிக்கட்டுகள் செல்லாது.

மற்ற விபரங்களுக்கு ஸ்டேஷனில் ஒட்டப்பட்டிருக்கும் விளம்பரங்களை பார்க்கவும்.

தென்னிந்திய ரயில்வே கம்பெனி லிமிடெட்

(இங்லாண்டில் இணைக்கப்பட்டது)

Printed at the Sri Nilayam Press, Trichinopoly. Edited and published by T. V. K. Naidu at the office of "Varthaga Oolian" S. V. S. Building, Big Bazaar St, Trichinopoly.

166 வர்த்தக ஊழியன். டிசம்பர் 1934

South Indian Railway Company Limited.

வைகுண்ட ஏகாதசி
ஸ்ரீரங்கத்துக்கு
விஜயஞ்செய்யுங்கள்.

5—12—34 முதல் 26—12—34 வரை

மோகினி அலங்காரம்	15-12-34
வைகுண்ட ஏகாதசி	16-12-34
கைத்தல சேவை	22-12-34
ஆழ்வார் மோக்ஷம்	26-12-34

விவசாய கைத்தொழில் பொருட்காட்சி, ஸ்ரீரங்கம்	12-12-34 முதல் 22-12-34 வரை.

ஆருத்ரா தரிசனம்
சிதம்பரத்திற்கு
விஜயஞ்செய்யுங்கள்.

13—12—34 முதல் 23—12—34 வரை

வெள்ளி ரிஷபவாகனம்	17—12—34
தங்க கைலாச வாகனம்	19—12—34
தங்க ரதம்	20—12—34
தரிசனம்	22—12—34
தேர்	21—12—34

தென்னிந்திய ரயில்வே கம்பெனி லிமிடெட்,

([illegible])

Printed at the Sri Nilayam Press, Trichinopoly. Edited and published by T. V. K. Naidu at the office of "Varthaga Oolian" S. V. S. Building, Big Bazaar St., Trichinopoly, South India

292 வர்த்தக ஊழியன் மே-மீ 1934

சிறு உல்லாசப் பிரயாண கோஷ்டிகளுக்கு

குறைந்த சார்ஜுகள்.

[illegible]

1. சார்ஜுகள்

[illegible]

2. இட வசதி

[illegible]

3. வண்டிகளில் வாசம்

[illegible]

4. தாமதத்திற்கான சார்ஜுகள்

[illegible]

5. கண்டக்டர் & ஸர்வெண்டுகள்

[illegible]

6. காலியாக இழுத்தல்

வண்டிகள் காலியாக இழுக்கப்படுவதற்கு சார்ஜ் கிடையாது.

7. [illegible]

8. [illegible]

[illegible]

தென்னிந்திய ரயில்வே கம்பெனி லிமிடெட்,

(இங்கிலாந்தில் இணைக்கப்பட்டது)

Printed at the Sri Nilayam Press, Trichinopoly. Edited and published by T. V. K. Naidu at the office of "Varthaga Oolian" S. V. S. Building, Big Bazaar St, Trichinopoly, South India.

South Indian Railway Company Ltd.

(Incorporated in England)

VISIT

(1) **AVANI FESTIVAL AT TIRUCHENDUR 29-8-34 to 9-9-34.**

MAILVAHANAM	2—9—34
SILVER & GOLDEN CHARRIOT	4—9—34
CAR FESTIVAL	7—9—34

(2) **VELANGANNI.**

The Lourdes of the East.

(7 miles from Negapatam Railway Station)

During the Festival of "our Lady of Health"

29-8-34 to 8-9-34.

Important days	5, 6 & 7—9—1934.
Vespers and Processional Car	7—9—1934.

& (3) **KANDOORI FESTIVAL AT NAGORE.**

10-9-34 to 23-9-34.

Mounting Flag	10—9—34.
Procession of the Tobooth	19—9—34.

With effect from 1st October, 1934 the issue of Cheap single journey 3rd class tickets at 2½ pies per mile from Trichinopoly Jn., to stations on the Trichy Palakarai—Karur Section and at 2 pies per mile from Coimbatore to Podanur and vice Versa will be cancelled and withdrawn. But the reduced fares will apply to bookings locally between any two Stations on the Trichy Palakarai—Karur section and from Coimbatore to stations on the Madukarai—Palghat section or vice versa and between stations on the Podanur—Palghat section as hitherto.

சாமான்களுக்கு ரயில்வே சார்ஜுகள். (RAILWAY RATES)

சாமான்கள்	எங்கிருந்து	எந்த இடத்துக்கு	ரேட்டு மணங்குக்கு அ.	பை.	எந்த தேதியிலிருந்து	ஷரா
கரி தூள்	நாகபட்டணம்	சைதாபேட்டை	3	0	15—4—33	
கருவாடு	பெரோக்	அங்காடிபுரம்	2	0	1—5—33	
,,	,,	மெலட்டூர்	2	0	,,	
,,	,,	நிலாம்பூர் ரோடு	2	0	,,	
,,	,,	துவ்வூர்	2	0	,,	
,,	,,	வாணியம்பலம்	2	0	,,	
,,	பரப்பனங்காடி	அங்காடிபுரம்	2	0	,,	
,,	,,	மெலட்டூர்	2	0	,,	
,,	,,	நிலாம்பூர் ரோடு	2	0	,,	
,,	,,	துவ்வூர்	2	0	,,	
,,	,,	வாணியம்பலம்	2	0	,,	
,,	தானூர்	அங்காடிபுரம்	2	0	,,	
,,	,,	மெலட்டூர்	2	0	,,	
,,	,,	நிலாம்பூர் ரோடு	2	0	,,	
,,	,,	துவ்வூர்	2	0	,,	
,,	,,	வாணியம்பலம்	2	0	,,	
,,	திரூர்	அங்காடிபுரம்	2	0	,,	
,,		மெலட்டூர்	2	0	,,	
,,		நிலாம்பூர் ரோடு	2	0	,,	
,,		துவ்வூர்	2	0	,,	
,,		வாணியம்பலம்	2	0	,,	
இஞ்சி	ஒலவக்கோடு	கோயம்புத்தூர்	1	6	1—4—33	30—9—33 முடிய
செங்கல்	வடக்குமம்	கள்ளிக்கோட்டை	1	0	1—4—33	31—3—34 வரையில்
வாழைப்பழம்	ஏலமனூர்	பெரம்பூர்	6	0	,,	,,
,,	கரூர்	,,	6	7	,,	,,
,,	குளித்தலை	,,	6	2	,,	,,
,,	லாலாபேட்டை	,,	6	3	,,	,,
,,	மாயனூர்	,,	6	5	,,	,,
,,	பெருகமணி	,,	6	0	,,	,,
,,	புகளூர்	,,	6	9	,,	,,
,,	[illegible]	,,	6	3	,,	,,
,,	திருச்சி டவுன்	,,	5	9	,,	,,
தானியங்கள்	விருதுநகர்	மதுரை	1	1	20—3—33	
,,	,,	பசுமலை	1	1	,,	
வைக்கோல்	சோழவந்தான்	கோட்டையூர்	2	8	1—4—33	
வெல்லம்	ஆழ்வார் திருநகரி	கடலூர்	6	5	27—3—33	
,,	ஈரோடு	,,	5	8	,,	
,,	[illegible]	,,	6	5	,,	
,,	மதுரை	,,	7	3	,,	
,,	ஒட்டப்பாளயம்	,,	7	4	,,	
,,	பாலக்காடு	,,	7	3	,,	
,,	பழனி	,,	7	3	,,	
,,	பாலூர் சத்திரம்	,,	6	4	,,	
,,	பெருந்துறை	,,	5	10	,,	
,,	திருநெல்வேலி	,,	6	3	,,	
,,	திருச்செந்தூர்	,,	6	7	,,	
,,	திருவனந்தபுரம்	,,	7	2	,,	
,,	[illegible]	,,	6	3	,,	
,,	சாத்தான்குளம்	,,	6	1	,,	
[illegible]	கோடூர்	அங்காடிபுரம்	1	5	1—5—33	
[illegible]	,,	[illegible]	1	4	,,	

சாமான்களுக்கு ரயில்வே சார்ஜுகள் (RAILWAY RATES)

(The Railway do not accept responsibility for the correctness of these quotations a reference should be made to the Local Rate Advices & Foreign Rate Circulars issued by the S. I. Ry.)

சாமான்கள்	எங்கிருந்து	எந்த இடத்துக்கு	பேட்டு மணங்குக்கு அ.	பை	எந்தத்தேதியிலிருந்து	வரை
பாலண்டு	திருச்சி டவுன்	காரைக்கால்	1	9	1—6—34	31—8—34 வரையில்
,,	திருவெறும்பூர்	,,	1	9	,,	,,
கரி	ராஜபாளையம்	சாத்தூர்	1	7	21—4—34	
சவுக்கு மரம்	கடலண்டி	பேட்டைவாய்த்தலை	5	0	19—4—34	
,,	,,	திருச்சி கோட்டை	5	3	,,	
ஓலைகள்	மங்களூர்	,,	4	5	16—4—34	15—4—35 வரையில்
கரும்பு	கருங்குழி	செல்லிக்குப்பம்	1	7	20—4—34	
உப்பு	ஆறுமுகனேரி	ஆலப்புழை	3	0	10—5—34	
புண்ணாக்கு	விருதுநகர்	சிவகங்கை	2	5	25—4—34	
சுண்ணாம்பு	சென்னை	காஞ்சீபுரம்	1	10	1—5—34	
,,	,,	வாலாஜாபாத்	1	10	,,	
தானியங்கள்	விருதுநகர்	சிவகங்கை	2	5	25—4—34	
நெல்	மதுரை	விருதுநகர்	1	1	,,	
வாழைப்பழம்	எலமனூர்	மதராஸ் எழும்பூர்	6	0	1—5—34	31—3—35 வரையில்
,,	கரூர்	,,	6	7	,,	,,
,,	குளித்தலை	,,	6	2	,,	,,
,,	லாலாபேட்டை	,,	6	3	,,	,,
,,	மாயனூர்	,,	6	5	,,	,,
,,	பெருகமணி	,,	6	0	,,	,,
,,	புகலூர்	,,	6	9	,,	,,
,,	திம்மாச்சிபுரம்	,,	6	3	,,	,,
,,	திருச்சி டவுன்	,,	5	9	,,	,,
சோப்	எர்ணாகுளம்	கடலூர் ஜங்ஷன்	7	11	1—5—34	
,,	,,	,, என். டி.	8	0	,,	
,,	,,	திண்டுக்கல்	5	3	,,	
,,	,,	கும்பகோணம்	7	6	,,	
,,	,,	மதுரை	6	0	,,	
,,	,,	மாயவரம்	7	11	,,	
,,	,,	கொல்லம்	4	10	,,	
,,	,,	திருநெல்வேலி	7	11	,,	
,,	,,	திருச்சி டவுன்	6	5	,,	
,,	,,	திருவனந்தபுரம்	6	9	,,	
[illegible]	,,	ராஜமகேந்திரம்	16	5	25—4—34	
,,	,,	வேட்டபாளையம்	13	3	20—4—34	
கன்மண்	கந்தனூர்	சாலக்குடி	11	2	25—4—34	
சர்க்கரை	மண்டியா	படகரா	9	4	10—4—34	
,,	,,	கண்ணனூர்	9	7	,,	
,,	,,	எர்ணாகுளம்	9	11	,,	
,,	,,	தலைச்சேரி	9	5	,,	
,,	,,	மங்களூர்	12	11	,,	
பாய்	திருச்செந்தூர்	கன்னிக்கோட்டை	4	0	15—5—34	
,,	,,	கடலூர் ஜங்ஷன்	8	0	,,	
,,	,,	எர்ணாகுளம்	4	0	,,	
,,	,,	மதராஸ் பீச்	9	10	,,	
,,	,,	நாகப்பட்டணம்	8	0	,,	
,,	,,	புதுச்சேரி	8	0	,,	
,,	,,	கொல்லம்	2	3	,,	
,,	,,	திருவனந்தபுரம்	3	0	,,	
பருத்தி	லாலாபேட்டை	சங்கர்	3	3	5—5—34	
,,	,,	திருப்பூர்	3	3	,,	
,,	புளியூர்	சங்கர்	3	0	,,	
,,	கரூர்	,,	3	0	,,	

சாமான்களுக்கு ரயில்வே சார்ஜுகள் (RAILWAY RATES)

The Railway do not accept responsibility for the correctness of these quotations a reference should be made to the Local Rate Advices & Foreign Rate Circulars issued by the S. I. Ry.)

சாமான்கள்	எங்கிருந்து	எந்த இடத்துக்கு	ரேட்டு மணங்குக்கு		எந்த தேதியிலிருந்து	வரை
			அ.	பை.		
பிண்ணாக்கு	படகாரா	பொன்மலை	2	0	5—1—35	31—12—35 வரை
,,	கண்ணனூர்	,,	2	0	,,	,,
,,	பேப்பூர்	,,	2	0	,,	,,
,,	கண்ணனூர்	கோயம்புத்தூர்	2	0	,,	,,
,,	,,	காரமடை	2	0	,,	,,
,,	,,	திருப்பூர்	2	2	,,	,,
,,	,,	துடியலூர்	2	0	,,	,,
,,	சாலக்குடி	எர்ணாகுளம்	1	1	,,	31—3—35 வரை
,,	மாயவரம்	மதறாஸ் பீச்	2	0	,,	30—6—35 வரை
,,	முத்துப்பேட்டை	,,	2	3	,,	,,
,,	திருத்துறைப்பூண்டி	,,	2	3	,,	,,
,,	திருவாரூர்	,,	2	3	,,	,,
,,	விருத்தாசலம்	,,	2	0	,,	,,
,,	சோரனூர்	கோயம்புத்தூர்	1	9	,,	,,
[illegible]	திருவெறும்பூர்	காரைக்கால்	1	9	18—12—34	17—3—35 வரை
,,	திருச்சி டவுன்	,,	1	9	,,	,,
[illegible]	மதுக்கரை	கள்ளிக்குடி	4	0	1—1—35	
,,	,,	சொக்காஞ்சேரி	4	0	,,	
,,	,,	பசுமலை	4	5	,,	
,,	,,	திருமங்கலம்	4	2	,,	
,,	,,	திருப்பரங்குன்றம்	4	4	,,	
அம்புக்கரி	செந்துறை	பேட்டை	6	0	,,	
,,	,,	திருநெல்வேலி	6	0	,,	
எரிமண்	மேட்டூர்	சோரனூர்	0	7	,,	
விறகு	பள்ளிசெல்லியனூர்	மதறாஸ் பீச்	3	0	,,	
,,	சீர்காழி	,,	3	0	,,	
தானியங்கள்	அசலத்தூர்	ஆத்தூர்	1	6	15—1—35	
,,	,,	சேலம் மார்க்கெட்	2	9	,,	
,,	சேலம் மார்க்கெட்	அசலத்தூர்	2	9	,,	
வைக்கோல்	வால்குடி	காரைக்குடி	2	0	1—2—35	
,,	,,	கோட்டையூர்	2	0	,,	
,,	சோழவந்தான்	சாத்தூர்	2	2	1—1—35	
கிலக்கட்டை	ஆண்டி ரோடு	பண்ருட்டி	5	0	15—1—35	
,,	உளுந்தூர்பேட்டை	,,	2	6	15—1—35	
ஜிப்சம்	எர்ணாகுளம்	மதுக்கரை	3	8	1—1—35	
வெல்லம்	கொல்லங்கோடு	ஆழ்வார் திருநகரி	5	10	20—12—34	
நெருப்புப்பெட்டி	மதறாஸ் பீச்	கொல்லம்	29	0	1—1—35	
,,	,,	திருவனந்தபுரம்	29	0	,,	
உப்பு	தூத்துக்குடி	வாலைப்பாடி	6	4	15—1—35	
,,	கண்டனூர்	பல்லாவரம்	0	10	1—1—35	
மணல்	பூக்கோட்டம்	நாகப்பட்டணம்	1	0	5—1—35	
ஓலை	ஒல்லூர்	ஒலவக்கோடு	1	2	1—1—35	
,,	,,	பாலக்காடு	1	2	,,	
,,	புதுக்காடு	,,	1	2	,,	
,,	,,	ஒலவக்கோடு	1	2	,,	
தேக்கு	வடகரை	கொல்லம்	1	7	20—12—34	28—12—34 வரை
,,	புனலூர்	,,	1	5	,,	,,
,,	தென்மலை	,,	1	9	,,	,,
,,	நாகப்பட்டணம்	காரைக்குடி	3	0	5—1—35	31—10—35 வரை
,,	வடகரை	கொல்லம்	1	6	29—12—34	
,,	புனலூர்	,,	1	3	,,	
,,	தென்மலை	,,	1	7	,,	
[illegible]	பம்பாய்	தூத்துக்குடி	20	0	20—12—34	

சாமான்களுக்கு ரயில்வே சார்ஜுகள். (RAILWAY RATES)

The Railway do not accept responsibility for the correctness of these quotations & reference should be made to the Local Rate Advices & Foreign Rate Circulars issued by the S. I. Ry.

சாமான்கள்	எங்கிருந்து	எந்த இடத்திற்கு	ரேட் மணங்கு ஒன்றுக்கு ரூ.	அ.	எந்த தேதியிலிருந்து	வரை
[illegible]	[illegible]	[illegible]	2	4	4—5—35	30—4—36 வரை.
,,	,,	[illegible]	2	2	,,	,,
,,	,,	[illegible]	2	2	,,	,,
,,	,,	சேலம்	2	2	,,	,,
,,	,,	தஞ்சாவூர்	3	6	,,	,,
,,	[illegible]	,,	2	3	,,	,,
,,	,,	[illegible]	2	4	,,	,,
,,	,,	[illegible]	2	2	,,	,,
,,	,,	[illegible]	1	6	25—4—35	30—4—36 ,,
,,	,,	[illegible]	1	6	,,	,,
,,	,,	[illegible]	1	6	,,	,,
,,	,,	[illegible]	1	6	,,	,,
[illegible]	[illegible]	[illegible]	0	7	27—4—35	26—4—36 ,,
[illegible]	[illegible]	[illegible]	4	11	9—8—35	
[illegible]	[illegible]	[illegible]	1	5	15—4—35	14—4—36 ,,
,,	[illegible]	[illegible]	1	5	,,	,,
,,	[illegible]	[illegible]	1	5	,,	,,
,,	[illegible]					,,
,,	[illegible]	[illegible]	2	2	,,	,,
,,	[illegible]	[illegible]	2	2	,,	,,
[illegible]	[illegible]	புதுச்சேரி	4	10	2—12—35	
,,	,,	மதுரை	5	4	5—12—35	
,,	,,	[illegible]	5	6	,,	
,,	,,	[illegible]	4	7	,,	
,,	,,	திருநெல்வேலி	5	6	,,	
,,	,,	திருவனந்தபுரம்	6	9	,,	
[illegible]	[illegible]	[illegible]	12	0	5—12—35	முதல் 31—1—36 வரை
[illegible]	[illegible]	[illegible]	8	7	9—12—35	
,,	[illegible]	,,	3	0	,,	
[illegible]	[illegible]	[illegible]	2	6	1—12—35	
,,	[illegible]	[illegible]	3	3	11—12—35	
[illegible]	[illegible]	[illegible]	8	0	25—11—35	
,,	[illegible]	,,	8	0	,,	
,,	[illegible]	,,	8	0	,,	
,,	[illegible]	,,	8	0	16—12—35	
[illegible]	[illegible]	[illegible]	1	6	20—11—35	முதல் 15—5—36 வரை
[illegible]	[illegible]	[illegible]	8	6	15—1—36	
,,	,,	[illegible]	8	10	,,	
[illegible]	[illegible]	[illegible]	5	10	7—1—35	
,,	,,	[illegible]	6	5	,,	
,,	,,	[illegible]	5	10	,,	
,,	,,	[illegible]	3	0	,,	
,,	,,	[illegible]	5	2	,,	
,,	,,	[illegible]	7	2	,,	
,,	,,	[illegible]	8	9	,,	
,,	,,	[illegible]	5	10	,,	
,,	,,	[illegible]	6	3	,,	
,,	,,	[illegible]	6	3	,,	
,,	,,	[illegible]	5	10	,,	
,,	,,	[illegible]	5	5	,,	

சாமான்களுக்கு ரயில்வே சார்ஜுகள் (Railway Rates)

The Railway do not accept responsibility for the correctness of these quotations; reference should be made to the Local Rate Advice & Foreign Rate Circulars issued by the S. I. Ry.

சாமான்கள்.	எவ்விடத்து.	எந்த இடத்துக்கு.	[illegible] மணுக்கு ரூ.	அ.	ப.	எந்த தேதி முதல்	[illegible]
தேக்கு	நாகர்கோவில்	திருவனந்தபுரம்	0	7	8	23—6—38	
,,	[illegible]	,,	0	7	6	,,	
உப்பு	கள்ளிக்கோட்டை	[illegible]	0	1	7	20—6—38	
[illegible]	சாத்தூர்	மதராஸ் பீச்	1	9	8	16—7—38	
[illegible]	மணப்பாறை	கொச்சின்	0	3	7	6—7—38	
,,	,,	[illegible]	0	3	7	15—7—38	
வெல்லம்	,,	கொச்சின்	0	5	0	6—7—38	
[illegible]	[illegible]	,,	0	5	0	,,	
,,	[illegible]	,,	0	5	0	,,	
,,	[illegible]	,,	0	5	0	,,	
,,	புள்ளம்பாடி	,,	0	5	0	,,	
அரிசி	கள்ளிக்கோட்டை	[illegible]	0	6	0	15—7—38	
,,	[illegible]	,,	0	6	1	,,	
விறகு	[illegible]	[illegible]					
,,	[illegible]	[illegible]	0	2	6	1—7—38	
,,	[illegible]	[illegible]					
,,	[illegible]	[illegible]					
,,	[illegible]	,,	0	2	6	,,	
,,	,,	[illegible]	0	2	6	,,	
,,	,,	[illegible]	0	2	4	,,	
,,	,,	[illegible]	0	2	6	,,	
[illegible]	[illegible]	மதுரை	0	8	[illegible]	15—7—38	
,,	,,	திருநெல்வேலி	0	6	2	,,	
[illegible]	[illegible]	மதுரை	0	3	[illegible]	1—7—38	
,,	[illegible]	,,	0	2	1	,,	
[illegible]	[illegible]	[illegible]	0	1	6	1—6—38	
[illegible]	[illegible]	மதுரை	0	7	6	,,	
,,	,,	[illegible]	0	8	9	,,	
[illegible]	[illegible]	[illegible]	0	4	8	20—5—38	
பருத்தி	[illegible]	[illegible]	0	15	[illegible]	1—7—38	
,,	,,	[illegible]	0	14	8	,,	
,,	,,	[illegible]	0	14	[illegible]	,,	
,,	,,	[illegible]	1	1	7	,,	
,,	,,	[illegible]	0	14	[illegible]	,,	
,,	[illegible]	[illegible]	1	0	6	,,	
,,	[illegible]	[illegible]	0	14	5	,,	
,,	[illegible]	[illegible]	0	13	[illegible]	,,	
,,	,,	[illegible]	1	0	8	,,	
,,	[illegible]	[illegible]	0	15	[illegible]	,,	
,,	[illegible]	[illegible]	1	1	6	,,	
,,	,,	[illegible]	0	11	1	,,	
,,	,,	[illegible]	0	11	2	,,	
,,	,,	[illegible]	0	12	1	,,	
,,	,,	[illegible]	0	9	2	,,	
,,	[illegible]	[illegible]	0	8	11	,,	
,,	,,	[illegible]	0	14	11	,,	
,,	,,	[illegible]	0	8	11	,,	
,,	[illegible]	[illegible]	0	5	2	,,	
,,	,,	[illegible]	0	9	6	,,	
,,	[illegible]	[illegible]	0	11	1	,,	
,,	கள்ளிக்கோட்டை	[illegible]	0	9	8	,,	

Printed at the Sri Nilayam Press, Trichinopoly. Edited and published by T. V. K. Naidu at the office of "Varthaga Oolian" S. V. S. Building, Big Bazaar St, Trichinopoly, South India

தென்னிந்திய ரயில்வே மைலேஜ் கூப்பன்கள்

தனியவர்களுக்கு மட்டும் கொடுக்கப்படும் மைலேஜ் கூப்பன் புத்தகங்களை இப்பொழுது புத்தகத்தை வாங்கியவர் தமது பந்துக்களில் ஒரு பெண் பாலின் பிரயாணத்திற்காக உபயோகிக்கலாம். அந்த ஸ்திரீ உறவினர் கூப்பன் புத்தகத்திற்குரியவர் எந்த வண்டியில் பிரயாணஞ் செய்கிறாரோ அதே வண்டியில் பிரயாணஞ் செய்யவேண்டும். அவரது பெயர் கூப்பன் புத்தகத்திலே எழுதப்பட வேண்டியதில்லை. கூப்பன் புத்தகத்தை உடையவருடன் பிரயாணஞ் செய்யும் ஸ்திரீயின் பந்துத்துவத்தைக் குறித்து ஒன்றும் விசாரிக்கப்பட மாட்டாது.

2. கூப்பன் புத்தகத்தை உடையவர் பிரயாணஞ் செய்யாத வண்டியில் ஸ்திரீ உறவினர் பிரயாணஞ் செய்ய கூப்பன் புத்தகத்திலுள்ள கூப்பன்கள் செல்லத்தக்கவையல்ல; சார்ஜுகளுக்குப் பதிலாக ஸ்டேஷன்களில் கூப்பனைக் கிழித்துக் கொடுப்பதும் ஏற்றுக்கொள்ளப்பட மாட்டாது.

3 மைலேஜ் கூப்பன் புத்தகங்களின் விலை விவரம் பின் வருமாறு:—

		1500 மைல்களுக்கு 6 மாதங்களுக்கு செல்லும்.	3000 மைல்களுக்கு 6 மாதங்களுக்கு செல்லும்.
1-வது வகுப்பு	—	ரூ. 115	ரூ. 230
11-வது வகுப்பு	—	" 58	" 115

4. மேற்கண்ட விவரங்களுக்கு முக்கியமான ஸ்டேஷன்களில் ஒட்டப்பட்டுள்ள விளம்பரங்களைப் பார்க்கவும், அல்லது சீப் கமர்ஷியல் ஸுப்பிரண்டெண்டுக்கெழுதவும்.

தென்னிந்தியா ரயில்வே கம்பெனி,

லிமிடெட்,

(இங்கிலாந்தில் இணைக்கப்பட்டது.)

Printed at the Sri Nilayam Press, Trichinopoly. Edited and published by T. V. K. Naidu at the office of "Varthaga Oolian" S. V. S. Building, Big Bazaar St, Trichinopoly, South India.

28 வர்த்தக ஊழியன்.

ராமேஸ்வரத்தில் ஆடி திருக்கல்யாணத்தை தரிசிக்கவும்.

3-8-34 முதல் 13-8-34 வரையில்

ஆடி அமாவாசை வெள்ளி ரதம்	9—8—34
தேர்	11—8—34
திருக்கல்யாணம் தங்கப்பல்லாக்கு, பூப் பல்லாக்கு	13—8—34

தென்னிந்திய ரயில்வே கம்பெனி
லிமிடெட்,

(இங்கிலாந்தில் இணைக்கப்பட்டது.)

Printed at the Sri Nilayam Press, Trichinopoly. Edited and published by T. V. K. N
at the office of "Varthaga Oolian" S. . S. Building, Big Bazaar St, Trichinopoly, Sou

South Indian Railway Company Limited.

புண்ய ஸ்தலங்களை தரிசிக்க

இதுவே நல்லகாலம்

மார்கழி நீராட்டத்திற்கு

ஸ்ரீ வில்லிபுத்தூருக்கு விஜயம் செய்யுங்கள்

(திருப்பாவை உற்சவம்)

6—1—1935 முதல் 15—1—1935 வரையில்

திருவிடைமருதூர்	புஷ்யம் திருவிழா	12—1—35	முதல்	22—1—35
வடலூர்	,,	18—1—35	,,	22—1—35
பழனி	,,	12—1—35	,,	22—1—35
வைத்தீஸ்வரன் கோயில்	மாதகார்த்திகை	14—1—35		
பிரான்டார் கோயில்	தெப்பத்திருநாள்	19—1—35	,,	20—1—35

வேதாரண்யம் ராமேஸ்வரம் தனுஷ்கோடி மகாபலிபுரம்	அர்த்தோதயமகா புண்யகாலம்	**3-2-35**

தென்னிந்திய ரயில்வே கம்பெனி லிமிடெட்,

(இங்கிலாந்தில் இணைக்கப்பட்டது.)

Printed at the Sri Nilayam Press, Trichinopoly. Edited and published by T. V. K. Naidu at the office of "Varthaga Oolian" S. V. S. Building, Big Bazaar St, Trichinopoly, South India

20 வர்த்தக ஊழியன் ஜூலை-மீ 1935

மதராஸ் எழும்பூருக்கு மலிவான

-வது, 3-வது வகுப்பு டிக்கட்டுகள்

கொடுப்பது சம்பந்தமாக

1935-ஞு ஜூலை 1உ முதல், கீழ்க்கண்ட ஸ்டேஷன்களிலிருந்து, மதராஸ் எழும்பூருக்கும், திரும்பவும் அதற்கு சேர்க்கப்பட்ட விதிகளின்படி போய்வர மலிவான 1-வது 3-வது வகுப்பு சீட்டுகள் டிக்கட்டுகள் கொடுக்கப்படும். கீழ்க்கண்ட (b) பாராவில் கண்ட விதிகளுக்குட்பட்டு இண்டோ சிலோன் ... திருவனந்தபுரம் எக்ஸ்பிரஸ் வண்டிகளில் பிரயாணம் செய்ய இந்த டிக்கட்டுகள் கொடுக்கப்படும்.

மதராஸ் எழும்பூருக்கு போய்வர சீட்டுகள் கட்டணம்

ஸ்டேஷனிலிருந்து	மார்க்கம்	1-வது வகுப்பு ரூ.	அ.	3-வது வகுப்பு ரூ.	அ.
கும்பகோணம்	...	25	0	5	4
தஞ்சாவூர் ஜங்ஷன்	...	28	0	5	12
திருச்சிராப்பள்ளி ஜங்ஷன்	மாயவரம் மார்க்கம்	32	0	6	8
	விழுப்புரம் திருச்சி லைன்	27	0	5	8
காரைக்குடி	மாயவரம் மார்க்கம்	39	0	7	12
	விழுப்புரம் திருச்சி லைன்	34	0	7	0
மதுரை ஜங்ஷன்	மாயவரம்	44	0	8	12
	விழுப்புரம் - திருச்சி லைன்	39	0	8	0
விருதுநகர் ஜங்ஷன்	மாயவரம்	47	0	9	4
	விழுப்புரம் - திருச்சி லைன்	42	0	8	4
சாத்தூர்	மதுரை & மாயவரம்	56	0	10	8
	மதுரை - விழுப்புரம் - திருச்சி லைன்	51	0	9	12
திருநெல்வேலி ஜங்ஷன்	மணியாச்சி, மதுரை, மாயவரம்	56	0	10	8
	மணியாச்சி, மதுரை, விழுப்புரம், திருச்சி லைன்	51	0	9	12
செங்கோட்டை	விருதுநகர், தென்காசி லைன், மதுரை, மாயவரம்	64	0	11	12
	விருதுநகர், தென்காசி லைன், மதுரை, விழுப்புரம் திருச்சி லைன்	59	0	11	0
திருவனந்தபுரம் செண்ட்ரல்	விருதுநகர், தென்காசி லைன், மதுரை & மாயவரம்	69	0	12	12
	விருதுநகர், தென்காசி லைன், மதுரை, விழுப்புரம், திருச்சி லைன்	64	0	11	12

3-வயதுமுதல், 12-வயதிற்குட்பட்டவர்களுக்கு மேற்கண்ட குறைந்த கட்டணத்தில் பாதி கட்டணம் வசூலிக்கப்படும். யாத்ரீகர்கள் வரி ஏதேனுமுண்டோ அவையெல்லாம் அக்கட்டணம் சேர்க்கப்படும்.

(b) மதராஸ் எழும்பூருக்கு புதன்கிழமை காலை வந்து சேரும்படி முதல் வகுப்பு டிக்கட்டுகள் செவ்வாய் கிழமையன்று கொடுக்கப்படும். இந்த டிக்கட்டுகளையுடையவர்கள் தங்கள் திரும்பும் பிரயாணத்தை மேற்கண்ட எக்ஸ்பிரஸ் வண்டிகள் மூலம் வியாழக்கிழமை சாயங்காலம் ஆரம்பித்துவிட வேண்டும். மதராஸ் எழும்பூருக்கு சனிக்கிழமை காலை வந்து சேரும்படி மூன்றாவது வகுப்பு சீட்டுகள் டிக்கட்டுகள் கொடுக்கப்படும். இந்த சீட்டுகள் டிக்கட்டுகளையுடைய பிரயாணிகள், தங்கள் திரும்பும் பிரயாணத்தை ஞாயிற்றுக்கிழமை சாயங்காலம் மேற்கண்ட எக்ஸ்பிரஸ் மூலம் கண்டிப்பாய் ஆரம்பித்துவிட வேண்டும்.

முழுவிபரங்களுக்கு ஸ்டேஷன்களிலும் திருச்சிராப்பள்ளியிலுள்ள சீப் கமர்ஷியல் சூப்ரெண்டெண்ட் அவர்களிடமும் எழுதி தெரிந்துகொள்ளலாம்.

தென்னிந்தியா ரயில்வே கம்பெனி லிமிடெட்,

(இங்கிலாந்தில் இணைக்கப்பட்டது.)

Printed at the Sri Nilayam Press, Trichinopoly. Edited and published by T. V. K. Naidu at the office of "Varthaga Oolian" S. V. S. Building, Big Bazaar St, Trichinopoly, South India.

304 வர்த்தக ஊழியன் மே-மீ 1935

South Indian Railway Co., Ltd.
(Incorporated in England)

தென்னிந்திய ரயில்வேயில்
பிரயாணம் செய்து
புண்ய ஸ்தலங்களை தரிசியுங்கள்.

அக்னி நக்ஷத்திரம்
பழனியில் 7-5-35 முதல் 20-5-35 வரையில்

பிரமோற்சவம்
ரில் 8-5-35 முதல் 18-5-35 வரையில்

ருடோற்சவம்
15-5-35 முதல் 22-5-35 வரையில்
சேவை 18-5-35

ஆதாரங்கள்

நூற்கள், கட்டுரைகள்

அப்புஸ்வாமி, பெ.நா., 'ரயிலின்கதை', மதராஸ்: மாக்மில்லன், 1962.

அரபுமுகம்மதுஅப்துல்காதர், எம்.பி., 'ரெயில் கற்றாலை', *ஜனாபிமானி*, ஆகஸ்ட் – செப்டம்பர், 1917.

அம்பேத்கர் பேச்சும் எழுத்தும் – தொகுதி 9, புதுடில்லி: டாக்டர் அம்பேத்கர் பவுண்டேஷன், 1999.

'ஆட்கவரும்அற்புதயந்திரங்கள்', *ஆனந்தபோதினி*, 12 பிப்ரவரி 1926.

'இந்தியாவில் மோட்டார் வண்டிகள்', *ஜனாபிமானி*, ஏப்ரல் – மே 1916,

'இந்தியாவின் பணம் – மோட்டார்வண்டி', *நல்ல ஆயன்*, செப்டம்பர், 1913.

'இந்தியாவிலுள்ள ரெயில்வேக்களைப் பற்றி சில விஷயங்கள்', *ஜனாபிமானி*, மார்ச் – ஏப்ரல் 1917.

'இந்து தேசத்திய இருப்புப்பாதைகள்', *ஜனாபிமானி*, நவம்பர், 1914.

'இரயில் இலாக இந்தியர்நிலை', *விவேகபோதினி*, டிசம்பர் 1916.

'இருப்புப்பாதைகளின் நாகரிகப்படுத்தும் ஆற்றல்', *விவேகபோதினி*, அக்டோபர் – நவம்பர் 1916.

'ஐரோப்பியர்களுக்குமாத்திரம்', *கதாரத்னாகரம்*, ஆகஸ்ட் 1916.

'ஒப்பந்தக்கூலி ஏற்பாட்டின் ஸன்மார்க்கக்கேடு', *ஜனாபிமானி*, பிப்ரவரி– மார்ச், 1917.

கிருஷ்ணஸ்வாமி சர்மா, இந்தியா இழந்ததனம், முதற்பாகம், சென்னை: *ஞானபோதினி பிரசுராலயம், 1922.*

'கீழ்ஜாதிக்கு ஐக்கிய சங்கங்கள்', *பிழைக்கும் வழி*, பிப்ரவரி 1913.

கேதாரிராவ், எம்.ஆர். 'இந்தியர்களும் ரெயில்வே உத்தியோகங் களும்', *ஜனோபகாரி*, செப்டம்பர்–அக்டோபர். 1917.

கைத்தொழிலபிவ்ருத்திக்கு அவச்யமாய் வேண்டியவைகள், *ஜனாபிமானி*, பிப்ரவரி– மார்ச், 1917.

சங்கரய்யர், வி. 'நமதுவறுமைக்குப்பரிகாரம்', *ஆனந்தபோதினி*, ஆகஸ்ட், 1934.

சித்திரபுத்திரன், 'சி.எஸ். இரத்தினசபாபதி முதலியார் அவர்களுக்கு ஒரு பகிரங்ககடிதம்', *குடிஅரசு*, 17 ஜனவரி 1926.

'சென்னை மாகாணத்தில் இறக்குமதியாகும் சைக்கிளும் மோட்டார்காரும்', *விவேகபோதினி*, ஜூலை, 1912.

சுந்தரம், K.S. 'மோட்டாரும் பணப்பஞ்சமும்', *லக்ஷ்மி*, 1927.

சோமலெ, தென் ஆப்பிரிக்கா, சென்னை: பாரிநிலையம், 1968.

சோமலெ, தென் ஆப்பிரிக்கா, சென்னை: பாரிநிலையம், 1968.

பத்திராதிபர், 'இந்தியர்வெளிநாடேறுதல்: கெநியகுடியேற்றநாடு', *பஞ்சாமிர்தம்*, மார்கழி 1924.

பத்திராதிபர், 'கீழ்நாட்டுப் பிரயாணிகள் கஷ்டம்', *ஆனந்தபோதினி*, 6 ஜூலை, 1925.

பாலசுப்பிரமணியம், 'தலித்துகளின் எதிர் அரசியலும் அரசின் 'பொது' நிலைப்பாடும்', *புதிய கோடாங்கி*, ஆகஸ்ட், 2007.

பாலம்மாள்: முதல் பெண் இதழாசிரியர், சென்னை: தடாகம், 2019.

'பிரயாணமும் போக்குவரவும்', நிகழ்காலசத்தியம், அக்டோபர், 1919.

'புகைவண்டிப் பொறாமை', *ஆனந்தபோதினி*, 16 நவம்பர்1926.

ல.அ. 'இந்திய இருப்புப்பாதைகள்', *ஞானபோதினி*, மே 1903.

லாலஹரிகிஷேன்லால், இந்தியாவின் பொருளாதாரநிலைமை, *பிழைக்கும்வழி*, ஜனவரி, 1913.

விமலேஸ்வரிகோவிந்தசாமி, 'ரயில் பிரயாணத்தால் நேரும் கஷ்டங்கள்: தள்ள வேண்டியவையும் கொள்ள வேண்டியவையும் – பிரயாணத்தைக் குறைக்கவும்', *யுத்தசஞ்சிகை*, 21 ஏப்ரல் 1944.

மாக்ஸ், ஏங்கல்ஸ், இந்தியாவைப்பற்றி, சென்னை: நியூசெஞ்சுரி புக்ஹவுஸ், 1971.

முத்துக்குமாரசாமி, எம். என். 'ரயில்வேக்களிலும் ஜாதி வித்தியாசமா? சுதேசமித்திரன் கேள்வி', திராவிடன், 17 பிப்ரவரி 1930.

மீனாம்பாள் சிவராஜ், பிரயாணத்தைக் குறைத்தல் அவசியம்: யுத்தஉதவியில் பெண்கள்பங்கு: பஞ்சத்தைப் போக்கவழி', யுத்தசஞ்சிகை, 07 ஜூலை 1944.

'மோட்டார் விபத்து', விவேகபோதினி, ஜூலை&ஆகஸ்ட் 1916.

'மோட்டார் பஸ்களும் ஆதித்திராவிட கிறிஸ்தவர்களும்', குடிஅரசு, 19 டிசம்பர் 1926.

'மோட்டாரிலும் ஜாதி வித்தியாசம்', குடிஅரசு, 24 ஏப்ரல் 1932.

நாயுடு,ஆர். 'கெனியாவில் இந்தியர்', பஞ்சாமிர்தம், சித்திரை 1924.

ஸ்ரீநிவாசவெங்கடாச்சாரி, எஸ். இந்தியாவில் ஆங்கிலேய ஆதிபத்தியம் பகுதி இரண்டு, மெட்ராஸ்: கார்டியன் அச்சகம், 1915.

ஸ்ரீனிவாசன், கே. "சாலைகள், ரோட்டுகள் இவைகளை விருத்தி செய்யவேண்டிய நிமித்தம் ஏற்பட்டிருக்கிற விசாரணைசபை", ரூரல் இந்தியா, பிப்ரவரி, 1929.

Bernal, J.D. Science in History, Vol. II, Bhopal: Eklavya, 1969.

Chesney, George. Indian Polity: A view of the system of administration in India, London: Longmans, Green & Co, 1894.

Davidson, Edward, Railways of India, 1868.

Jarrett, H.R. A Geography of Manufacturing, London: Macdonald, 1969.

Naidu, Paupa Rao. Criminal Tribes of India: The History of Koravars, Erukulas or Kaikaries, Madras: Higgimbotham, 1905.

Viswarayya,M. 'Provicialisation of Railways', Commerce & Industries: Fortnightly Business Review, 16 February, 1921.

கையேடுகள்

Madras District Gazetteers: Chengleput District, Madras: The Superintendent, 1933.

Madras District Gazetteers: Coimbatore District, Madras: The Superintendent, Government Press, 1933.

Madras District Gazetteers: North Arcot District, Madras: The Superintendent,Government Press, 1933.

Madras District Gazetteers: Salem District Volume II, Madras: The Superintendent,Government Press, 1932.

Madras District Gazetteers: South Arcot District, Volume II, Madras: The Superintendent, Government Press, 1932.

Madras District Gazetteers: Tanjore District Volume II, Madras: The Superintendent,Government Press, 1933.

Madras District Gazetteers:The Nilgiri District Volume II, Madras: The Superintendent, 1915.

H.R. Pate,Tinnevelly District Gazetteers:Tirunelveli: M.S. University, 1993, first published in 1917.

Madras District Gazetteers: Trichinopoly District, Volume II, Madras: The Superintendent, Government Press, 1931.

Stuart, A.J. Manual of the Tinnevelly District, Madras: Government Press, 1879,

Nelson, J.H. The Madura Country: A Manual, New Delhi: Asian Educational Service, 1989, first published 1868

Moore, Lewis. A Manual of the Trichinopoly District in the Presidency of Madras, Chennai: TamilnaduArchieves, 1988 first published 1878.

பேரவை விவாதங்கள்

Proceedings of the Council of the Governor of Fort St. George, 1894 - 1907,

Madras Legislative Council Debates, 1925 – 1948.

அரசாணைகள்

G.O. No. 347, L, 9 April 1920

G.O. 3758, Law (General) Mis. (16 December 1925);

19. G.O. No. 2692, Law (General), (03 November 1922.

இதழ்கள்

ஆனந்தபோதினி, 1931.

இகபரசுகசாதனி, 1903.

இசுலாம்நேசன், 1911.

ஐக்கியஅரசு, 1934.

கத்தோலிக் குடும்ப போதினி, 1916

கதாரத்னாகாரம், 1915.

கானவித்யாப்ரகாஷினி, 1915.

கிராம உத்தியோகஸ்தர் கெஜட்டு, 1903.

குடிஅரசு, 1926 – 1935.

திராவிடன், 1929 – 1932.

சத்தியதூதன், 1914– 1917.

சமரசம், 1927.

சுவிசேஷ பிரபல்யவர்த்தமாணி, 1915.

ஸமரஸபோதினி, 1920.

பிழைக்கும்வழி, 1911 – 1913.

ரூரல் இந்தியா, 1929.

யதார்த்தபாஸ்கரன், 1903.

லட்சுமி, 1927.

வர்த்தக ஊழியன், 1933 –1938.

விவேக சிந்தாமணி, 1892 & 1893

விவேகபோதினி, 1913–1916,

விஸ்வகர்மன், 1914 –1915.

ஞானபோதி, டிசம்பர் 1902.

நற்போதகம், 1868–1888.

நல்ல ஆயன், 1913 – 1914.

நிகழ்காலசத்தியம்.

மாதர்போதினி, 1917.

ஜனாபிமானி, 1914 –1917.

Fortnightly Business Review, 1921.